கதை கேட்கும் சுவர்கள்

மலையாள மூலம் : ஷாபு கிளித்தட்டில்

தமிழில் : கே.வி.ஷைலஜா

கதை கேட்கும் சுவர்கள்	:	வாழ்வியல் நாவல்
மலையாள மூலம்	:	ஷாபு கிளித்தட்டில்
தமிழில்	:	கே.வி. ஷைலஜா
	:	© ஆசிரியருக்கு
அட்டை புகைப்படம்	:	பி.எஸ். வம்சி
முதற்பதிப்பு	:	அக்டோபர் 2018
இரண்டாம் பதிப்பு	:	டிசம்பர் 2020
வெளியீடு	:	வம்சி புக்ஸ் 19, டி.எம்.சாரோன், திருவண்ணாமலை - 606 601 செல்: 9445870995 , 04175 - 235806
அச்சாக்கம்	:	மணி ஆப்செட், சென்னை - 600 077
விலை	:	₹ 400/ -
ISBN	:	978-93-84598-59-4

Kathi Katkum Suvargal	:	Auto biographical Novel
From Malayalam	:	Shabu Kilithattil
InTamil	:	K.V. Shylaja
	:	© Author
Cover Photo	:	B.S. Vamsi
First Edition	:	October 2018
Second Edition	:	December 2020
Published by	:	Vamsi books 19.D.M.Saron, Tiruvannamalai - 606 601. 9445870995 , 04175 - 235806
Printed by	:	Mani Offset, Chennai - 600 077
	:	₹400/-
ISBN	:	978-93-84598-59-4

www.vamsibooks.com - e-mail: kvshylajatvm@gmail.com

அகத்தடுமாற்றத்தாலும்
புறத்தடுமாற்றத்தாலும் அலைவுறும்
இப்பிரபஞ்சத்தின் பெரும் சக்தியான
பதின்பருவ மகள்களுக்கு...

ஷாபு கிளித்தட்டில்

கேரளாவில் திருவனந்தபுரத்திற்கு அருகே சிறையின்கீழ் என்ற ஊரில் பிறந்த சாபு கிளித்தட்டில் பல்கலைக்கழகக் கல்விக்குப் பிறகு ஊடகவியலில் மேற்படிப்பு படித்தவர். தூர்தர்ஷனில் ஒளிபரப்பப்பட்ட 'சாஸ்த்ர கௌதுகம்' என்ற நிகழ்வின் Condent Producer ஆகப் பணியாற்றினார். கடந்த 14 வருடங்களாக அரபு வானொலிக் குழுமத்தில் செய்தி இயக்குநராகப் பணிபுரிந்தவர்.

ஊடகத்துறையில் அவர் ஆற்றிய சேவைகளுக்காக ஆசிய விஷன் மீடியா விருது, சிரந்தனா விருது, குளோபல் மீடியா விருது, cp ஸ்ரீதரன் நினைவு ஊடக விருது உட்பட பல விருதுகளைப் பெற்றவர்.

பார்வையற்ற ஒரு பெண்ணின் உலகம் பற்றிய பார்வையை வெளிப்படுத்திய "MASHHAD" என்ற குறும்படத்தை எழுதி இயக்கிய அவருக்கு பல அயல்நாட்டு விருதுகள் வந்து சேர்ந்திருக்கிறது.

உமா பிரேமனைப் பற்றிய சுயசரிதை நாவலே நிலாச்சோறு.

1. யதார்த்த களிக்கார் (real puppets)

2. சர்க்க ஸ்ருஷ்டியிலே ரசவித்தைகள்

3. கலம் கவலம்.

அவர் பெற்ற விருதுகள் :

1. பாறப்புறத்து விருது,

2. பிரவாசி புக் டிரஸ்ட் விருது

3. கைரளி நாவல் விருது

மனைவி : அனசூயா

குழந்தைகள் : ஜானவ், ஸ்ரீஹரி.

எழுத : shabuarn@gmail.com

கே.வி.ஷைலஜா

கேரளாவைப் பூர்வீகமாகக் கொண்டிருந்தாலும் தமிழ்ச் சூழலிலேயே வாழ்க்கையைத் தகவமைத்துக்கொண்டவர். இலக்கிய வாசிப்பு அடுத்த கட்டத்துக்கு நகர்த்த, மொழிபெயர்ப்புப் படைப்புகளைத் தரத் தொடங்கினார்.

மளையாளக் கவிஞர் பாலச்சந்திரன் சுள்ளிக்காடு எழுதிய சிதம்பர நினைவுகள் கட்டுரைத் தொகுப்பு மொழிபெயர்க்கவே, பேச மட்டும் தெரிந்த தாய்மொழியான மலையாளத்தை வாசிக்கவும் கற்றுக் கொண்டார்.

அதன்பிறகு என்.எஸ்.மாதவன், திரைக்கலைஞர். மம்முட்டி, கெ.ஆர்.மீரா, கல்பட்டா நாராயணன், சிஹாபுதின் பொய்த்தும்கடவு, ஆகியோரது படைப்புகளையும் மொழிபெயர்த்திருக்கிறார்.

கலை இலக்கியப் பேரவை விருது, திருப்பூர் தமிழ்ச் சங்க விருது, கனடா தோட்ட விருது, மொழிப்பெயர்ப்புக்கான கலை இலக்கிய இரவு பெற்றிருக்கிறார்.

வம்சி புக்ஸ் என்ற பதிப்பகம் தொடங்கி நானூறுக்கும் மேற்பட்ட புத்தகங்களைப் பதிப்பித்திருக்கிறார். ஐந்து புத்தகங்களுக்குத் தமிழக அரசின் சிறந்த பதிப்பாளருக்கான விருதினைப் பெற்றிருக்கிறார்.

இவருடைய சிதம்பர நினைவுகள் மற்றும் தென்னிந்தியச் சிறுகதைகள் தமிழகத்தின் சில கல்லூரிகளில் பாடமாக வைக்கப்பட்டிருக்கின்றன.

மொழிபெயர்ப்புகள் :

கட்டுரைகள் :

1. சிதம்பர நினைவுகள் - பாலசந்திரன் சுள்ளிக்காடு
2. மூன்றாம் பிறை - மம்முட்டி (வாழ்வனுபவங்கள்)
3. முத்தியம்மா (தமிழிலேயே எழுதப்பட்ட கட்டுரைகள்)

சிறுகதைகள்:

4. சர்மிஷ்டா - என்.எஸ்.மாதவன்
5. சூர்ப்பனகை - கெ.ஆர். மீரா
6. யாருக்கும் வேண்டாத கண் - சிஹாபுதின் பொய்த்தும்கடவு

நாவல் :

7. சுமித்ரா - கல்பட்டா நாராயணன்
8. இறுதியாத்திரை - எம்.டி. வாசுதேவநாயர்
9. ஸ்வரபேதங்கள் - பாக்யலஷ்மி

தொகுப்பு நூல்கள் :

10. பச்சை இருளனின் சகா பொந்தன் மாடன்
    (தமிழ் - மலையாளச் சிறுகதைகளின் தொகுப்பு)
11. தென்னிந்தியச் சிறுகதைகள்
    (தமிழ் - மலையாள -கன்னட - தெலுங்குச்சிறுகதைகளின் தொகுப்பு)

கணவர் : பவா செல்லதுரை

பிள்ளைகள் : மகன் வம்சி, மகள். மானசி

வீடு :19.டி.எம்.சாரோன்,திருவண்ணாமலை

பேச: 9445870995

எழுத : kvshylajatvm@gmail.com

கதை கேட்கும் சுவர்கள்

''தங்க விக்ரகம் மாரி கண்ண மூடி கெடக்கு... பாக்க முடியல... ஓடி வந்துட்டேஞ் சாமி...''-தஞ்சாவூர் அரசு மருத்துவமனையிலிருந்து வந்த சித்தப்பா, தண்ணீரை வாரி வாரி மேலே ஊற்றியபடி சொன்னார். என் உறவுக்காரரின் மகள், இருபது வயதுகூட இருக்காது... போனமாதம் தற்கொலை செய்து கொண்டாள். சாவுக்கு போன சித்தப்பாவிடமும் அண்ணனிடமும் ''ஒரு நூத்தம்பது ரூவா இருந்தா குடுய்யா...''எனக் கேட்டிருக்கிறார் செத்துப்போன பெண்ணின் அப்பா. குடிகார ராஸ்கல். சில வருடங்களுக்கு முன்னால் அவர் மனைவியும் இப்படியே தற்கொலை செய்துகொண்டாள். இப்போது மகள். அம்மா படிக்காதவள்... ஒட்டுத் திண்ணையில் பலகாரம் சுட்டு பிழைப்பு நடத்தினாள். மகள் அப்படியல்ல... தனியே தலையெடுத்து, விடுதியில் தங்கி டிகிரி முடித்தவள். ஆனால் இரண்டுபேரும் ஒரே மாதிரி செத்துப்போய் விட்டார்கள். ''அந்தாளு இம்ச பண்ணான்னா அவன ஒரு சொருவு சொருவிருக்கலாம்ல... இதுங்க ஏ சாவுது... கொடுமையே கொடுமையே...'' என அண்ணன் கோபமாகச் சொன்னான். எனக்கும் அதுதான் புரியவில்லை. அந்தாள் குடித்து குடித்து ஒட்டடைக் குச்சி மாதிரி ஆகிவிட்டான். ஒரு உதை விட்டால் தாங்குமா தெரியாது. ஆனால் அவனோடு சண்டையிட்டு இரண்டு பெண்கள் தங்களை

மாய்த்துக் கொள்கிறார்கள். என்ன இது முட்டாள்தனம்..? ஓர் ஆண் எவ்வளவு பூஞ்சையாக இருந்தாலும் கணவன், சகோதரன், அப்பன் என்ற வேடங்களில் அவன் பெண்களிடம் வலிமை பெற்று விடுகிறான். அவனது சொற்கள் கூட அவர்களைத் தாக்குகின்றன. 'எங்கே போவது..?' என்ற துயரம்... 'பிறத்தியார் என்ன பேசுவார்கள்..?' என்ற குமைச்சல்... 'என் சாவினால் உன்னைப் பழிவாங்குகிறேன் பார்...' என்ற ஆங்காரம்... 'நான் தோற்றுவிட்டேன்...'என்ற கழிவிறக்கம்... எதுவோ ஒன்று அநியாய சாவாக மாறிவிடுகிறது. இவ்வளவுக்கும் எங்கள் குலசாமி மகமாயி. இந்தா பக்கத்தில் இருக்கிற செல்லூரில்தான் இருக்கிறாள். ஒரு ஆளை காலில் போட்டு மிதித்து, குடலை உருவி கையில் வைத்தபடி பேராவேசத்தோடு உட்கார்ந்திருக்கிறாள். கண்களைப் பார்க்கவே பயமாக இருக்கும். அவள் வம்சத்தில் வந்த பொம்பளைகள் ஏன் இப்படி இருக்கிறார்கள்..?

இந்த முன்னுரையை எழுதிக்கொண்டிருக்கிற நள்ளிரவில், உத்தரபிரதேசம் ஹத்ராஸ் பகுதியில் ஆதிக்க சாதி ஆண்களால் கொடூரமாக வல்லுறவுக்கு ஆளாக்கப்பட்டு, கொலை செய்யப்பட்ட தலித் பெண்ணை, தன்னிச்சையாக காவல் துறையினரே எடுத்து எரிக்கிற காணொளி வாட்ஸப்பில் வருகிறது. முதுகெலும்பு உடைக்கப்பட்டு, நாக்கு அறுக்கப்பட்டு என விவரிக்கிற வரிகளைப் படிக்க முடியவில்லை. மூச்சின் சீர் மாறி, மனம் வெதும்பித் துடிக்கிறது. அந்தப் பெண் பசுமைப் பின்புலத்தில் புன்னகைக்கிற புகைப்படத்தை வேறு அனுப்பியிருக்கிறார்கள். அந்த முகத்தில், 'வீர் சண்டி காளி'யின் சாயல் இருக்கிறதா எனத் தேடினேன். உத்தரப்பிரதேசத்தில் சுற்றித் திரிந்தபோது, ஹத்ராஸ் பகுதியில் 'வீர் சண்டி காளி'யின் சிலையைப் பார்த்திருக்கிறேன். பழுப்புக் கோரைப்புற்கள் மண்டிய பொட்டல் நிலத்தில் பேருருவமாக நிற்கிறாள். எட்டு கைகள். ஒவ்வொன்றிலும் ஒரு ஆயுதம். கத்தி, வாள், கோடாரி, உடுக்கை என அத்தனை ஆயுதம் ஏந்தி கோபாவேசம் கொண்டு எழுந்தருளியிருக்கிறாள். அங்கேதான்

ஆண்கள் கஞ்சா குடித்துவிட்டு, ஆடு மேய்க்க வருகிற பெண்ணை சிதைத்துப் போடுகிறார்கள். சாதிவெறியில், அந்தப்பெண் அழ, அழ மொட்டையடித்து சிரிக்கிறார்கள். மதத்தின் பேரால், நடுத்தெருவில் கர்ப்பிணியின் கருவை அறுத்து எறிகிறார்கள். அதே பொட்டல் நிலத்தின் முள் மரத்தில் உயிரற்ற சடலமாய் தொங்க வைக்கிறார்கள். அத்தனை ஆயுதங்கள் வைத்திருந்தும் காளி ஏன் மௌனமாய் உறைந்திருக்கிறாள்..? வீர் சண்டி காளியின் பிள்ளைகள் ஏன் இப்படி அநீதியாய் சாகிறார்கள்..?

போனவாரத்தில் வந்த இன்னொரு காணொளி... நிச்சயம் நீங்களும் பார்த்திருப்பீர்கள். ஒரு டீக்கடையின் பக்கத்தில் வந்து நிற்கிற அந்தப் பெண், தன்மேல் பெட்ரோல் ஊற்றி கொளுத்திக்கொள்ள முயற்சிக்கிறாள். அதைப் பார்த்தவுடன் அந்த டீக்கடைக்காரர் அவசரமாகக் கடையிலிருந்து வெளியேறுகிறார். சாலையில் நின்றபடி சிலர் வேடிக்கை பார்க்கிறார்கள். அவள் கொளுத்திக் கொண்டு துடிதுடிக்க, அத்தனை பேரும் வேடிக்கை பார்க்கிறார்கள். ஒரு ஆள் மட்டும் காப்பாற்ற முயற்சித்து முடியாமல் தவிக்கிறார். அத்தனை பேரும் பராக்குப் பார்க்க, அவள் சாவதை முழுவதுமாக ஒருவன் வீடியோ எடுத்திருக்கிறான். அந்தப் பெண்ணுக்கு என்ன பிரச்சனை வேண்டுமானாலும் இருக்கட்டும்... ஒரு சமூகம் இப்படியா வேடிக்கை பார்க்கும்..? வன்புணர்விலிருந்து விவாகரத்து வரை ஒரு பெண்ணின் காட்சிக்கும் கிசுகிசுவுக்கும் பித்துப்பிடித்து அலைகிறது பெருங்கூட்டம். ஆனால் இந்த தேசம் முழுவதும் பெண்தெய்வங்கள் அல்லவா நிறைந்து கிடக்கிறார்கள்... எல்லையைக் காக்கும் தாக்குதலுக்குப் போகும் ராணுவம், காளியை வணங்கிப் போகிறார்கள். பெரும் அரசியல் தலைவர்களும் அவர்கள் வீட்டாரும் செல்வம் காக்க, ப்ருத்யங்காரா தேவியை வந்து பார்த்து உருள்கிறார்கள். பெருநகரத்தின் நடுவே வீற்றிருக்கும் தேர்முட்டி அம்மனை, வாகனங்களெல்லாம் கன்னத்தில் போட்டபடியே கடக்கின்றன. பிடாரி அம்மனுக்கு சாமியாடாமல்,

அங்காளபரமேஸ்வரிக்கு ஏடெடுக்காமல் ஒரு காரியமும் நடப்பதில்லை ஊரிலும் வீட்டிலும். பகவதி அம்மன் பைத்தியங்களைத் தெளிவிப்பாளென, அவள் முன்னால் சந்தனம் பூசி சாட்டையால் அடித்துக் கொண்டிருக்கிறார்கள் இன்னமும். அலங்காரங்களும் அபிசேகங்களும் ஆராதனைகளும் நாள்தோறும் நடக்கின்றன. ஆனால் சாலையில் கொளுத்திக் கொண்டு சாகும் ஒரு ஜீவனை கேட்பாரில்லையேம ஏன்..?

இத்தனை 'ஏன்'களுக்கு நடுவில்தான், இங்கே உமா பிரேமன்களும் முளைத்து வருகிறார்கள். முட்டி மோதி முளைத்து எழுவது பெரிது... அதைவிடவும் பெரிது, இன்னொரு தலைமுறைக்கான விதையாக விழுவது. அப்படி கதையாக எழுந்து, விதையாக விழுந்த உமா பிரேமன்கள், மகமாயி மாதிரி... காளி மாதிரி... இன்னும் சில தலைமுறைகள் தாண்டி இந்த நிலத்தில் கண்ணெடுத்து நிற்பார்கள். அப்படியே இந்த புத்தகமும் கடல் கொண்டும் போகாமல் நிற்கும். சில வருடங்களுக்கு முன்னால், கறுப்பின மாடலும் சமூக செயற்பாட்டாளருமான வாரிஸ் டைரியின் வாழ்க்கைக் கதையான, 'டெஸர்ட்ஃப்ளவர்' படித்துவிட்டு சில இரவுகள் தூங்காமல் கிடந்தேன். அப்படியே இப்போது இந்த, 'கதை கேட்கும் சுவர்கள்' தூக்கமின்றி கிடக்க வைக்கிறது. சோமாலியாவின் நாடோடி இனப் பெண் வாரிஸ். 'கன்னித்தன்மையைக் காக்கிறேன் பேர்வழி'என சிறுவயதிலேயே பெண்களுக்கு, பிறப்புறுப்பை அறுத்து மூடிவிடுகிற கொடூரமான பழக்கம், அங்கே புழக்கத்திலிருந்தது. அதில் வாரிஸும் சிக்கினார். அதன்பிறகு 13 வயதிலேயே ஐந்து ஒட்டகங்களுக்காக அவரை 60 வயது கிழவனுக்கு கல்யாணம் பண்ண முயற்சிக்கிறார் அவரது அப்பா. அதிலிருந்து ஓர் இரவு, அம்மாவின் சம்மதத்தோடு தப்பி, ஒற்றை ஆளாக பாலைவனங்களைக் கடந்து, இந்த உயரத்திற்கு வந்த வாரிஸின் கதையும் உமாவின் கதையும் ஒன்றுதான். சிந்தாமணிபுதூரிலிருந்து கல்கத்தா மும்பை குருவாயூர் வரை உமா கடந்ததும் பாலைவனங்கள்தான். நிலம், இனம், நிறம், மொழி

வெவ்வேறாக இருந்தாலும் இருவரின் வலியும் வாழ்வும் ஒன்றுதான். இருவரது மட்டுமல்லை இன்னும் கோடி கோடி பெண்களின் வலியும் வாழ்வும் ஒன்றுதான். 'தான் வாழ்வதற்கு ஒரு அர்த்தம் இருக்கிறது என உறுதியாக நம்புகிறவர்கள், எப்படியாவது வாழ்ந்து விடுவார்கள்'என்ற நீட்சேவின் வரிகள் அவ்வளவு உண்மை. அப்படி நம்பிக்கையின் வலிமை கொண்டவர்களே, வாழ்ந்து, வாழ்விற்கான அர்த்தம் தருகிறார்கள். வாரிஸைப் போல... உமாவைப் போல!

கோயம்புத்தூர் சிந்தாமணிபுதூரில், அழகான கனவுகளும் ஆசைகளும் நிறைந்த ஒரு சிறுமியின் பால்யத்திலிருந்து தொடங்குகிறது உமாவின் கதை. அவள் அப்பா 'கம்பௌண்டர்' பாலனை எனக்கு ரொம்ப பிடித்தது. எனில், அவரது உடம்பில் அடிக்கும் மருந்து நாற்றம் போலவே என் அப்பா 'மாட்டு டாக்டர்' ராஜேந்திரன் உடம்பில் அடித்த மருந்து வாசத்தால் நிறைந்தது என் பால்யம். அடுத்தவரின் சீழ் கட்டிய புண்ணை உடைத்து மருந்திடுவதைப் பார்த்து எனக்கும் குமட்டிக்கொண்டு வந்திருக்கிறது. ஆனால் அறியாமல் அங்கிருந்தே உள்ளுக்குள் துளிர்விட்டது உயிர்நேயம். எத்தனை இடர்பாடுகளிலும் அந்த உயிர்நேயத்தை விடாமல், பற்றி படரவைத்து வனமாக்கியதுதான் உமா, உமா பிரேமனாக மாறிய மகத்தான கதை!

இந்தப் புத்தகம் முழுக்க வரும் பெண்களை நீங்கள் நிச்சயம் வாசிக்க வேண்டும். 25 ஆயிரம் ரூபாய்க்கு மகளை விற்கத் துணியும் அம்மாவிலிருந்து, கடிதமிட்ட சிறுமியை அழைத்துப் பேசிய அன்னைத் தெரசா வரைக்கும், அன்பு-வெறுப்பு-ஆசை-கருணை என வாழ்க்கை வடித்தெடுத்த பெண்கள். சொல்லப்போனால் ஒரு பெண்ணின் வாழ்க்கையை திசை மாற்றுவதில், ஆண்களைவிட பெண்களின் பங்கே அதிகமிருக்கிறது. இந்திய சமூகத்தில், ஓர் எளிய பெண்ணின் பாதையையும் பயணத்தையும் யாரெல்லாம் தீர்மானிக்கிறார்கள் என்பதை நாம் தீர்மானிக்கவே முடியாது இல்லையா..?

அப்புறம் பிரேமன் என்ற மனிதன். உருவமாக நான் 'உதிரிப்பூக்கள்' விஜயனைத்தான் நினைத்துக் கொண்டேன். ஒரு பெண்ணை பொருளாக பாவிக்கிற ஆண்குணம். பணமும் போதையும் ஈகோவும் மண்டிக்கிடக்கிற அற்ப மனம். ஆனால் இவற்றுக்கு நடுவே புழுவைப்போல ஒரு சின்ன அன்பு நெளிவதாகத் தோன்றியது எனக்கு. அவர் தந்த துயரங்களையெல்லாம் தாங்கிக் கொண்ட ஒரு சின்ன பெண்ணின் அன்பு அவரை ஒன்றுமே செய்யாமலா இருந்திருக்கும்..? அந்த அன்பு அவர் ஆழ்மனதில் உருவாக்கிய குற்றஉணர்வும், மருத்துவமனையில் கிடந்தபோது அவர் செய்த செயலும் மனித மனத்தின் மகத்துவங்களில் ஒன்று!

கருவறையின் எண்ணெய் பிசுபிசுப்பைப் போல... தேவாலய இருளில் வழிந்து கிடக்கும் மெழுகைப் போல... மனித சாம்பலை சுமந்து, நதியில் அமிழும் மண்பாண்டம் போலவ நம் குற்ற உணர்வும் மன்னிப்பும் கருணையும் கண்ணுக்குத் தெரியாமல் படர்ந்து கிடக்கின்றன. அந்த அன்பும் கருணையுமே உமாபிரேமன் என்ற மகத்தான மனுசியை உருவாக்கியிருக்கிறது. தனது வலிகளையெல்லாம் மற்றவர்களுக்கான மகிழ்வாக யார் மாற்றுகிறார்களோ, அவர்களே தேவதைகள். அப்படித்தான் தோழர் உமா பிரேமனும். அவர் உருவாக்கிய 'சாந்தி மெடிக்கல் இன்ஃபர்மேஷன் சென்டர்' அமைப்பும் அதன் செயல்பாடுகளும் இன்று ஆயிரக்கணக்கான உயிர்களை காத்து நிற்கின்றன. கல்கத்தா மடத்தின் அறையில் வைத்து, 'உமா... நீ இங்கயே இரேன்...'என அன்னை தெரசா சொல்லியிருக்கலாமோ எனத் தோன்றிக்கொண்டே இருந்தது. பிறகு யோசித்தால், இன்னொரு தெரசாவைப் போல உமா உருவாகி நிற்கத்தான் இதெல்லாம் நடந்ததோ என தோன்றுகிறது!

எப்போதும் முகம் நிறைய சிரிப்பும் கை நிறைய வளையல்களும் மனம் நிறைய அன்புமாய் இருக்கிற சைலஜாக்காவிடம், கேட்பதற்கு ஒரு மன்னிப்பும் சொல்வதற்கு ஒரு நன்றியும் இருக்கிறது. மிக,மிக,மிக

தாமதமாக இந்த முன்னுரையை கொடுத்ததற்கு மன்னிப்பு. இப்படி ஒரு புத்தகத்தை இயல்பான, ஈரமான, அழுத்தமான எழுத்தோடு தமிழுக்கு கொண்டுவந்ததற்கும் அதை வாசிக்கும் வாய்ப்பை அளித்ததற்கும் நன்றி. ‘கதை கேட்கும் சுவர்கள்’என்ற தலைப்பைப் பார்த்ததும் இது பவா சார்- ஷைலஜாக்காவின் திருவண்ணாமலை சாரோன் வீட்டைப் பற்றிய புத்தகமோ என்றுதான் முதலில் தோன்றியது. எனில், அந்த வீட்டின் சுவர்கள்தான் தினம் தினம் அற்புதமான கதைகளைக் கேட்டுக் கொண்டே இருக்கின்றன. அந்தக் கல்வீட்டின் ஒரு சுவராகிவிடும் பாக்கியம் கிடைக்க, பச்சை மாடனை வேண்டும் ஆட்களில் நானும் ஒருவன். இலக்கியத்தையும் அன்பையுமே வீடாக்கி வசிக்கும் அக்காவின் பிரியத்துக்குரிய தம்பியாக இருப்பது என் பெருமிதங்களில் ஒன்று. ‘சிதம்பர நினைவுகளில்’ தொடங்கி இந்தப் புத்தகம் வரை ஒவ்வொன்றும் மனதை விசாலமாக்கும் பங்களிப்புகள். லவ் யூ அக்கா!

எங்கேயோ ஒரு மருத்துவமனை வராந்தாவில் காத்திருக்கும் போது, நலிந்து முனகும் ஓர் இளைஞனைப் பார்த்து, உங்கள் உறுப்புகளில் ஒன்றை அவனுக்குக் கொடுத்துவிடும் எண்ணம் உங்களுக்கு வந்திருக்கிறதா..? இந்தப் புத்தகத்தைப் படித்து முடித்த பிறகு அப்படியான எண்ணம் வரக்கூடும். பிரியத்தின்பால் சக மனிதனுக்கு எதையேனும் கொடுப்பதின் இன்பத்தை நீங்கள் உணரக்கூடும். அதுவே உமாபிரேமன் என்ற மனுசி வாழும் வாழ்க்கைக்கான அர்த்தம்... சுமந்த வலிகளுக்கான மகிழ்ச்சி... கடந்த இருள்களுக்கான ஒளி!

- ராஜுமுருகன்

திரை இயக்குனர்.

துக்கக் கடலிலிருந்து மீண்டு வந்து...

வாழ்வு எல்லோருக்கும் பூங்கொத்துகளையும் மலர்களையும் மட்டுமே வைத்துக் கத்திருப்பதில்லை என்பதுதான் நிதர்சனம். ஆனாலும் என் நியாபக அடுக்குகளில் இவ்வளவு துயருற்ற ஒரு பெண்ணை நான் பார்த்ததேயில்லை. வயதிற்கும் பருவத்திற்கும் ஏற்றார் போல எல்லா மனிதர்க்குள்ளும் சில சந்தோஷங்களும் துக்கங்களும் இருக்கலாம். சிலர் அதன் குரூரமான பற்சக்கரங்களுக்கிடையில் சிக்காமலேயே வாழ்ந்து தீர்த்து விடுவதுமுண்டு.

நீண்டதொரு மனித வாழ்வில் பத்து அல்லது பதினைந்து நாட்கள்தான் மனிதன் சந்தோஷமாக இருக்கிறானென்று எனக்குத் தோன்றுகிறது. கள்ளமில்லாத குழந்தைப் பருவம், பதின் பருவத்திற்குள் அடியெடுத்து வைக்கும் நொடி, நல்ல நட்பை உணர்ந்த வேளை, காதலைச் சொல்லவோ கேட்கவோ நேர்ந்த தருணம், திருமண வாழ்வின் முதல்நாள், பெற்றோராகும் முதல் கணம் மற்றும் தன்னை உணர்ந்த நிமிடம், சாதித்த பொழுது, வெற்றியை ருசித்த தருணம் என எல்லோருக்கும் சில சந்தோஷங்கள் வந்து போகும். ஆனால் இது போன்ற எந்த மகிழ்வான தருணங்களும் ஒரு பெண்ணின் வாழ்வில் வராமல் போன கொடும் வாழ்வு வாழும் உமா பிரேமன், எனக்கு எந்தக்

குறையும் இல்லை, எனக்கு இந்த வாழ்வு எல்லாம் தந்திருக்கிறது என்று பிரகடனப்படுத்தும் மனதை வென்றெடுத்திருக்கிறார்.

பெற்றெடுத்த அம்மா தன் காதலர்களில் ஒருவனுக்கு உமாவை விற்ற கொடுமை என் கனவைக் கலவரப்படுத்துவதாக இருக்கிறது. தன்னைவிட 25 வயது மூத்த மனிதனுடன் வாழ நேர்ந்த வாழ்க்கையும் அவரின் மரணத்திற்குப் பிறகான தன் வாழ்வில் ஏற்பட்ட வெளிச்சத்தையும் உமா சொல்லும்போது நாம்தான் வேதனையின் சுழலில் மாட்டிக் கொள்கிறோம். உமா என்ற மத்திய வயதுடைய இந்தப்பெண் எல்லாவற்றையும் கடந்து மழைத்துளி பட்ட பன்னீர்ப்பூ போல சிரிக்கிறாள்.

உமாவைப் பற்றி அந்திமழைக்காக ஒரு கட்டுரை எழுதவேண்டி நான் பேசி முடித்த ஒரு மாலை வேளையில், உமா மீண்டும் என்னைத் தொலைபேசியில் தொடர்பு கொண்டார். என் கனவுகளை எப்போதும் இமைகளில் பாரமாய் சுமக்க விடுவதில் எனக்குச் சம்மதமில்லை ஷைலு, காலையிலிருந்து உங்களிடம் பேசிவிட்டு உங்களைப் பார்க்க வேண்டும் போலிருந்தது, அதான் வந்தேன் என்று சிரிக்கும் குழந்தையை அள்ளி அணைக்கவே தோன்றுகிறது.

துக்கங்கள் மட்டுமல்ல தன் கிரீடத்தில் ஏறிக் கொள்ளும் எந்தப் பொன் பூக்களையும் பாரமாய்ச் சேர்த்துக் கொள்ளாமல் இந்த வாழ்வு உமாவைப் பண்படுத்தியிருக்கிறது.

இந்தப் புத்தக உருவாக்கத்தில் ஈடுபட்டிருந்த நான்கு மாதங்களில் நான்தான் மிகவும் தளர்ந்து, உருகி, காணாமல் போய்க் கொண்டிருந்தேன். என்னை மீட்டெடுத்தவரும் உமாதான். தன் புதிய பூப்போன்ற சிரிப்பாலும் இதயம் தொடும் ஸ்பரிசத்தாலும் , 'அதெல்லாம் ஒண்ணுமேயில்ல ஷைலு, நான் இப்ப நல்லாயிருக்கேன்' என்று என்னை ஆற்றுப்படுத்தி, தேற்றி வந்திருக்கிறார். நன்றியா சொல்வது… என் இதய தமனிகளில் அவளன்பைப் பொத்தி வைத்திருக்கிறேன்.

ஆனாலும் இன்னும் நன்றிக்குரியவர்களும் இந்தப் பிரதிக்குண்டு.

கேரளாவில் பிறந்து வெளி மாநிலங்களுக்குச் சென்று வேரும் விழுதுமாய் தங்களை வளர்த்துக் கொண்டவர்களைப் பற்றிய செய்திகளைத் தொகுக்க வேண்டி என்னைச் சந்திக்க வந்தார் ஒரு செய்தியாளர். 'வேறிட்ட காழ்ச்சகள்' என்ற அந்த நேர்காணலுக்காக வந்து, பயணத்திலும் ஓய்விலும் உமாவைப் பற்றிப் பேசி என் வாழ்வில் பதியவைத்து ஸ்திரப்படுத்திய பிரதீப் நாராயணன், கைரளி தொலைக்காட்சி, கேரளா.

இரண்டு வருடங்களுக்கும் மேலாக நிலாச்சோறு என்ற மலையாளப் பிரதி என்னிடம் இருந்தாலும் அதன் கனம் என்னை வாசிக்கவிடாமல் செய்தது. அந்தப் புத்தகத்தை மொழிபெயர்க்கச் சொல்லி கட்டாயப்படுத்தி, அதன் தமிழ்ப் பதிப்பில் என்னை அறியாமல் கலந்துவிட்ட மலையாளச் சொற்களை உறிஞ்சி எடுத்துத் தந்த என் ஸ்நேகிதியும் சக மொழிபெயர்ப்பாளருமான கே.வி.ஜெயஸ்ரீ.

ஓய்வு தேவைப்படும் நேரங்களில் கூட என்னை உற்சாகப்படுத்தி இப்பிரதியின் முழுமைக்கு தன்னை ஒப்புக்கொடுத்த அம்மா மாதவி.

கதை கேட்கும் சுவர்கள் புத்தகத்தின் பிழைகளை நீக்கி அதன் செம்மைக்கு உதவிய நண்பர் கிருஷ்ணபிரபு, உத்திரகுமாரன், கொஞ்சமே உடனிருந்த சுகானா, புத்தக ஆக்கத்தில் முழுமையாய் தன்னை ஈடுபடுத்திக்கொண்ட என் புத்தக வடிவமைப்பாளர் மோகனா, மாமல்லவாசன், சுகந்த்ராஜ் என எல்லோருக்கும் என் நன்றி.

தலைப்பை ஒட்டி புகைப்படம் எடுத்து, பின்னட்டையையும் வடிவமைத்து தந்த மகன் வம்சிக்கும், தனித்து விடப்பட்ட போதும் என்னிடம் சொல்ல நிறைய தகவல்களுடன் பள்ளியிலிருந்து வந்து ஏதும் சொல்லாமல் எங்கள் கதையையே கேட்டுக்கேட்டு இந்தப் புத்தகத்தின் ஒவ்வொரு எழுத்திலும் வாழ்ந்து கொண்டிருக்கும் மகள் மானசிக்கும் அம்மாவின் அன்பு முத்தங்கள்.

இவர்களின் அணுக்கமின்றி என் எழுத்தும் வாழ்வும் இல்லை.

கதை கேட்கும் சுவர்கள் உருவாக்கத்தில் ஈடுபட்டிருந்த நாட்களில் வீட்டை மொத்தமாய் தாங்கிய பவாவுக்கும் அன்பு.

மற்றவர்களின் வாழ்விலிருந்து கற்றுக் கொள்ள காத்திருப்பவர்களுக்கு இப்பிரதி பலவற்றையும் தரும்.

தன்னைப் புடம் போட உதவும்.

இதற்கெல்லாம் பாதையிட்ட மலையாளப் படைப்பாளி ஷாபு கிளித்தட்டில் அவர்களுக்கு நெஞ்சம் நிறைந்த நன்றியின் பகிர்தல்கள்.

எளிமையான அன்போடு,

கே.வி.ஷைலஜா.

கிளம்பி அதிக நேரமாகி இருந்தது.

மங்கிய ஒளியில் சமமற்ற மலைப்பாதையின் வழியாக நடப்பது சிரமம். வாழ்வினைப் போலவே முன்னால் தெரியும் வழியில் ஏற்றங்களும் இறக்கங்களும் இருந்தன. சீரான, ஒழுங்கான வழிகளில் மட்டுமே நடந்து பழக்கமுள்ளவர்களுக்கு இந்த வழியில் நடப்பது மிக நிச்சயமாகக் கடினம்.

காட்டுச் செடிகள் மண்ணிற்கு உரம் சேர்த்துக் காவல் நின்றதால் அவற்றை ஒதுக்கி வழி ஏற்படுத்தித்தான் முன்னால் நகர முடியும்.

அதொரு சாகசப் பயணம்.

திரும்பி வரத் தோன்றவில்லை.

முன்னோக்கியே நடந்தேன். சிறிய டார்ச் லைட்டைப் பிடித்தபடி வள்ளி கூடவே நடந்து வந்தாள்.

மாலை மயங்கிய நேரத்தில் தேடிப்போக வேண்டாமென்று வள்ளி எவ்வளவோ எடுத்துச் சொன்னாள். நான்தான் மிகவும் பிடிவாதமாக இருந்தேன்.

போய்ப் பார்த்தேயாக வேண்டும். அதற்கு இருட்டுடன் வேறு எந்தச் சிக்கல் வந்தாலும் அதைப் பொருட்படுத்தும் மனம் அப்போது என்னிடமில்லை.

சாயங்காலத்திலேயே மலைக் கிராமங்களில் இருட்டு கனத்திருந்தது. கறுத்து இருண்ட ஆகாயத்தின் நிழல்கள் ஆங்காங்கே விழுந்திருந்தன.

வெட்டி ஒதுக்கிச் சீராக்கிய வெளிகளில் அடுப்பு மூட்டியது போல அட்டப்பாடி மலை கிராமத்து வீடுகள் தெரிந்தன. ஒரே மாதிரி அகலமும் நீளமுமுள்ள சின்னச் சின்ன வீடுகள். ஆட்களின் புழக்கம் குறைவாக இருந்தாலும், ஆடு மாடுகள் எழுப்பும் சத்தங்கள் எப்போதும் கேட்டபடியேயிருந்தன.

முக்கால்வாசி வீடுகளின் பக்கவாட்டுச் சுவரை ஒட்டியே ஆடுமாடுகளுக்கு மறைப்பு கட்டியிருந்தார்கள். தொழுவம் என்று சொல்லிக் கொள்ளும் வசதி அதற்கில்லை. ஆனாலும் அது ஒரு தொழுவம். ஆடு மாடுகள் தின்பதும் சாணமிடுவதும் அங்கேயாகவே இருந்தன. முந்தின நாள் பெய்த மழையில் இந்த அசுத்தங்களெல்லாம் வாசலில் வழிந்து பரவிக் கிடந்தன.

நாற்றம், சகிக்க முடியாத நாற்றம்.

ஆடு மாடுகளைக் குற்றம் சொல்லிப் பயனில்லை. மனிதர்களின் நிலைமையும் சற்றேறக்குறைய இதுபோலவே இருந்தது. எந்த வீட்டிற்கும் கழிவறை இல்லாமலிருந்தது. முதன்முதலில் பார்த்தபோது மல்லிப்பெண் தங்களுடைய பிரச்சனையாக இதை மட்டுமே சொன்னாள்.

''மேடம், ஈ ஊருதி ஒரு கூணுதுமே கக்கூஸில்லே. தெரே ஓறக்கேதே வெளிக்கி போகாது. அந்தத் தண்ணிய மேதே குடிக்குது. இவராருமே சோறு சோறல்ல பண்ண மாட்டாரு. வெடியாலே கூரேது இரந்துப் போனாக்கி அந்தியோடதே திரும்பி கூரக்கி வர்காதே. இவ்வாறல்லா கவர்மெண்டு ஓரோ கூர கெட்டிக் கொடுத்திருக்காரு.

அது மண்ணுமெ, கறங்கல்லுக்கெமெ கெட்டினா கூரக்கதே அதென்னா அவாறு ஒடுக்கு காதுமில்லே. ஓசாரிக்கத்மில்லே. அவரோட ஒண்ணா கூரக்குள்ளு தனதே ஆட்மு, மாட்மு, நாய்மு, கோய்மு இர்க்குது''

மெல்லிய குரலில் மல்லிப்பெண் சொன்னதைக் கேட்டு அப்படியே உட்கார்ந்துவிட்டேன். அவளுடைய மொழிக்கு ஒரு விசேஷமான இசையிருந்தது. தமிழுக்கும் மலையாளத்திற்கும் இடைப்பட்ட ஒரு மொழியைத்தான் அங்கே உள்ளவர்கள் பேசுகிறார்கள். அவள் உபயோகித்த வார்த்தைகள் முழுவதுமாக எனக்குப் புரியவில்லையானாலும் அவள் எதைப் பற்றின புகாரைச் சொல்கிறாள் என்று அவளின் வார்த்தைகளின் சங்கீதத்திலிருந்து உணர்ந்து கொண்டேன்.

ஆதிவாசி கிராமங்களில் போஷாக்கான உணவின் பற்றாக்குறையைப் போக்க அரசு என்னென்னவோ திட்டங்களை வகுத்திருக்கிறது. அப்படிப்பட்டதொரு திட்ட ஒருங்கிணைப்பாளர் தான் இந்த மல்லிப்பெண்.

ஆனால், இந்தத் திட்டங்களால் ஆதிவாசிக் கிராமங்களின் வாழ்க்கைப் பிரச்சனைகளுக்கு மாற்றம் ஏற்படாது என்று அவளுக்கும் தெரிந்திருந்தது. சீரான வாழ்வை வாழத் துணியாதாவர்கள்தானே ஆதிவாசிகள்!

மேலே வானம், கீழே பூமி அவ்வளவுதான்.

நாகரீக உலகத்தின் இயந்திரத்தன்மை எதுவும் அவர்களைப் பாதிக்கவில்லை. வாழ்வை அதன் போக்கில் வாழப் பழகியவர்கள். அவர்களில் ஒருவரைக் குறித்து கேள்விப்பட்டபோது தோன்றிய புதுமைதான் மாலை மயங்கிய நேரத்தில் என்னை இந்தப் பயணத்தை மேற்கொள்ள வைத்தது.

'அகளி'க்கு வந்து சேர்ந்ததிலிருந்து வள்ளிதான் உதவிக்கு என்னுடனிருந்தாள். ஊருக்குள் போகவும், ஆட்களைச் சந்திக்கவும்,

செய்திகள் பகிரவும் மிகவும் உதவினாள். அவள் பன்னிரெண்டாம் வகுப்பு தேர்ச்சி பெற்றிருந்தாள். மேலும் படிக்க அவளுக்கு ஆர்வமிருக்கிறது, ஆனால் சூழல் அமையவில்லை.

நடந்து நடந்து நாங்கள், ஓர் ஓடைக்குப் பக்கத்தில் இடிந்து, சிதிலமடைந்து, விழத் தயாரான ஒற்றை அறையுடனிருக்கும் சின்னக் கட்டிடத்தின் முன்பாகப் போய்ச் சேர்ந்தோம். அதற்குப் பக்கத்தில் பயன்படுத்தாத நிலையிலிருக்கும் ஒரு கிணறு. உடைந்து பெயர்ந்து போன இரும்புப் பைப்பின் துண்டுகளும் தண்ணீர்த் தொட்டியின் தேவையற்ற பொருட்களுமாக அந்த அறையின் மேலே காலத்தின் சேமிப்பாய் யாரையோ எதிர்பார்த்துக் காத்திருந்தன.

இருள் கவிழ ஆரம்பித்ததால் காட்சிகள் மங்கத் தொடங்கியிருந்தன. நான் சுற்றிலும் பார்த்தேன். என்றோ ஒருநாள் அது விவசாய பூமியாக இருந்திருக்கக் கூடும். கிணறும் பம்புசெட்டும் அதன் அடையாளங்களை மிச்சப்படுத்தித் தக்க வைத்திருக்கின்றன.

"மேடம்" குரல் தாழ்த்தி வள்ளி கூப்பிட்டாள். நான் அவளைத் திரும்பிப் பார்த்தேன். சிதிலமடைந்து, இடிந்து விழக் காத்திருக்கும் அந்தப் பம்புசெட் அறைக்குள்ளாக வள்ளி கை நீட்டினாள். என் கண்கள் அவள் விரல்களைப் பின்தொடர்ந்தன.

அது போய்ச் சேர்ந்தது ஒரு மெல்லிய ஒளிக்கீற்றிலாக இருந்தது. உதட்டோரத்தில் தீ பிடித்ததோ என்று அஞ்சும்படியான பீதியைத் தந்தபடி பீடியில் நின்றுயர்ந்த நெருப்பு அதன் கங்குகளில் கனன்று கொண்டிருந்தது.

நானும் வள்ளியும் பரஸ்பரம் பார்த்துக்கொண்டோம்.

ஒரு மௌனம் எங்களைப் பீடித்துக் கொண்டது.

சத்தமெழுப்பாமல் நான் உள்ளே நடந்தேன். வள்ளி என் கையைப் பிடித்துத் தடுப்பதற்கு முயற்சி செய்தாளென்றாலும் நான் அதைப் பொருட்படுத்தவில்லை. அவளும் என்னைப் பின்தொடர்ந்தாள்.

பம்புசெட் அறையின் சுவரில் சாய்ந்து உட்கார்ந்து பீடி புகைத்துக் கொண்டிருக்கும் அந்த மனித உருவத்தின் பக்கத்தில் போனவுடன் ஏற்பட்ட சகிக்க முடியாத நாற்றம் என் குடலைப் புரட்டிப்போட்டது. புடவைத் தலைப்பால் நான் மூக்கைப் பொத்திக்கொண்டேன். இருளில் முகம் தெளிவாய்த் தெரியவில்லை. ஆனாலும், தலைமுடி சடை பிடித்த அழுக்கான ஓர் உருவம் என்பதை அவளுடைய இருப்பு காட்டிக் கொடுத்தது. வள்ளி சொன்ன பேர் நியாபகத்தில் இருப்பதால் நான் மெல்லிய குரலில் கூப்பிட்டேன்.

"பொன்னீ..."

வார்த்தை, காற்றில் அவளை எட்டியும் அதன் வழி பார்வை திரும்பவேயில்லை. ஆளரவமற்ற இடத்தில் திகிலூட்டும் வெளிச்சத்தில் புதிய குரலின் சத்தம் கேட்டு ஒரு திடுக்கிடல்கூட ஏற்படவில்லை அவளுக்கு.

அவளுடைய முகத்துக்கு நேராகப் பார்த்து நின்றவாறு மீண்டும் கொஞ்சம் சத்தமாய்க் கூப்பிட்டேன்.

"பொன்னீ..."

அவளுடைய உதட்டிலிருந்த பீடித் துண்டில் மீண்டும் ஒளி தெரிய ஆரம்பித்தது.

அந்தக் கனல் ஒளியின் வெளிச்சத்தில் அவளுடைய கண்களில் தெரியும் பாவ மாற்றத்தைப் பார்த்தேன்.

அது பயத்தை வெளிப்படுத்தவில்லை.

இரண்டு கண்களும் என்னை வெறித்துப் பார்த்தன. உதட்டிலிருந்த பீடித் துண்டை வலதுகை விரல்களுக்குள் சுருட்டிப் பிடித்தபடி பொன்னி எழுந்தாள். அவளுடைய பயமுறுத்தும் பார்வையை எதிர்கொள்ள முடியாமல் வள்ளி என் பின்னால் ஒளிந்து கொண்டாள்.

நான் அவளைத் தலைகால் எனக் கண்ணோட்டிப் பார்த்தேன்.

மெலிந்து காய்ந்த தேகம். அதற்கு மறைப்பாய் தூசியும் அழுக்குமடைந்த சல்லடைத் துணியான ஒரு புடவையைக் கோணல்மாணலாய்ச் சுற்றியிருந்தாள். அதிலிருந்து வரும் சிறுநீரின் முடைநாற்றத்தால் எனக்குத் தலை சுற்றியது.

வள்ளி என் கையைப் பிடித்திழுத்தபடி மெதுவாகச் சொன்னாள்.

''மேடம், வா, நாம போகிலா, பொன்னி பயங்கரமா பணங்குக்குக் கெட்ட வார்த்தையெல்லாம் சொல்லுகா. நாம போகிலா''

வள்ளி பொன்னியைப் பார்த்து பயப்படக் காரணம் அதுவாகத்தானிருந்தது. அவள் கெட்ட வார்த்தைகள் பேசுவாள். கோபம் வந்தால் எதையும் செய்வாள். பொன்னி கெட்ட வார்த்தைகள் பேசுவதை நான் கேட்கக் கூடாதென்று வள்ளி அவசரப்பட்டாள்.

பொன்னியை எப்படி வசப்படுத்த வேண்டுமென்று நான் யோசித்துக் கொண்டிருந்தேன். மிகவும் மென்மையாய் அன்பினால் தோய்த்தெடுக்கப்பட்ட வார்த்தைகளைத் தேர்ந்தெடுத்து நான் மெல்ல பேச ஆரம்பித்தேன்.

''பொன்னி, வா பொன்னி, எங்கூட வா. நான் வீட்டில் கொண்டு போய் விடறேன், நீ குளிக்க வேண்டாமா?''

காதில் விழுந்தது மாதிரி கூடக் காட்டிக்கொள்ளாமல் விறைப்பாய் நின்றாள். நான் முன் நகர்ந்து அவளை மெல்லத் தொட முயன்றேன். அவள் சடாலென உதறி ஒரடி பின்னகர்ந்தாள். நான் பின் வாங்கமாட்டேனென்று தெரிந்தபோது கையில் புகைந்து தீரக் காத்திருக்கும் பீடித் துண்டை எனக்கு நேராகத் தூக்கி எறிந்தபடி அலறினாள்.

''மேல ளெத்தாகூள நீ யாரு என்னை ளெத்தாக்கு நீ யாரு? நீ என்ன ராணியா? நீ போடி புண்ட மகளே, யாருடி அகளிக்கு ராணியா என்ன

பாக்காக்கு ஆரு உனக்கு அதிகார தந்தாரு?''

கெட்ட வார்த்தைகளைக் கேட்டவுடன் வள்ளிக்கு இங்கிருந்து போனால் போதுமென்றானது. என் கையைப் பலமாகப் பிடித்தபடி அவள் ஓட முயற்சி செய்தாள். பொன்னியின் அலறல் கேட்டு நானும் அதிர்ந்துபோனேன். ஆனாலும் கடைசி முயற்சியென முடிவுசெய்து நான் முன்னால் நகர்ந்து பொன்னியின் புடவையைப் பிடித்து இழுத்தேன். பிறகு அங்கே நாங்கள் பொன்னியின் விஸ்வ ரூபத்தை சந்தித்தோம். உக்கிரமாக அலறியபடி அவள் என்னை நோக்கிப் பாய்ந்து வந்தாள்.

''புண்ட மகளே, மூஞ்சீல காறித் துப்பினா... நிந்திண்ட வேண்டத்து ளெத்தா''

என்னைக் காயப்படுத்தத் தயாரானாள் பொன்னி. பயந்து அலறி வள்ளி ஓடினாள். கூடவே நானும் ஓடினேன். தெருவிளக்கின் வெளிச்சம் விழுந்த ஒரு சந்து வழியில் நின்று திரும்பிப் பார்த்தேன். சுற்றியிருந்த புடவையை முட்டிவரை தூக்கிப் பிடித்தபடி பொன்னி ஓடி வந்து கொண்டிருந்தாள். இனி ஓடுவதால் பலனில்லை என்று தெரிந்து நான் அப்படியே நின்றேன். பொன்னியை எதிர்கொள்ள முடிவு செய்தேன். வழியில் கிடக்கும் கொம்பைக் கையிலெடுத்து தைரியத்தை வரவழைத்து வள்ளிக்கு அருகில் போய் நின்றேன்.

கொம்பைப் பார்த்தவுடன் பொன்னி அடங்கினாள். தரையில் அப்படியே குத்துக்காலிட்டு உட்கார்ந்தாள். கீழ்ப்படிதலுள்ள குழந்தையைப்போல இயலாமையோடு என்னைப் பார்த்தாள். எனக்கு அவளைப் பார்க்க துக்கமாயிருந்தது. அவள் கைகளைப் பிடித்து எழுப்பினேன். குளிக்காமலும் ஈரம் படாமலும் துணி மாற்றாமலும் இருக்கும் அவளைத் தோளோடு சேர்த்துப் பிடித்தபோது சகிக்க முடியாத நாற்றம் மூக்கில் துளைத்தேறியது.

''வா பொன்னி, நீ என்னோட ஃப்ரெண்ட், நான் உன்னைக் குளிக்க வைக்கட்டா?''

ஒன்றும் பேசாமல் அவள் என் கண்களுக்குள் எதையோ யாசித்தபடி பார்த்தாள். வள்ளி மிகவும் ஆச்சரியப்பட்டாள். எல்லோரிடமும் மனப்பிழற்வாய் நடந்துகொள்ளும், காதால் கேட்க முடியாத கெட்ட வார்த்தைகளால் அர்ச்சிக்கும் பொன்னி முதன்முதலாய்க் கீழ்ப்படிதலுடன் நிற்பதைப் பார்த்து மூக்கின் மேல் விரல் வைத்தபடி நின்றுவிட்டாள். மூத்திரவாடை முட நாற்றமெடுத்தாலும் நான் அவளை அணைத்தபடி நடந்தேன்.

அவளின் அழுக்கடைந்த விரல்கள் என் விரல்களோடு பிணைத்திருந்ததை உன்னிப்பாய்ப் பார்த்தாள்.

பொன்னி உணர்ந்த பாதுகாப்பும் நிம்மதியும் அவளுக்கு மெல்லிய ஆசுவாசத்தைக் கொடுத்ததை அந்தக் கண்களில் கண்டேன்.

வஞ்சிக்கப்பட்ட ஆதிவாசிப் பெண்களின் பிரதிநிதிதான் பொன்னி. ஊர்களுக்குள்ளாகச் சில விஷயங்களைப் பேசுவதற்கிடையில் வள்ளி இந்தக் கதைகளைச் சொல்லிச் சொல்லிப் பொன்னியைப் பார்க்கத் தூண்டும் சொற்களை விதைத்திருந்தாள். நல்ல நிறமுள்ள மெலிந்த அழகியாயிருந்தாள் அவள்.

''பொன்னியை முலகங்கன் ஊர்கொதெ பொண்ணுவிட்டது. போகவர நல்லயிருந்தா. அங்கத்த ஆளுகளோட சேந்தே வேலகள்குமெ ஆடுமாடு மேக்க போயிமிதெ''

பொன்னியைப் பற்றிக் கேள்விப்பட்ட தகவல்கள் மட்டுமே வள்ளியிடமிருந்தன. ஆனாலும், அதை அவள் நேராகப் பார்த்தது போலவே சொன்னாள்.

''ஆடு மாடு மேய்க்கப் போயிமிதே கஞ்சாவு செடிக அல்லா கண்டா. வேலக்கி போகவரெல்ல வலிக்கிதே பாத்து பொன்னிக்குமே ஆச வந்திது. மொதலு இரந்த எலகள்கே வெத்து வலிச்சுக் காட்டினாரு.

பின்ன தாதனே பீடிக்கு வலிக்கத் தொடங்கினா. பின்ன கஞ்சாவில்லாத அவளுக்கு இர்காக்கு முடிகல. ஆள சத்தாத்மே அவ அகளிக்கே ஆஞிடு தீ இருந்து. இருட்மெ. பகல்மெ பாக்காதே நடாந்து வந்து சேந்த. பின்ன கொஞ்ச நாள் கஞ்சாவு அவளுக்குக் கெடக்கல. அப்பதே அவ உம்பா மசாறுக்கே இட்ட மாதிரி ஆனா. பின்ன ரோட்டு ரோட்டா சும்ம நடப்பா. அவரே இவரே காசு கேப்பா. துணி ஆடமட்ட. துணி நல்லா போடமாட்ட. சோறும் தண்ணிமில்லாதெ ரோட்டுதிய நடப்பா''

பழங்குடிகளின் ஊர்களில் மிகவும் சின்ன பருவத்திலேயே பெண் குழந்தைகளைத் திருமணம் செய்து அனுப்பி விடுவார்கள். பதினைந்து வயதிலேயே பொன்னியைத் திருமணம் முடித்து அனுப்பியிருந்தார்கள். அடுத்த வருடம் அவள் ஒரு பெண் குழந்தையின் அம்மாவானாள். புருஷனின் ஊரிலிருக்கும் ஆண்களுக்குச் சமமாய் வேலைக்குப் போனபோதுதான் அவள் குடிக்கும், கஞ்சாவிற்கும் அடிமையானாள் என்பது வள்ளி சொன்ன கதை. பிறகு சாராயம் குடித்தபடியும் கஞ்சா நிறைத்த பீடியைப் புகைத்தபடியும் மட்டுமே பொன்னியை எல்லோரும் பார்த்திருக்கிறார்கள்.

ஒருவேளை அதன்வழி அவள் பாதுகாப்பாய் உணர்ந்திருக்கலாம். தன் உடலைக் கூடக் கவனிக்காமல், சுத்தமில்லாமல் நடந்துகொள்வதே சரியென்று பொன்னி நினைத்திருக்கலாம். போதையை அதிகமாகப் பயன்படுத்தியதால் அவள் மனநிலை சிதைந்திருந்தது.

மனசும் உடலும் சிதைந்து நாற்றமெடுத்தது.

யாரும் அவளை நெருங்க முடியாது. அவ்வளவு நாற்றம் அவள் உடலிலிருந்து வெளிவந்தபடி இருந்தது. அதைச் சகித்து யாராவது பக்கத்தில் போனாலும் கெட்ட வார்த்தைகளின் வீச்சால் அவளுடைய மனசின் அழுக்குகளை வீசியெறிவாள்.

பொன்னியைப் பார்த்தால் எல்லாருக்கும் பயம்தான் வந்தது.

அதே பொன்னிதான் என்னுடன் இப்பொழுது மிகவும் பணிவுடன் நடந்து கொள்கிறாள்.

''சாந்தி'' அமைப்பின் மூலம் கட்டிடப் பணி நிறைவடைந்த கழிவறையில் பொன்னியைக் கொண்டுபோய் உட்கார வைத்தேன். அவள் தலைகுனிந்தபடி உட்கார்ந்தாள். சோப்பும் ஷாம்பும் எடுத்துக்கொண்டு வள்ளியும் உடன் வந்தாள்.

பக்கெட்டிலிருந்து ஒரு சொம்பு தண்ணீரெடுத்து நான் பொன்னியின் உடலில் ஊற்றினேன். சோப்பு தேய்ப்பதற்காக அவளுடைய முதுகைத் தொட்டபோது கிறீச்சிட்டு பொன்னி குதித்தெழுந்தாள். என் முன்னே விரல் நீட்டியபடி கோபத்துடன் சொன்னாள்.

''என்னை யாரும் தொடண்டா, என்னை யாரும் தண்ணியிலட்ட வேண்டா... எக்கி உடம்ப தொடுவாது எக்கி புடிக்காது''

யாரும் உடலைத் தொடுவது பிடிக்காதென்று அவள் சொன்னதைக் கேட்டபோது எனக்கு அதிசயமாகயிருந்தது. இவளையா பைத்தியம் என்று எல்லோரும் சொன்னார்கள். உண்மையில் இவள் நடிக்கிறாளா? பைத்தியம் பிடித்த ஒரு சமூகத்தைப் பரிசோதிக்க, பைத்தியமாய் நடித்து வாழ்வதுதான் நல்லதென்று அவள் நினைத்திருக்கலாமோ? கேள்விகளின் மலைவெள்ளப் பாய்ச்சல் என் மனதில் வழிந்தோடின.

அவள் ஆங்காரத்தோடு நின்றிருந்தாள்.

முதலில் பார்த்தபோது நடந்துகொண்டது போலவே கோபத்தோடு நடந்துகொண்டாள்.

தயையான குரலில் நான் மீண்டும் சொன்னேன்.

''இல்ல பொன்னி, நீயே குளி. நான் உன்னைத் தொட மாட்டேன். தண்ணி ஊத்தி சோப் தேய்த்துக் குளி''

மாதக் கணக்கில் தண்ணீர் காணாத தேகமானதால் குளித்து முடிந்ததும் அவள் குளிரில் நடுங்கினாள். மாற்ற வேறுதுணி ஏதும் இல்லை என்று நினைத்து நாற்றமெடுத்த அவளுடைய அழுக்குப் புடவையைச் சுற்ற முயற்சித்தாள். நான் அதைப் பிடுங்கித் தூர எறிந்தேன்.

''அதெல்லாம் இனி வேண்டாம். நான் நல்ல புடவை தரேன், நீ என்னோட ஃபிரெண்ட்தானே'' சிரித்தபடி அவளிடம் சொன்னேன்.

சோப்பு தேய்த்துக் குளித்து முடித்தபோது பொன்னி ஆளே மாறிப் போயிருப்பது போல எனக்குத் தோன்றியது. உடலின் மண்ணும் தூசியும் அழுக்கும் போனவுடனேயே அவளுடைய முகத்தின் குரூர பாவம் மறைந்தது.

நிஜத்தில் அவள் அழகி. மறுநாள் நான் மாற்றிக்கொள்ள வைத்திருந்த புடவையையும் சட்டையையும் பொன்னிக்குக் கொடுத்தேன். அவள் அதை உடுத்திக்கொண்டாள். புதிய உடையணிந்தபோது பொன்னியின் உதட்டோரத்தில் மெல்லிய புன்னகையைப் பார்க்க முடிந்தது. அவள் என் கைகளைப் பிடித்தபடி சின்னக் குழந்தையைப் போலச் சிணுங்கினாள்.

''அக்கா எனக்கு பரோட்டா வாங்கித்தா அக்கா. எனக்கு சாயா வாங்கித்தா. பீடி மிதே வேணு. அம்மளத்துமெ வெத்தில பாக்கு வேணு, என் லட்சுமிக்கு வெளேமு மாலேமு வேணு, அக்கா காசு தா அக்கா''

அம்மாவுக்கு வெற்றிலை பாக்கும் மகள் லட்சுமிக்கு வளையலும் பாசிமணியும் வாங்க வேண்டுமென்று கேட்ட பொன்னிக்கு யாரைப் பற்றி தெரியாமலிருக்கிறது?

அவளுக்குப் பைத்தியமென்று யார் சொன்னது? எனக்கு அவளிடம் அனுதாபம் தோன்றியது. நான் அவளைச் சேர்த்தணைத்தபடி சரவணனின் டீக்கடைக்கு நடந்தேன்.

டீயும் பரோட்டாவும் சாப்பிட்ட பிறகு பொன்னி என் கையை இறுகப் பிடித்தபடி நடந்தாள். அவள் அப்படியே மாறிப்போனது போலத் தோன்றியது. வள்ளிக்கு இனியும் பிரமிப்பு தீரவில்லை. வருடங்களாக தான் பார்த்த பொன்னியில்லையே இவள் என்ற பார்வையோடு அவளைப் பார்த்தாள்.

"பொன்னீ"

அவளுடைய தோளில் கையைப் போட்டபடி நான் அன்போடு கூப்பிட்டேன். அதற்கு 'உம்' கொட்டி என் குரலுக்கு பதில் சொன்னாள். சடை பிடித்துப் போயிருந்த அவளுடைய முடியில் கையோட்டியபடி கேட்டேன்.

"இந்த முடி ரொம்ப அசிங்கமாயிருக்கு, நாம இதை வெட்டிடலாமா?

அவள் என்னைப் பார்த்துச் சம்மத பாவத்தில் தலையாட்டினாள். அவளுடைய மாற்றம் என்னையும் ஆச்சரியப்படுத்தியது.

நான் அவளுடைய முடியை வெட்டி எறிந்தேன். சடை பிடித்த முடியும் அழுக்கும் போனவுடன் பொன்னிக்கு வயது குறைந்தமாதிரி தோன்றியது.

அவள் கூடுதல் அழகுடன் காணப்பட்டாள். பொன்னியின் முகத்தை வெளிச்சத்தில் பார்த்தவுடன் எனக்குள்ளே ஒரு அதிர்வு ஏற்பட்டது. பயத்தினால் ஏற்பட்ட துடிப்பு. தன்னைப் பாதுகாத்துக்கொள்ள முடியாத ஓரிடத்தில் எந்தக் காட்டு நாய்க்கும் தன்னை விட்டுக் கொடுக்காமலிருக்க, ஒரு சகிக்க முடியாத நாற்றமும் உருவமும் பாவமுமாக வாழ்ந்த பெண்ணிற்கு, இந்த உருவ மாற்றம் நிகழ்ந்தபோது நிம்மதிதானே வரவேண்டும்! ஆனால் எப்படி நிம்மதி ஏற்பட?

இப்படி அழகாய் உருமாறியிருக்கும் பெண்ணை எப்படிப் பாதுகாக்க முடியும் என்று யோசித்து நான் அசாதரணமாக பயந்து போனேன்.

அந்த பயத்தை எனக்குள்ளேயே ஒதுக்கியபடி அவளைச் சேர்த்தணைத்துக் கொண்டே சொன்னேன்.

''பொன்னி, இனி நீ தினமும் குளித்து வேற துணி மாத்தணும் சரியா? மாற்றுத் துணியெல்லாம் வள்ளியிடம் இருக்கிறது. அப்பறம் பொன்னி நீ உன்னோட வீட்டையும் சுத்தமா வச்சுக்கணும்''

பொன்னி எதுவும் பேசாமல் என்னைப் பார்த்தாள்.

ஊரில் கக்கூஸ் கட்டித் தரும் வேலை கடைசி கட்டத்திலிருந்தது. கக்கூஸ் மட்டுமல்ல, கீழே 'கண்டியூரில்' இருபது குடும்பங்களுக்கும் மேலாக ஓர் ஓய்வெடுக்கும் அறையைத் தற்காலிகமாக ஒரு ஷெட்டில் ஏற்பாடு செய்தோம். 'சாந்தி'யிலிருந்து இரண்டு நர்ஸ்கள் அங்கே பார்த்துக் கொண்டார்கள். அங்கேயிருக்கும் வீடுகளைச் சுத்தமாக வைத்திருக்கவும் அதை மேற்பார்வையிடவும் நோயாளிகளுக்கு, சரியான நேரத்தில் மருந்துகள் வாங்கவும் குழந்தைகளுக்கும் கர்ப்பிணிகளுக்கும் சத்தான உணவு தயாரித்துக் கொடுக்கவும் பிந்துவையும் மல்லியையும் அங்கே நியமித்தேன். மாலைகளில் இந்த ஓய்வெடுக்கும் அறைகள் இயல்பாக மாறும்.

டீயும் பிஸ்கட்டும் சாப்பிட்ட பிறகு கொஞ்ச நேரம் பேசியிருந்துவிட்டு இரவுக்குள் ஒவ்வொருவரும் அவரவர்களின் வீட்டிற்குப் போய் விடுவார்கள். குழந்தைகளுக்கு அங்கேயே மாலை வகுப்புகளும் ஏற்பாடு செய்தோம்.

அப்படியாக அங்கேயிருக்கும் ஆட்களுக்குச் சிறு மாற்றம் ஏற்பட்டது. தாங்கள் சுத்தமாக நடந்துகொள்ள வேண்டுமென்றும் வீட்டையும் சுற்றுப்புறத்தையும் சுத்தமாக வைத்திருக்க வேண்டுமென்றும் அவர்களுக்கு மனதில் திடமான எண்ணங்கள் வளர்ந்திருந்தன.

பொன்னி எல்லோரையும் ஆச்சரியப்படுத்தினாள். தினமும் குளித்துச் சுத்தமாகத் தன்னை வைத்துக் கொள்ளும் அவள்

எல்லோரிடமும் மென்மையாய்ப் பழகத் தொடங்கினாள். மாலையில் குளித்து முடித்து ஓய்வறைக்கு வரும்போது அவளுடைய கையில் ஒரு கிளாஸ் இருக்கும். அதில்தான் பொன்னி டீ குடிப்பாள். மற்றவர்கள் குடித்த டம்ளரில் குடிக்கப் பிடிக்காமல் தனியாக டீ குடிக்க டம்ளர் வைத்திருக்கும் பொன்னி என்னை மிகவும் பரவசப்படுத்தினாள்.

அங்கு போகும்போதெல்லாம் என்னுடனே இருப்பாள். அதிகம் பேசாவிட்டாலும் நான் சொல்வதைக் கேட்டு தலையாட்டியபடி உட்கார்ந்திருப்பாள். அவ்வப்போது உதட்டைச் சுழித்துச் சிரிப்பாள். ஒருபோதும் சத்தமிட்டுச் சிரிப்பதை நான் கேட்டதில்லை. கஞ்சாவும் குடியும் உபயோகிக்கமாட்டேனென்று வாக்கு தந்திருந்தாலும் அவ்வப்போது அதை மீறியும் விடுவாள். அது எனக்குத் தெரியக்கூடாதென்று அவள் மிகவும் முயற்சிப்பாள்.

நடுநடுவே அப்படி நடந்தபோது, நான் மிகக் கடுமையாகத் திட்டியதால் ஒருவேளை எனக்குப் பயந்திருக்கலாம்.

அன்று, அதே மாதிரியான ஒரு நாள். யாரோ கொடுத்தார்கள் என்று கஞ்சா நிறைக்கப்பட்ட பீடியைப் புகைத்தாள். அது தெரிந்து நான் மிகவும் திட்டினேன்.

ஒன்றும் பேசாமல் அவள் எல்லாவற்றையும் கேட்டாள். அவள் இப்போதெல்லாம் அப்படித்தான் நடந்துகொள்கிறாள். செய்தது தவறென்று அவளுக்கும் புரிகிறது. கழிவிரக்கத்துடன் என் பார்வையை எதிர்கொண்டபோது அவளையும் அழைத்துக்கொண்டு சரவணனின் டீக்கடைக்குப் போனேன்.

கருத்த ஆகாயம், பெய்து தீர்த்து தன்னைத் தணித்துக்கொள்ளத் தயாராகயிருந்த ஒரு மாலையது.

டீக்கடையிலிருந்து பரோட்டாவும் டீயும் சாப்பிட்ட பிறகு என்னையே பார்த்துக் கொண்டிருந்தவளைக் கேட்டேன்.

"என்ன பொன்னி?"

அவள் பதிலை ஒரு சிரிப்பில் ஒதுக்கினாள். நான் மீண்டும் கேட்டேன்.

"ஏன் பொன்னி இப்படிப் பாக்கறே?"

புன்சிரிப்பினூடே அவள் பதில் சொன்னாள்.

"உனக்கு மசார்தானே? என்ன பாக்காக்கு நீ எனக்கு வருதா நீ யாரு?"

பொன்னி சொன்னது புரியாமல் உதவிக்காய் நான் வள்ளியைப் பார்த்தேன். அவள் வாயை மூடிக்கொண்டு சிரித்தாள்.

"வள்ளி, பொன்னி என்ன சொல்றா?"

நான் கட்டாயப்படுத்தியபோது வள்ளி சொன்னாள். "மேடத்துக்குப் பைத்தியமான்னு அவ கேக்கறா"

நான் கண் விழித்துப் பொன்னியைப் பார்த்தேன். அவள் ஆமாமென்ற அர்த்தத்தில் தலையாட்டினாள்.

"என்னையெல்லா நல்லா பண்ணு காக்க வந்தாரே, உனக்கு மசாரேதான்"

பொன்னி கறை புரண்ட பற்களைக் காண்பித்து உரக்கச் சிரித்தாள். நானும் மனம்விட்டுச் சத்தமாய்ச் சிரித்தேன்.

ஒரு துளியின் அடர்த்தி, ஒரு குடத்தை நிறைப்பது போல மழை சோவெனப் பெய்தது.

பாகம் ஒன்று

தூய்மையானது என் பால்யம்
நடு ஆற்றில் அள்ளிய நீரைப் போல.

ஒன்று

"என்னைத் தொடாதீங்க, அந்தக் கிழவிகளைத் தொட்ட கையால என்னத் தொடாதீங்க. எனக்கு ஒரு மாதிரியாயிருக்கு"

குதிரை வண்டியிலிருந்து இறங்கியதும் உதவிக்காக நீண்ட அப்பாவின் கைகளைத் தட்டிவிட்டபடி நான் சொன்னேன். அப்பா ஒன்றும் சொல்லாமல் என்னைப் பார்த்தார். பிறகு எனக்கு முன்னே நடந்தார். பேருந்து நிறுத்தத்தை அடையும்வரை நாங்கள் எதுவும் பேசிக்கொள்ளவில்லை. உடன் நடந்து வருகிறேனா என்று தெரிந்து கொள்ள அவ்வப்போது என்னைத் திரும்பிப் பார்ப்பார். கௌரவ பாவத்தில் முகத்தைத் திருப்பிக்கொண்டு பின்னாலேயே நடந்தேன்.

நல்ல வெயில் நேரமாயிருந்தது.

காலையில் சாப்பிட்டது ஜீரணமாகியிருந்ததால் அதிகமாகப் பசியெடுத்தது. ஏதாவது சாப்பிட வேண்டுமானால் வீட்டிற்குப் போனால்தான் முடியும். அதற்கு நிறைய நேரமாகும். வழியிலிருந்து ஏதாவது வாங்கித் தரச் சொல்லலாமென்றால் அதெப்படி முடியும்?

நான்தான் பெரிய கௌரவத்தில் இருக்கிறேனே? அதனால் ஒன்றும் பேசவில்லை.

சிந்தாமணிப்புதூருக்குப் போகும் பேருந்து வருவதற்காக நாங்கள் பேருந்து நிலையத்தில் காத்து நின்றோம். இரண்டு மூன்று குதிரை வண்டிகளில் ஆட்கள் வந்து எங்களைப் போலவே பேருந்திற்காகக் காத்திருக்கத் தொடங்கினார்கள். அது ஒரு பெரிய கூட்டமாக மாறியது.

பழக்கமானவர்கள் பரஸ்பரம் பேசிக்கொள்ளத் தொடங்கினார்கள்.

பரிச்சயமற்றவர்கள் வார்த்தைகளைச் சூன்யத்தில் எறிந்தபடி வேடிக்கை பார்த்துக் கொண்டிருந்தார்கள்.

இன்னும் சிலர் நிழலான இடத்திற்கு நகர்ந்து போய் உட்கார்ந்தார்கள்.

பசியை விடப் பெரியது கௌரவம்தான் என்று நினைத்து நானும் உச்சி வெயிலில் சுருங்கி ஓர் ஓரமாய் நின்றிருந்தேன். தூரத்தில் ஒரு ஹாரன் சத்தம் கேட்டவுடன் எல்லாக் கண்களும் எதிர்பார்ப்புடன் சத்தம் வந்த திசையை நோக்கின.

கீழே உட்கார்ந்திருந்தவர்கள் எல்லாம் குதித்தெழுந்தார்கள். எல்லோரும் அவரவர்களின் பெட்டியையும் சாமான்களையும் தூக்கியபடித் தயாரானார்கள். கடும்பச்சை நிறத்திலான பேருந்து ஹாரன் அடித்தபடி கூட்டத்தினிடையே வந்து நின்றது.

உள்ளே ஏறி இருக்கையைப் பிடிக்க தள்ளுமுள்ளு இருந்தாலும் அப்பாவும் நானும் முதலிலேயே ஏறி விட்டிருந்தோம். அந்தக் கூட்டத்தில் நான் அப்பாவின் கைகளில் தொங்கியபடி உள்ளே போயிருக்கிறேன் என்பதைப் பரிபூரணமாக மறந்திருந்தேன். ஓட்டுநரின் பின்னால் இருக்கும் சீட்டில் நாங்கள் உட்கார்ந்தோம்.

அப்பாவின் பக்கத்தில் ஒட்டி உட்கார்ந்தபோது எனக்கு மீண்டும் குமட்டிக் கொண்டு வந்தது.

அது போன்ற அருவருப்பான செயலைத்தான் அப்பா செய்திருந்தார். இனி ஒருபோதும் அப்பாவுடன் சேர்ந்து

கவுண்டர்களின் வீடுகளுக்குப் போக மாட்டேனென்று மனதுக்குள் சபதமெடுத்துக் கொண்டேன். என்னவெல்லாம் செய்கிறார் இந்த அப்பா!

நினைத்துப் பார்த்தால்... அய்யோ.

பழுத்துச் சீழ் வடியும் அந்தக் கிழவிகளின் கால்களைக் கழுவி, மருந்து தடவிக் கொடுக்கும்போது அந்தப் புண் எவ்வளவு நாற்றமெடுத்தது! அதை விடவும் சகிக்க முடியாதது. பல் இல்லாமல் ஈறுகளைக் காட்டி சிரித்த அவர்களின் வாய் துர் நாற்றம். அது என் மூக்கு துவாரத்திலேயே ஒட்டியிருப்பதுபோல குமட்டிக்கொண்டு வந்தது.

பக்கத்தில் உட்கார்ந்திருந்த அப்பாவை அவரறியாமல் முகர்ந்து பார்த்தேன்.

ஓ.. அதே நாற்றம்... நான் மூக்கைப் பொத்தியபடி மெல்ல நகர்ந்து உட்கார்ந்தேன். அப்பாவின் மேல் இடிக்காமல் உட்கார மிகவும் முயற்சி செய்தேன்.

அப்பா அதைப் புரிந்து கொண்டார். பக்கவாட்டுக் கண்களில் என்னை லேசாகப் பார்த்து ஒரு மெல்லிய புன்னகையை உதிர்த்தபடி அமைதியானார்.

"சீக்கிரம் சீக்கிரம், மேல ஏறு. உள்ளப் போ உள்ளப் போ... மேல ஏறு"

எங்களுக்கு முன் சீட்டிலிருந்து இடிஇடிப்பது போலக் குரலெழுப்பிய ஓட்டுநரின் சத்தம் கேட்டு அதிர்ந்து போனேன். சீட்டிலிருந்து எக்கி உயர்ந்து பின்னால் திரும்பி பயணிகளை உள்ளே கூப்பிடுபவரின் சத்தம்தான் அது. அதிர்வு மாறாமல் நான் அவரைப் பார்த்தேன். அந்த முகத்தைப் பார்த்தபோது பயம் அதிகரித்தது.

கறுத்த இருண்ட தடித்த முகம். வில் போல வளைந்திருக்கும் கொம்பு மீசை. அவருடைய உருவமும் குரலும் என்னை நிஜமாகவே

நடுங்கச் செய்தன. அது அப்பாவின் அருகில் மீண்டும் என்னை நெருங்கி உட்கார வைத்தது. பயந்து அலறுவதை விட துர்நாற்றம் எவ்வளவோ மேல் என்று தோன்றியது.

மீண்டுமொரு முறை அவர் முகத்தைப் பார்க்கும் தைரியமில்லாமல் நான் தலையைக் குனிந்தேன். ஆனால், அதற்குள்ளாக அவரின் கொம்புமீசை என்னை மேலும் ஒருமுறை அதைப் பார்க்க ஆவலேற்படுத்தியது. கண்களை லேசாக உயர்த்தினேன்.

என் பார்வை அவருடைய கண்களில் சரியாக நிலைத்தது. கண்கள் பரஸ்பரம் பார்த்துக்கொண்டன. அவருடைய கறுத்த இருண்டு போன முகம் கொஞ்சம் மலர்ந்தது. பீடிக்கறை புரண்ட பற்கள் தெரிய சிரித்த சிரிப்பு என்னை பயமுறுத்தியது. பயத்தால் கண்களை மூட முயன்ற நான் என்னையுமறியாமல் அந்த முகத்தைப் பார்த்துச் சிரித்தேன்.

வண்டி நிறைய இருக்கும் ஆட்களின் உயிரைச் சுமந்தபடி ஓட்டுநர் வளைந்தும் திருப்பியும் வண்டி ஓட்டிக் கொண்டிருந்தான். நீண்டிருந்த கருத்த பாதையின் வழியாக பஸ் போய்க் கொண்டிருந்தது.

உள்ளே வீசியடித்த அனல் காற்றால்கூட தூக்கத்தைக் கட்டுப்படுத்த முடியவில்லை. பசியும் சோர்வும் அதிகமாகி என் கண்கள் சோர்ந்து போனதால், மெல்ல மூடி என்னையுமறியாமல் நான் அப்பாவின் தோள்களில் சாய்ந்திருந்தேன். அப்பா என்னைச் சேர்த்தணைத்திருந்தார். நான் இன்னும் சேர்ந்து உட்கார்ந்தபோது அப்பாவின் உதடுகளில் ஓடிய லேசான கேலிப் புன்னகையோடு என்னைக் கேட்டார்.

"என்ன உமா, இப்ப எம்மேல வாட அடிக்கலயா?"

நான் கண்களை இறுக மூடியபடி பதில் சொன்னேன்.

"நாத்தமெல்லாம் அப்படியேதான் இருக்கு, ஆனா எனக்குத் தூக்கம் வருது"

என்னை மேலும் சேர்த்தணைத்தபடி அப்பா சிரித்தார். எனக்குக் கோபம் வந்தது.

"சிரிக்காதீங்க, உங்களுக்கு அவங்கள தொட அருவருப்பா இல்லியா? ஒரு பாட்டியோட கால் பழுத்துச் சீழ் வந்திட்டிருந்தது. என்னா நாத்தம் அதிலயிருந்து... அய்யோ தாங்க முடியல"

நான் முகம் கோணிக்கொண்டேன்.

அவர்கள் மேல் ஏற்பட்ட அருவெறுப்பு என் வார்த்தைகளில் மட்டுமல்லாமல் முகத்திலும் பிரதிபலித்தது. சட்டென அப்பா கேட்டார்.

"உமா நீ அவங்கள எப்படிக் கூப்பிட்ட?"

"பாட்டின்னு" அதிலென்ன கேள்வி கேக்க வேண்டியிருக்கு என்ற பாவத்தில் நான் அப்பாவைப் பார்த்தேன்.

"அப்போ அவங்க பாட்டின்னு தெரியுமில்ல" என் தோளில் கை வைத்தபடி அப்பா கேட்டார்

"அது ஒருவேளை உமாவோட சொந்த பாட்டியாயிருந்தா அப்பா இப்படி பாத்திருக்கமாட்டேனா? நீயும் அவங்கள கவனிச்சிருப்ப இல்ல, பாட்டிக்குக் கையோ காலோ வலி எடுத்தால் நீ புடிச்சுவிட மாட்டியா?"

"நெஜமா செய்வேன், எம் பாட்டியானா நான் செய்வேன்" சட்டென வந்த பதிலைக் கேட்டு அப்பா உடனே கேட்டார்.

"ஓ அப்படியா, சொந்தப் பாட்டியானா செய்வே, அந்தக் கிழவிகளெல்லாம் சொந்தப் பாட்டியில்ல இல்லயா?" என் கண்களுக்குள்ளாகப் பார்த்தபடி அப்பா தொடர்ந்தார்.

"அவங்களையும் சொந்தப் பாட்டியா நெனக்க முடியாமப் போறது எதனால தெரியுமா? உமா சின்னப் பிள்ளயில்லயா? மனசும்

உனக்குச் சின்னதுதானே? நீயும் உன் மனசும் வளரும்போது உனக்கு இதெல்லாம் புரியும்''

''நான் எப்ப வளருவேன்?'' களங்கமற்ற கேள்வியை ரசித்து அப்பா என்னைக் கிண்டல் செய்தார்.

''நீ மனசார வளர இன்னும் கொஞ்சம் நாளாகும். மொதல்ல நீ கொஞ்சம் உயரமா வளரப் பாரு''

நான் உயரமில்லாமல் இருப்பதைத்தான் அப்பா அப்படிச் சொன்னார். அதைப் புரிந்துகொண்டதால் நான் மறுபடியும் கேட்டேன்.

''நீங்களும் உயரம் குறைவானவர்தானே, பிறகெப்படி நீங்க மட்டும் மனசால வளர்ந்தீங்க?

சட்டெனப் பெரிய அலறல் சத்தத்துடன் பஸ் பிரேக் போட்டுக் கிரீச்சிட்டு நின்றது. ஒரு நாய் பயந்து பதறும் சத்தம் கேட்டது. டயரின் தீய்ந்த வாடை எங்கும் பரவியது. அனல் காற்றில் தூங்கியவர்களும், அசிரத்தையாக நின்றிருந்தவர்களும் உட்கார்ந்திருந்தவர்களும் சட்டென உலுங்கி தாங்கள் எங்கேயிருக்கிறோமென்று தங்களை உணர்ந்து கொண்டார்கள். என்ன நடந்தது என்று தெரியாமல் பலரும் பலவாறு பேசினார்கள். சிலர் ஓட்டுனரைப் பழி சொன்னார்கள்.

''நாய் ஒரு ஜீவனில்லையா?, அதுக்கு உயிர் இல்லையா? அதையெப்படிக் கொல்றது? அதான் இப்படி பிரேக்கடிச்சேன்'' அவர், தன் பக்கத்து நியாயத்தைச் சொன்னார்.

''நீங்க செஞ்சது சரி, நாயை அடிக்கக் கூடாதுன்னு பிரேக் போட்டீங்க, எங்க மூஞ்சி போயி கம்பியில அடிச்சிதில்ல. எங்களுக்கும் காயமாகுதில்ல''

எங்களுக்குப் பின் இருக்கையில் உட்கார்ந்திருந்த மத்திய வயதுக்காரர் கொஞ்சம் கோபத்துடன் கேட்டார். அவரைப் பார்த்து ஓட்டுனர் சிரித்தார். உன் சிரிப்பொன்றும் எனக்கு வேண்டாமென்ற பாவத்தில் அவர் தலையைத் திருப்பிக் கொண்டார்.

ஷாபு கிளித்தட்டில்

பஸ்ஸின் குறுக்கே குதித்து இத்தனைக்கும் காரணமான அந்தக் கறுப்பு நாய் எதுவுமே தெரியாதது மாதிரி ரோட்டோரத்தில் கிடந்த பழைய ஓலையில் தன்னை மறைத்துக்கொண்டது.

சூழலில் அதிர்ந்தபடியிருந்த என்னைப் பார்த்து அப்பா சிரித்தார். நான் முன்பு கேட்ட கேள்வியை மீண்டும் கேட்டேன்.

''உயரமில்லாத அப்பாவால் எப்படி இப்படியான செயல்களைச் செய்ய முடிகிறது?''

''அதுவா...?'' என் தலை முடி இழைகளில் விரலோட்டிக் கொண்டு அப்பா சொன்னார்.

''எனக்கும் இதெல்லாம் லேட்டாதான் தோணிச்சு. முன்னாடியே தோணியிருந்தால் நானும் கொஞ்சம் வளர்ந்திருப்பேன் போலயிருக்கு''

நானும் உயரமா வளரணும் என்ற பிடிவாதத்தை என் மனதிற்குள்ளாகச் சொல்லிக் கொண்டேன்.

பேச்சை நிறுத்தி நான் வெளியே பார்க்கத் தொடங்கினேன். பின்னால் பின்னால் ஓடிப்போய் நிற்கும் மரங்களை எக்கிப் பார்த்தபடி...

'கம்பௌண்டர் பாலன்' என்றுதான் ஊரிலுள்ளவர்கள் அப்பாவைக் கூப்பிடுவார்கள். நிஜத்தில் அப்பா கம்பௌண்டரெல்லாம் இல்லை. பாலக்காடு 'கடப்புழயில்' பிறந்து வளர்ந்த பாலகிருஷ்ணன் கோயம்புத்தூர் சிந்தாமணிப்புதூருக்கு வந்தபோது கம்பௌண்டர் பாலனாக மாறிப் போயிருந்தார். டாக்டராக வேண்டுமென்பதே அப்பாவின் குழந்தைப்பருவ ஆசை. 'மருமக்கள் தாயம்' நிலை நின்றிருந்த தரவாட்டில் வந்த தாய்மாமாவின் தேவையற்ற பிடிவாதத்திற்குப் பலியாக வேண்டியிருந்த பாலகிருஷ்ணன் தன் ஆசைகளை, கனவுகளைத் துறந்து ஊரைவிட்டுப் போக வேண்டியிருந்தது. எங்கெங்கோ

அலைந்து திரிந்து கடைசியில் கோயம்புத்தூருக்கு வந்து சேர்ந்தார். அது அறுபதுகளின் தொடக்கம். அன்றைக்கெல்லாம் மருத்துவமனையோ மற்ற அடிப்படை வசதிகளோ இல்லாத நாட்கள். வியாதி வந்தால் நாட்டு வைத்தியரைப் பார்ப்பார்கள். அவர் குறித்துக் கொடுக்கும் பச்சிலை மருந்துகளைப் பயன்படுத்துவார்கள்.

கோயம்புத்தூருக்கு வந்த அப்பா அங்கேயிருக்கும் 'புண்ணியவனம்' டாக்டரிடம் வந்து சேர்ந்தார். அந்தப் பகுதி முழுவதற்குமாக அவர் மட்டுமே எம்.பி.பி.எஸ். படித்த டாக்டராயிருந்தார். மருத்துவமனையெல்லாம் இல்லை. டாக்டரே வீடுவீடாகப் போய் நோயாளிகளைப் பார்ப்பார். டாக்டரின் உதவிக்காக உடன் போன அப்பா மெல்ல கம்பௌண்டராக அறியத் தொடங்கினார்.

புண்ணியவனம் டாக்டர் ஒருமுறை ஒரு நோயாளிக்கு மருத்துவம் செய்தால் அடுத்த முறை டாக்டர் வரும்வரை சரியான இடைவேளைகளில் மருந்து கொடுக்கவும், ஊசி போடவும் பாலன் வந்து சேர்வார். அப்பாவின் கைவசமுள்ள ஆரஞ்சு நிற டிரங்குப் பெட்டியில்தான் ஊசி மருந்துகளும் மாத்திரைகளும் வைத்திருப்பார். அந்த டிரங்குப் பெட்டியும் கம்பௌண்டர் பாலனும் ஊரில் உள்ளவர்களுக்கு மிகவும் நெருக்கமாக மாறியிருந்த நாட்கள் அவை.

அம்மாவைத் திருமணம் செய்யும்வரை அப்பா புண்ணியவனம் டாக்டரிடம் மட்டுமே வேலையிலிருந்தார். திருமணம் முடிந்த பிறகுதான் சிந்தாமணிப்புதூருக்கு வந்து மில்லில் வேலைக்குச் சேர்கிறார். அங்கேயே வீடும் பார்த்துக்கொண்டு வந்துவிடுகிறார். அப்போதும் ஓய்வான நேரங்களில் அப்பா டிரங்குப் பெட்டியுமாக வெளியேறிவிடுவார். அப்பாவுக்காகக் காத்திருக்கும் நோயாளிகள் பலர் அந்த ஊரில் இருந்தார்கள்.

அப்படியான ஒரு பயணத்தை முடித்து நாங்கள் திரும்பிக் கொண்டிருக்கிறோம். சனிக்கிழமை மில் விடுமுறையானதால் டிரங்குப்

பெட்டியுடன் வெளியிலிறங்கிய அப்பாவின் பின்னால் போய்ச் சிணுங்க, என்னையும் உடன் அழைத்துக்கொண்டு போனார். அந்தப் பயணம் இத்தனை பிடிக்காமல் போகுமென்று நான் நினைக்கவேயில்லை.

கவுண்டர்களின் வீடுகளுக்குத்தான் நாங்கள் போயிருந்தோம். அன்றைக்கெல்லாம் நடுத்தர வர்க்கக் குடும்பமாகயிருந்தன கவுண்டர்களின் வீடுகள். ஓடு வேய்ந்த பெரிய வீடுகள். விசாலமான முற்றம். ஒரே குடும்பத்திலேயே நிறைய உறுப்பினர்கள் இருப்பார்கள். சின்னதும் பெரியதுமான பலதரப்பட்ட வயதில் அவர்கள் இருந்தார்கள்.

வீட்டோடு சேர்ந்தும் ஆனால் உள்ளே அல்லாத இடங்களில்தான் அப்பாவின் மருத்துவம் தேவைப்படுபவர்கள் காத்திருந்தார்கள். அப்பாவின் பின்னாலேயே நானும் அந்தப் பின்கட்டிற்குப் போனேன். விசாலமான முற்றமும் ஓடிட்ட வீடும் வெளிப்பார்வைக்கு மட்டுமாகயிருந்தது. அதற்கு நேர்மாறாக இருந்தது நான் உள்ளே பார்த்த காட்சி. உள்ளே போனவுடனே மனித தேகத்தின் அழுகிய வாடை மூக்கைத் துளைத்து உள்ளேறிப் போனது. அந்த இருண்ட அறையின் மூலையில் கிடந்த கட்டிலின் மேல் வயதானவள் ஒருத்தி, முனகியபடியும் வலிகொண்டு அரற்றியபடியும் படுத்துக் கிடந்தாள். வலி தாங்க முடியாதபோது அவள் சத்தமிட்டு அழவும் செய்தாள். அப்பாவைப் பார்த்த மாத்திரத்தில் அழுகை இன்னும் அதிகமானது.

"தம்பி கம்பௌண்டரே, வலி உயிர் போகுது, கொஞ்சம் வந்து மருந்து வச்சு கட்டேன்"

வாழ்வின் பல நாட்களை மிகவும் நன்றாக அனுபவித்துக் கழித்த எத்தனையோ பெரியவர்கள் இது போன்ற பின்கட்டுகளில் தங்கள் வயோதிகத்தைக் கழிக்கிறார்கள். வயதானதாலும் நோய்மையினாலும் உறுப்புகள் பழுத்தும் அழுகியும் வலி தாங்காமலும் ஆனால்

எதற்காகவோ உயிர் வாழ்ந்து கொண்டுமிருக்கிறார்கள். அப்படியிருப்பவர்கள் வாழ்வின் கடைசி கட்டத்திற்குக் குடும்பங்களாலேயே தூக்கியெறியப்படுகிறார்கள். யாராலும் கவனிக்கப்படாமல் அவர்களுடைய வாழ்வு இதுபோன்று பின்கட்டுகளுக்குத் தள்ளப்படுகிறது. மனிதன் எவ்வளவு கீழ்மையானவன் என்று எனக்குத் தோன்றிய நிமிடங்களாகயிருந்தன அவை.

கட்டிலில் படுத்திருந்தவர்கள் வலி கொண்டு கத்தி அழுது கொண்டிருந்தார்கள்.

என் கையை விட்டுவிட்டு அப்பா அவர்கள் பக்கத்தில் போனார். கட்டிலின் மேல் அவர்களோடு சேர்ந்து உட்கார்ந்தார். அவர்கள் மிகவும் சிரமத்துடன் எழுந்து உட்கார்ந்தார்கள். உடுத்தியிருந்த இடுப்புச் சீலையை முட்டிவரைத் தூக்கிக் காண்பித்தார்கள். அந்தக் காட்சியைப் பார்த்த எனக்குக் குமட்டிக்கொண்டு வந்தது. இரண்டு கால்களிலிருந்தும் ரணம் பழுத்து அழுகி சீழ்வடிந்துகொண்டிருந்தது. காற்றும் வெளிச்சமும் புக முடியாத அந்த ரணத்தில் சகிக்க முடியாத துர்நாற்றம் தங்கியிருந்தது. நான் நின்ற இடத்திலிருந்து அசையவேயில்லை.

அந்த முதியவள் வலி தாங்காமல் இன்னும் உரக்கக் கத்தினாள்.

''வலி போற மாதிரி ஏதாவது மருந்து இருந்தா கொடுப்பா, இல்லன்னா என்ன இப்படியே கொன்னுடு, தாங்க முடியல தம்பி''

அவர்கள் பேசும் துக்கம் தாங்க முடியாமல் அப்பா அவர்களின் தலையில் தடவிக் கொடுத்தார்.

''அப்படியெல்லாம் பேசாதீங்கம்மா'' அப்பா டிரங்குப் பெட்டியைத் திறந்தார். அதிலிருந்து ஆரஞ்சு நிறமுள்ள கையுறையை எடுத்துப் போட்டுக் கொண்டார். பக்கெட்டில் கொஞ்சம் தண்ணீரெடுத்துக் கொண்டு அப்பா தரையில் உட்கார்ந்து பழுத்து சீழ் வடியும் அந்த

ரணங்களைத் துடைத்துச் சுத்தம் செய்ய ஆரம்பித்தார். நான் கண்களை மூடிக் கொண்டேன். ஆனாலும், மூக்கின்வழி துளைத்து உள்ளே ஏறும் அந்த துர்கந்தம், என் அகக்கண்ணில் அந்தக் காட்சிகளை நிரப்பிக் கொண்டிருந்தது. இடையில் நான் கொஞ்சமாகக் கண் திறந்து பார்த்தபோது காயம் சுத்தப்படுத்தப்பட்டு கட்டு போடப்பட்டிருந்தது. வலி குறைந்த ஆசுவாசத்தில் முதியவளின் முகம் மலர்ந்தது.

கையைத் தடவிக்கொடுத்தபடி அப்பா அவர்களை ஆசுவாசப்படுத்திக் கொண்டிருந்தார்.

"ஒண்ணும் பயப்படாதீங்க, நல்லா வலி குறையற மாதிரி மருந்து குடுக்கிறேன்"

முதியவள் நிம்மதியாகச் சிரித்தாள். வாசலில் நின்றிருந்த என்னைக் கையசைத்துக் கூப்பிட்டாள். வலி மறைந்து கண்ணில் வெளிச்சம் வந்த பிறகுதான் அவளுக்கு நான் தெரிந்திருக்கிறேன்.

"இங்க வாம்மா, ரொம்ப அழகாயிருக்கியே, உன் பேரென்னாம்மா?"

அவர்களுக்கு அருகில் செல்லத் தயங்கியதைப் பார்த்த அப்பா தலையசைத்துக் கூப்பிட்டார். கொஞ்சம் முன்னால் நகர்ந்து நின்றேன். முதியவள் தொடமுடியாத தூரத்தில் எட்டி நின்றபடி சொன்னேன், "உமா".

பாட்டியின் கண்கள் விரிந்து மலர்ந்தன.

"ஆஹா, அந்த சாமியோட பேருதானே, உமா, நல்ல பேரு"

அப்பா என்னை அவளுக்குப் பக்கத்தில் தள்ளி நிறுத்தினார். சுருக்கம் நிறைந்த நடுங்கும் கைகளினால் அன்பு மீதூர என் கன்னத்தைக் கிள்ளினாள். நான் சட்டென முகத்தைத் திருப்பிக்கொண்டேன். பின்னால் தள்ளி நின்று என்னைத் தொட்ட கைகளைப் பார்த்தேன், அதிலிருந்து சீழ் வழிகிறதா?

இல்லையென்று நிச்சயம் செய்த பிறகுதான் என் பெருமூச்சு அடங்கியது. அந்த நாற்றக் கூடாரத்திலிருந்து எப்படியாவது இறங்கி ஓடினால் போதுமென்றிருந்தது எனக்கு.

பணத்திற்காக அப்பா இதையெல்லாம் செய்யவில்லை என்றாலும் கவுண்டர்கள் அரிசியையும் கேழ்வரகையும் தாராளமாய் மூட்டை கட்டிக் கொடுப்பார்கள். கம்பௌண்டர் பாலனின் சேவை அவர்களுக்கு இன்னும் தேவையாய் இருந்தது. அங்கேயிருந்து கிடைக்கும் பொருட்கள் எதையும் அப்பா வீட்டிற்குக் கொண்டு போகமாட்டார். தோட்டிகள் அதிகமுள்ள சக்கிலியர் காலனியில் கொண்டுபோய் இதையெல்லாம் கொடுத்துவிடுவார். இரண்டு மூன்று குடும்பங்கள்தான் குடியிருந்தாலும் உறுப்பினர்களின் எண்ணிக்கை அதிகமாயிருந்தது. அங்குள்ள ஆண்களுக்குத் தோட்டி வேலை. பெண்கள் பக்கத்திலுள்ள முறுக்குக் கம்பி கம்பெனிக்கு வேலைக்குப் போனார்கள். காந்தத்தில் குத்தி இரும்பை எடுத்துக் கொடுத்தால் மிகவும் சொற்பமான கூலி கிடைக்கும். தாய்ப்பால் மாறாத குழந்தைகளைத் தோளில் மாராப்பு கட்டி அதில் குழந்தைகளைப் படுக்க வைத்தபடி அந்தப் பெண்கள் வேலைக்குப் போய்க் கொண்டிருந்தார்கள்.

அன்றும் கவுண்டர்களின் வீட்டிலிருந்து அப்பா நேராக என்னைச் சக்கிலியர் காலனிக்குத்தான் கூட்டிக்கொண்டு போனார். நாங்கள் அங்கே போனவுடனே காக்கா கூட்டம் கலைந்தது போல நிறைய குழந்தைகள் ஓடி வந்தார்கள். ஒன்றின் உடம்பிலும் ஒட்டுத் துணியில்லை. மூக்கு ஒழுகியும் தேகம் முழுவதும் மண்ணும் தூசியும் ஒட்டியபடியும் நிறையக் குழந்தைகள் எங்களைச் சுற்றிக்கொண்டார்கள். அதில் ஒரு குழந்தையை அப்பா தோளில் தூக்கிக்கொண்டார். மற்ற குழந்தைகள் எதற்காக என்றில்லாமல் ஆர்ப்பரித்துச் சிரித்தார்கள். அப்பா அவனைக் கீழே இறக்கினார். மூக்கொழுகி நிற்கும் இரண்டு பிள்ளைகளைப் பக்கத்தில் சேர்த்து

அவர்களின் மூக்கை இழுத்துச் சிந்தினார். வலது கையாலேயே அவர்களின் மூக்கைத் துடைத்துச் சுத்தமாக்கி முகம் துடைத்துக் கொடுக்கும் அப்பாவைப் பார்த்தபோது நான் என் பொறுமையை இழந்து இறுகிப் போய் நின்றிருந்தேன். எப்போதும் இரவில் சாப்பிடும்போது தயிர் பிசைந்து ஓர் உருண்டைச் சோற்றை அப்பா எனக்கு ஊட்டுவார். இந்தக் காட்சியைப் பார்த்தபிறகு இனிமேல் எனக்கு அந்தக் கைகளால் உருண்டைச் சோறு வேண்டாம் என்று தீர்மானமாய் முடிவு செய்தேன். எனக்கு குமட்டிக் கொண்டு வந்தது. நாங்கள் ஒரு வீட்டின் திண்ணையில் உட்கார்ந்தோம்.

''சாப்பிடுங்கம்மா, இப்பதான் செய்தேன்'' ஓர் இலையில் கொழுக்கட்டை போல நான்கைந்தைக் கொண்டு வந்து எங்கள் முன் நீட்டியபடி ஒரு பெண் சொன்னாள். நல்ல பசியிருந்தாலும் அந்தச் சூழலைப் பார்த்தபிறகு என்னால் இலையின் பக்கம் திரும்பிப் பார்க்க முடியவில்லை. அந்தப் பெண்ணின் சுத்தமில்லாத உடையும் சூழலும் எனக்கு அருவெறுப்பாக இருந்தது. இலையிலிருந்து ஒன்றெடுத்து அப்பா சாப்பிட்டார். என்னுடைய அவஸ்தையைப் புரிந்துகொண்ட அப்பா என்னைச் சாப்பிட நிர்பந்திக்கவில்லை.

அவர் சாப்பிடுவதை நான் மிகுந்த அருவெறுப்புடன் பார்த்தேன்.

அது என் அப்பாவே இல்லையென்று தோன்றியது. ரணம் பழுத்து சீழ் வடியும் அசுத்தமான ஏதோ ஓர் ஜந்துவைப் பார்ப்பது போலிருந்தது. உடனே பயத்துடன் நான் முகத்தைத் திருப்பிக் கொண்டேன். ஒரு நிமிடம் கண்களை இறுக மூடிக் கொண்டேன்.

கண்களைத் திறந்து பார்த்தபோது அப்பாவின் மடியில் உட்கார்ந்து ஒரு குறும்பன் அந்தப் பலகாரத்தைக் கடித்துத் தின்னும் சிரமத்தில் இருப்பதைப் பார்க்க முடிந்தது. அவனுடைய சேஷ்டைகளைப் பார்த்து எனக்குச் சிரிப்பாக வந்தது. எனக்குள் லேசான ஈரக்காற்று பரவியது.

அன்றிரவு சாப்பிட உட்கார்ந்தபோது தயிரில் பிசைந்த ஒரு உருண்டைச் சோற்றை அப்பா எனக்கு முன்பாக நீட்டினார். என் மனதில் சட்டென அந்தக் காட்சிகள் நிறைந்து வந்தன. பழுத்து சீழ் வடியும் முதியவர்களும், மூக்கொழுகும் சிறுவர்களுமாய் மனம் காட்சிப்படுத்தியது. ஆனால் அதையும் மீறி அப்பாவின் உருண்டைச் சோறு என்னருகில் வந்தது. என்னையுமறியாமல் வாய் திறந்து அதை வாங்கிக் கொண்டேன். அப்பாவின் முகத்திலிருந்து கண்ணெடுக்காமல் நான் சாப்பிட்டு முடித்தேன். அவர் புன்சிரிப்பு பூத்தபடி என்னைக் கேட்டார்.

''என்ன உமா?''

அப்பாவின் கண்களைப் பார்த்தபடி என் மனதில் ஓடும் விருப்பத்தை நான் சொன்னேன்.

''அப்பா நானும் உங்களை மாதிரி உயரமாகணும், எப்போ ஆவேன்?''

அப்பாவின் கண்கள் மலர்ந்தன. கனிவுடன் என்னைப் பார்த்தார்.

''உயரமாகணுமா...? அப்படீன்னா நீ இத மொதல்ல சாப்பிடு. அப்பதான் நீயும் என்ன மாதிரி உயரமாக முடியும்''

அன்றிலிருந்து ஒவ்வொரு இரவிலும் அப்பா தரும் உருண்டையை வாயில் போட்டபடி அடுக்களையை ஒட்டியுள்ள பின்கட்டிற்கு ஓடுவேன். அங்குதான் என் உயரம் குறித்து வைத்திருந்த ஒரு பனங்கழியிருந்தது. அதில் ஒட்டி நின்று நான் மறுபடியும் மறுபடியும் பார்த்துக் கொள்வேன், நான் உயரமாக வளர்ந்து விட்டேனா?

பாகம் 2

"நான் என்ன பண்றது, எனக்குக் கணக்கே வரமாட்டேங்குது, அந்த சாருக்குக் கையோ காலோ ஒடஞ்சு ஸ்கூலுக்கு வராம இருந்தா ரொம்ப சந்தோஷமாயிருக்கும்"

அழுகையை அடக்கியபடி நான் இப்படிச் சொன்னபோது தங்கமணிக்கும் துக்கமானது.

"ரொம்ப வலிக்குதா? எங்கக் காட்டு" அவள் என் பக்கத்தில் உட்கார்ந்து வேதனையோடு கேட்டாள். முட்டிவரை மட்டும் இருக்கும் பாவாடையை உயர்த்திக் காண்பித்தேன்.

தொடையில் வெளுத்த சதையில் சுப்ராயன் சார் கிள்ளிய அடையாளம் நீலம் பாரித்து நிலைத்திருந்தது. வலித்துக் கங்கிப் போன இடத்தைப் பார்த்தபோது எனக்கு மீண்டும் அழுகை வந்தது. நான் கேவிக்கேவி அழ ஆரம்பித்தேன். தங்கமணி என்னைத் தேற்றி ஆறுதல்படுத்தினாள்.

"சரி. சரி. அழாதே. எல்லாம் சரியாயிடும்"

துக்கமும் கோபமும் ஒருசேர அவளிடம் கத்தினேன்.

''எப்படி சரியாகும்? அதான் எனக்குக் கணக்கே வரமாட்டேங்குதே. அப்பறம் எப்படி?''

''............''

''எனக்குக் கணக்கும் பிடிக்கல, கணக்கு சாரையும் பிடிக்கல''

கதிர் மில் பள்ளியில் முக்கால்வாசி மில் தொழிலாளிகளின் பிள்ளைகள் படித்தார்கள். எல்லாம் இலவசம். கல்வி, சீருடை, புத்தகங்கள் எல்லாமே. வருடத்திற்கு ஒன்றிரண்டு முறை விசேஷ நாட்களுக்கு ஒரு சின்ன செலவு வருமே தவிர மீதி எல்லாமே இலவசம்.

தங்கமணியும் நானும் ஒரே வகுப்பில் படித்தோம். அவள் என் பக்கத்து வீட்டில் குடியிருந்தாள். உயரமாய் மெலிந்து கறுத்த நிறமுள்ள அவள் அழகியாயிருந்தாள். என்னைவிட இரண்டு வயது மூத்தவள். அவளுடைய 'படிப்பு சாமர்த்தியத்தால்' அவள் என் வகுப்பிலேயே இன்னும் படிக்கிறாள். வகுப்பில் ஆண்பிள்ளைகளும் பெண்பிள்ளைகளும் ஒன்றாகவே படித்தோம். தங்கமணியைப்போல ஒவ்வொரு வகுப்பிலும் தங்கிப் படிக்கும் ஆண்பிள்ளைகளும் வகுப்பிலிருந்தார்கள். கணேசனும் பழனிச்சாமியும் அந்தக் கூட்டத்தில் இருந்தார்கள்.

கணேசன், வாத்தியார்களைவிட உயரமாய் வளர்ந்தாலும் படிப்பை விடத் தயாராயில்லை. அவர்களை அப்படி விட்டுவிட்டு போக நான் ஒன்றும் அவ்வளவு நன்றி கெட்டவனில்லை என்பதே அவன் பக்கத்து நியாயம்.

''ஏண்டீ குட்டச்சி, நீ எப்பப் பாத்தாலும் அந்த அரக்கன் கிட்டயிருந்து அடி வாங்கிட்டேயிருக்கியே, ஏன் இப்படி?

எல்லா நாட்களும் மிகச் சரியாய் எனக்குக் கணக்கு வாத்தியாரிடமிருந்து கிடைக்கும் பங்கினைக் கிண்டல் செய்து

கணேசன் பரிகசித்துக் கொண்டிருந்தான். அதைக் கேட்டு மற்றவர்களும் சிரிப்பார்கள். இரண்டு விஷயங்கள் அவனுடைய பரிகாசத்திலிருந்தன. ஒன்று சுப்ராயன் சாரிடமிருந்து தினமும் அடி வாங்குவதும், இரண்டாவது என்னுடைய உயரத்தைப் பற்றியுமாக இருந்தது. வகுப்பில் முதல் பெஞ்சில் முதல் இருக்கையாயிருந்தது என் இடம். ஒன்றாம் வகுப்பிலிருந்தே அது அப்படித்தான். எட்டாம் வகுப்பிற்கு வந்த பிறகும் அது மாறவேயில்லை. உயரமாக வளர நான் எடுத்துக்கொள்ளும் முயற்சிகளும் என்னுடைய ஐந்து வயதிலிருந்து தொடங்கியிருந்தன. ஆனால், நான் அதிக உயரமாக வளரவில்லை என்பதை எங்கள் சமையலறைப் பின்கட்டுப் பனங்கழி சொல்லிக் கொண்டே இருந்தது. அதனாலேயே எனக்குக் 'குட்டச்சி' என்ற காரணப் பெயரும் வந்தது. அன்றைக்கும் கணக்கு வாத்தியாரிடம் வாங்க வேண்டியதை வாங்கி மிகவும் துக்கத்திலிருந்த நேரம் அது.

"அடியே, கணக்கு வாத்தியார்கிட்ட அடி வாங்காமலிருக்க நான் ஒரு வழி சொல்றேன்"

தினமும் இரட்டைச் சடை பின்னி நெற்றியில் பொட்டு வைத்து அலங்காரமாய்ப் பள்ளிக்கு வரும் ஹேமலதா என்னைக் காப்பாற்ற ஒரு வழி இருக்கிறதென்று ரகசியமாய் என் காதில் சொன்னாள். தங்கமணியுடன் சேர்த்து ஹேமலதாவும் மேரிலில்லியும் வகுப்பில் எனக்கு மிகவும் நெருக்கமானவர்களாக இருந்தார்கள்.

தப்பித்துக் கொள்ளும் வழியைச் சொல்லப்போகும் அவளை நான் பிரியத்தோடு பார்த்தேன். என்னோடு இன்னும் சேர்ந்து உட்கார்ந்தவள் மிகவும் பந்தாவாய் சொல்ல ஆரம்பித்தாள்.

"நான் ஒரு சாமிப் படம் கொண்டுவரேன். அதை நீ வீட்டில் வெச்சு தினமும் காலைல பூஜை பண்ணா அதுக்கப்பறம் சார் உம்பக்கம் திரும்பவே மாட்டாரு"

ஹேமலதா என்னிடம் ரகசியமாகச் சொல்வதைக் கேட்ட தங்கமணியும் மேரிலில்லியும் அதைத் தெரிந்து கொள்ளும்

ஆர்வத்துடன் என்னோடு நெருங்கி உட்கார்ந்தார்கள். நான் அவர்களிடம் ஹேமா சொன்ன உபாயத்தைச் சொன்னேன். எங்கள் மூன்று பேரின் முகத்தையும் மாறி மாறிப் பார்த்த ஹேமா அவள் சொன்னதை நம்ப வைக்க மேலும் பேசினாள்.

''அந்த சாமி முன்னாடி நீ என்ன நெனச்சு பூஜை பண்றியோ அது அப்படியே நடக்கும். கை ஒடையணும்னு நெனச்சா கை ஒடையும், இல்ல கால் ஒடையணும்னு நெனச்சா கால் ஒடையும்''

நாங்கள் மூன்று பேரும் பரஸ்பரம் பார்த்துக்கொண்டோம். ஹேமலதாவை நம்பத் தொடங்கினோம்.

அப்படி ஒரு அபூர்வ சக்தியுள்ள தெய்வம் ஏதென்று நான் இரவு முழுவதும் யோசித்துத் தூங்காமலேயிருந்தேன். சாமிப்படம் கையில் கிடைத்தபிறகுதான் கணக்கு வாத்தியாரின் தொந்தரவை முடிவுக்குக்கொண்டு வரவேண்டும். கை ஒடையத்தான் நான் பிரார்த்திப்பேன். எனக்கு எவ்வளவு தொல்லைகள் கொடுத்திருப்பான் அந்த வாத்தியார்.

கணக்கு வராததால்தானே, நான் என்ன செய்யட்டும், அதுக்கு இப்படித் தண்டிக்க வேண்டுமா?

''உமா, இங்க வா, இந்தக் கணக்க போர்டில் போடு''

வகுப்பிற்கு வந்தாலே சாருக்கு என்னை ஏதாவது ஒரு விதத்தில் தண்டிக்க வேண்டுமென்ற அவருடைய குரூரத்தை என் மனவலி புரியாமல் விளையாட்டாய் அரங்கேற்றிக் கொண்டிருந்தார். ஒரு நாளாவது என்னை வைத்துக் கணக்குப்போடவைக்காமல் அவரால் வகுப்பிலிருந்து வெளியே போக முடிந்ததில்லை. சார் எதிர்பார்க்கும் பதில் என்னிடமிருந்து கிடைக்காமல் போனதால் என் தொடையிலிருந்து நிறைய வெள்ளைத் தோலை சார் எடுத்துக்கொண்டு போயிருக்கிறார் என்பதல்லாமல் எனக்குக் கணக்கு வந்ததேயில்லை. சுப்ராயன் சாரின் உருவம் பயமுறுத்துவதாக

இல்லை. ஆனாலும் அவரைப் பற்றி யோசிக்கும்போது பிசாசின் நியாபகம் வருவதைத் தவிர்க்க முடியவில்லை.

மறுநாள் சொல்ல முடியாத உற்சாகத்துடன் பள்ளிக்குச் சென்றேன். ஹேமலதா கொண்டுவரும் படம் என் வாழ்நாளில் கணக்கு வகுப்புக்கான நேரங்களை எனக்குப் பிடித்தமான பொழுதுகளாய் மாற்றப்போகும் நொடிக்காய்க் காத்திருந்தேன். பள்ளிக் கூடத்திற்குப் போகும் வழியில் தங்கமணி என்னென்னவோ பேசிக்கொண்டு வந்தாள். நான் ஒன்றையும் கவனிக்காமல் 'ம்ம' என்றோ, ஆமாம், இல்லையென்றோ மட்டும் என் பதில்களை ஒற்றை வார்த்தைகளில் ஒதுக்கினேன்.

எப்போதும் போவதை விடச் சீக்கிரமாகவே பள்ளிக்குப் போய்விட்டோம். வகுப்பில் ஓடிப்போய் ஹேமலதா வந்துவிட்டாளா என்றுதான் முதலில் பார்த்தேன். அவள் இன்னும் வந்து சேரவில்லை. ஆர்வம் குறையாமல் நான் வகுப்பின் வாசலிலேயே நின்றேன்.

''என்னடீ குட்டச்சி, வாசலயே பாத்துட்டிருக்கே''

கணேசன் வந்தவுடன் பரிகசித்தான்.

அவனுடைய பரிகாசம் முடிவுக்கு வரப்போகிறதென்று மனதுக்குள் நினைத்து உதட்டைச் சுழித்துக் காண்பித்துவிட்டு வாசலிலேயே நின்றேன்.

தூரத்தில் அவள் வருவதைப் பார்த்ததும் வாழ்வில் அதுவரை அனுபவித்தறியாத விவரிக்க முடியாத ஆனந்த உணர்வாக இருந்தது அது. ஹேமலதா என்றுமில்லாத அழகுடன் இன்றிருப்பதாகத் தோன்றியது. ஒரு நிமிடத்தைக் கூட வீணாக்காமல் நான் அவளுக்கருகில் ஓடினேன்.

என் வாழ்க்கையை அடியோடு மாற்றப்போகும் உபாயத்தோடு வரும் ஹேமலதாவின் நடையில் லேசான கர்வமிருந்தாலும் நான்

அதைப் பெரிதாகப் பொருட்படுத்தவில்லை. என்னுடைய கையைப் பிடித்தபடி நடந்து போய் பெஞ்சில் உட்கார்ந்தாள். யாரும் பார்க்கவில்லையென நிச்சயித்தபிறகு இளநீல நிறத்திலுள்ள அவளுடைய துணிப் பையிலிருந்து பிரௌன் நிற அட்டையிட்ட புத்தகத்திலிருந்து ஒரு படத்தை வெளியிலெடுத்தாள். அதை என் முன்பாக நீட்டியபடி அவள் சொன்னாள்.

"இந்தா, பத்திரமா வெச்சுக்க, யார்கிட்டயும் சொல்லக்கூடாது. யார்கிட்டயும் காட்டாதே"

நான் அந்தப் படத்தை மிகுந்த மரியாதையுடன் பார்த்தேன். தேஜஸ் உள்ள ஒரு படம். கருணை தவழும் முகபாவம். என் பக்கத்தில் இன்னும் நெருங்கி உட்கார்ந்த ஹேமலதா அந்தப் படத்தின் மகிமைகளைக் குறித்துப் பேச ஆரம்பித்தாள்.

"இது வந்து, ரொம்பப் பவரான ஐயப்பசாமி. இந்தச் சாமி காட்டுக்குள்ளயிருக்கு. அங்கப் போறது ரொம்பக் கஷ்டம். வழியெல்லாம் ஒரே கல்லு முள்ளு மலையாயிருக்கும். ஆனா, எங்க அப்பாவும் மாமாவும் ஒவ்வொரு வருஷமும் அங்க நடந்தே போவாங்க"

பயபக்தியும் மரியாதையுமாக அதைச் சொன்னபோது அவள் முகத்திலிருந்து கண்ணெடுக்காமல் நான் நிலைத்துப் பார்த்துக் கொண்டிருந்தேன். கணக்கில் என் துர்நேரம் தீர வேண்டுமானால் எந்தக் கல்லும் முள்ளும் நிறைந்த பாதையையும் கடக்க நான் தயாராகயிருந்தேன். அதற்கு உதவின ஹேமலதாவோடு எனக்கு மிகுந்த ப்ரியம் தோன்றியது.

என் வீட்டில் அதுவரை சுவாமி விவேகானந்தரின் ஒரு படம் மட்டுமேயிருந்தது. பூஜையும் பிரார்த்தனையும் பழக்கமில்லாததால் ஐயப்பனை இதுவரை நாங்கள் கவனித்திருக்கவில்லை. அந்தக் கடவுளின் மகத்துவம் தெரிந்திருக்கவுமில்லை. வீட்டிற்கு வந்தபிறகு

ஹேமலதா தந்த ஐயப்பன் படத்தை விவேகானந்தருக்குப் பக்கத்தில் வைத்து நான் உள்ளம் உருகிப் பிரார்த்தித்தேன்.

மறுநாள் மிக எதிர்பார்ப்போடு பள்ளிக்கூடம் சென்றேன்.

ஆனால், சுப்ராயன் சார் என் எதிர்பார்ப்புகளைத் தகர்த்தெறிந்தார்.

''ஒழுங்கா கை நீட்டு, படிக்கறதும் இல்ல, படிக்கறவங்களையும் விடாம, அவங்களோட சும்மா என்ன பேச்சு?''

''சுளீர்'' மெல்லிய பிரம்பால் விழுந்த அடி அதேபோல குச்சியாயிருக்கும் வெளுத்த விரல்களின் நரம்புகள் வழியாக உடல் முழுவதும் நோவித்துப் பரவியது. சிறிது நேரத்திலேயே விரல்கள் மரத்துப் போயின. ஒடிந்து தொங்கிப் போய்விட்டதோ என்று பயந்து கைகளைப் பார்த்தேன். கண்களில் ஈரம் படர்ந்ததால் பார்வை மங்கியது.

''ஒழுங்கா அமைதியா இரு இல்லன்னா, இன்னும் அடிதான்''

சாரின் கோபம் மாறவேயில்லை. பிரார்த்தனையின் பலனாகக் கணக்கிலிருந்து தப்பித்துவிட்டேன் என்று நினைத்திருந்தேன். ஆனால் அடியோ இரண்டு மடங்காயிருந்தது. எப்போதும்போல சார் கஞ்சப்படாமல் தந்திருந்தார். அதுவும் போதாமல் வகுப்பில் பேசினேன் என்பதால் கிடைத்த பிரம்படி கையிலும் மனசிலும் பெரிய காயத்தை ஏற்படுத்தியது.

வலியால் துடித்துக் கொண்டிருப்பதற்கிடையில் நான் ஹேமலதாவைப் பார்வையாலேயே சுட்டுப் பொசுக்கினேன். நானென்ன செய்யமுடியும் என்பது போல அவள் தலையைக் குனிந்துகொண்டாள்.

அதன் பிறகு அவளைப் பார்க்கும்போதெல்லாம் அவளுடைய வட்டப் பொட்டும் இரட்டைச் சடையும் என் கண்ணிற்குப் பிடிக்கவேயில்லை.

பிரார்த்தனை தகர்ந்த துக்கத்திலிருக்கும் நேரத்தில் ஆற்றுப்படுத்துவது போல மேரிலில்லி அவளுக்குத் தெரிந்த உபாயத்தோடு என்னிடம் பேசினாள். பிரார்த்தனை பிசகாமல் எப்படி நடக்குமென அவள் பேசிய பேச்சு தேன்மழை போன்றிருந்தது. பிரார்த்தித்துக் கண்டடைந்தவர்களைப் பற்றி அவள் உதாரணத்தோடு என்னிடம் சொன்னாள்.

பிரார்த்தனையின் வழி நோய் குணமானவர்களைப் பற்றி, வாழ்க்கையை மீட்டெடுத்தவர்களைப் பற்றிய மேரிலில்லியின் சுவிசேஷ பிரசங்கம் முடிந்தபோது சுப்ராயன் என்ற சாத்தானை விரட்ட வந்த தேவதை அவளென்று எனக்குத் தோன்றியது. நான் அவளையே பார்த்துக் கொண்டிருந்தேன். அவளைச் சுற்றி ஓர் ஒளிவட்டம் மின்னி மறைந்ததோ!

மேரிலில்லியின் பிரசங்கம் எனக்குள் ஒரு புத்துணர்ச்சியை ஏற்படுத்தியது.

அவள் மாதாவின் சின்னதொரு சிலையை எனக்குத் தந்தாள். அதை என் கைகளுக்குள்ளேயே அழுத்திப் பிடித்திருந்தேன். என் சின்னக் கைகளுக்குள் அழுத்தி வைக்கப் பட்டிருக்கும் மேரிமாதா இந்த உலகத்தையே தன் கைப்பிடிக்குள் வைத்திருப்பதாக மேரிலில்லி சொன்னாள். என் பிழையாகும் கணக்குகள் சரியாக மாதா உதவுவாள் என்று ஆத்மார்த்தமாய் நம்பியதால் அவள் சொன்ன ஜெபங்களின் புதிய வார்த்தைகளை அப்படியே திருப்பிச் சொல்லக் கற்றிருந்தேன்.

எப்போதும் இல்லாத உற்சாகத்துடன் அன்றிரவு தூங்கினேன்.

பகல் வந்தது.

கணக்குப் பீரியடில் சுப்ராயன் சாரும் வந்தார். பிள்ளைகள் எல்லோரும் எழுந்து வணக்கம் சொன்னோம். நான் எழுந்து நின்று கண்கள் மூடி கைகளுக்குள்ளிருக்கும் மாதாவைத் தியானித்தேன்.

மேரிலில்லி சொல்லித்தந்த பிரார்த்தனையை மனமுருகி மனதிற்குள்ளாகச் சொன்னேன்.

''மாதாவே, என் பிரார்த்தனையைச் செவிமடுக்க வேண்டுமாய் கேட்டுக்கொள்கிறேன். கணக்குகள் தப்பாகக்கூடாது. தண்டனை கிடைக்கக் கூடாது மாதாவே, சகல ஜீவனுக்கும் துணையாயிருக்கும் மாதாவே, என்னையும் காத்தருள வேணுமே''

பிரார்த்தனையின் ஆவேசத்தில் என் கைப்பிடிக்குள்ளேயிருக்கும் தேவமாதா நொறுங்குவதை நான் உணரவேயில்லை. வணக்கம் சொல்லி எல்லாப் பிள்ளைகளும் பெஞ்சில் உட்கார்ந்ததையும் சுப்ராயன் சார் என்னைப் பார்த்துக்கொண்டு நிற்பதையும் நான் கவனிக்கவேயில்லை.

நான் பிரார்த்தனையின் உச்சத்திலிருந்தேன். சாரின் அலறல் கேட்டபிறகுதான் அதிர்ந்து கண்களைத் திறக்கிறேன்.

''என்னடீ, காலங்காத்தால கிளாசில தூங்கிட்டிருக்க? என்ன கொழுப்பிருக்கணும் உனக்கு... ம்?

சுப்ராயன் சார் கோபத்தில் என் முன்னால் துள்ளிக் கொண்டிருந்தார். வகுப்பு மொத்தமும் குலுங்கிச் சிரித்தது. என் கைகளும் கால்களும் நடுங்கின. என் கைக்குள்ளேயிருந்த மாதாவும் என்னைக் கேலி செய்து சிரிப்பது போலவே தோன்றியது.

வழமை மாறவேயில்லை.

சுப்ராயன் சாரிடமிருந்து எனக்குத் தப்பாமல் கிடைக்க வேண்டியது மொத்தமும் கிடைத்தது.

வேதனை, சங்கடம், துக்கம் அதையெல்லாம் விட அவமானம். நான் யாரிடமும் பேசவில்லை. தங்கமணி என்னைத் தேற்றும்விதமாய்ப் பார்த்தாள். அவளிடமும் ஒன்றும் பேச முடியவில்லை.

மதியத்திற்கு மேல் வந்த இடைவேளையில் நான் மாதாவின் உருவச் சிலையைக் கழிப்பறையில் கொண்டுபோய் வைத்துவிட்டு வந்தேன். அது மேலும் என் கையிலிருந்தால் இன்னும் தண்டனை கிடைக்குமென்று எனக்குத் தோன்றியது. யாரிடமும் பேசாமல் வகுப்பில் வந்து உட்கார்ந்தேன்.

''ஏண்டீ.... உனக்கு எவ்ளோ திமிர் இருந்தா மேரிமாதா சிலைய பாத்ரூமில கொண்டுபோய் வெச்சிருப்பே?''

என் இரண்டு காதுகளும் அடைத்து ஓங்கி அடித்த மாதிரி பெரும் சத்தம் கேட்டு அதிர்ந்து நான் திரும்பிப் பார்த்தபோது, மேரிலில்லி கோபத்தில் அக்னியாய் ஜொலித்துக் கொண்டிருந்தாள்.

''உனக்கு இப்ப வாங்கற அடியெல்லாம் பத்தாதுடி. இன்னும் நீ நிறைய வாங்குவே...''

அவள் சாப வார்த்தைகளால் பொறிந்துத் தள்ளினாள். ஏன் இப்படி திட்டித் தீர்க்கிறாளென்று புரியவில்லை, நியாயப்படி நான்தானே திட்ட வேண்டும்! நான் அவளையே பார்த்தேன். எனக்கு உபாயமும் சொல்லிக் கொடுத்து அடியும் வாங்கிக் கொடுத்தது பத்தாமல் என்னைத் தின்று தீர்த்துவிடுவாளா இவள்? எதைக் கேட்க நினைத்தாலும் அவள் நின்றிருந்த விதத்தில் நான் எதையும் கேட்கத் துணியவில்லை.

அவள் விடவேயில்லை.

''நீ பயங்கர திமிர் பிடிச்சவ, கொழுப்பெடுத்தவ, அகங்காரி. நீ எங்கப் போய் அழுதாலும் என்ன செஞ்சாலும் உன்ன மாத்தவே முடியாது'' சாபமிட்டுக் கொண்டிருந்தவளை நிதானமாய்ப் பார்த்தபோது, நான் பாத்ரூமில் வைத்துவிட்டு வந்த மாதாவின் சிறு உருவச் சிலையை அவள் கையில் வைத்திருப்பது தெரிந்தது. ஓ.. அதுதான் அவள் இப்படித் துடிப்பதற்குக் காரணமா? அவளுடைய கடவுளை நான் அவமானப்படுத்தி இருக்கிறேனென்று அவள்

நினைத்திருக்கலாம். மேரி மாதாவைப் புறக்கணித்து விட்டேனென்றும் கேவலப்படுத்தி விட்டேனென்றும் அவள் நம்பிவிட்டாள்.

ஒரு மதச் சண்டைக்குக் காரணமான விஷயம் அது. ஆனால் அது எனக்கும் மேரிலில்லிக்குமான பிரச்சனையாக மாறி விட்டது.

கணக்கில் என் பிழைகள் கூடிக்கொண்டே வந்தன. தவறாத கணக்கிற்காய் இனி ஒரு கடவுளையும் நான் பிரார்த்திக்க மாட்டேனென்று தீர்மானித்த வேளையில்தான் தங்கமணி அவளுடைய உபாயத்தோடு என்னை நெருங்கி வந்தாள்.

இந்த ஒருமுறை மட்டும் தனக்காகப் பரிசோதித்துப் பார்க்கும்படி அவள் என்னை நிர்பந்தித்தாள். ஏதோ நோட்டீஸிலிருந்து கிழித்தெடுத்த படத்தை வைத்துக்கொண்டு அவளும் என்னை உசுப்பேற்றிவிட்டாள். தாண்டவமாடும் சிவனின் உருவம். கோபத்தால் ஜொலித்து நிற்கும் பகவான்.

ஒரு முறைதான் பிரார்த்தித்தேன்.

சுப்ராயன் சாரிடமிருந்து என்னைக் காப்பாற்றவேண்டுமே என்ற என் முதலிரண்டு பிரார்த்தனைகளும் பிசுபிசுத்துப் போனதால் இந்த முறை பிரார்த்தனையின் தீவிரம் சற்றுக் குறைந்திருந்தது.

ஆனால் பிரார்த்தனை பலித்தது.

பஸ்ஸில் ஏறும்போது கால் இடறி கீழே விழுந்த சுப்ராயன் சாரின் கையில் சின்னதாக அடிபட்டது. இது தெரிந்தவுடன் தங்கமணிக்கு பயமேற்பட்டது. பிரார்த்தனையின் பலன்தான் இதுவென்று தெரியவந்தால் தனக்கு என்னாகும், அப்படித் தெரிய வருமா? பிரார்த்தனை செய்தது நானாக இருந்தாலும் அதற்குக் கூட்டாய்ச் செயல் பட்டதும் உபாயம் சொன்னதும் அவள்தானே? அவளுக்கு உட்காரப் பொறுக்கவில்லை.

யாருக்கும் ஒன்றும் தெரியப் போவதில்லையென்று அவளை சமாதானப்படுத்தினேன். ஆனால், மேரிலில்லி கிடைத்த வாய்ப்பை வீணடிக்கப் போவதில்லை என்ற உறுதியிலிருந்தாள். அவளுடைய கடவுளை கேவலப்படுத்திவிட்டேனென்ற கோபத்தின் உச்சத்திலிருந்தவளுக்கு என்னிடம் பகை தீர்த்துக்கொள்ளப் பெரும் வாய்ப்பு கிடைத்தது. அவள் துள்ளிக் குதித்தாள். வாய்ப்பை முழுவதுமாய்ப் பயன்படுத்த அவள் தீர்மானித்தாள்.

''எனக்குத் தெரியும்டி, நீ ஏதோ பூஜை பண்ணியிருக்கே, அதனால்தான் சாருக்குக் கை ஒடஞ்சு போச்சு. நான் இதை சார்கிட்ட சொல்லாம விடமாட்டேன். உன்னாலதான் இப்படி ஆச்சுன்னு இப்பவே போய்ச் சொல்றேன் பாரு''

அவளொரு சிங்கம் போலவும், நானொரு மான்குட்டி போலவுமானோம். தங்கமணியோ முயல்குட்டி போலச் சிறு விலங்கானாள். மேரிக்கு எங்களை எப்படியும் கடித்துக் குதறிப் போடும் கோபமிருந்தது. அவளுடைய மாதா நல்கிய வாய்ப்பென்று அதைச் சொல்லி முழுமையாகப் பயன்படுத்த முடிவு செய்தாள்.

''நீ என்னோட மேரிமாதாவ பாத்ரூமிலே கொண்டு வெச்சேல்லடீ, அதனால அந்த மாதா மூலமா நான் உனக்குக் கொடுக்கும் பனிஷ்மெண்ட்''

மேரியை எப்படியேனும் சாந்தபடுத்த வேண்டுமென்பதாக இருந்தது என் யோசனை. சாந்தப்படுத்துவது, அவளுக்குப் பிடித்தமானதை வாங்கிக் கொடுத்து அவளைச் சாந்தப்படுத்துவது என்று தீர்மானித்தேன். அது ஒன்றுதான் வழி. நான் அவளின் பக்கத்தில் சேர்ந்து உட்கார்ந்தேன். ''ஏய் வேணாண்டி, சொல்லிடாதே'' அவள் கோபத்தில் முகத்தைத் திருப்பிக் கொண்டாள். நான் அவளுடைய தோளைப் பிடித்து மன்னிப்பு கேட்டேன்.

''ஸ்கூல் வாசலிலிருக்கும் அந்த அக்காகிட்ட கொய்யாக்கா வாங்கித் தரேன். உப்பு போட்டதோ இல்ல காரமாவோ,

காரமில்லாமலோ, உனக்கு எப்படிப் பிடிக்குமோ அப்படி வாங்கித் தரேன்''

அதை அவள் ஒத்துக்கொண்டாள் என்று நினைக்கிறேன். என் முகத்தையே பார்த்தாள். நான் மேலும் பேசினேன்.

''வேணாம்டீ, சொல்லிடாதே, நான் கண்டிப்பா வாங்கித் தரேன்''

அவளுக்குக் கொய்யாக்காயும் நெல்லிக்காயும் மிகவும் பிடிக்கும் என்று தெரிந்த தங்கமணியும் என்னோடு சேர்ந்துகொண்டாள்.

''ஆமாண்டி, அவ சொல்லிட்டான்னா, வாங்கித் தருவா. அவளைப் பத்தி சார்ட்ட சொல்லிடாத''

மேரிலில்லி சம்மதித்தாளா இல்லையா என்று சொல்லவில்லை. ஆனால் அவளுடைய மௌனம் எங்களை மேலும் கலவரப்படுத்தியது.

கணக்கு வகுப்பு வந்தபோது எனக்குக் கையும் காலும் நடுங்கின. தங்கமணியோ ஜுரத்தில் கிடந்தவள் போல வெளிறிப் போய் நின்றாள். கழுத்திலும் கையிலுமாக இணைத்துக் கட்டிய கட்டுடன் சுப்ராயன் சார் வகுப்பிற்குள் நுழைந்தவுடன் எல்லோரும் எழுந்து நின்று வணங்கினார்கள். அதற்கிடையில் கேட்ட இரண்டு நடுங்கும் குரல்கள் என்னுடையதும் தங்கமணியுடையதுமாக இருந்தது.

எல்லோரையும் சுற்றி ஒருமுறை பார்த்தபிறகு சார் நாற்காலியில் உட்கார்ந்தார். இனி என்ன நடக்கப் போகிறதென்று தெரிந்துகொள்ள ஓரக்கண்ணால் பார்த்தேன். ஆனால் என் பார்வை மிகச் சரியாக சாரின் கண்களில் பதிந்தது. பிறகென்ன கொஞ்சமும் தாமதிக்காமல் சார் என்னைத் தலையாட்டிக் கூப்பிட்டார்.

''உமா... இங்க வா...''

எனக்குள் நெஞ்சு வேகமாகத் துடிக்கத் தொடங்கியது. பிடிபட்டுவிட்டேனென்று புரிந்தது. ஆனால் இதெப்படி சாருக்குத்

தெரிந்தது என்று யோசித்தேன். நான் மேரிலில்லியைக் கூர்ந்து பார்த்தேன். வகுப்பிற்கு முன்னாலேயே போய் சொல்லிவிட்டாளோ? எனக்கொன்றும் தெரியாது என்று பரிதாபமாக அவள் என்னைப் பார்த்தாள்.

நான் பற்களைக் கடித்துக் கொண்டேன்.

ஆகாயமே கீழே விழுந்தாலும் நான் அதைப் பார்க்கவில்லை என்பது போல தங்கமணி கண்களை இறுக மூடிக் கொண்டாள்.

குற்றவாளியைப் போல எந்தத் தண்டனையையும் ஏற்றுக்கொள்ளும் மனத் தயாரிப்போடு நான் சாருக்குப் பக்கத்தில் நடந்துபோய் நின்றேன். சார், என்னை மேலும் கீழும் பார்த்தபிறகு எல்லோருக்குமாய்ச் சொன்னார்.

''இன்னக்கி கணக்கெல்லாம் இல்ல, எல்லாரும் அமைதியா இருக்கணும்''

மலங்க மலங்க விழித்துக்கொண்டு நின்ற என்னைப் பார்த்து சார் மேலும் தொடர்ந்தார்.

''கிளாசில யாராவது பேசினா அவங்க பேரெழுதி எங்கிட்டக்குடு, யாரும் சத்தம் போடாம பாத்துக்கோ''

நம்பிக்கை வராமல் நின்ற இடத்திலேயே நான் நின்றேன். ஒரு நிமிடத்திற்குப் பிறகுதான் எனக்கு நிகழ்காலமே புரிந்து சமநிலைக்கு வந்தேன். தங்கமணியைத்தான் முதலில் பார்த்தேன்.

அவள் வாயைத் திறந்து தன்னிலை மறந்திருந்தாள். இதென்ன மாயாஜாலம் என்று அவளுக்குப் புரியவேயில்லை. அன்று முதல்முதலாக சுப்ராயன் சாரிடம் எனக்கொரு பிரியம் வந்தது. அன்றுதானே சாரும் என்னை பிரியத்தோடு கூப்பிட்டிருந்தார்! இந்தச் சம்பவம் மேரிலில்லியையே அதிகம் பாதித்தது. அந்த பீரியட் முடியும் வரை அவள் குனிந்த தலை நிமிரவேயில்லை.

கணக்கின் தவறுகளைச் சரிபடுத்த எனக்கு உதவியது நிஜத்தில் கடவுள்களே அல்ல, மாறாகப் பல வகுப்புகளில் தோல்வியுற்று என் வகுப்புத் தோழனாக மாறிய கணேசன்தான்.

''ஏண்டீ குட்டச்சி, உனக்குக் கணக்கு மேல கோபமில்ல, கணக்கு வாத்தியார் மேலதான் கோபம்'' என்று சொல்லிக்கொண்டிருந்தவன் ஒரு சைக்காலஜிஸ்ட்டைப் போல ஒரு விஷயத்தைச் சொன்னான்.

''ஏன் தெரியுமா? அவர் உன் தொடையில கிள்ளிட்டார்ல்ல, அதான் பிரச்சனையே. நீ அவர்கிட்ட தைரியமா சொல்லிடு, இனிமே என்னைத் தொடையில கிள்ள வேண்டாம், பெரம்பு வச்சு எவ்வளவு வேணா அடிங்க பரவாயில்லன்னு சொல்லிடு''

கணேசன் சொன்னது சரிதானென்று எனக்கும் புரிந்தது. மீதி எல்லாப் பாடங்களையும் நன்றாகப் படிக்க முடிகிற என்னால் கணக்கை மட்டும் கற்றுக் கொள்ள முடியாமல் போவது எதனால்? மிக நிச்சயமாக அதைக் கற்றுத் தரும் வாத்தியாரிடம் உள்ள பயம்தானே! கணேசன் சொன்னதுபோல நான் சுப்ராயன் சாரிடம் கொஞ்சம் மிரட்டும் தொனியில் தனியாகச் சொன்னேன். அப்போது ஸ்டாஃப் ரூமில் வேறு யாரும் இல்லை.

''சார் இனிமே என்னக் கிள்ளாதீங்க, தப்பு பண்ணினா கையில அடிங்க''

சார் என்னை முறைத்துப் பார்த்தார். மேலும் கடுமையான குரலில் நான் சொன்னேன்.

''இல்லன்னா நான் ஹெட்மாஸ்டர்கிட்ட சொல்லிடுவேன்''

விஷயம் முடிந்தது. அதன்பிறகு ஒருநாளும் சுப்ராயன் சார் என்னைக் கிள்ளவில்லை. இப்படியொரு வழி சொல்லித்தந்த கணேசனை நான் என்றும் மறந்ததில்லை.

ஹேமலதாவின், தங்கமணியின், மேரிலில்லியின் தெய்வங்களை நான் வீட்டில் கொண்டுவந்து வைத்தேன். பழக்கமில்லாத செய்கைகளைப் பார்த்து அப்பா என்னை விசாரிக்கத் தொடங்கினார்.

"கடவுள் இல்லாமலிருப்பதுதான் எல்லாப் பிரச்சனைகளுக்கும் காரணம்"

அப்பா சிரித்துக் கொண்டே சொன்னார். "இந்த உலகத்திலுள்ள எல்லாக் கடவுள்களையும் நாம வீட்டில் கொண்டுவந்து வைக்க முடியாது உமா. அவங்கெல்லாம் அவங்கவங்க இடத்தில் இருக்கட்டும், ஒரு விஷயம் மட்டும் நியாபகத்தில் வச்சுக்கோ. எல்லாக் கடவுளும் ஒண்ணுதான், பல பேர்களில் அறியப்படுகிறார்கள், அவ்வளவுதான்"

அப்பா பேசுவதொன்றும் புரியவில்லையென்ற பாவனையில் நான் அவரை முறைத்துப் பார்த்தேன்.

"ஆமாம், கடவுள்கள் தமக்குள் சண்டையிட்டுக் கொள்வதில்லை. ஒவ்வொரு கடவுளின் பேரிலும் நாம்தான் சண்டையிட்டுக் கொள்கிறோம்"

அப்பா பேசுவதற்கிடையிலும் ஒவ்வொரு கடவுளையும் ஒவ்வொரு இடத்தில் பிரதிஷ்டை செய்யும் அவசரத்திலிருந்தேன் நான்.

மூன்று

சோழ ராஜா கனிக்கண்ணனின் அரண்மனையில் விலங்கிடப்பட்ட உறையூர் மணிவண்ணன் தன்னைத் தண்டிக்க ஆயத்தமாகும் அரசருக்கெதிராக சப்தமெழுப்புகிறார். எம்.ஜி.ஆர் மணிவண்ணனாக வேடமேற்றிருந்தார். அவருடைய ஒவ்வொரு டயலாக்கிற்கும் நிற்காமல் கைதட்டல் உச்சம் தொடுகிறது. கைகளைப் பின்னால் கட்டி அதற்கிடையில் நீளமான தண்டம் பிடித்து, கழுத்தில் பெரிய சங்கிலிகள் இணைத்துக் கட்டி வைத்து எம்.ஜி.ஆரை தண்டிப்பதை என்னால் சகித்துக்கொள்ள முடியவில்லை. அவரை அப்படிக் கட்டி வைத்திருப்பதையே என்னால் பார்க்க முடியவில்லை.

'லஷ்மி டெண்ட் கொட்டா' என்ற சினிமா கொட்டகையில்தான் மன்னாதிமன்னன் ஓடிக் கொண்டிருந்தது. சினிமா பார்க்க அது மட்டுமே வழி. ஒரு சினிமாவே மூன்று வருடங்களாக ஓடிக் கொண்டிருந்த காலமது. ஐந்து வயதிலிருந்தே எனக்கு சினிமா பைத்தியம் தலைக்கேறியிருந்தது. எம்.ஜி.ஆர்.தான் முதலில் மனசை நிறைத்த ஹீரோ. எம்.ஜி.ஆரைப் பார்ப்பதற்காக மட்டுமே தினமும் சினிமாவிற்குப் போவேன். வீட்டிலிருந்து அதிக தூரத்திலில்லை சினிமா கொட்டகை. ஒரு ஓலைக் குடிசை. ஸ்கீரினின் முன்னால் குவித்து வைத்திருந்த மணல் மேடுதான் இருக்கைகள். ஐம்பது பைசா

தரை டிக்கெட். அதற்குப் பக்கத்திலிருக்கும் பெஞ்சில் உட்கார ஒரு ரூபாய் கொடுக்க வேண்டும். ஒரு ரூபாய் இருந்தாலும் பெஞ்சில் உட்கார்ந்து படம் பார்க்க எனக்குப் பிடிக்காது. மண்ணில் உட்கார்ந்து படம் பார்க்கப் பரம சுகமென்றில்லை. ஸ்கிரீனுக்குப் பக்கத்தில் உட்கார்ந்தால் எம்.ஜி.ஆரை இன்னும் நெருக்கத்தில் பார்க்கலாம் இல்லையா! முதல் ஒன்றிரண்டு நாட்களில் மட்டுமே டிக்கெட் எடுத்திருப்பேன். பிறகு அங்கு ஸ்திரமான டிக்கெட் நான் என்ற வரையில் எந்தக் கூச்சமுமில்லாமல் உள்ளேப் போய் உட்கார்ந்து சினிமா பார்ப்பேன். கதவுக்குப் பக்கத்தில் டிக்கெட் கிழித்துக் கொடுப்பவருக்கும் அதில் ஏதும் சங்கடமில்லை. சில நாட்களில் கூட்டாக தங்கமணியும் வருவாள். தங்கமணியின் அம்மா இதற்கெல்லாம் கண்டிப்பான சில விதிமுறைகளை வைத்திருந்தாள். பெண் பிள்ளைகள் தனியாக சினிமா பார்க்கப் போகக் கூடாது. அடக்கம், ஒடுக்கமெல்லாம் பெண்ணின் அலங்காரம். அந்தக் கட்டுக்குள் அடங்காதவர்கள் அவிழ்த்துப் போட்டு ஆடும் எதற்கும் துணிந்தவர்கள் என்பது அவரின் தீர்மானம். இப்படியாக பெண்ணின் லட்சணங்களை சொற்பொழிவாய்ச் சொல்வதில் தங்கமணியின் அம்மாவிற்குப் பெரும் திறமை இருந்தது. அதனால் தங்கமணிக்கு அடக்கமும் ஒடுக்கமும் அவள் வளர்வதற்கு முன்பாகவே வளர ஆரம்பித்திருந்தது.

''சூப்பர், அடிங்க, நல்லா அடிங்க'' ஒரு முறை எம்.ஜி.ஆர். எதிராளிகளை அடித்து மண் கவ்வ வைப்பதைப் பார்த்தபோது முன்னாலிருந்து நான் சத்தமாய்ச் கத்தினேன். தரை டிக்கெட்டில் உட்கார்ந்திருந்ததால் ஆவேசம் வந்து மண்ணை வாரி இறைத்தேன்.

''ஏய், உமா என்னடி இது, ஏண்டீ இப்படி மண்ணையெல்லாம் எடுத்துப் போடற? எல்லார் மேலயும் விழுது பாரு''

மண்ணை வாரித் தூற்றி அடிக்கும் என் கையை பலமாகப் பிடித்தபடி தங்கமணி என்னை அடக்கினாள். அவளுடைய

கண்டிப்பை ஒரு காதில் கேட்டு மறு காதில் பறக்க விட்டேன். யாரெல்லாமோ திட்டியபோதும் எம்.ஜி.ஆர் மீது படர்ந்திருக்கும் ஆராதனை அதிகமானதேயல்லாமல் குறையவேயில்லை. எம்.ஜி.ஆர். எதிரிகளை அடித்து நொறுக்கும் போதெல்லாம் நான் ஆவேசமுடன் மண் வாரி இறைப்பதை நிறுத்த முடிந்ததுமில்லை.

''நான் ஆணையிட்டால்

அது நடந்துவிட்டால்

இந்த ஏழைகள் வேதனைப் படமாட்டார்

உயிருள்ளவரை ஒரு துன்பமில்லை

அவர் கண்ணீர் கடலிலே விழமாட்டார்''

'எங்க வீட்டுப் பிள்ளை' சினிமாவில் வரும் இந்தப் பாட்டை பள்ளிக் கூட நோட்டுப் புத்தகத்தில் எழுதி வைத்து மனப்பாடம் செய்தேன். வெள்ளை பேண்டும் கருப்புச் சட்டையும் போட்டுக்கொண்டு கையில் சாட்டையும் பிடித்தபடி எம்.ஜி.ஆர். பாடும் பாட்டை நான் எப்போதும் பாடியபடி அலைந்து திரிந்தேன்.

''ஏண்டி உமா, இந்தப் பாட்ட டி.எம்.சௌந்தரராஜன் சார்தான பாடியிருக்கார், என்னமோ உன்னோட எம்.ஜி.ஆர். பாடியதுன்னு நெனச்சியா? எம்.ஜி.ஆர். நடிக்க மட்டும்தான் செய்வார்''

எம்.ஜி.ஆரை எனக்கு அவ்வளவு பிடிக்கும் என்பதால் அப்பா என்னைத் திருத்தவும் முயற்சித்தார். ஆனால் இந்த விஷயத்தில் அவர் விவரம் புரியாதவர் என்பதுதான் என் நிலைப்பாடாக இருந்தது.

''இல்லப்பா, எம்.ஜி.ஆர். தான் அந்தப் பாட்டை பாடியிருக்கார்''

எப்போதும் என் நாட்கள் நடிப்பும் பாட்டுமாகவே கழியும். அப்பாவின் தலை துடைக்கும் துண்டைத்தான் நான் சாட்டைக்குப் பதில் பயன்படுத்தியிருந்தேன். துண்டை எடுத்துச் சுழற்றி அப்பாவிற்கு

எதிரில் எம்.ஜி.ஆரைப் போலச் சுழன்று நிற்பேன். அப்பா அதைப் பார்த்துச் சிரித்துக்கொண்டே போய்விடுவார்.

வீட்டிலிருந்து லஷ்மி தியேட்டருக்குப் போகும் வழியில் ஒரு சுடுகாடு இருக்கிறது. அதன் முடிவில் ஒரு திருப்பம். இரவுகளில் சுடுகாட்டில் வலம் வந்த கதைகள் அந்தப் பகுதிக்குப் பெண்கள் வருவதைத் தடை செய்திருந்தன. ஆனால், நான் சினிமா பார்க்க அந்த வழியைத்தான் பயன்படுத்தியிருந்தேன். லஷ்மி டெண்ட் கொட்டாயில் நான் படம் பார்க்க எப்போதும் தனியாகப் போவது கிட்டத்தட்ட அங்கிருக்கும் எல்லோருக்குமே தெரிந்திருந்தது. அப்பாவின் சம்மதம் இருப்பதால் யாரும் பெரிதாய் ஒன்றும் சொல்லவில்லை. தங்கமணியின் அம்மா மட்டும் அவ்வப்போது அப்பாவைக் கூப்பிட்டு உபதேசிப்பார்.

''என்னங்க இது,, சின்னப் பொண்ணு, அதும் பொம்பிளப் பொண்ணு, இப்படித் தனியா சினிமாக்கு அனுப்பறீங்க? என்னா எடம் இது, அர்த்த ராத்திரில வருது?''

அவள் அடுத்ததாகச் சொல்லப்போகும் அடக்கமான பெண்ணுக்கான லட்சணங்களைத் தெரிந்து கொண்ட அப்பா நடுவில் புகுந்து பேச்சை உடைத்தெறிவார்.

''பிரச்சனையில்லங்க, இது நம்ம ஏரியாதானே, இதிலென்ன பயம்?''

அது அந்த அம்மாவுக்குக் கொஞ்சமும் பிடிக்கவில்லை. ''ஓ. இப்பத்தான் தெரியுது, இப்படிச் செல்லம் கொடுத்துச் செல்லம் கொடுத்து இந்தப் பொண்ணக் கெடுத்து வச்சிருக்கீங்க நீங்க''

சாத்தானிடம் வேதம் ஓதுவது போலத்தான் அப்பாவிடம் இதைச் சொல்வதென்று தங்கமணியின் அம்மாவிற்குப் புரிந்தாலும் அவ்வப்போது அப்பாவிடம் பேசிக்கொண்டுதான் இருந்தாள்.

அன்றிரவும் தனியாக 'படகோட்டி' படத்திற்குப் போயிருந்தேன். எம்.ஜி.ஆரும் சரோஜாதேவியும் எம்.என். நம்பியாரும் நடித்த சினிமா. மூன்றாவது முறை பார்க்கிறேன். இரண்டு குழுவினருக்கும் நடுவே நடக்கும் மோதல்தான் கதை. எம்.ஜி.ஆர். நன்மையின், காருண்யத்தின் மறு உருவம். காதலியான சரோஜாதேவியின் கதாப் பாத்திரத்தை நோக்கி எம்.ஜி.ஆர். பாடும் பாட்டைப் பாடியபடிச் சுடுகாட்டுச் சாலை வழியாக நடந்துபோய்க்கொண்டிருந்தேன்.

"தொட்டால் பூ மலரும்

தொடாமல் நான் மலர்ந்தேன்

சுட்டால் பொன் சிவக்கும்

சுடாமல் கண் சிவந்தேன்"

நேரம் அப்போது இருட்டத் தொடங்கியிருந்தது. யாருமில்லாததால் சத்தமாய்ப் பாடியபடி நடந்தேன்.

"தொட்டால் பூ மலரும்"

சட்டெனக் கேட்ட அலறல் சத்தத்தால் அதிர்ந்தேன்.

அது ஒரு ஆளின் சத்தமில்லை, நிறைய பேரின் சத்தம். என்னை அறியாமலேயே பாட்டின் சத்தம் நின்று போயிருந்தது. என் தொண்டை வறள ஆரம்பித்தது. இரவு. சவ அடக்கம் செய்யப்படும் ஒரு விதமான அமானுஷ்யமான இடம். பயப்பட வேறெதுவும் வேண்டுமா என்ன? கால் பெருவிரலிலிருந்து உச்சிவரை பயம் ஊடுருவியது. கண்ணை மூடி ஓட எத்தனித்தபோது மீண்டும் அலறல். ஆனால், இந்த முறை அலறல் சத்தம் தனியாகக் கேட்டது. அதுவும் ஒரு வளைவிலிருந்து கேட்டது. திரும்பி ஓட முயன்றபோது கூட்டமாய் சிரிப்புச் சத்தம் கேட்டுத் திரும்பிப் பார்த்தேன். அப்போதுதான் மூச்சு சீராக வரத் தொடங்கியது.

"என்னடி நல்லா பயந்து போயிட்டியா? பேய்ன்னு நெனச்சியா?

உன்ன பயமுறுத்தத்தான் நாங்க இப்படி ஒண்ணா வந்தோம்"

அது அங்கேயிருக்கும் அண்ணன்களின் வேலையாக இருந்தது. அதனாலெல்லாம் லஷ்மி கொட்டாய்க்கும் எனக்குமுள்ள பந்தத்தை விட்டொழிக்க முடியவில்லை. இரவுகளில் நான் தனியாகத்தான் சினிமாவிற்குப் போயிருந்தேன்.

எம்.ஜி.ஆர். என்னால் ஆராதிக்கப்பட்ட புருஷனாக மாறினார். சினிமா பாட்டுப் புத்தகம் வாங்கி எம்.ஜி.ஆரின் பாட்டுக்களைப் பாடிச் சிதறடித்தேன். எம்.ஜி.ஆரின் ஒவ்வொரு டயலாக்கும் தத்துவங்களாக எனக்குள் பதிந்தன. தமிழ் மக்களின் சுபாவ உருவாக்கத்திற்காக எம்.ஜி.ஆர். எடுக்கும் நிலைப்பாடுகள் என்னால் மட்டுமல்ல, மக்களாலும் ஆராதிக்கப்பட்டன. அவர் நடிக்கும் படங்களில் பெரும்பாலும் சமூகத்தை ஒருபடி உயர்த்தப் பாடுபட்டிருப்பார். அவர் ஏற்று நடித்த கதாபாத்திரங்களில் எல்லாம் நியாயத்திற்கும் நீதிக்கும் வேண்டிப் போராடுபவராகயிருந்தார். சத்தியமும் தர்மமும் உயர்த்திப் பிடிக்கப்பட்டன.

இறுதி வெற்றி அவற்றை ஊன்றிப் பிடிப்பதாகவே இருந்தன. அவர் பாடி நடித்த பாட்டு வரிகளில் கூட எல்லோரையும் நேர்வழிப்படுத்தும் போக்கு இருந்தது.

"திருடாதே பாப்பா திருடாதே..."

திருட்டுத்தனம் வேண்டாமென்று குழந்தைகளை உபதேசிப்பது அந்தப் பாட்டு.

"திருடனாய்ப் பார்த்து திருந்தாவிட்டால்

திருட்டை ஒழிக்க முடியாது"

திருடனைத் திருத்த திருடனால் மட்டுமே முடியும். வேறு யாரும் எவ்வளவு முயன்றாலும் முடியாது என்று சொல்லிக் கொடுக்கும் பாட்டு.

"தூங்காதே தம்பி தூங்காதே"

இப்போது தூங்கினால் பிறகெப்போதும் உறக்கமில்லாத நாட்களில் உழல வேண்டுமென்ற குழந்தைகளுக்கான அறிவுரைப் பாடல்.

நான் ஆறாவது படித்துக் கொண்டிருக்கும்போதுதான் எம்.ஜி.ஆர். கதிர் மில் பள்ளிக்கு வந்தார். பள்ளியின் ஆண்டுவிழாவில் பங்கெடுக்க வந்த அவருக்கு நான் ரோஜாப்பூ கொடுத்து வரவேற்றேன். பூ கொடுத்தபோது நான் அவருடைய கைகளைத் தொட்டேன். அவர் என் கன்னத்தில் ஒரு முத்தம் கொடுத்தார். ஆராதிக்கும் ஒரு மனிதனைப் பக்கத்திலிருந்து பார்ப்பதும் தொடுவதும் அவர் எனக்கு முத்தம் தருவதும், இதற்கும் மேலான பாக்கியம் வேறேதுமுண்டா என்ன?

சின்ன வயதிலிருந்து தமிழ் நன்றாகப் பேசுவதால் சில நல்லதும் நடந்தன. தேர்தல் நேரத்தில் மைக்கில் விளம்பரம் செய்வதற்காக என்னைக் கூப்பிட்டார்கள். யாருக்காக நான் ஓட்டு கேட்டேன் தெரியுமா! சாட்சாத் என் ஆதர்ஷ புருஷன் எம்.ஜி.ஆருக்காகத்தான்.

"பேரன்புடைய பெரியோர்களே தாய்மார்களே

உங்களின் பொன்னான வாக்குகளை

இரட்டை இலைச் சின்னத்தில் வாக்களித்து

புரட்சித் தலைவர் டாக்டர்.எம்.ஜி.ஆர். அவர்களை

வெற்றிபெறச் செய்யுமாறு கேட்டுக்கொள்கிறேன்.

உங்கள் ஓட்டு இரட்டை இலைக்கே

போடுங்கம்மா ஓட்டு ரெட்டை இலையப் பாத்து"

எங்கள் சின்ன நகரத்தின் எல்லா திசைகளிலும் தெருமுனைகளிலும் என் குரல் உரத்துக் கேட்டது.

‘‘அது நம்ம உமாதானே. ஆமா, கம்பௌண்டர் பாலனின் கொழந்தை’’

ஜீப்பில் உட்கார்ந்து மைக் பிடித்து ஓட்டு கேட்கும்போது என்னைப் பார்த்து ஊர்க்காரர்கள் பேசிக் கொண்டார்கள். ஆட்கள் கவனிப்பது தெரிந்தால் இன்னும் கொஞ்சம் கௌரவம் கூடிப்போய் இன்னும் கொஞ்சம் உரக்கப் பேசுவேன்.

‘‘போடுங்கம்மா ஓட்டு, இரட்டை இலையப் பாத்து’’

காலை முதல் மாலை வரை பேசினால் ஐந்து ரூபாய் கிடைக்கும். ஐந்து ரூபாயல்ல என் நோக்கம், எம்.ஜி.ஆருக்காக ஓட்டு கேட்கிறோம். எவ்வளவு பெரிய சந்தோஷம்.

சினிமாவில் மட்டுமல்ல, முதலமைச்சர் ஆனபிறகும் ஏழைகளின் மேல் அவருக்கான கருணையை வாழ்க்கை முறையாகப் கடைபிடித்தார். சத்தியமும் தர்மமும் நீதியும் எவ்வளவு இன்றியமையாதது என்று தெளிவுபடுத்தினார்.

எம்.ஜி.ஆர். இறந்தபோதுதான் அதிகம் அழுதிருக்கிறேன். அன்று முழுவதும் அழுதழுது எனக்கு ஜுரம் வந்தது. மெரினாவில் எம்.ஜி.ஆர். சமாதியில் லட்சக்கணக்கான ஆட்கள் வந்து சேர்கிறார்கள். அவரின் சமாதியில் வணங்கி அவரிடம் தன் வேதனையைச் சொல்லித் தீர்க்கும் மனிதர்கள். சிலர் அவருடைய கல்லறையில் காது வைத்து கேட்பார்கள். அதற்குள்ளேயிருந்து டிக். டிக். என்ற சீரான சத்தம். எம்.ஜி.ஆர். அவர்களிடம் ஏதேதோ சொல்கிறார்கள் என்று சிலர் இப்போதும் நம்புகிறார்கள். அடக்கம் செய்யும்போது அவருடைய கையிலிருந்த கைக்கடிகாரம் இப்போதும் ஓடிக் கொண்டிருக்கிறதென்றும் சிலர் சொல்கிறார்கள்.

எம்.ஜி.ஆர். இறந்துவிட்டார் என்று நம்ப முடியாத சிலராவது இன்னும் பழைய தலைமுறையில் இருக்கிறார்கள். எம்.ஜி.ஆர். எனும் யதார்த்தம் இனி இல்லையென்ற புரிதல் வந்தாலும் சில நேரங்களில்

அவர் சொன்ன ஒவ்வொரு டயலாக்கும் என்னிடமே நேராகச் சொன்னது போலவே தோன்றும்.

'நீயும் சேர்ந்து வாழும் இந்தச் சமூகத்தில் உனக்கு சில கடமைகள் உண்டு. அதை மறந்துவிட்டு உன் வேலைகள் மட்டும் பார்த்தால் நாமும் நாடும் நன்றாக இருக்கமாட்டோம்'

வலது கையில் ஒரு ரோஜாப் பூவையும் பிடித்து அற்புதத்தைப் பார்த்துவிடும் பேராசையில் நின்றிருந்த என் கன்னத்தில் முத்தம் தந்து எம்.ஜி.ஆர். என்னோடு சொன்னதுதானே இது! நான் அதை என் வாழ்வில் கொண்டு செல்லவேண்டாமா!

நான்கு

இருகூர் ரெயில்வே ஸ்டேஷனிலிருந்து சிந்தாமணிப்புதூரிலிருந்த என் வீட்டிற்கு ஒரு கிலோமீட்டர் தூரம் இருந்தது. வீட்டிலிருந்தாலே ரயில் வண்டியின் சத்தத்தைக் கேட்கலாம். இன்னும் நுட்பமாய் இரவுகளில் அது சங்கீதமாய் மாறும் உணர்வினை அனுபவிக்கலாம். சிந்தாமணிப்புதூரிலிருந்த வீடு தங்கமணியின் உறவினருடையது. நாங்கள் அங்கு வாடகைக்குக் குடியிருந்தோம். அந்தப் பகுதியில் பெரும்பாலும் மில் தொழிலாளிகளும் அவர்களுடைய குடும்பங்களும் மட்டுமே குடியிருந்தார்கள். எல்லாமே லைன் வீடுகள். மண் பிசைந்து கட்டின வீடுகள். சாணி மெழுகி மெருகேற்றிய தரை. சுண்ணாம்பு தேய்த்து வெளுப்பாக்கின சுவர்கள். அத்தியாவசியமான எல்லா வசதிகளோடும் கட்டப்பட்ட வீடுகள்.

தினமும் காலையில் எல்லா வீடுகளின் வாசல்களிலும் அரிசி மாவுக் கோலமிடுவோம்.

நானும் ஐந்து வயதிலிருந்தே கோலமிடக் கற்றுக் கொண்டேன். தங்கமணியின் அம்மா எனக்குக் கற்றுத் தந்தார். அவர்களுடைய திறமை என்னை ஆச்சர்யப்படுத்தியிருக்கிறது. அவர்களின் விரல்கள் வழி வரும் ஜாலங்கள் எத்தனையோ அற்புதங்களை நிகழ்த்தியதைப் பார்த்து நான் ஆச்சரியப்பட்டிருக்கிறேன். அப்படி ஒரு திறமை

எனக்குக் கை வரவில்லையானாலும் தினமும் காலையில் எழுந்து வாசல் பெருக்கி அரிசிமாவுக் கோலமிட்டிருந்தேன்.

அப்பாதான் என்னை மிகவும் ஊக்கப்படுத்துவார். இரவுநேர வேலை முடிந்து விடியற்காலையில் வீட்டிற்கு வருவார். நான் கோலமிடுவதைப் பார்க்க எனக்குப் பின்னால் ஒளிந்திருப்பார். சில நேரங்களில் எனக்கு உதவியாய் அரிசி மாவெடுத்துத் தருவார். சில நேரங்களில் உற்சாகத்தை மறைத்து வைக்காமல் உள்ளேயிருக்கும் அம்மாவிற்குக் கேட்கும்படி சத்தமாகச் சொல்வார்.

"உமா போட்ட கோலம் பாத்தியா? எப்படியிருக்கு பாரு? இந்தச் சின்னப் பொண்ணு போட்டதுன்னு யாராவது சொல்வாங்களா?"

அம்மாவின் பதிலுக்காகக் காதைத் தீட்டியபடி நான் காத்திருப்பேன். ஒருபோதும் அம்மாவின் வாயிலிருந்து நல்ல வார்த்தை வந்ததில்லை.

வாசலில் கோலமிடுவது அம்மாவிற்குப் பிடிக்காத காரியமல்ல. அதிகாலையில் எழுந்து வாசல் பெருக்கிக் கோலம் போடுவதை விடவும் கண்ணுக்கு மை எழுதுவதில்தான் அம்மாவின் மனம் சாய்ந்திருந்தது. சௌந்தர்யத்தைப் போஷித்துக் காப்பாற்றுவதில் அம்மா மிகவும் அக்கறையோடிருந்தாள். நல்ல நிறமுடனும் மெலிந்த தேகத்துடனும் அழகியாயிருந்தாள் என் அம்மா.

பழையனூரில் அம்மாவின் வீடு இருந்தது. அம்மாவிற்கும் தங்கமணி என்றே பெயர்.

'நம்பலாட்டு' வீட்டின் தங்கமணியை பாலகிருஷ்ணன் என்கிற என் அப்பா திருமணம் முடித்து சிந்தாமணிப்புதூருக்குக் கூட்டிக் கொண்டு வந்தார். கல்யாணத்தின்போது அப்பாவிற்கு மில் வேலை இல்லை. புண்ணியவனம் மருத்துவரிடம் உதவி செய்யும் வெறுமொரு கம்பௌண்டராக இருந்தார். டாக்டருடன் பெட்டியைத்

தூக்கிக்கொண்டு ஒரு வேலைக்காரனைப்போல் பின்னால் போகும் வேலை அம்மாவிற்குக் கொஞ்சமும் பிடிக்கவில்லை. ஊரிலுள்ளவர்கள் ப்ரியத்துடன் கம்பௌண்டர் என்று கூப்பிடுவதும் கூட அம்மாவுக்குப் பிடிக்கவில்லை. அம்மா அதை உள்ளே வைத்து வெந்துத் தணியவில்லை. பொங்கி வழிந்தாள். திருமணம் முடிந்த ஆரம்ப நாட்களில் இது பெரிய பிரச்சனையாக மாறியவுடன் அப்பா மில் வேலைக்குப் போக நிர்பந்திக்கப்பட்டார் என்று பின்னாட்களில் சொல்லக் கேட்டிருக்கிறேன்.

ஐந்து வயதிற்குப் பிறகான நினைவுகள் மட்டுமே என் மனதில் தங்கியிருக்கின்றன. மீதியெல்லாம் கேட்ட கதைகள். ஆனால் கேட்டவை கட்டுக்கதைகள் அல்ல என்பதைப் பிறகான வாழ்க்கை எனக்குத் தெளிவாகச் சொன்னது.

மில்லில் வேலைக்குப் போனாலும் அப்பா கம்பௌண்டர் வேலையை விட்டுவிடவில்லை. விடுமுறை நாட்களில் டிரங் பெட்டியைத் தூக்கிக்கொண்டு வெளியே போவார். கவுண்டர்களின் வீடுகளிலும் சக்கிலியர்களின் குடியிருப்புகளிலும் மருத்துவம் பார்க்கும் அப்பாவின் வருகைக்காய் அனேகர் காத்திருந்தார்கள். அப்பாவின் விரல்கள் பிடித்து இவ்வீடுகளுக்கெல்லாம் போய்த் திரும்பும்போது அம்மாவின் வரவேற்பு பலமாகயிருக்கும்.

''கண்ட இடத்திலயும் பொறுக்கித் தின்னுட்டு வருதுங்க பார் அப்பாவும் பொண்ணும், நீங்கதான் நாசமாப் போயிட்டீங்க, அந்தப் பொண்ணயாவது கூட்டிட்டுப் போகாம இருக்கலாம் இல்ல?''

அப்பாவைக் குற்றம் சொல்ல என்னைக் கருவாக்கியிருந்தாள் அம்மா. அதையெல்லாம் கண்டு கொள்ளாமலிருந்தார் அப்பா. அதனால் பெரிய பிரச்சனைகளெல்லாம் வழி மாறிப் போயிருந்தன.

சக்கிலியர் காலனியிலிருக்கும் பெண்களைப் பற்றியும் அவ்வப்போது ரகளை நடக்கும்.

"தின்னவும் துணிகட்டவும் இல்லன்னாலும் இதுங்களுக்கெல்லாம் எப்படித் தவறாம புள்ள பொறக்குதோ, அதுக்கு ஒரு கொறச்சலும் இல்ல"

குடும்பக் கட்டுப்பாட்டுக்காக யாரும் மெனக்கெட்டிருக்கவில்லை. சக்கிலியர் காலனியிலிருக்கும் நிலைமையை நேரில் கண்ட அப்பா அதற்காகவும் அங்கே வேலை பார்த்தார். அப்பாவின் இ.எஸ்.ஐ. கார்டைப் பயன்படுத்திப் பல நேரங்களில் அந்தப் பெண்களை மருத்துவமனையில் சேர்த்துப் பிரசவமும் குடும்பக் கட்டுப்பாடும் செய்து வைத்தார். மருத்துவமனையின் ஆவணங்களில் அந்தச் சக்கிலிக் குடிப் பெண்கள் பலரும் பாலகிருஷ்ணனின் மனைவிகளாகயிருந்தார்கள்.

"அவள்லாம் யாரு? அந்தக் கேடுகெட்ட சுத்தமில்லாத ஜென்மங்களையெல்லாம் பொண்டாட்டின்னு சொல்லி ஆசுபத்திரியில சேக்க உங்களுக்கு வெக்கமாயில்ல... தூ...?"

இதையெல்லாம் எப்படியாவது யார் மூலமாவது அம்மா தெரிந்து வைத்திருப்பாள். பிறகென்ன? துள்ளிக் குதித்து பத்ரகாளியாய் மாறிவிடுவாள். சில நேரங்களில் அப்பாவும் கட்டுப்பாட்டை மீறி வெடித்துச் சிதறுவார். அலங்காரங்கள் எல்லை மீறும்போது அப்பா அம்மாவைக் கிடுக்கிப் பிடி போடுவார். வெறுமொரு மில் தொழிலாளியின் மனைவி மில் ஓனரின் மனைவி போல நடந்துகொள்ள ஆசைப் படக்கூடாது என்று அப்பா அதைக் கண்டிப்பார். அப்பா கேட்பதில் அர்த்தமில்லாமல் இல்லை.

பலவிதமான டிசைன்களில் அம்மா புடவை வைத்திருப்பாள். கேசவர்த்தினி தைலத்தை முடிக்குத் தேய்ப்பாள். மூக்கைத் துளைத்து உள்ளே புகும் வாசனை. முகத்தில் 'வீக்கோ டர்மரிக்' க்ரீம் தடவிப் பௌடரும் பூசி, லிப்ஸ்டிக்கும் போட்டுக்கொண்டுதான் அம்மா வெளியே போவாள். துணிக்கடைக்கும் சந்தைக்கும் போக எதற்காக

இந்த வேஷம் கட்ட வேண்டுமென்று அப்பா கேட்பார். அதைக் கேட்கும் போதெல்லாம் அம்மா அதே பழைய பல்லவியையே பாடுவாள்.

"நல்லா வெளியப் போகக் கத்துக்கணும். அதில்லாம கண்ட தோட்டிக் கொழந்தைகளோட மூக்கு சிந்தியும், கவுண்டர் வீட்டு கிழங்களின் பழுத்து சீழ் வடியும் புண்களைத் தோண்டியும் வாழ்க்கை முடிஞ்சிரக் கூடாது"

அத்துடன் அப்பா நிசப்தனாகி விடுவார். அப்பாவின் வாயை அடைக்க இதைவிடக் கூர்மையான கத்தி இல்லையென்று அம்மாவிற்குத் தெரியும்.

கவுண்டர்களின் வீட்டிற்குப் போய்விட்டுத் திரும்பி வரும்போது வீட்டிற்குள் வருவதற்கு முன் பின்பற்ற வேண்டிய சில நிபந்தனைகள் இருந்தன. கைகளையும் கால்களையும் முகத்தையும் சோப்பு தேய்த்து நன்றாகக் கழுவாமல் உள்ளே வரக் கூடாது. இந்த வீடுகளிலிருந்து கிடைக்கும் எந்தப் பொருளையும் வீட்டிற்குள் கொண்டு வரக்கூடாது. அரிசியும் கேழ்வரகும் பலகாரங்களும் எதுவாக இருந்தாலும் அனுமதியில்லை.

இந்தக் கட்டளைகளையெல்லாம் அப்பா நல்ல பிள்ளையைப் போல கேட்டுக்கொண்டார். அதற்கு அவர் மேற்கொண்டிருந்த சகிப்புத் தன்மை, உலக நன்மைக்காக வேண்டியிருந்தது.

இரண்டு கையையும் சேர்த்து அடித்தால்தான் சத்தம் ஏற்படும் என்பதே அப்பாவின் தத்துவம். ஆனால் அதொன்றும் எல்லா நேரங்களிலும் பொருந்திப் போகவில்லை. அம்மாவும் அப்பாவும் கருத்து வேறுபாட்டுடன் தான் எப்போதும் வாழ்ந்தார்கள். அந்தப் பொருத்தமின்மை எங்கள் நான்கு சுவர்களுக்குள் மட்டும் ஒதுங்கி உள்ளடங்கவில்லை. நானும் தங்கமணியும் தோழிகளோடு தெருவில் விளையாடிக் கொண்டிருக்கும்போது தங்கமணியின் அம்மா எங்கள்

வீட்டுச் சண்டையின் துருப்பு கிடைக்க வேண்டி என்னிடம் மெல்ல பேச்சைத் தொடங்குவார். விளையாட்டில் ஆர்வமுடன் நானிருப்பதால் ஒருபோதும் அவருக்கு என்னிடமிருந்து ஏதும் கிடைத்ததில்லை.

சிந்தாமணிப்புதூரில் உற்சவக் காலங்களில் நடக்கும் 'அண்ணன்மார்கதை' சொல்லும் நிகழ்வு தொடங்கவிருந்தது. வருடத்திற்கொரு முறை இப்படிக் கதை சொல்லும் கூட்டம் எங்கள் ஊருக்கு வரும். பல வேஷங்கள் கட்டிக் கதை சொல்லும் இவர்கள் நான்கைந்து கதைகளைச் சொல்வார்கள். சாயந்தரங்களில்தான் நிகழ்ச்சி. வீட்டு வேலைகள் எல்லாம் முடித்து வீட்டிலுள்ள பெண்களும் ஆண்களும் குழந்தைகளுமாகக் கதை நடக்கும் இடத்தில் கூடுவார்கள். நான்கு பேர் வேஷம் கட்டுவார்கள். பெண் வேஷம் கட்ட ஒரு ஆள். மற்றொரு ஆள் கொட்டுக்காரன். மீதி ரெண்டுபேர் பாட்டுப்பாடி கதை சொல்பவர்கள். இவர்களுக்குச் சாப்பாடும் தங்கும் வசதியும் கதை சொல்லப்போகும் இடங்களில் இருப்பவர்கள் ஏற்பாடு செய்தார்கள். எங்கள் ஊருக்கு வந்தபோது நாங்கள் ஒவ்வொரு வீடுகளிலிருந்தும் ஒவ்வொருநாளும் சாப்பாடு அனுப்பியிருந்தோம். எங்கள் முறை வந்தபோது அம்மாவின் சமையலே மாறிப் போனது. சாதரணமாக வீட்டில் செய்வதை விடக் கூடுதலாக விதவிதமான பட்சணங்கள் அவர்களுக்காகத் தயாராயின.

கதை சொல்லும் கூட்டத்தினருக்கும் அம்மாவிற்கும் நல்ல நெருக்கம் ஏற்பட்டது. நல்ல ருசியுடன் உணவு தரும் வீடென்பதைத் தாண்டி அந்தக் குழுவினருக்கு ஏதுமிருப்பதாய் தோன்றவில்லை. அவர்களுக்குப் பாலும் முட்டையும் கொடுத்து இன்னும் நெருங்கினாள். நல்லவன் வாழ்க, சிலப்பதிகாரம் போன்ற கதைகளைத்தான் அவர்கள் சொல்லியிருந்தார்கள். குழுவில் பெண் வேடமிட்டவர் மிகுந்த அழகோடிருந்தார். பெண் வேடமணியும்போது ஊரிலிருக்கும் பெண்களே பொறாமைப்படுமளவிற்கு சௌந்தர்யத்தோடு இருந்தார். ஒவ்வொரு கதையையும் சொல்லி

ஆடும்போது பார்வையாளர்கள் தரும் நன்கொடைதான் அவர்களுக்கு வருமானம். ஒரு மாதத்தில் கணிசமான தொகை சேரும். மீண்டும் அடுத்தமுறை வரும்போது புதிய கதைகளைத் தயாரித்துக் கொண்டுவருகிறோம் என்று சாப்பாட்டிற்கும் தங்கும் வசதி செய்து கொடுத்ததற்கும் நன்றி சொல்லிவிட்டு அவர்கள் பயணத்திற்குத் தயாரானபோது ஒரு உற்சவகாலம் முடிந்து எல்லா சந்தோஷங்களும் உதிர்ந்தது போல குழந்தைகள் விசனப்பட்டோம். ஆனால் அந்த அண்ணன்மார்கள் போன சிறிது நேரத்திலேயே வீட்டில் சத்தமும் கூச்சலும் கேட்டவுடன் அதை மறந்து போனோம்.

வழமையில்லாமல் அப்பாவின் குரல் உயர்ந்து கடுத்திருந்தது. அதைவிட விசித்திரமாய் அம்மாவின் மௌனம் எங்களை ஆச்சரியப்பட வைத்தது. அம்மாவின் அசாத்ய மௌனமும், அப்பாவின் துள்ளித் துடித்தெழும் கோபமும், எனக்கு ஒன்றுமே புரியவில்லை. சிறிதுநேரம் கழித்து தங்கமணியின் அம்மா ஏதோ ரகசியமாய்ச் சொன்ன பிறகுதான் இதற்கெல்லாம் கதை சொல்லும் கூட்டத்தில் பெண் வேடமிட்ட ஆள்தான் காரணம் என்று புரிந்தது. அப்போதுதான் அப்பா வேலையிலிருந்து திரும்பியிருந்தார். அப்பாவை எதிர்பார்த்து வீட்டுத் திண்ணையிலேயே உட்கார்ந்திருந்தார் தங்கமணியின் அம்மா. அப்பாவைப் பார்த்ததும் அவள் துள்ளி எழுந்தாள். அப்பாவின் பக்கத்தில் போய்ச் சுற்றுமுற்றும் பார்த்து, குரல் தாழ்த்திப் பேசினாள்.

''இங்கப் பாருங்க, நான் சொல்றதைக் கொஞ்சம் பொறுமையாய் நீங்க கேக்கணும். நான் இதை உங்ககிட்ட சொல்லியே ஆகணும். அந்த அண்ணன்மார் கதயில பெண் வேஷம் போட்டவரு போகும்போது சொன்னாரு''

தங்கமணியின் அம்மா குரல் தாழ்த்திப் பேசின பேச்சைக் கேட்டபோதே அப்பா இயல்பை மீறிப் பதட்டமானார். அண்ணன்மார்

கதை சொல்லும் கூட்டத்தில் பெண் வேடமிட்டவர்... என்ன சொல்ல...

அப்பா அவரைக் கேள்வி பாவத்தில் பார்த்தார். சுற்றிலும் பார்த்தபிறகு யாருமில்லையென்று தெரிந்தபிறகு தங்கமணியின் அம்மா சொன்னார்.

"அவன் என்ன சொன்னான் தெரியுமா? எனக்கும் மனைவியும் மூணு கொழந்தைகளும் இருக்காங்க. இதுதான் எனக்கு வருமானம். இங்கயும் இந்த மாதிரி பிரச்சனைன்னா எனக்கும் என் குடும்பத்திற்கும் கஷ்டம் தானே...?"

ஒன்றும் புரியாதமாதிரி அப்பா நின்றார். அந்த அம்மாள் தெளிவாய்ச் சொன்னார். "கூட வந்துடட்டுமா?" என்று அந்தப் பெண் வேடமிட்ட ஆளிடம் அம்மா கேட்டாளாம். அதைக் கேட்டு பயந்த அந்த ஆள் தங்கமணியின் அம்மாவிடம் கெஞ்சியிருக்கிறான், அடித்துத் துன்புறுத்த வேண்டாம் என்றும் சொல்லியிருக்கிறான்.

தோளிலிருந்து சரிந்து கீழே விழும் பையின் பிடியைச் சரிபடுத்திக் கொண்டு ஏதும் பேசாமல் அப்பா வீட்டிற்குள் வந்தார். தங்கமணியின் அம்மா மறுபடியும் கூப்பிட்டு உரக்கச் சொன்னார்.

"பாலா, இது உங்களுக்குத் தெரியணும், நீங்க தெரிஞ்சுக்கணும், அதுக்காகத்தான் உங்ககிட்ட சொல்றேன். அப்பறம் இதெல்லாம் எனக்குத் தெரியாதுன்னு சொல்லக்கூடாது"

சாந்தமான கடல் போல வீட்டிற்குள் ஏறி வந்த அப்பாவின் பாவ மாறுதல் சட்டென்றாக இருந்தது. அவமானமும் கோபமும் துக்கமும் ஒன்றாய்ச் சேர்ந்து வெடித்துச் சிதறின.

பாலும் முட்டையும் கூடிய விருந்தெல்லாம் ஏற்பாடு செய்தது இதற்காகவா?

எல்லாம் புரிந்திருந்தாலும் ஏதும் தனக்கானதல்ல என்பதுபோல அம்மா நின்று கொண்டிருந்தாள். அப்பா மட்டும் ஏதேதோ புலம்பிக்

கொண்டிருந்தார். உள்ளில் புகைந்து வந்த கோபத்தையெல்லாம் பேசித் தீர்த்தார். ஒரு வார்த்தை கூடச் சிந்தாமல் அம்மா எங்களை ஆச்சரியப்படுத்தினார்.

பொருத்தமில்லாத அந்தத் தாம்பத்திய வாழ்க்கை புயலாலும் அலையாலும் சூழப்பட்டிருந்தது. இதற்கிடையிலும் எனக்கு ஒரு குட்டித் தம்பி பிறந்தான். அவனுடைய ஜனனத்திற்குப் பிறகு அம்மாவின் ஆங்காரம் கூடியது. அவனுக்கு ஆறு மாதமானபோது இரண்டு குழந்தைகளையும் பார்த்துக்கொண்டு சும்மா உட்கார முடியாதென்று அப்பாவின் நிம்மதியைக் கெடுக்க ஆரம்பித்தாள். ஏதாவது வேலை வாங்கித் தரும்படி அப்பாவைக் கட்டாயப்படுத்தினாள். அப்பாவால் அதற்குக் கட்டுப்பட்டுப் போகாமலிருக்க முடியவில்லை. ‘பிரேம் காட்டேஜ் இண்டஸ்ட்ரீஸ்’ என்ற ஆங்கிலோ இந்தியன் கம்பெனியில் அம்மாவிற்கு டைப்பிஸ்டாக வேலை கிடைத்தது. ஸ்கூல் விட்டு வந்ததும் தம்பிக்குட்டனைப் பார்த்துக்கொள்ள வேண்டிய பாரம் என் மேல் இறக்கப்பட்டது. அதோடு என் விளையாட்டும் நின்று போனது.

வேலைக்குப் போய்விட்டு வரும் அம்மாவை எங்களால் பார்க்க முடியாமல் போனது. காலையில் வேலைக்குப் போனால் திரும்பி வரும்போது மாலை வெகு நேரமாகிவிடும். பிள்ளைகள் இருக்கிறார்களென்றோ அவர்கள் என்ன செய்வார்களென்றோ கவளை இல்லை. சனிக்கிழமை மதியம் வரை வேலை. அதற்குப் பிறகு ஆங்கிலோ இந்தியன் தோழிகளுடைய வீடுகளில் நடக்கும் விழாக்களில் பங்கெடுக்கப் போய்விடுவாள்.

உடன் வேலை பார்க்கும் ஃப்ளோராவின் வீட்டுப் பிறந்தநாள் விழாவிற்குப் போகவேண்டுமென்று அம்மா அன்று அவசர அவசரமாகத் தயாரானாள். வீட்டு விஷயங்களிலோ குழந்தைகள் குறித்தோ கவனம் செலுத்த முடியாத அம்மாவின் இந்தப் போக்கு ஆபத்தில் போய்த்தான் முடியுமென்று முன் கூட்டியே தெரிந்து

வைத்திருந்த அப்பா புத்திமதி சொல்லத் தொடங்கினார்.

''தங்கமணி உன்னோட இஷ்டத்துக்கு நீ வேலைக்குப் போற, உன்னோட ஆசைக்குத் தகுந்த மாதிரி கிடைக்கும் சம்பளத்த செலவு செய்யற. இதில் எல்லாம் எனக்கு ஒண்ணும் பிரச்சனையில்லை. இந்தக் குடும்பத்தைப் பற்றி உனக்கு ஏதாவது அக்கறை இருக்கா?''

ஆகாயமே இடிந்து வீழ்ந்தாலும் அது தன் மேல் விழாது என்ற அகங்கார பாவத்தில் அம்மா நின்று கொண்டிருந்தாள். அப்பா சொல்வதை கவனிக்காதது மாதிரி கண்ணாடியின் முன் நின்று தலை சீவிக் கொண்டிருந்தாள். பொறுமையிழந்த அப்பா கண்ணாடியில் தெரியும் பிம்பத்தைப் பார்த்துக் கத்தினார்.

''என்னயும் நீ மதிக்கறதில்ல, ஊரில உள்ளவங்களுக்காவது பயப்பட வேண்டாமா? இது ஒரு நாட்டுப்புறமான இடம்ங்கற நெனப்பாவது உனக்கு இருக்கா?''

கையிலிருந்த சீப்பைக் கண்ணாடிக்குத் தூக்கியெறிந்தபடி அம்மா கோபத்தில் அலறினாள். ''நான் யாருக்கும் பயப்பட வேண்டிய அவசியமில்லை, என்னோட இஷ்டத்துக்கு நான் இருப்பேன், பிள்ளைகளைக் கட்டிட்டு அழ வேற ஆளப் பாத்துக்கோ''

அம்மா துள்ளித் துடித்தாள். ஹிஸ்டீரியா நோய் பாதித்தவளைப் போல அலறினாள். மேசையின் மேலுள்ள பொருட்களையெல்லாம் தூக்கியெறிந்தாள். அறையின் ஒரு மூலையில் பாயில் படுத்துக் கொண்டிருந்த தம்பிக்குட்டன் பயந்து அழத் தொடங்கினான். நான் ஓடிப்போய் அவனுக்குப் பக்கத்தில் உட்கார்ந்து கொண்டேன். அருகிலிருந்த விளையாட்டுப் பொருளை எடுத்து அவனிடம் கொடுத்தேன். கோபத்தில் அவன் அதைத் தூக்கி எறிந்தான். சட்டெனக் கண்ணாடி உடையும் சத்தம் கேட்டு நான் அதிர்ந்து போனேன். உடைந்து சிதறும் கண்ணாடித் துண்டின் ஒரு பகுதி என்னருகிலும் வந்து விழுந்தது. பயந்து அழும் தம்பியின் உடலை அது

குத்திவிடுமோ எனப் பயந்து நான் அவனை அப்படியே என்னுடல் கொண்டு மூடினேன். கையில் அகப்பட்ட பித்தளைப் பாத்திரத்தை எடுத்தெறிந்து அம்மா முகம் பார்க்கும் கண்ணாடியை சில்லுச் சில்லாய் உடைத்திருந்தாள். எல்லாவற்றையும் நொறுக்கி அலங்கோலமாக்கின பிறகும் அவளுடைய ஆத்திரம் அடங்கவில்லை. அப்பா பலமாகப் பிடித்து உட்கார வைக்க முயன்றாலும் அம்மா கையை உதறிக்கொண்டு வெளியே ஓடினாள். கிணற்றின் கரைக்கு ஓடிய அம்மாவை அப்பா சர்வ சக்தியையும் பயன்படுத்திப் பிடித்திழுத்து வீட்டிற்குள் கொண்டு வந்தார். ஒரு விறைப்போடு அம்மா தரையில் உட்கார்ந்தாள். அவளின் இரண்டு கைகளையும் சேர்த்துப் பிடித்து அந்த முகத்தின் ஆங்கார பாவத்தைப் பொருட்படுத்தாமல் அப்பா பக்கத்தில் உட்கார்ந்தார்.

சித்த பிரமை பிடித்த மாதிரியோ நொடிப்பு வந்தது போலவோ அம்மா இருந்தாள்.

அது அவளுக்குச் சாதகமானது. பிறகெப்போதும் அம்மாவைத் தடுக்க அப்பா முற்பட்டதேயில்லை.

சுதந்திரத்தை முழுமையாய் அனுபவிக்க அம்மாவிற்கு வேலையும் விழாக்களும் அதிகமாகிக் கொண்டே வந்தன. சில நேரங்களில் ஏதாவது விழாக்களுக்கு என்னையும் கூட்டிக்கொண்டு போவாள். ஒருமுறை திருமண நிச்சயச் சடங்கிற்கு என்னையும் அழைத்துக்கொண்டு போனாள். அந்த வீட்டு ஹாலுக்குள் நுழைந்தபோது நான் கொஞ்சம் அதிர்ந்து போனேன். சிந்தாமணிப்புதூரின் மண்ணிற்கும் மனிதர்களுக்குமிருந்த மணமில்லை அது. மூச்சை உள்ளே இழுத்துக் கொண்டேயிருந்தால் கிறக்கம் கொள்ளவைக்கும் வாசனை. முட்டி வரைமட்டுமே நீண்டிருந்த பள பளவென்ற குட்டைப் பாவாடை அணிந்த பெண்கள். கோட்டும் சூட்டும் அணிந்த ஆண்கள். ஏறக்குறைய எல்லோருடைய கையிலும் மதுபானம் நுரைத்துப் பொங்கும் கண்ணாடி டம்ளர்கள்.

ஷாபு கிளித்தட்டில்

ஆட்டமும் பாட்டுமாக வித்தியாசமான காட்சி. அன்றுவரை பழக்கமேயில்லாத, பார்த்தேயறியாத காட்சிகள் என்னை ஈர்க்கவேயில்லை. எனக்கு அந்த வண்ண வெளிச்சத்திலிருந்து சிந்தாமணி புதூரின் மஞ்சள் வெயிலுக்கு இறங்கிப் போனால் போதுமென்றிருந்தது.

கூட்டம் இழந்த கடல் போல தற்காலிகமான அமைதி வீட்டிற்குள்ளிருந்தது. எந்த நேரத்திலும் பொங்கும் விதத்தில் காற்றும் கோளும் வீசிக் கொண்டிருந்தன. அப்பாவிற்கும் அம்மாவிற்கும் இடையிலிருக்கும் பந்தம் நாளுக்கு நாள் கேலிக்குரியதாக மாறிக் கொண்டேயிருந்தது. வெளியே ஒன்றும் சொல்லவில்லையானாலும் இரண்டு பேருக்கும் போருக்குத் தயாராகும் மனநிலைதான் இருந்தது. அம்மாவின் மதிக்காத தன்மை, அப்பாவை மிகவும் சோர்வடையச் செய்தாலும் எல்லாம் ஒருநாள் சரியாகுமென்று அவர் நம்பினார். அப்போதுதான் எங்களின் இரண்டு வீடு தள்ளி ஒரு புதிய வாடகைக்காரர் வந்து சேர்ந்தார்.

திருச்சியைப் பூர்வீகமாகக் கொண்ட பழனிச்சாமி. சரியான உயரமும் தாட்டிகமுமாக இருக்கும் பழனிச்சாமி கருப்பாக இருந்தாலும் பார்க்க வசீகரமாகயிருந்தார். ஏதாவது ஒரு வேலைதேடி சிந்தாமணிப்புதூருக்கு வந்து சேர்ந்தார். மில்லில் வேலை பார்த்துக் கொடுக்கிறேன் என்று உறுதிகொடுத்த ஆள் கை விரித்திருக்கிறார். எங்கும் ஓடிப் போய் வாழ முடியாத அவர் என்ன ஆனாலும் தாங்குவோம் என்ற மன உறுதியோடு ஒரு வீட்டை வாடகைக்குப் பிடித்துத் தங்கினார். மரியாதையான நடத்தையும் எல்லோரோடும் சட்டெனப் பழகும் சுபாவமும் அவருக்கு இருந்தது. ஒன்றிரண்டு நாட்களிலேயே அவர் அங்கேயே பல வருடங்களாய் வாழ்பவர்களைப் போல எங்களுடன் ஒன்று கலந்து போயிருந்தார். எல்லோரும் பழக்கமானவர்களும் நெருக்கமானவர்களும் ஆனதால் உணவிற்கு எந்தப் பிரச்சனையும் வரவில்லை. நாட்கள் அதிகமாகாமல் மில்லில் ஒரு வேலையும் கிடைத்தது. அப்பாதான் அதற்கும்

பரிந்துரைத்திருந்தார். அதிலிருந்து பழனிச்சாமியும் சிந்தாமணிப்புதூரின் அங்கமானார்.

பழனிச்சாமிக்கு எங்கள் வீட்டிலிருந்து உணவு தயார் செய்து கொடுத்தோம். அடுக்கடுக்கான கேரியர் கிண்ணங்களில் அம்மா சாப்பாடு கொடுத்தனுப்புவாள். நான்தான் அதைக் கொடுத்துவிட்டு வரவேண்டும். பழனிச்சாமியின் வீட்டில் நிறைய சினிமாப் பாட்டு புத்தகங்கள் இருந்ததால் எனக்கும் அது பிடித்திருந்தது. அவர் சாப்பிட்டு முடிக்கும்வரை நான் அதில் லயித்துப் போயிருப்பேன். இதற்கிடையில் அவர் என் வீட்டைப் பற்றியெல்லாம் கேட்டுத் தெரிந்து கொள்வார். நான் அப்போதும் பாட்டுப் புத்தகத்திலேயே லயித்து இரண்டு பாட்டு வரிகளையாவது மனப்பாடம் செய்ய வேண்டிய ஆசையிலிருந்தேன்.

சிந்தாமணிப்புதூரிலிருந்து இரண்டு பஸ் ஏறியிறங்கி கோவல்பட்டிக்குப் போகவேண்டும். அம்மாவின் அலுவலகத் தோழி ஸ்டெல்லாவின் பிறந்த நாளுக்காகத்தான் அன்று அங்கே போயிருந்தோம். மதியம் போகும்போது அம்மா என்னையும் உடன் கூட்டிப்போனாள். பிறந்த நாள் கொண்டாட்டமெல்லாம் முடிந்து கோவல்பட்டி கடையில் அம்மா நான்கு புடவைகள் வாங்கினாள். அவள் எப்போதும் அங்குதான் துணிகள் வாங்குவாள் என்று அவர்களுடைய நடவடிக்கையிலிருந்து தெரிந்து கொண்டேன். பல டிசைன்களிலும் புடவைகள். கடையிலிருந்து திரும்பும்போதே இருட்டத் தொடங்கியிருந்தது. இரவு என்ன ஆனாலும் வீட்டிற்குப் போக முடியாது. கோவல்பட்டியிலிருக்கும் மிகப் பெரிய வீட்டில் அன்று தங்கினோம். யாருடைய வீடென்றோ எதற்காக அங்கே தங்கினோமென்றோ எனக்குத் தெரியாது. பயணக் களைப்பில் நான் சீக்கிரமே தூங்கியிருந்தேன்.

சட்டென அதிர்ந்து எழுந்தேன். என் உடல்மேல் ஏதோ உரசி ஊர்ந்தது போல உணர்ந்து நான் கண் திறந்து பார்த்தேன். கண்ணைக்

கசக்கிப் பார்த்தபோது என்னருகில் அசிங்கமாய்ச் சிரித்தபடி ஒரு ஆள். முந்தைய இரவில் நான் துணிக்கடையில் அந்த ஆளைப் பார்த்த நியாபகம் இருக்கிறது. அந்த ஆள் கடை உரிமையாளராக இருக்க வேண்டும். நான் பிரமிப்புடன் அவரைப் பார்த்தேன். ஒரு வேட்டி மட்டும் கட்டியிருக்கிறார். என்னை சேர்த்துப் பிடித்து என் தொடையில் கை வைத்து அழுத்தினார். கத்தி அலறியபடி எழுந்து ஓடினேன். டீ வைத்துக் கொண்டிருந்த அம்மா சத்தம் கேட்டு வெளியே வந்தாள். என் அலறல் கேட்டு அந்த ஆள் பயந்து போனான்.

‘‘ஒண்ணுமில்ல, அவள் என்னைப் பார்த்து பயந்திருப்பாள், கனவு ஏதும் கண்டியா உமா?’’

அந்த ஆள் என்னை நெருங்கி வருவதைப் பார்த்தபோது அம்மாவின் பின்னால் நெருங்கி நின்று கொண்டேன்.

‘‘ம்… இல்லன்னாலும் அவளுக்கு ஆளுகளைப் பாத்தா இப்படித்தான். போ, பல் தேய்க்கப் போ’’

என் அலறலின் காரணம் கேட்கவோ, பார்வையால் ஆறுதல் தரவோகூட அம்மா தயாராக இல்லை. என்னை ஒதுக்கிவிட்டு டீ எடுத்துவர சமையலறைக்குப் போனாள். என் திகைப்பு நீங்கவேயில்லை.

நான் எதுக்குக் கத்தினேன்? அந்த ஆள் என்ன செய்தான்? நான் எதையாவது பார்த்துப் பயந்து விட்டேனா? உடலில் ஏதோ உரசிக்கொண்டு போனது நிஜம். கிச்சு கிச்சு மூட்டியது போல.

இல்லை… அதொன்றும் எனக்குத் தோன்றியது மட்டுமல்ல, என் கனவுமல்ல.

சிந்தாமணிப்புதூருக்குப் போகும் முதல் பஸ்சில் ஏறி உட்கார்ந்தபோது நான் பேசவேவில்லை. சந்தைக்குப் போகும் ஆட்கள் கூட்டம் அதிகமிருந்தது. வெயில் மெல்ல ஏறத் தொடங்கியிருந்தது. தெரு முனைகளில் ஆட்கள் சேரத்

தொடங்கியிருந்தார்கள். பூ விற்கும் பெண்கள். சாலையோரத்தில் பழம், காய்கறிகள் விற்பவர்கள். தள்ளு வண்டி இழுப்பவர்கள். ஊர் காலையை அனுபவிக்க அப்போதுதான் தயாரானது. இரண்டாவது பஸ்சிற்கு மாறி ஏறியபோது நாங்கள் பக்கத்துப் பக்கத்தில் உட்கார்ந்தோம்.

"நான் அப்பாகிட்ட சொல்லுவேன்" அதுவரை உள்ளே அடங்கியிருந்த என் குரல் வெளியேறியது.

ஒன்றுமே தெரியாத பாவத்தில் அம்மா கேட்டாள், "என்னா சொல்லுவே?"

அம்மாவின் கண்களில் கோபம் சேர ஆரம்பித்தது. பதில் சொல்லாமல் திரும்பி உட்கார்ந்த என்னிடம் குரல் உயர்த்தி மீண்டும் கேட்டாள், "என்னா சொல்லுவே?"

"தூங்கிட்டிருந்தபோது அந்த ஆள் கிச்சுகிச்சு மூட்டி என்னை பயமுறுத்தினான்னு அப்பாட்ட சொல்லுவேன்" அதற்குப் பிறகு எனக்குச் சொல்லத் தெரியவில்லை. நிஜத்தில் அவன் எப்படி நடந்து கொண்டானென்று எனக்குத் தெரியவில்லை. அதெல்லாம் பெரிய விஷயமில்லை என்பது போல அம்மா என்னைச் சமாதானப்படுத்தினாள்.

"யாரும் உன்னை ஒண்ணும் செய்யல, உனக்கு அப்படித் தோணியிருக்கும், அந்த ஆள் நல்ல ஆளானதால்தானே நாம அங்கத் தங்கினோம்? நீ சும்மா பயந்திட்ட அவ்வளவுதான்"

என்னுள்ளில் மேலோங்கினதெல்லாம் வெறும் பயம்தானென்று நம்ப வைக்க முயற்சித்தாள் அம்மா. என் மனம் மட்டும் அடங்கவேயில்லை.

எல்லாவற்றையும் துடைத்தெறியத் தேவையான ஒரு கடல் அப்பாவின் உள்ளே அடங்கியிருக்கிறதென்பதை, இந்த விஷயத்தை அப்பாவிடம் சொன்னபோது உணர்ந்தேன். அம்மா சொன்னதுபோல

ஷாபு கிளித்தட்டில்

எனக்கு ஏற்பட்டது வெறும் பயமல்ல என்பது அப்பா வெடித்துச் சிதறியதிலிருந்து தெரிந்தது. அவர் கோபத்தில் துள்ளினார். பொறுமை இழந்த அப்பா மாறி மாறி அம்மாவைக் கன்னத்தில் அறைந்தார்.

''உன்ன அடக்க என்னால முடியாமப் போச்சு. அதனால நீ நெனச்ச மாதிரியெல்லாம் நடந்துக்கறே. அதுக்காக ஒண்ணும் தெரியாத பச்சப் புள்ளயையும் கூட்டிட்டு சுத்தி அவளையும் கெடுக்கறதுன்னு முடிவு பண்ணிட்டியா?''

வழக்கமில்லாத கோபப் பிழம்பினால் ஜொலித்து நிற்கும் அப்பாவின் உருவம் என்னையும் பயமுறுத்திற்று. நான் கதவின் பின்னால் ஒளிந்து கொண்டேன். அடித்த அடியின் வலி தாங்காமல் அம்மா அப்பாவைப் பிடித்துத் தள்ளிக்கொண்டு வெளியே போனாள். சத்தம் கேட்டு தங்கமணியின் அம்மா வெளியே வந்தாள். முன்பு நடந்ததன் தனி ஆவர்த்தனமாகவே இன்றும் நடந்தது. ஹிஸ்டீரியா போலவோ நொடிப்பு வந்தது போலவோ அம்மா தரையில் படுத்து உருண்டாள். தங்கமணியின் அம்மா என் அம்மாவைத் தாங்கிப்பிடித்து உள்ளே கூட்டிப் போனாள். ரொம்ப நேர அமர்க்களத்தின் பிறகு அம்மா சமாதானமானாள். அப்பா தலையில் கை வைத்துத் தரையில் குத்துக்காலிட்டு உட்கார்ந்தார். மூன்று வயதேயான தம்பிக்குட்டன் கையைப் பிடித்தபடி என்னோடு ஒட்டி நின்றான். அப்பா மிகவும் உடைந்து போயிருந்தார். மிகுந்த மன வேதனையில் உழல்கிறாரென்று அவரின் உடல் மொழியிலிருந்து என்னால் உணர முடிந்தது. நான் மிகுந்த குற்றவுணர்ச்சிக்கு ஆளானேன். நான்தானே இந்தச் சண்டைக்குக் காரணகர்த்தா. நான் எதையும் சொல்லவில்லையானால் அப்பாவும் அம்மாவும் சண்டை போட்டிருக்கமாட்டார்கள். இப்படியொரு பிரச்சனை வந்திருக்காது. ஆனால் என் எண்ண ஓட்டங்களை கலைத்தபடி வீட்டில் திரண்ட கருமேகங்கள் சட்டென மறைந்து போயின. மறுநாள் ஒன்றுமே நடக்காததுபோல அம்மா வேலைக்குப் போனாள்.

சிந்தாமணிப்புதூரின் தெருக்களில் மழை பெய்து தேங்கி நிற்கும் தண்ணீர் போல எங்கள் வீட்டுச் சண்டைக்கும் அல்பாயிசாக இருந்தது. செம்மண்ணில் ஒரு கோடு போலக் கூடக் கலங்கி நிற்காமல் தண்ணீர் ஆவியானது போல இந்தச் சம்பவமும் சண்டையும் எல்லோராலும் மறக்கப்பட்டது.

மீண்டும் சாந்தம்.

காற்றும் பேரலையும் அடங்கிய கடல் போன்ற அமைதி.

ஆனால் வரப்போகும் புயலுக்கான இடைவேளை அது என்று எனக்கு அப்போது புரியவில்லை.

தீபாவளிக்கு முன் தினம் என் வாழ்நாளில் நான் எப்போதும் சந்திக்கக்கூடாத சம்பவம் நடந்தது. தமிழ்நாட்டைப் பொறுத்தவரை தீபாவளி மிகவும் முக்கியமான பண்டிகை. சிந்தாமணிப்புதூரில் இருப்பவர்களுக்கும் அதில் மாற்றமில்லை. பட்டாசு வெடிக்கவும் தீபங்கள் ஏற்றவும் புதிய ஆடைகள் உடுத்திக் கொள்ளவும் உற்சாகமாகக் காத்திருந்தோம். தீபாவளிக்கு அப்பாவுக்கு மில்லில் போனஸ் தருவார்கள். அது கிடைத்தவுடன் எங்களுக்குத் துணி எடுத்துத் தைக்கக் கொடுப்பதே முதல் வேலை. இந்த வருடமும் அதில் எந்த மாற்றமுமில்லை.

தீபாவளியை ஒட்டி வீட்டைச் சுத்தப்படுத்தி மெருகேற்றுவதே எனக்கும் தங்கமணிக்கும் வேலை. எங்கள் வீடு மட்டுமல்லாமல் பக்கத்து வீடுகளுக்கும் நாங்கள் தேவைப்பட்டோம். சுண்ணாம்பு நீரில் நீலம் கலந்து சுவர்களுக்கு வெள்ளை நிறத்தைக் கொண்டு வந்திருந்தோம்.

வீட்டில் பெண்களுக்கு அடுப்படியில் அதிக வேலையிருக்கும். இதில் பலகாரம் செய்வது பிரதானம். முக்கால்வாசி வீடுகளில் முறுக்கும் தேன்குழலும் எல்லடையும் செய்வார்கள்.

அன்று எங்கள் வீட்டுச் சமையலறையில் கூட அரிசியும் உளுந்தும் ஊற வைத்திருந்தார்கள். அம்மா ஏதாவது பலகாரம் செய்வாளென்று காத்திருந்தேன். அன்று அவள் வேலைக்குப் போகவில்லை. விடுமுறையா இல்லை அம்மா போகவில்லையா என்றும் தெரியவில்லை. அப்பாவிற்குப் பகல் வேலை. காலையில் போய் மாலையில் வந்துவிடுவார்.

மதியானமானபோதும் எங்கள் வீட்டுச் சமையலறையில் மட்டும் எந்தப் பலகாரமும் செய்ய ஆரம்பிக்கவில்லை. காலையில் அப்பா வேலைக்குப் போனதிலிருந்து அம்மா பரபரப்பாக இருந்தாள். துணிகளை இரண்டு பைகளில் எடுத்து வைக்கும் அம்மாவிடம் ஒன்றும் புரியாமல் கேட்டேன்.

''ஏம்மா நாம பலகாரம் செய்யலியா?''

''செய்யறோமே, நான் மாமா வீட்டுக்குப் போயிட்டு வரேன். அரிசி உளுந்தெல்லாம் அங்கேயே ஆட்டி எடுத்திட்டு வரேன்''

எனக்கு நிம்மதியானது. மற்ற வீடுகளில் வறுப்பதும் பொறிப்பதும் நடக்கும்போது என் வீட்டில் ஒன்றுமில்லை என்பது அவமானம்தானே!

யோசனையில் முழுகி நின்ற அம்மா ஒரு ஐந்து ரூபாயை என்னிடம் நீட்டினாள். என் கண்களுக்குள்ளாகப் பார்த்தபடி சொன்னாள்.

''இதுக்குப் பட்டாசு வாங்கிக்கோ, பத்திரமா வெடிக்கணும்''

நான் அதைக்கை நீட்டி வாங்கினேன். பட்டாசு வேண்டாம். புஸ்வானம் வாங்கி அழகு பார்க்கலாம் என்று நினைத்துக்கொண்டேன்.

''அப்பறம் உமா...'' என்று பெரிய மனுஷத்தனத்தோடு எதையோ யோசித்தபடி சொன்னாள், ''இன்றிலிருந்து சாப்பாடு குழம்பெல்லாம் செய்ய கத்துக்கணும் சரியா?''

என் மனசு முழுக்க புஸ்வானம் நிறைந்திருந்தது. அதனால்தானோ என்னவோ அம்மா கடைசியாக என்னிடம் பேசிய வார்த்தைகளின் கனம் என்னில் பதியாமல் போனது.

டவுனுக்குப் போகும் 4.20 க்கான பஸ்ஸில் ஏறி அம்மா போனாள். போகும்போது துணிகள் எடுத்து வைத்த இரண்டு பைகளும் கையிலிருந்தன.

இருட்டு வீழ்வதற்கு முன்பாகவே சிந்தாமணிப்புதூரில் தீபங்கள் தெளிவாய் எரியத் துவங்கின. பட்டாசின் சத்தங்கள் தூரங்களிலிருந்து கேட்டன. நானும் தம்பிக்குட்டனும் வீட்டிற்கு வெளியே இறங்கி நின்றோம். வேலை முடித்து அப்பா வந்தபோது கையிலொரு பொட்டலம் வைத்திருந்தார். நான் ஓடிப்போய் அதை வாங்கிப் பிரித்தேன். பட்டாசுகளும் புஸ்வானமும் மத்தாப்பும் பார்த்து நான் சந்தோஷமானேன். ஆனால் நாளைக்குப் போட வேண்டிய புதுத்துணி எங்கே?

'அது தைச்சு கிடக்கல. பட்டன் வைக்கணும், காலையில் தரேன்'னு சொன்னதாக என் ஏமாற்றம் கண்டு அப்பா சொன்னார்.

வீட்டிற்குள் வந்த அப்பா அதிர்ந்து போனார். சமையலறையில் எந்தச் சத்தமுமில்லை. தீபாவளிக்கு மற்ற வீடுகளில் பரபரப்பாய் வேலைகள் நடக்கும்போது இங்கே மட்டுமென்ன இப்படியொரு அமைதியென்று துணிகூட மாற்றாமல் உள்ளே போனார். அங்கே யாருமில்லை. அறையிலும் தேடினார்.

"உமா, அம்மா எங்க?"

கம்பித் திரியையும் மத்தாப்பையும் எண்ணி எடுத்துவைக்கும் வேலையிலிருந்த நான் அதிலிருந்து கையெடுக்காமல் பதில் சொன்னேன்.

"மாமா வீட்டுக்குப் போயிருக்காங்க"

"மாமா வீட்டுக்கா? தீபாவளியன்னிக்கா?"

"ஆமாம், அரிசியும் உளுந்தும் ஆட்டி எடுத்திட்டு வந்து முறுக்கு சுடலாம்னு சொன்னாங்க"

என் கவனம் அப்போதும் பட்டாசிலேயே இருந்தது.

அப்பா பதட்டமானார்.

அப்பாவிற்கு என்னவோ அசாதரணமாகத் தோன்றியது. மீண்டுமொருமுறை சமையலறைக்குள் போய் பார்த்தார். தண்ணீரில் ஊற வைத்த அரிசியும் உளுந்தும் அங்கேயேயிருந்தன. அப்பா மேலும் பதட்டமானார். அறையில் அலமாரியைத் திறந்து பார்த்தார். அம்மாவின் துணிகள் ஏதும் அங்கிருக்கவில்லை. மேசை மேலிருந்த அம்மா எப்போதும் பாட்டு கேட்கும் சின்ன ரேடியோவும் காணவில்லை.

அறையிலிருந்து வெளியேறிய அப்பாவிற்கு வியர்த்துக் கொட்டியது. குரல் நடுங்க என்னிடம் கேட்டார்.

"உமா, அம்மா எப்பப் போனாங்க?"

அப்பாவின் குரல் உடைவதைக் கேட்டவுடன் எனக்கும் எப்படியோயானது.

"அம்மா 4.20 பஸ்சுக்குப் போனாங்க"

பட்டாசிலிருந்து எழுந்து அப்பாவின் முகத்தைப் பார்த்துச் சொன்னேன். அடுத்த நொடியிலேயே அவர் பலகீனமானார். எனக்கும் பதட்டமானது.

"என்னப்பா, என்னாச்சு?"

ஒன்றும் பேசாமல் அப்பா இறங்கி நடந்தார். அப்பாவோடு வேலை பார்க்கும் ரங்க அண்ணனைக் கூப்பிட்டார். இரண்டுபேரும் சைக்கிளில் எங்கேயோ பாய்ந்து ஓடினார்கள். நான் செய்வதறியாமல்

நின்றேன். காதுகளில் பட்டாசு வெடித்துச் சிதறியது. கண்ணில் புஸ்வானமும் மத்தாப்பும் பூத்து அடங்கியது.

கொஞ்ச நேரத்திற்குப் பிறகு தங்கமணியும் அவளுடைய அம்மாவும் வந்து என்னையும் தம்பிக்குட்டனையும் கூட்டிக் கொண்டுபோய்ச் சாப்பிட உணவும் பலகாரங்களும் தந்தார்கள். நாங்கள் ஒன்றாய் மத்தாப்பு கொளுத்தி சந்தோஷப்பட்டோம்.

அந்தக் குதூகலத்திற்கிடையில் அப்பாவின் பதட்டமான முகத்தை நான் மறந்திருந்தேன். மாமா வீட்டிற்குப் போய்விட்டுத் திரும்பி வருகிறேன் என்ற அம்மாவையும் மறந்திருந்தேன். நானும் தங்கமணியும் தம்பிக்குட்டனும் விளையாடி மகிழ்ந்தோம்.

இரவு நேரமாக ஆக எங்கள் வீட்டில் ஆட்கள் சேர ஆரம்பித்தார்கள். ஏறக்குறைய சிந்தாமணிப்புதூரிலிருக்கும் ஆட்கள் அனைவரும் அங்கிருந்தார்கள். ஒன்றும் புரியாத நான் தங்கமணியின் அம்மாவிடம் என்னவென்று கேட்டேன். முதலில் தயங்கினாலும் நான் வற்புறுத்தியதால் அம்மாவைக் காணவில்லையென்ற செய்தியைச் சொன்னார்கள். மாமாவின் வீட்டிற்கு என்று போன அம்மா அங்கே போகவில்லையாம். அப்பாவும் ரங்க அண்ணனும் போய்த் தேடிவிட்டு வந்திருக்கிறார்களென்றும் வேறு சிலரும் தேடிப் பல இடங்களுக்கும் போயிருக்கிறார்களென்றும் சொன்னார்.

மரண வீடு போலானது எங்கள் வீடு. வாசலில் ஆட்கள் கூடி நின்றார்கள். கிசுகிசுப்பான பேச்சு. சிந்தாமணிப்புதூரின் தீபங்கள் அணைந்தன. பட்டாசு சத்தமும் காணாமல் போனது. அம்மாவைத் தேடிப் போனவர்களெல்லாம் திரும்பி வந்தார்கள். அவமானமேற்றுக் கால் முட்டிகளுக்கிடையில் தலை வைத்து அப்பா வாசல் சுவரில் சாய்ந்திருந்தார். நடுச் சாமத்தின் மௌனத்தையும், மண் சுவரின் ஈரத்தையும், இரவின் ஏகாந்தத்தையும் ஒன்றுமில்லாமலாக்கி ரங்க அண்ணன் சத்தமாய்ச் சொன்னார்.

"அந்தப் பழனிச்சாமியும் இங்க இல்ல"

பழனிச்சாமியைக் காணவில்லையாம். ஆட்கள் மௌனமாகிப் பிறகு முணுமுணுத்தார்கள்.

ஆகாயத்தில் ஓர் எரி நட்சத்திரம் கடந்துபோனது. அந்தப் பிரகாச வெளிச்சத்தில் ஆட்கள் பரஸ்பரம் பார்த்துக் கொண்டார்கள்.

குனிந்த தலையுடன் உட்கார்ந்திருந்த அப்பாவிடம் போய்க் கேட்கவேண்டும் போலவேயிருந்தது, 'புதுத் துணி பட்டன் தைத்து நாளைக்குக் கிடைக்குமாப்பா?'

இரவின் இதழ்கள் பூத்து விரியத் தொடங்கின.

ஐந்து

வாழ்வின் யதார்த்தங்களை முழுமையாய்த் தெரிந்துகொள்ள பால்யத்திற்கு அனுபவம் போதாது. வாழ்வில் திரும்பப் பெறவியலாத நிமிடங்களை இழந்திருக்கிறேன் என்பதையும் புரிந்துகொள்ளும் வயதில்லை. புரிந்தது ஒன்று மட்டுமே, எட்டு வயதிலேயே அம்மாவின் அன்பையும் வாஞ்சையையும் கொடுத்து பிஞ்சுத் தம்பியை நன்றாகப் பார்த்துக்கொள்ள வேண்டுமென்ற பொறுப்பு மனசு முழுக்கக் காற்றைப் போலப் பரவிப் படர்ந்தது. அந்தத் தீபாவளி நாள் என்னிலிருந்து கலங்கமற்ற பால்யத்தைப் பெயர்த்து எடுத்திருந்தது.

அம்மா வீட்டை விட்டுப்போன இரண்டு நாட்கள் அப்பா வெளியே எங்கேயும் போகவில்லை.

துக்கமோ, அவமானமோ, ஆட்களை எதிர்கொள்ள ஏற்பட்ட துணிவின்மையோ, எங்களைத் தனியாக விட்டுவிட்டுச் செல்ல முடியாததாலோ என்னவோ அப்பா அந்த இரண்டு நாட்களும் வீட்டிலேயே கிடந்தார். தங்கமணியின் அம்மா கொண்டுவந்த உணவுதான் முதல் நாளின் பசியை அடக்கியது. அப்பா மட்டும் சாப்பிடவேயில்லை. கட்டிலில் படுத்துக் கிடந்த அப்பாவிடம் தங்கமணியின் அம்மா பேசினார்.

"பாலா உம்பொண்டாட்டி போனது போயிட்டா, அதுக்காக நீ இப்படியேயிருந்தா புள்ளங்கள யாரு பாத்துப்பா. அவங்களுக்கும் ஒரு ஆதரவு வேணுமில்ல. நீ எழுந்து சாப்பிட்டு உன் வேலையப் பாரு"

அவருடைய அன்பான கடிதலிலும் பலனில்லை. அப்பா அப்படியே படுத்துக்கிடந்தார். அம்மா போனது இத்தனை பெரிய பிரச்சனையென்று எனக்கு அப்போதும் தோன்றவில்லை. அம்மா இருந்தாலும் இப்படித்தான் எங்களைக் கவனித்திருந்தாள்.

மூன்றாம் நாள் அப்பா சீக்கிரமே எழுந்துவிட்டார். வீட்டைப் பெருக்கிச் சுத்தம் செய்தார். அலங்கோலமாய்க் கிடந்த எல்லாவற்றையும் சரி செய்தார். நான் தூங்கி எழுந்து பார்க்கும்போது அப்பா சமையலறையில் இட்லியும் சாம்பாரும் வைத்துக் கொண்டிருந்தார். முந்தைய நாள் சோர்வான முகத்தோடு காணப்பட்ட அவருக்கு எப்படி சட்டென இப்படி மாற முடிகிறதென்று யோசித்து நான் அவர் முகத்தையே பார்த்துக் கொண்டிருந்தேன். என் பார்வையை நேராய்ச் சந்தித்த அவர், ''உமா எழுந்திட்டியா?'' என்று மட்டும் கேட்டார்.

எந்தப் பிரச்சனை வந்தாலும் எதிர்த்து நிற்கும் போராளியைப் போல அப்பா என் கண்களுக்குத் தெரிந்தார்.

''மோளே, வாசல் பெருக்கிக் கோலம் போடலியே? சட்டுன்னு போய் அதை முடிச்சிட்டு வா. தம்பிக்குட்டனையும் எழுப்பு''

வழக்கங்கள் ஒன்றும் மறக்காமலிருக்க அப்பா எல்லாவற்றையும் நியாபகப்படுத்தினார். அவருடைய துக்கமெல்லாம் போய்விட்டதென்று நினைத்து மகிழ்ந்தேன். உமிக்கரி பாத்திரத்தில் கைவிட்டுக் கொஞ்சம் எடுத்து நான் கிணற்றடிக்கு ஓடினேன். கொஞ்ச நேரம் பல்லுக்கும் சுட்டுவிரலுக்குமாய் ஒரு போராட்டம். அதன் பிறகு வாசல் பெருக்கினேன். கோலம் போட்டுக்கொண்டிருக்கும்போது

தங்கமணியின் அம்மா வந்தாள். முந்தைய தினத்தைப் போலவே அப்பா படுத்துக்கிடப்பாரோ என்று நினைத்துக் கொஞ்சம் கோபமாகவே கேட்டாள்.

''உமா, உங்கப்பா இன்னும் எழுந்திருக்கலியா, தூங்கிட்டிருக்காரா?''

பொண்டாட்டி புறப்பட்டு போயிட்டா, அதுக்கு எவ்வளவு நாள் துக்கப்பட்டுட்டு இருக்க முடியும். அதைத்தான் நேற்றிலிருந்து அவர் கேட்டுக் கொண்டிருந்தார். இப்போதும் கேட்கிறார். நான் சட்டெனச் சொன்னேன்.

''இல்லல்ல, அப்பா எந்திருச்சிட்டாரு''

கோலம் போடுவதிலேயே முழுக்கக் கவனமாயிருந்தேன் நான். விரல்களுக்கு நடுவிலிருந்து சீராக அரிசிமாவு வந்து கொண்டிருந்தது.

''கடவுளே, எந்திருச்சிட்டாரில்ல'' தங்கமணியின் அம்மா கடவுளுக்கு நன்றி தெரிவித்தபடி அவர்களின் வீட்டுக்குத் திரும்பிப் போனார். கோலம் வரைந்து முடிப்பதற்குள் தம்பிக்குட்டன் கண்ணைக் கசக்கிக்கொண்டு பக்கத்தில் வந்தான். அம்மாவின் அரவணைப்பு இல்லாமல்போனது அவனை எந்தவிதத்திலும் பாதிக்கவில்லை. அப்படியொரு அணைப்பின் சூட்டை அம்மா ஒருபோதும் அவனுக்குக் கடத்தியிருக்கவுமில்லை. கோலம் போடுவதை தாடையில் கையையும் வைத்துப் பார்த்தபடி அவன் என்னை ஒட்டி உட்கார்ந்தான். நான் கொஞ்சியபடி, 'கோலம்' எப்படியிருக்குடா தம்பிக்குட்டா?' என்று கேட்டேன். தூக்கக் கலக்கமுள்ள கண்களோடு அவன் தலையாட்டினான்.

''எழுந்திரு, நாம போய் பல்லு தேச்சுட்டு இட்லி சாப்பிடலாம்''

விரல்களில் ஒட்டியிருந்த அரிசிமாவைப் பாவாடையில் துடைத்தபடி நான் எழுந்தேன். தம்பிக்குட்டனின் கையையும் பிடித்துக்

கிணற்றடிக்கு நடந்தேன். அம்மா இருந்த நாட்களிலும் அவனை நான்தான் கவனித்திருந்தேன். ஆனாலும், வழமையில்லாததொரு கடமை உணர்வு என்னை ஆட்கொண்டதை உணர்ந்தேன்.

எட்டாவது வயதில் நானொரு அம்மாவின் பொறுப்போடு நடந்து கொள்ள வேண்டுமென்ற புரிதலை உணர்ந்தேன்.

அப்பா செய்த உணவை நாங்கள் ருசித்துச் சாப்பிட்டோம். மதியத்திற்குச் சோறும் குழம்பும் கூட அவரே செய்தார். காராமணிப் பயிறும் சேப்பங்கிழங்கும் சேர்த்து ஒரு கூட்டு. நல்ல ருசியாயிருந்தது.

சாப்பிடும்போது அப்பா என்னைப் பார்த்தார். அப்பாவின் முகத்தின் தீவிரத் தன்மையைப் பார்த்தபோது அவர் சொல்லப்போகும் விஷயத்திலுள்ள முக்கியத்துவத்தை நான் உணர்ந்தேன்.

''நான் நாளையிலிருந்து வேலைக்குப் போயிடுவேன். நீ இனி முன்புபோல விளையாடித் திரிந்தால் முடியாது. இங்க நிறைய வேலைகள் செய்ய வேண்டியிருக்கும்''

எல்லாவற்றையும் ஏற்றுக்கொண்ட பாவத்தில் நான் தலையாட்டினேன். செய்ய வேண்டியவை குறித்து அப்பா விவரமாய்ச் சொன்னார்.

''தம்பிக்குட்டனைத் தங்கமணியின் அம்மாகிட்ட ஒப்படைச்சுட்டு நீ ஸ்கூலுக்குப் போணும். எனக்குப் பகல்ல வேலை இருக்கும் நாட்களில் சாப்பாடு செய்ய வேண்டியிருக்கும். எப்போதும் பக்கத்துவீடுகளை எதிர்பாக்கறது சரியில்ல''

''அதுக்குச் சாப்பாடு செய்ய எனக்குத் தெரியாதே'' சட்டென நான் கேட்டேன்.

''இனி அதெல்லாம் கத்துக்கணும்'' கடைசி வாய் உணவை விழுங்கியபடி அப்பா எழுந்து போனார். அப்பா சாப்பிடுவதைப் பார்க்கவே ஆசையாயிருக்கும். ஒரு பருக்கைகூட கீழே சிந்தாமல்

சோறும் கறிகளுமாய்ப் பிசைந்து சின்ன உருண்டைகளாய் உருட்டும்போதே எனக்கு நாக்கில் எச்சிலூறும். அவர் சாப்பிட்ட தட்டைக் கழுவவே வேண்டாமெனத் தோன்றும். அவ்வளவு சுத்தம். அவருக்கு எந்த விஷயத்திலும் கண்டிப்பும் வாக்கு தவறாமையும் இருந்தது. தவறியது தாம்பத்திய வாழ்வு மட்டுமே. அதன் பாரத்தை தான் நானும் சேர்ந்து சுமக்கிறேன்.

அப்பா சொன்னது போல மறுநாள் காலை வீட்டு வேலைகளில் நானும் சேர்ந்து கொண்டேன். தங்கமணியின் அம்மாவிடமிருந்து சீக்கிரமாகவே நான் சமைக்கக் கற்றுக் கொண்டேன். எல்லாவற்றையும் மகள் சீக்கிரமே கற்றுக் கொள்வதைப் பார்த்து அப்பா நிம்மதியானார்.

தம்பிக்குட்டன் விஷயத்தில் மட்டுமே எனக்கு ஒன்றும் பிடிபடாமல் போனது.

சமையல் வேலை முடித்து அவனைத் தங்கமணியின் வீட்டில் கொண்டுபோய் விட்டபிறகு பள்ளிக்கூடத்திற்கு ஓடுவேன். முதல் ஒன்றிரண்டு நாட்கள் பெரிய பிரச்சனை இல்லாமல் கடந்துபோனது. மூன்றாம் நாள் ஸ்கூல் விட்டு வரும்போது தம்பிக்குட்டன் இருந்த கோலத்தைப் பார்த்து எனக்குத் துக்கமானது. உடல் முழுக்க மண்ணும் தூசியுமாய், மூக்கிலும் வாயிலும் சளி காய்ந்து போயிருந்தது. என்ன நடந்ததென்று புரியாமல் நான் சுற்றிலும் பார்த்தேன். என் முகக்கோணலைப் பார்த்ததும் தங்கமணியின் அம்மா கோபத்துடன் பேசினாள்.

"சொன்ன பேச்சு கேக்க மாட்டேங்குது, அடங்கி ஒரு இடத்தில இருக்கச் சொன்னா இருக்க மாட்டேங்குது. எப்பப் பாத்தாலும் ஏதாவது சேட்டை"

அவன் சின்ன பிள்ளைதானே, ஓடி விளையாடுற பருவம்தானே. அவனைக் கொஞ்சம் கவனித்திருந்தால் இப்படிச் சேற்றில் புரண்டிருக்க மாட்டானே. இதெல்லாம் சொல்லத் தோன்றினாலும்

வார்த்தைகளை நான் விழுங்கினேன். அவர்களுடைய கோபம் அடங்கியிருக்கவில்லை.

"எவ்வளவு நாளைக்கு இந்தச் குழந்தையை மட்டும் பாத்திட்டு இருக்கறது? எனக்கு என்னோட வேலை இருக்கு. அப்பாகிட்ட சொல்லிடு, வேற யாரையாவது பாத்துக்கச் சொல்லு. என்னால முடியல"

கோபமும் துக்கமுமாய் அழுகை வர என்னால் எதையும் பேச முடியவில்லை. அவன் கையைக் கெட்டியாகப் பிடித்தபடி வீட்டிற்குள் இழுத்து வந்தேன். உடல் முழுக்கத் தண்ணீர் ஊற்றி நன்றாகத் தேய்த்து குளிக்க வைத்தேன். வாயில் மண்ணும் அழுக்கும் நிறைந்திருந்தது. வாய்க்குள்ளே கை விட்டு சுத்தமாக்கத் துவங்கியபோது அவன் என் கையைக் கடித்துவிட்டான். அடக்கி வைத்த கோபத்தை அவனுடைய பிஞ்சு உடலில் தீர்த்தேன். முழங்காலில் என்னுடைய விரல்கள் பதிந்தன. வலியால் அவன் நிறுத்தாமல் அழுதான். அதைப் பார்த்தபோது எனக்குக் கோபம் கூடியதேயல்லாமல் குறையவேயில்லை.

"எதுக்கு அழற? மண்ணும் தூசியும் வாரித் தின்னுட்டு நிக்கற?" நான் சத்தமாய் கேட்டபோது அவனும் கூடுதலாய் அழ ஆரம்பித்தான். அவனுடைய பிஞ்சுக் கன்னங்களில் கண்ணீர் வழிந்ததைப் பார்த்ததும் என்னால் தாங்க முடியவில்லை, அப்படியே நெஞ்சோடு சேர்த்து அணைத்தேன். என் கண்களிலிருந்து இறங்கிய கண்ணீர் அவனுடைய நெற்றியில் விழுந்தபோது அழுகையை நிறுத்தி என்னைப் பார்த்தான்.

என் கண்களில் ஈரம் படிந்ததை அவன் பார்த்தான். பிஞ்சு விரல்கள் கொண்டு என் கண்ணீரைத் துடைத்தான். அப்படியே அவனை அணைத்துக் கேவிக்கேவி அழுதேன்.

மறுநாள் நான் ஸ்கூலுக்குப் போகவில்லை. தம்பிக்குட்டனைப் பார்ப்பதற்காக வீட்டிலேயே நின்றுவிட்டேன். தங்கமணியின்

அம்மாவிற்கு குற்றவுணர்ச்சியானது. மாலையில் வந்த அப்பாவிடம் அவர் பேசியது கேட்டது. அப்பா என்னை சமாதானப்படுத்தினார்.

"அன்னக்கிக் கோவத்துக்கு ஏதாவது சொல்லியிருப்பாங்க, நீ நாளையிலயிருந்து ஸ்கூலுக்குப் போ உமா. அவனை அவங்க பாத்துப்பாங்க"

நான் சந்தேகத்தோடு அப்பாவைப் பார்த்தேன்.

"இப்பத்திக்கி அத விட்டா வேற எதுவும் செய்ய முடியாதில்லம்மா" அப்பா பொறுமையுடன் சொன்னார்.

நான் யோசித்தபோது அதுவும் சரிதானெனப்பட்டது. எவ்வளவு நாட்கள் பள்ளிக்குப் போகாமல் இருக்க முடியும்?

வேறு வழி இல்லாததால் மறுநாள் அவனைத் தங்கமணியின் வீட்டில் விட்டுவிட்டு பள்ளிக்கூடம் போனேன். என் மனசு முழுக்க அவனே இருந்தான். வகுப்பில் என்னால் உட்காரவே முடியவில்லை. முதல் இரண்டு வகுப்புகள் முடியும்போது பத்து நிமிடங்கள் ஓய்வு இருந்தது. அந்த இண்டர்வெல் பெல் அடித்தபோது நான் அவசர அவசரமாக ஓடினேன். பள்ளிக்கும் வீட்டிற்கும் ஏறக்குறைய இரண்டு கிலோமீட்டர் தூரம் இருக்கும். சர்வ சக்தியையும் செலுத்தி மூச்சிரைக்க தங்கமணியின் வீட்டை அடைந்தேன். எனக்கு ஆச்சரியமாயிருந்தது. அவன் வாசலில் உட்கார்ந்து விளையாடிக் கொண்டிருந்தான். எல்லா பக்கமும் உடைந்து போயிருந்த ஒரு கார் பொம்மையுடன் ஆனந்தமாய் விளையாடிக்கொண்டிருந்த அவன் என்னைப் பார்த்ததும் ஓடி வந்தான்.

நான் அவனுடைய தலைமுடியைக் கோதினேன்.

"என்னம்மா, இந்த நேரத்தில வந்திருக்க, ஸ்கூலில்லையா?" என்னை அந்த நேரத்தில் பார்த்தது அவர்களுக்குப் பிடிக்கவில்லை.

'சும்மாதான் வந்தேன்' என்று சொல்லிவிட்டு மீண்டும் பள்ளிக்கு

ஓடினேன். மதியம் ஓய்விலும் தம்பிக்குட்டனைப் பார்க்க ஓடி வந்தேன். சுட்டெரிக்கும் வெயிலில், கொதிக்கும் தார் சாலையில் செருப்பணியாத கால்கள் கொண்டு ஓடுவது அவ்வளவு எளிதாயில்லை. வியர்த்து வழிந்து நான் போனபோது தங்கமணியின் அம்மா வாசலில் உட்கார்ந்து அவனுக்குச் சாப்பாடு ஊட்டிக் கொண்டிருந்தார். எனக்கு எப்படியோ ஆனது. என் வருகை அந்த அம்மாவுக்குப் பிடிக்கவில்லை என்பதை மூடி வைக்காமல் சொல்லியும் விட்டாள்.

"நீ எதுக்கு அடிக்கடி என்னை வந்து பாக்கற? நான் அவனை ஒண்ணும் பண்ணமாட்டேன்"

என்னால் அவரை நம்ப முடியாமலில்லை. தம்பிக்குட்டனை நினைத்து மனநிம்மதியற்றவளின் சமாதானத்திற்கான ஓட்டம் அது என்று எப்படிப் புரிய வைக்க... எனக்கும் தெரியவில்லை. ஆனால் என் வருகை அவருக்கு எரிச்சலை உண்டாக்கியது. அப்பாவிடம் அந்த அம்மா சொல்லிவிட்டாள். உடன் சில உபதேசங்களும் வந்தன.

"பாலா, பொண்ணு பெரிசா வளந்திட்டேயிருக்கா, உனக்கும் வேலை வேலைன்னு ராத்திரி பகலாப் போறே. ஒரு வயசுக்கு மேல பொண்ணத் தனியா விட்டுட்டுப் போறது நல்லதில்ல."

அவர் சொல்வதில் நியாயமிருக்கிறதென்று அப்பாவுக்குத் தெரியும். வேறு வழி என்ன என்று எவ்வளவு யோசித்தும் அவரால் முடிவுக்கு வர முடியவில்லை. ஆனால் தங்கமணியின் அம்மா அதற்கும் ஒரு யோசனையைச் சொன்னாள்.

"கொஞ்ச நாளைக்குக் கொழந்தைங்கள அவங்க பாட்டி வீட்டுக்கு அனுப்பு. என்ன ஆனாலும் தாத்தா பாட்டியெல்லாம் நல்லா பாத்துக்குவாங்க"

அவர் சொன்னது நியாயமென்று அப்பாவுக்குத் தோன்றியது. என் கஷ்டங்கள் அப்பாவுக்கும் தெரியும். வீட்டு வேலைகளும்

தம்பிக்குட்டனைப் பார்த்துக்கொள்வதும் படிப்புமாக நான் மிகவும் களைத்திருந்தேன்.

அன்று இரவு சாப்பிட உட்கார்ந்தபோது தங்கமணியின் அம்மா சொன்னதை அப்பா என்னிடம் சொன்னார். தம்பிக்குட்டனைப் பற்றி யோசித்தபோது எனக்கும் அது நல்லதென்று தோன்றியது. ஆனால் ஸ்கூலுக்குப் போகாமல் எப்படி அங்கே போவது? அப்பா அதற்கும் வழி சொன்னார்.

"கொஞ்ச நாளைக்கு ஸ்கூலுக்கு லீவு கேட்கலாம். அதற்குப் பிறகு தம்பிக்குட்டனை அவங்ககிட்ட விட்டுட்டு நீ இங்க வந்திடலாம் உமா"

அப்பா எல்லாம் தீர்மானித்து விட்டாரென்று எனக்குப் புரிந்தது. தம்பிக்குட்டனை அவர்களிடம் விட்டு விடலாம் என்று சொன்னபோது மனசுக்குக் கஷ்டமாக இருந்தாலும், அவனுக்கு அதுதான் நல்லதென்று எனக்கும் தோன்றியதால் சம்மதம் சொன்னேன்.

அம்மாவின் அப்பா சிவசங்கரன் நாயர் பாகவதராயிருந்தார். ஆனால் சங்கீத லகரியை விட மதுவின் லகரியில் ப்ரியம் கூடியபோது எல்லாம் நாசமாய்ப் போனது. பழையனூரில் தரவாட்டு வீட்டில் பாட்டியும் தாத்தாவும் அவருடைய இளைய மகனும் மட்டுமே இருந்தார்கள். ஒன்றிரண்டு முறை மட்டுமே நாங்கள் அங்கே போயிருக்கிறோம். நியாபகத்தில் தங்கி நிற்கும் காட்சிகளோ சம்பவங்களோ எனக்கு அதில் இல்லை. இரு பக்கங்களிலும் பசுமை நிறைந்த வழியினூடாகக் கொஞ்சதூரம் முன்னால் நடந்து, கருங்கல்லால் கட்டின படியில் கால் பதித்து விசாலமான முற்றத்திற்குள் நுழைந்தோம்.

முற்றத்தின் ஓர் ஓரத்தில் பனை ஓலையில் பின்னி சாணி மெழுகிய பாயில் தேங்காய் காய்ந்து கொண்டிருந்தது. சருகுகள் விழாமலிருக்க தேங்காயின் மேலே நீல நிறத்தில் பிளாஸ்டிக் வலையிட்டு மூடியிருந்தது. பக்கத்தில் மரவள்ளிக் கிழங்கின் கொம்பில் கட்டி

வைத்திருந்த காக்காயின் இறகு. நாங்கள் வாசலுக்குப் போனோம். வெளியே யாருமில்லை. அப்பா கதவை இரண்டு மூன்று முறை தட்டினார். யாரது? உள்ளேயிருந்து கேட்க இனிமையாய் ஒரு குரல். தம்பிக்குட்டன் என் கைகளில் தொங்கியபடி விளையாடிக் கொண்டிருந்தான். அவனுடைய பார்வை வாசல் கூரையில் கட்டித் தொங்கவிடப் பட்டிருந்த காய்ந்த நெற்கதிரிலிருந்தது.

''யாரு பாலனா, வா வா மக்களே...'' வேட்டி கட்டி தோளில் துண்டைச் சரி செய்தபடி தாத்தா வெளியே வந்தார். தம்பிக்குட்டனை வாரி அணைத்துத் தூக்கி முத்தமிட்டார். என்னைப் பக்கத்தில் அழைத்து நெற்றியில் கைபதித்து தலை முடியைக் கோதிவிட்டார்.

''உக்காரு பாலா'' வாசலிலிருந்த சாய்வு நாற்காலியில் உட்கார்ந்தபடி தாத்தா சொன்னார். பக்கத்திலிருந்த பிளாஸ்டிக் சேரில் அப்பா உட்கார்ந்தார். ஒரு நிமிடம் சகிக்க இயலாத மௌனம். முகமுகமாய்ப் பார்க்க இருவருக்கும் சங்கடமிருந்திருக்கக் கூடும். மௌனத்தைக் கலைக்க தாத்தா என்னிடம் என்னென்னவோ கேட்டார். ஸ்கூல், படிப்பு மாதிரியான சில சாதாரணக் கேள்விகள். சுத்தமான மலையாளத்தில் கேட்டபோது சில வார்த்தைகள் எனக்குப் புரியவில்லை. ஆனாலும் எனக்குப் புரிந்ததை வைத்து பதில் சொன்னேன்.

''உன்னோட குறும்புத்தனம் இப்பவும் அப்படியே தானிருக்கா?'' கண்ணாடியை மூக்கின் நுனியில் வைத்து அதன் மேலே பார்வையைக் கொண்டு வந்து தாத்தா என்னைக் கேலி செய்தார்.

அந்தக் கண்களைப் பார்த்தேன். இல்லை, இரண்டு கண்களுக்கும் இப்போது வித்தியாசம் தெரியவில்லை. சிந்தாமணிப்புதூருக்குத் தாத்தா கடைசியாகக் கண் அறுவை சிகிச்சைக்காக வந்திருந்தார். அப்பாவின் இ.எஸ்.ஐ. கார்டில் சிகிச்சை மிக சௌகரியமாக முடிந்தது. அப்போது ஒரு வாரம் தாத்தா வீட்டிலிருந்தார். ஆபரேஷன் முடிந்த கண்ணில் துணியை மூடிக் கட்டியிருந்தார்கள். சினிமாவின்

வில்லனைப் போல ஒத்தைக் கண்ணன். நிஜத்தில் தாத்தா ஒரு வில்லன் தானோவென எனக்குத் தோன்றியிருக்கிறது. தாத்தாவிடமிருந்து முதன் முதலில் அடி வாங்கிய அன்றுதான் எனக்கு அப்படித் தோன்றியது. தாத்தா வீட்டிற்கு வரும்போது நானும் அப்பாவும் சண்டை போட்டுக் கொண்டிருந்தோம். பால் குடிக்கவில்லை என்பதால் ஏற்பட்ட சண்டை. அப்பா என்னென்னவோ செய்து பார்த்தும் பலனில்லை என்று உட்கார்ந்தபோது வந்த தாத்தா, அந்தப் பொறுப்பை ஏற்றெடுத்துக் கொண்டு உள்ளே வருகிறார்.

''இப்படி தா பாலா, நான் குடிக்க வைக்கிறேன்'' அப்பாவின் கையிலிருந்த டம்ளரை வாங்கி தாத்தா என் பக்கம் திரும்பினார். அப்பா நெனச்சதே நடக்கல, அத இந்த மனுஷன் சாதிச்சிடப் போறாராம் என்ற எகத்தாளத்தில் அவரைப் பார்த்தபடி நின்றேன். முதலில் சாந்தமாய் ஆரம்பித்தார். பிறகு நான் கேட்க மறுத்தவுடன் மிரட்ட ஆரம்பித்தார். குடிக்கவில்லையென்றால் அடிப்பேன் என மிரட்டினார். அடிச்சே கொன்னுடுவேன் என்று மிரட்டியவுடன் தாத்தாவிடம் நான் கோபமானேன். கோபம் அடங்காமல் நான் வாயில் வந்ததெல்லாம் சொல்லிக் கத்தினேன்.

''நீங்க யாரு என்ன சொல்றதுக்கு? அடிக்க வந்திட்டாராமா... என்னை அடிச்சா நானும் அடிப்பேன்''

என் சிறிய வாயிலிருந்து பெரிய வார்த்தைகளைக் கேட்டாலும்கூடத் தாத்தா விடவில்லை.

''அடிப்பியா நீ? அவ்ளோ பெரிய ஆளா நீ... அப்படீன்னா அதயும் பாக்கணுமே நான்''

பால் டம்ளரைத் தரையில் வைத்துவிட்டு தாத்தா என்னைப் பிடிக்க எழுந்தார். பிடித்துவிட்டால் தாத்தா ஜெயித்துவிடுவார் என்பதால் நான் வெளியே ஓடினேன். நான் ஓடுவதில் வில்லி என்றுதான் நான் நினைத்திருந்தேன். அது தவறான நினைப்பாகயிருந்தது. வீட்டைச் சுற்றி இரண்டாம் சுற்று ஓடும்போது தாத்தாவிடம் சிக்கியிருந்தேன்.

கோழிக் குஞ்சினைத் தூக்குவது போல அவர் என்னைத் தூக்கியிருந்தார். தாத்தாவின் கையில் ஒரு கொம்பு இருந்ததை ஓடுவதற்கிடையில் பார்க்கவில்லை. பிருஷ்டத்திலேயே இரண்டு அடி சுளீரென விழுந்தது. கோபமும் துக்கமும் அவமானமுமாக உரக்கக் கத்தினேன்.

''அழுதால் இன்னும் அடிவிழும், மதிக்காம இருக்க நீ'' கொம்பை என் முகத்துக்கு நேராக நீட்டியபடி தாத்தா சொன்னார். அந்தக் கொம்பின் சூடு பிருஷ்டத்திலிருந்து போகாமலிருந்திருந்ததால் அடங்கிப் போவதைத் தவிர வேறு வழியில்லை. மிகுந்த அனுசரணையோடு தாத்தா நீட்டிய பாலை ஒரே மூச்சில் குடித்து முடித்தேன், பகை தீர்த்தது போல.

அப்படிக் கீரியும் பாம்புமானாலும் மெல்ல நானும் தாத்தாவும் நெருக்கமானோம். கண் ஆபரேஷன் முடிந்து வந்தபோது அவரைப் பார்க்கக் கஷ்டமாகயிருந்தது. ஒரு கண் மூடிக் கட்டி வைத்ததைப் பார்த்தபோது இன்னும் அதிகமாக வருத்தப்பட்டேன். கீரைகள் பார்வைக்கு நல்லதென்று பள்ளியில் அறிவியல் ஆசிரியர் சொல்லிக் கொடுத்ததை நான் நினைத்துப் பார்த்தேன். தாத்தாவிற்காகப் பக்கத்து வீட்டிலிருந்து கீரையையும் முருங்கை இலையையும் பறித்துக் கொடுத்தேன். அவருக்கு பார்வை போகாமலிருக்க என்னென்ன செய்யவேண்டுமென்பதே என்னுடைய அடுத்த சிந்தனையாக இருந்தது.

மங்கிப் போதல் அல்ல, பார்வையே வேண்டாமென்றுதான் தாத்தா இப்போது யோசித்திருப்பார். ரெக்கை முளைக்காத இரண்டு குழந்தைகளையும் விட்டெறிந்துவிட்டுப் போன மகளை நினைத்து வேதனை தின்னும் தகப்பனுக்கு எங்களுடைய வருகை அதை இரட்டிப்பாக்கியது. இதையெல்லாம் பார்க்கவும் கேட்கவும் எதற்காக இந்த முதியவனை பூமிக்குப் பாரமாக விட்டு வைத்திருக்கிறாய் என அந்த மனசு விம்மியது.

‘‘நான் இவங்கள கொஞ்சநாள் இங்க விடத்தான் வந்தேன். இப்ப இருக்கற மனநிலைல எல்லாத்தையும் என்னால சமாளிக்க முடியல. வேற எங்கயும் கொண்டுவிட முடியாது. அதனால இங்க கொஞ்சம் இருக்கட்டும். அப்பறம் வந்து கூட்டிட்டு போறேன்’’ அப்பா வந்த விவரத்தைச் சுற்றி வளைக்காமல் சொன்னார். ஏதோ சொல்ல வந்த தாத்தா வார்த்தைகளை உள்ளே ஒதுக்கினார். ஒரு முறை முனகினார், பதிலே பேசவில்லை.

‘‘தம்பிக்குட்டன் விஷயத்தில்தான் ரொம்பக் கஷ்டம். அவனைப் பக்கத்து வீட்டில் விட்டுவிட்டு நான் மில்லுக்கும் உமா ஸ்கூலுக்கும் போகிறோம். அது சரிபடல. இங்கயிருந்தா பிரச்சனையில்லையே’’

ஒரு நிமிடம் அப்பாவின் முகத்திலிருந்து பார்வையை அகற்றாமல் தாத்தா சொன்னார்.

‘‘இருக்கட்டும் பாலா, அவங்க இங்க இருக்கட்டும். இங்கதானே அவங்க இருக்க வேண்டியது’’

தாத்தாவின் வார்த்தைகள் ஆத்மார்த்தமாய் உள்ளேயிருந்து வரவில்லையென்று தோன்றியது. அது கையாலாகாதவன் உதிர்க்கும் சொற்களாகயிருந்தன. யாருக்கோ பயப்படுவது போன்றவை அவை. அப்பா கிளம்பத் தயாரானபோது தாத்தா வேதனையுடன் சொன்னார்.

‘‘பாட்டி இங்கேயில்லை, கோவிலுக்குப் போயிருப்பா போலிருக்கு. ஒரு டீ கூட குடுக்காம எப்படி உங்கள அனுப்பறது?’’

வேண்டாமென்று சொல்லி அப்பா போக எழுந்தார்.

‘‘நான் கிளம்பறேன். இப்பப் போனா இருட்டுக்குள்ள வீட்டுக்குப் போய் விடலாம்’’

பாட்டியைப் பார்த்துவிட்டுப் போகலாமேயென்று தாத்தா சொன்னாரென்றாலும் அப்பா சம்மதிக்கவில்லை. இருவரின் துணி இருந்த தோல் பெட்டியை எங்களிடம் கொடுத்துவிட்டு அப்பா

போய்விட்டார். அவர் சட்டென விட்டுவிட்டுப் போனவுடன் நான் அதீத துக்கத்திற்கு ஆளானேன். இனி என்ன செய்வதென்று ஒன்றுமே புரியவில்லை. அப்பா போன பாதையைப் பார்த்து நானும் தம்பிக்குட்டனும் வாசல் படியிலேயே உட்கார்ந்தோம். பின் வாசல் வழியாக வந்ததால் பாட்டியை நாங்கள் பார்க்கவில்லை. உள்ளேயே தாத்தா எல்லாவற்றையும் சொல்லியிருப்பார் போலிருக்கிறது. வாசல் படியிலிருந்த எங்களிடம் வந்த பாட்டி பக்கத்தில் உட்கார்ந்து தம்பிக்குட்டனைச் சேர்த்தணைத்து கன்னத்தில் முத்தமிட்டு என் முடியில் கையோட்டினாள். சுருக்கங்கள் நிறைந்த பாட்டியின் முகம் உள்ளேயிருக்கும் துக்கத்தைத் தெளிவாய் வெளிக்காட்டியது. கண்களைத் துடைத்தபடி அவள் எங்களையும் கூட்டிக் கொண்டு உள்ளே போனாள்.

தம்பிக்குட்டனைக் குளிக்கவைத்து சோறூட்டினாள். அவளுடைய அன்பின் பிடியில் அவன் கரைந்துருகினான். புதிய வாழ்வு கிடைத்த சந்தோஷத்தில் நானுமிருந்தேன். எங்களுக்கு உரிமையுள்ள இந்த அன்பின் உச்சாணிக்கொம்பை எட்டிப்பிடிக்க ஏன் இத்தனை நாட்களும், இப்படியான சூழலுமென்று நான் நினைத்தேன். ஆனால் அந்த அன்பின் பிரவாகத்திற்கு அத்தனை ஆயுள் இல்லை. ஒரு கனவு போல எல்லாம் சீக்கிரமே முடிவுக்கு வந்தது. பாட்டியின் அன்பும் கொஞ்சலும் வெளிப் பார்வைக்கு மட்டுமே என்று தோன்றியது. ஆனால் தாத்தாவோ நாங்கள் வந்தபிறகு உற்சாகமாகக் காணப்பட்டார். தம்பிக்குட்டைனைக் கொஞ்சவும் என்னை படிக்க வைக்கவும் அவர் ஆர்வமோடிருந்தார். தாத்தா பாட்டி என்று கூப்பிட்டுப் பழகியிருந்த என்னை, ‘முத்தச்சன், முத்தச்சி’ என்று மலையாளத்தில் கூப்பிடப் பழக்கினார். மலையாளம் எழுதவும் படிக்கவும் கற்றுத் தந்தார். சிவ ஸ்துதியையும் தேவி ஸ்துதியையும் மனப்பாடமாகச் சொல்லித் தந்தார்.

தாத்தாவை விட அதிகாரம் படைத்தவராய் பாட்டி அந்த வீட்டில் இருந்தாள். பாட்டி சொல்வதை மீற தாத்தாவிற்கு அதிகாரமில்லை.

நாட்கள் போகப்போகப் பாட்டிக்குத் தேவையில்லாத சுமையாக மாறினோம். எந்த நேரமும் புலம்பலும் திட்டுமாகவே நாட்கள் கடந்தன. ஆரம்பத்தில் சாப்பிட வைக்க வாத்சல்யமாயிருந்த பாட்டி பிறகு வேண்டுமானால் சாப்பிடட்டும் என்ற விதமாய் இருக்கத் தொடங்கினாள். மகள் செய்த பாவத்திற்கான தண்டனையை நான் ஏன் அனுபவிக்க வேண்டுமென்று எப்போதும் கேட்கத் தொடங்கினாள். யாருடைய பாவ பலன்களை அனுபவிக்கிறோம் என்று தெரியாமல் நாங்கள் இருவரும் நாட்களைத் தள்ளி நகர்த்தினோம். நெல் களத்திற்குக் காவலிருக்கவும் மற்ற வேலைகளுக்குமாய் நியமிக்கப்பட்டேன். நான் செய்யும் எல்லா வேலைகளிலும் பாட்டி குற்றம் கண்டுபிடித்து திட்டித் தீர்த்தாள். அது எல்லாவற்றையும் விடத் தம்பிக்குட்டனின் நிலைமை மோசமானது. நேரத்திற்குச் சாப்பாடு கிடைக்கவில்லை. எனக்கு எப்படியாவது திரும்பி அப்பாவிடம் போனால் போதுமென்றிருந்தது. இந்தச் சூழலின் தன்மையைப் பொறுக்க முடியாமல் தாத்தா பொறுமையிழந்து வெடித்துவிடுவாரென நான் நினைத்தேன். ஆனால் அது நடக்கவில்லை.

நாங்கள் இங்கு வந்து சேர்ந்து ஒரு மாதம் ஆகிறது. அப்பாவிடம் போக ஏங்கின எங்களை அங்கேயே அனுப்பிவிட பாட்டியே தீர்மானித்தாள். விடியற் காலையிலேயே எங்கள் இரண்டு பேரையும் எழுப்பித் தயாராகச் சொன்னாள். எனக்குத் துள்ளி குதிக்கத் தோன்றியது. எவ்வளவு நாட்களாய் ஏங்கினேன், இப்போதாவது பாட்டிக்குத் தோன்றியதே. தம்பிக்குட்டனைக் குளிக்க வைத்து சட்டையும் நிக்கரும் போடும்போது அவன் என்னிடம் கேட்டான்.

''அப்பாகிட்டயாக்கா நாம போறோம்?''

இங்கு வந்தபிறகு அவ்வப்போது தம்பிக்குட்டன், 'எப்ப அக்கா நாம அப்பாவப் பாப்போம்?' என்று கேட்டிருந்தாலும் தெரியாத பதிலைச் சொல்ல முடியாததால் 'நாம போவோம்' என்ற மழுப்பல் பதிலை மட்டுமே சொல்லிவந்தேன். ஆனால் இந்தமுறை

அவனுடைய கேள்விக்கு என்னால் சரியான பதிலைச் சொல்லமுடிந்தது.

''தம்பிக்குட்டா நாம இப்ப அப்பாகிட்டதான் போறோம்''

அவன் முகம் மலர்ந்தது. அப்பாவின் நினைவுகள் அவனின் குழந்தை மனசுக்கு இளம் தென்றலாய் வந்து சேர்ந்தது. அந்த லேசான குளிர் அவனுக்குச் சிலிர்ப்பேற்படுத்தியது.

எங்கள் இரண்டு பேரை விட தாத்தாதான் குதூகலமானார். எங்களின் கஷ்டப்பாடுகளைக் கையாலாகாதவனாகப் பார்த்துக்கொண்டு நிற்க மட்டுமே அவரால் முடிந்திருந்தது. 'அவங்க கொழந்தைங்கதானே, ஏன் இப்படி குரூரமா நடந்துக்கற?' என்று அவ்வப்போது நெஞ்சு வெடித்துச் சிதற அவர் கேட்டிருக்கிறார்.

''நீங்க இப்படிக் கொஞ்சிகிட்டு இருங்க. சொந்த மகளை நல்லா வளக்கத் தெரியாத அப்பந்தானே நீங்க? இப்ப நியாயம் சொல்ல வந்திட்டீங்க'' அருள் வந்து ஆடுவது போலப் பாட்டி தாத்தாவிடம் கோபத்துடன் துள்ளினாள்.

''இதுங்களுக்கெல்லாம் வடிச்சுக் கொட்ட நீங்க சம்பாதிச்சு கூட்டி வச்சிருக்கீங்களா? பத்தாததுக்கு இந்தப் பொண்ணப் பாத்தீங்களா, இதோன்றதுக்குள்ள சடசடன்னு வளந்துடுவா''

என்னைப் பார்த்து பாட்டி அதைச் சொன்னபோது பெண் வளர்வது வீட்டிற்கும் நாட்டிற்கும் பாரமா? என்று கேட்கத் தோன்றும். தங்கமணியின் அம்மாவும், பொண்ணுங்க கண் மூடிக் கண் திறக்கறதுக்குள்ள அப்படியே வளந்து நிப்பாங்க, அதனால கவனமா வளக்கணும் என்று சொல்வார்.

பெண்ணாய்ப் பிறந்தது அவ்வளவு மோசமா என்று தோன்றிய நிமிடங்கள் அவை. பாட்டியும் தங்கமணியின் அம்மாவும் பெண்தானே, ஆனாலும் அவர்கள் ஏன் பெண்களைக் குற்றம்

சொல்கிறார்கள். பெண்ணுக்குப் பெண்தான் எதிரி என்று உள்ளேயிருந்து யாரோ கூப்பிட்டுச் சொன்னது மாதிரியிருந்தது.

துணியெல்லாம் எடுத்துப் பையில் வைத்தோம். எதையாவது மறந்து விட்டோமாவென்று பார்வையிட்டேன். அப்படி பிரத்யேகமாய் என்ன இருக்கிறது? தம்பிக்குட்டனின் கையிலொரு சின்ன யானையின் பொம்மையைப் பார்த்து அவனைக் கேட்டேன். மர யானை பொம்மை அது. உள் அறையில் மேசை மேல் வைத்திருந்தது. அந்த மொத்த வீட்டிலும் இத்தனை நாட்களிலும் அவனுக்குக் கிடைத்த ஒரே விளையாட்டுப் பொருள். அதை எடுப்பது பாட்டிக்குப் பிடிக்காது. திட்டியபடியே திரும்ப வாங்கிக் கொள்வாள். ஒரு முறை அதற்காய் அடி கூட வங்கியிருக்கிறான்.

"வேண்டாம் தம்பிக்குட்டா, அங்க வச்சிடு"

அவன் யானைக்குட்டியின் உருவத்தை மீண்டுமொரு முறை பார்த்தான். மனசில்லாமல் திரும்ப வைத்துவிட்டான். அவனுடைய மன வேதனையைப் பார்த்தவுடன் எனக்குத் துக்கமாக இருந்தது.

"நாம அப்பாட்ட சொல்லி வேற யானைக்குட்டி வாங்கலாம். இவ்வளவு பெருசு" நான் கைகள் அகட்டி அதன் பருண்மையைக் காண்பித்தேன்.

"அவ்வளவு பெரிய யானைக்குட்டியை எப்படி வளப்பேன்? நான் சின்னவன்தானே"

நான் காண்பித்த யானையின் பருண்மை அவனின் ஆசைக்கு உகந்ததாயில்லை.

ஒரு கையில் தோல்பெட்டியையும் மற்றொரு கையில் தம்பிக்குட்டனையும் பிடித்து வாசலுக்கு இறங்கும்போது தாத்தா சாய்வு நாற்காலியில் துக்கம் சூழ்ந்த முகத்தோடு உட்கார்ந்திருந்தார். யாருக்கும் உபயோகமாகாத ஒரு பாழ் வஸ்து சுருண்டு மடங்கி

அமர்ந்திருப்பது போல... தாத்தாவிற்குப் பக்கத்தில் போய் நான் மெல்லக் கூப்பிட்டேன்.

"போட்டுமா முத்தச்சா?"

நிறைந்து ததும்பக் காத்திருந்தன அந்தக் கண்கள். நாற்காலியிலிருந்து முன்னகர்ந்து எங்கள் இருவரையும் சேர்த்துப் பிடித்தபோது அவருடைய நெஞ்சுக்கூட்டின் சூடு எனக்குள் பரவியது. ஒன்றும் சொல்லாமல் தலையில் கை வைத்து ஆசிர்வதித்து எங்களை அனுப்பி வைத்தார். நாங்கள் இறங்கி வரும்போது உணர்ந்தெழுந்த வெயில் வாசலில் கோலமிட்டுக் கொண்டிருந்தது.

பஸ்ஸில் ஏறிய உடனேயே இளம் வெயில் தந்த காற்றின் இதத்தில் நான் தூங்கியிருந்தேன். தோளில் தம்பிக்குட்டனும் சாய்ந்திருந்தான். இம்சையாயிருந்த இரண்டு பூனைக்குட்டிகளை எங்கேயாவது கொண்டு விட்டுவிடும் லாவகத்துடன் பாட்டி சீட்டின் கடைசியில் உட்கார்ந்தாள். சுளீரென அடித்த வெயிலில் தார் உருகும் வாசனை மூக்கில் ஏறிய போது நான் எழுந்தேன். பழையனூரிலிருந்து சிந்தாமணிப்புதூருக்கு வந்து சேர்ந்தவுடன் வெயிலின் தன்மை இளம் வெயிலிலிருந்து சுடுவெயிலாக மாறியிருந்தது.

"நான் அங்க வரல. இங்கயிருந்து உங்களுக்குப் போகத் தெரியும்தானே?"

நிறுத்தத்தில் பஸ் நின்றபோது என் தோல் பெட்டியை எடுத்து வெளியில் போட்டபடி பாட்டி கேட்டாள். வீட்டிற்கு அங்கேயிருந்து ஒரு கிலோ மீட்டர் தூரமிருக்கும். பதில் சொல்லாமல் நின்ற என்னைப் பார்த்துக் கோபத்துடன் பாட்டி சொன்னாள்.

"நான் இதே பஸ்ஸில் திரும்பிப் போணும். செல்லங் கொஞ்சிட்டு நின்னா முடியாது"

"நாங்க போய்க்கறோம் முத்தச்சி"

தூக்கக் கலக்கத்தில் முரண்டு நிற்கும் தம்பிக்குட்டனின் கையையும் பிடித்து தோல் பெட்டியையும் தூக்கிக் கொண்டு நான் நடந்தேன். அந்த நடை தம்பிக்குட்டனைப் பார்க்கப் பள்ளிக்கூடத்திலிருந்து ஓடி வந்தது போல அத்தனை சுலபமாயில்லை. தலைக்கு மேலே எரிக்கும் சூரியன். பிஞ்சுப் பாதங்களில் சூடு ஏறத் தொடங்கியவுடன் அவன் சிணுங்க ஆரம்பித்தான்.

"சீக்கிரமா நடந்து வா தம்பிக்குட்டா, இன்னும் கொஞ்சம் தூரம்தானே இருக்கு வா, நட" நான் அவனுடைய கையைப் பிடித்து இழுத்தேன். நடக்க முடியவில்லையென்று சுட்டெரிக்கும் வெயிலில் உட்கார்ந்து அழ ஆரம்பித்துவிட்டான். வேறு வழியில்லாமல் போனதால் அவனையும் தூக்கி ஒரு கையில் பெட்டியையும் தூக்கி மூச்சு இரைக்க இரைக்க நடந்தேன். அந்த வழியாக ஒரு குதிரை வண்டி தாண்டியபோது அது எங்களை ஏற்றிக் கொண்டால் எப்படியிருக்கும் என்று ஆசைப்பட்டேன். அந்த ஆசை குதிரை வண்டியோடு சட்டென மறைந்து போனது.

காய வைத்திருந்த மிளகாயைத் துழாவிக் கொண்டிருந்தாள் தங்கமணி. கால்கள் தளர்ந்து வியர்த்து நனைந்திருந்த என்னைப் பார்த்ததும் அவள் ஓடி வந்து தம்பிக்குட்டனை வாங்கித் தோளில் சாத்திக் கொண்டாள்.

"உமா..." என்னைப் பார்த்த சந்தோஷத்துடனும் அதற்கும் மேலான பிரியத்துடனும் அவள் என்னைக் கூப்பிட்டாள்.

"என் உமா, திரும்பி வந்திட்டியா? ரொம்ப சந்தோஷம், நீ இல்லாம எனக்கு இத்தனை நாளா சந்தோஷமே இல்லடி. விளையாடக் கூட யாருமேயில்ல, ரொம்ப போருடி"

நீண்ட நாட்களுக்குப் பிறகு அவளைக் கண்ட சந்தோஷத்தில் பேசத் தோன்றினாலும் களைத்து சோர்ந்து போயிருந்த எனக்கு எங்கேயாவது உட்கார்ந்தால் போதுமென்றிருந்தது. தங்கமணி

எங்களை அவளுடைய வீட்டிற்குக் கூட்டிக் கொண்டு போனாள். தோல்பெட்டியைத் தூர எறிந்தபடி திண்ணையில் உட்கார்ந்தேன். வேர்த்து வழிந்திருந்த என் உடை சுவரில் ஒட்டிக் கொண்டது.

"ஏய், நீ தனியாவா வந்தே, உங்கூட யாரும் வரலயா?"

எங்களைப் பார்த்த சந்தோஷத்தில் சமையலறையிலிருந்து வெளியே வந்த தங்கமணியின் அம்மா கேட்டாள். இல்லையென்று நான் தலையாட்டினேன். என் முகம் பார்த்து அவரின் முகம் மாறியது.

"யார் உங்கள இங்கக் கூட்டிட்டு வந்தது? ஏன் அவங்க உங்க வீடு வரைக்கும் வந்து விட மாட்டாங்களா?"

சடசடவென நிறைய கேள்விகள். தங்கமணி கொண்டுவந்த தண்ணீரை ஒரே மூச்சில் குடித்தபோது கொஞ்சம் ஆசுவாசமாகி தளர்ச்சி விலகியது. நான் நடந்ததையெல்லாம் அவர்களிடம் சொன்னேன். ஒன்றையும் மறைத்து வைக்க எனக்குத் தோன்றவில்லை, அது மட்டுமல்ல இதை அப்பாவிடம் சொல்லும் பொறுப்பை அவர்கள் எடுத்துக் கொள்வார்கள் என்பதும் எனக்குத் தெரியும்.

என் நம்பிக்கை வீண் போகவில்லை. வேலை முடிந்து அப்பா வந்தவுடன் நடந்தவற்றையெல்லாம் சேர்த்தும் குறைத்தும் தங்கமணியின் அம்மா விளக்கினார்.

"மட்ட மத்தியானத்தில ரெண்டு குழந்தைகளையும் இறக்கி விட்டுட்டுப் போன அது ஒரு பொம்பளயா? என்பதைப் பேச்சினிடையில் அடிக்கடி கேட்டார். இதையெல்லாம் கேட்டு விசனமாய் உட்கார்ந்திருந்த அப்பாவிடம் சாந்தமாய் தங்கமணியின் அம்மா சொன்னார்.

"இனிமே என்னானாலும் பரவாயில்ல, கொழந்தங்க உங்கூடயே இருக்கட்டும். அங்கயெல்லாம் விடவேண்டாம். அவங்க கொழந்தைங்க மேல அவங்களுக்கே பாசமில்ல, சரி விடு"

தங்கமணியின் அம்மாவின் வார்த்தைகள் அப்பாவின் இதயத்தைத் தைத்தன. அப்பா அவரை நன்றியோடு பார்த்தார். அவர்களுக்குப் பாட்டியின்மேல் ஏற்பட்ட கோபம் அடங்கியிருக்கவில்லை.

"என்னதான் இருந்தாலும் இது உன் பொண்ணோட கொழந்தைங்கதானே, எதுக்கு அவங்க மேல இத்தனை கோபப்படணும்?"

அப்பாவுக்குள்ளே துக்கம் மேலெழுந்தது. தம்பிக்குட்டனை வாரியணைத்து நெற்றியில் முத்தமிட்டார். அப்பாவைப் பார்த்த சந்தோஷத்தில் அவனும் அவரைக் கட்டியணைத்துக் கொண்டான். என்னையும் அப்பா சேர்த்தணைத்துக் கொண்டார். எங்களின் அன்பின் பிடி மேலும் இறுகியது. பாதுகாப்பு தேடித் தாய்க் கோழியின் செட்டைக்குள் அடங்குவதுபோல நாங்கள் அப்பாவின் உடலோடு ஒட்டி உட்கார்ந்து கொண்டோம். கண்ணீரைத் துடைத்தபடி தங்கமணியின் அம்மா அவர்களின் வீட்டிற்குப் போனார்.

ஆறு

எதுவும் மாறியிருக்கவில்லை. ஒரு மாதத்திற்குள் என்ன மாறிவிடப் போகிறது? சிலநேரம் இரவு முழுக்க, இல்லையென்றால் பகல் முழுக்க அதுவுமில்லையென்றால் இரவும் பகலும் முழுக்க மில் வேலையும் வீடுமாய் அப்பாவின் வாழ்க்கை எந்திரத்தனமாக மாறிய. பழையனூரிலிருந்து திரும்ப வந்த நான், என் பழைய வாழ்க்கை முறைகளில் சட்டெனப் பொருந்திப் போனேன். ஒரு சின்ன கால அளவுதானென்றாலும் என் மாற்றம் அதிகமாக தங்கமணியைப் பாதித்தது. அன்பால் அவள் என்னைத் திக்குமுக்காட்டினாள். எல்லா நேரங்களிலும் அவள் என்னுடனே இருந்தாள். கொடும் வேனலில் சிந்தாமணிப்புதூரின் முக்கால்வாசி வீடுகளிலும் கிணறுகள் வற்றிப் போயிருந்தன. அதிகாலையில் வரும் லாரித் தண்ணீர்தான் எங்களுக்கான ஒரே வழி. காலையில் எழுந்து நானும் தங்கமணியும் போவோம். அதுதான் அவளைப் பொறுத்தவரை பெரிய வேலை. மீதி எல்லா வேலையையும் அவளுடைய அம்மா செய்வாள். எனக்கோ தண்ணீர் கொண்டு வைத்துவிட்டு வாசல் பெருக்கிக் கோலமிட வேண்டும். அதன்பிறகு காலைக்கும் மதியத்திற்குமான சாப்பாட்டைச் செய்யவேண்டும். தம்பிக்குட்டனை எழுப்பித் தயார்செய்து சாப்பாடு ஊட்டி தங்கமணியின் வீட்டில் சேர்த்துவிட்டுப் பள்ளிக்கூடத்திற்கு ஓட வேண்டும்.

அவன் விஷயத்தில் இப்போது அவர்கள் மிகுந்த கவனம் செலுத்துகிறார்கள். பழையனூருக்குப் போய்த் திரும்பி வந்தபிறகான பெரிய ஆசுவாசமே அதுதான். மனக்கோணல் இல்லாமல் அவர்கள் தம்பிக்குட்டனைப் பார்த்துக்கொண்டார்கள். ஆனாலும் இது எத்தனை நாளைக்குத் தொடரும்!

ஹேமலதா சொல்லித்தான் நாங்கள் பள்ளிக்கூடத்திற்கு வரும் வழியில் ஒரு கல்யாண மண்டபத்தில் குழந்தைகளைப் படிக்க வைக்க ஒரு வாத்தியார் வருகிறாரென்று எனக்குத் தெரியவந்தது. இரண்டரை மூன்று வயதிலிருந்து குழந்தைகளை ஒன்றாய் உட்காரவைத்துப் பாட்டும் விளையாட்டுமாகப் பார்த்துக் கொள்வதே வாத்தியாரின் வேலை. உடன் உதவ அவருடைய மனைவியுமிருந்தார். வாத்தியார் ஒரு நாதஸ்வர வித்வான். குள்ளமாகத் தொந்தியும் தொப்பையுமாக இருப்பார். அறுபது வயதிருக்கும். இடுப்புக்கு மேலே சரிகை வேட்டி கட்டியிருந்தாலும் தொப்பையின் மேல் ஒய்யாரமாய்ப் படுத்துக் கிடக்கும் பூணூல் தெரியும். நெற்றியிலும் கைகளிலும் கழுத்திலும் விபூதி அணிந்திருப்பார். இதெல்லாம் இல்லை ஆச்சரியம். அவருடைய அழகான நீண்ட மூக்கு எல்லோரையும் கவர்ந்திழுக்கும். நாதஸ்வரம் வாசிக்கும்போது மூக்கிலா நாதஸ்வரத்திலா விரல்கள் விளையாடுகிறதென்று எனக்குத் தோன்றும்.

அப்படியொரு வாத்தியாரும் அவரின் நெருக்கமும் எங்களுக்குத்தான் அதிக நிம்மதியைத் தந்தது. தம்பிக்குட்டனை அங்கே சேர்க்க அப்பாவும் விருப்பப் பட்டார். காலையில் எழுந்து பள்ளிக்கூடத்திற்குப் போகும்போது கொண்டுபோய் விட்டுவிட்டு மாலையில் கூட்டிக் கொண்டு வருவேன். மாதத்திற்கு ஒரு சின்னத் தொகை கொடுப்பதால் வாத்தியாருக்கும் மிகவும் சந்தோஷம். ஒரு மாதம் பள்ளிக்கூடத்திற்குப் போகாததால் என்னால் படிப்பில் மிகுந்த கவனம் செலுத்த வேண்டி வந்தது. நோட்டுகளைப் பார்த்து எழுதவும் எவ்வளவு படித்துப் பார்த்தாலும் புரியாத பாடங்களை

வாத்தியார்களிடம் கேட்டுத் தெரிந்துகொள்ளவும் நான் அதிக நேரம் பள்ளியிலேயே செலவழித்தேன்.

கே.ஜி. குரூப்பின் கீழ்தான் நான் படிக்கும் கதிர் மில் பள்ளியிருந்தது. அப்பாவும் அவர்களின் மில்லில்தான் வேலை பார்த்தார். மில் தொழிலாளிகளின் பிள்ளைகளுக்காகக் கட்டப்பட்ட பள்ளி அது. ராகி அண்ணக் கவுண்டர்தான் எங்கள் பள்ளித் தலைமையாசிரியர். பார்வைக்குக் கம்பீரமான உருவம். பிள்ளைகளும் வாத்தியார்களும் ஊர்க்காரர்களும் மிகவும் மதிப்பார்கள். மிக அதிகமான கட்டுப்பாடுகள் அவருக்குண்டு. பள்ளிக்கூடமும் வகுப்பறைகளும் சுத்தமாகப் பராமரிக்கப்பட வேண்டும். எல்லா வெள்ளிக்கிழமைகளிலும் கடைசி பாடவேளையை வகுப்பறையைத் தூய்மையாக்க ஒதுக்கி கரும்பலகையைக் கரி தேய்த்து இன்னும் கருப்பாக்கி இரண்டு வாரத்திற்கு ஒரு முறை சாணி மெழுகித் தரையைப் பளபளவென்றாக்கி மைதானத்தில் வளர்ந்திருக்கும் புல்லை வாரத்திற்கு ஒருமுறை சுத்தமாக்கி என வேலைகள் இருக்கும். ஒவ்வொரு வகுப்பிற்கும் சுழல் முறையில் வேலை வரும். சுத்தமென்பதும் ஒழுக்கமென்பதும் வீட்டிலிருந்தும் பள்ளியிலிருந்தும் தொடங்க வேண்டுமென்பதே கவுண்டர் சாரின் எண்ணம். எல்லாவற்றிற்கும் அந்தந்த வகுப்பு ஆசிரியர்கள் பொறுப்பாக இருந்தாலும் மேற்பார்வைக்குக் கவுண்டர் சாரும் இருப்பார். கண்களை உருட்டவோ பயமுறுத்தவோ மாட்டார். அன்போடு கூடநின்று கவுண்டர் ஊக்கப்படுத்தும்போது அதொரு பெரிய வேலையாக யாருக்குமே தோன்றாது. அன்பு செலுத்தி அன்பைப் பெற வேண்டுமென்பதே அவருடைய கருத்து. அதற்குப் பெரியவர் சிறியவர் என்றில்லை. முதலாளி தொழிலாளி, பணக்காரன் ஏழை என்ற பிரிவில்லை. அன்பிருந்தால் வகுப்பறைகளும் பள்ளி வளாகமும் மட்டுமல்ல நம்முடைய மனசும் சுத்தமாக இருக்கும்

என்பதுதான் ராகி அண்ணக் கவுண்டர் சார் பாடத்திட்டம் இல்லாமல் சொல்லிக் கொடுத்த வைத்த பாடம்.

பள்ளியில் எல்லா நாட்களும் காலையிலும் மாலையிலும் கூடுகை இருந்தது. காலையில் பிரார்த்தனையோடு தொடங்கும். நாங்கள் வரிசையாய் நின்று பள்ளி மாணவத் தலைவன் சொல்லித் தரும் பாடல்களைப் பாடுவோம். தலைமை ஆசிரியர் உட்பட எல்லா வாத்தியார்களும் அங்கேயிருப்பார்கள். மாலையில் 'ஜன கன மன' பாடிப் பிரிவோம். இதற்கிடையில் முக்கியமாய் எல்லாக் குழந்தைகளிடமும் ஏதாவது சொல்ல வேண்டுமென்றால் மட்டுமே கவுண்டர் சார் அந்தக் கூடுகையில் பேசுவார். ஆசிரியர் தினம், குழந்தைகள் தினம் போன்ற முக்கிய நாட்களில் அவருடைய அறிவுரை வழக்கமாயிருந்தது. எங்களுக்கு இலக்கண வகுப்பை வாரத்திற்கொரு முறை அவர்தான் எடுத்தார். ஆனாலும் அவருடைய வகுப்பு எல்லோருக்கும் பிடிக்கும். கணேசனைக் கூட இலக்கணத்தைத் தவறாமல் சொல்லவைத்த பிறகுதான் மாஸ்டர் அடுத்த வகுப்பிற்குப் போவார். ஒரு மாணவனைக்கூட முடியாதவன், மக்கு என்று அவரால் பிரித்துப் பார்க்க முடிந்ததில்லை.

வெயில் வழமையை விட அதிகச் சூடாயிருந்த ஒரு பகல். வீட்டு வேலைகள் முடிந்த பிறகு நேரம் அதிகமாயிருந்தது.

தம்பிக்குட்டனை வாத்தியாரிடம் விட்டுவிட்டு நான் பள்ளிக்கூடத்திற்கு ஓடினேன். இந்த ஓட்டம் எனக்கு இப்போது பழகியிருந்தது. முக்கால்வாசி நாட்களில் வீட்டு வேலை முடிந்தபிறகு நேரமாகிவிடும்.

அதனால் தங்கமணி எல்லா நாட்களிலும் கூட வரமாட்டாள்.

வழியில் ஒரு கும்பலைப் பார்த்து நான் என் ஓட்டத்தை நிறுத்தினேன். ஆட்கள் பரஸ்பரம் குசுகுசுவெனப் பேசுவதற்கிடையில் என்னவென்று தெரிய அந்தக் கும்பலை விலக்கியபடி உள்ளே

நுழைந்தேன். கும்பலின் நடுவில் நடுத்தர வயதுள்ள ஒரு பெண் சாலையில் விழுந்து கிடந்தாள். அவளுடைய நெற்றியில் அடிபட்டு ரத்தம் வழிந்து கொண்டிருந்தது. அவளைப் பார்த்துக் கொண்டிருப்பதல்லாமல் யாரும் பக்கத்தில் போகவில்லை. போலீஸைக் கூப்பிட ஆட்கள் போயிருக்கிறார்களென்று கூட்டத்தில் யாரோ சொன்னார்கள். சேலத்திற்குப் போன பஸ் ஆட்டோவை இடித்துவிட்டது. அவள் ஆட்டோவில் இருந்திருக்கிறாள். சட்டென என்ன செய்வதென்று தெரியாமல் நின்றிருந்த நான் தைரியத்தை வரவழைத்துக்கொண்டு அந்தப் பெண்ணின் பக்கத்தில் சென்றேன்.

குங்கும நிறத்திலுள்ள புடவையை அவள் உடுத்தியிருந்தாள். அது விலகி அந்த நேரத்திலும் பலரின் பார்வையையும் வசீகரித்து நின்றது. 'அழகி' என்று எல்லோராலும் அழைக்கப்படும் அவளை நான்கூட எப்போதோ பார்த்திருக்கிறேன். தலையைச் சுற்றிலும் ரத்தம் வழிந்த சுவடு. ரத்தத்தால் பிசுபிசுத்திருந்த அவளுடைய தலையை என் மடியில் எடுத்து வைத்தேன். என் புத்தகப் பையைத் திறந்து பாட்டிலில் வைத்திருந்த தண்ணீரை எடுத்து அவளுடைய வாயில் ஊற்றியபோது ஆட்கள் முணுமுணுத்தார்கள். அவளின் வறண்ட உதடுகளில் தண்ணீர் ஊர்ந்து இறங்கியது. வலியால் துடித்துக் கொண்டிருந்தவள் கண்களைத் திறக்க முயன்றாலும் முடியவில்லை. ஏதேதோ கைகளுக்குப் போய்வந்த அவளுக்கான கடைசி நீர் ஊற்ற என் சின்னக் கைகளுக்கு வாய்த்திருந்தது. உயிர்நீர் சொரிந்த என் கண்களைக் கடைசிப் புன்னகை கொண்டு அவள் ஆசிர்வதித்து இந்த உலகின் எல்லா இன்னல்களிலிருந்தும் விடுபட்டாள்.

என் கைகளிலும் பாவாடையிலும் சட்டையிலும் ரத்தக் கறை படிந்திருந்தது. அதற்குள் ஒரு வண்டி வந்து யார்யாரோ அவளைத் தாங்கிப்பிடித்து மருத்துவமனைக்குக் கொண்டு சென்றார்கள்.

கும்பலிலிருந்தவர்கள் என்னைப் பார்த்து என்னென்னவோ சொன்னார்கள். அதையெல்லாம் கவனிக்காமல் நான் பையை எடுத்துக் கொண்டு பள்ளிக்கூடத்திற்கு ஓடினேன்.

காலை கூடுகை முடிந்து வகுப்புகள் தொடங்கியிருந்தன.

என் சட்டையையும் பாவாடையையும் நான் மாறி மாறிப் பார்த்தேன். உடையெங்கும் ரத்தம் தோய்ந்து சிவந்திருந்தது. கழுவிச் சுத்தப்படுத்தினால் இன்னும் நேரமாகிவிடும் என்று முடிவு செய்து நேராக வகுப்பிற்கு ஓடினேன். முருகேஷ் சாரின் ஆங்கில வகுப்பு அது. அவர் கரும்பலகையில் ஏதோ எழுதிக் கொண்டிருந்ததால் வாசலில் நிற்கும் என்னைப் பார்க்கவில்லை. ரத்தக் கறை படிந்த யூனிஃபார்மில் நிற்கும் என்னைப் பார்த்ததும் பிள்ளைகள் அதிர்ந்தார்கள். அவர்களின் அடங்கின பேச்சுக்குரல் கேட்டபோது சார் திரும்பிப் பார்த்தார். அவருடைய கண்கள் பிள்ளைகளின் குரல் வழியாக வாசலில் நிற்கும் என் பக்கம் திரும்பியது. என்னைப் பார்த்தவுடன் திட்டக் காத்திருந்தது போலத் திரும்பினார். சாலையில் நடந்த சம்பவத்தை எங்கள் பள்ளி ஸ்டோர் கீப்பர், ஆசிரியர்களின் அறையில் சொல்லியிருக்கலாம். அந்தக் கும்பலில் அவரும் இருந்தார். நடந்தவற்றையெல்லாம் தெரிந்து கொண்டது போலவேயிருந்தது மாஸ்டரின் கேள்விகள்.

"என்னா உமா இது, அங்க அவ்ளோ பேரும் போலீஸ் வரட்டும்ன்னு காத்திருந்தாங்க, நீ மட்டும் ஏன் இப்படி?"

நடக்க இருக்கிற பொல்லாப்புகளை நினைத்து மாஸ்டர் மிகவும் பயப்படுகிறார் என்று அவரின் பேச்சிலிருந்து தெரிந்தது. ஆனால் எந்தத் தவறும் நான் செய்யவில்லையென்று எனக்கு நிச்சயமாய்த் தோன்றியது.

ஆகவே பயமில்லாமல் நின்றேன்.

அப்படி நின்றது அவருக்குப் பிடிக்கவில்லை.

"நீ என்னா மதர் தெரசாவா? ஊரெல்லாம் சேவை செய்ய பொறந்திருக்கியா?"

அவர் என்னைக் கேலி செய்தார். அதைக்கேட்டுப் பிள்ளைகள் சிரித்தார்கள். அவர்களை முறைத்துப் பார்த்துவிட்டு, ' நீ ஸ்கூலுக்கு வந்தா படிக்கற வேலையப் பாக்கணும்'' என்று அலட்சியமாய்ச் சொன்னார்.

உள்ளே வேதனையாக இருந்தாலும் நான் அதை வெளியே காட்டாமல் நின்றேன். என்னை மேலும் கீழும் பார்த்தபிறகு அவர் தொடர்ந்தார்.

''போயி இந்த ரத்தமெல்லாம் கழுவிட்டு வந்து கிளாசில உக்காரு''

கதவோடு சேர்த்து பையை வைத்துவிட்டு பைப்படிக்கு நடந்தேன். நான் என் கையை முகர்ந்து பார்த்தேன். பச்சை ரத்தத்தின் வாசனை. முதலில் தரையில் தேய்த்துக் கை கழுவினேன். சட்டையிலும் பாவாடையிலும் தோய்ந்திருந்த ரத்தக் கறை எவ்வளவு கழுவினாலும் போகவில்லை. அது மேலும் அதிக இடத்திற்குத் தன் எல்லையை விரித்துக் கொண்டது.

கையில் ரத்தத்தின் பச்சை வாசனை மட்டுப்பட்டது. நான் மீண்டும் வகுப்பறையின் வாசலுக்கு வந்து நின்றேன். நனைந்தபடி நிற்கும் என்னிடம் மாஸ்டர் கொஞ்சமும் கரிசனம் காட்டவில்லை.

''என்னா கழுவியாச்சா?, அந்த டிரஸ் காயற வரைக்கும் அப்படியே நில்லு''

வகுப்பின் வெளியே நிறுத்தி என்னை அவர் தண்டிக்கிறார். அதற்காக என்ன தவறை நான் செய்துவிட்டேனென்று புரியவில்லை. அடுத்த பீரியட் வந்தபோது உள்ளே போய் உட்கார்ந்தேன். என்ன நடந்ததென்று தெரிந்து கொள்ள பிள்ளைகள் என்னைச் சுற்றிலும் கூடினார்கள். யாரோடும் ஒன்றும் பேசாமல் நான் குனிந்தபடி அமர்ந்திருந்தேன்.

எல்லா வாத்தியார்களுக்கும் தகவல் தெரிந்திருக்கிறதென்று அவர்களின் பேச்சிலிருந்தும் நடவடிக்கைகளிலிருந்தும் தெரிந்தது.

முருகேஷ் சாரைப் போல வேறு யாரும் என்னை வகுப்பிலிருந்து வெளியே போகச் சொல்லவில்லையானாலும் குற்றப்படுத்தியே பேசினார்கள். எல்லோரும் என்னை பயமுறுத்தினார்கள். போலீஸ் வருவார்கள். அவங்க கேட்பதற்கெல்லாம் பதில் சொல்ல வேண்டும். அவங்க கூப்பிடும் போதெல்லாம் ஸ்டேஷனுக்குப் போக வேண்டுமென்றெல்லாம் சொன்னார்கள்.

கடைசி வகுப்பு முடிந்த பிறகுதான் எனக்கு மூச்சு சீராக வந்தது. ம்ம்ம்.... அப்பாடா... இனி யாரும் என்னைக் குற்றம் சொல்லித் திட்ட முடியாது.

மாலை கூடுகைக்கான பெல் அடித்தது. யார் முகத்தையும் பார்க்காமல் நான் வரிசையில் போய் நின்றேன். 'ஜன கன மன' பாடிப் பிரிந்து போவதுதான் வழக்கம். அதற்கிடையில் தலைமையாசிரியரின் குரல் உயர்ந்தது.

"மாலை வணக்கம் மாணவர்களே"

நான் மெல்ல முகம் உயர்த்திப் பார்த்தேன். தலைமையாசிரியர் பேச இதொன்றும் விசேஷமான நாள் இல்லையே, அப்படி என்ன நாள் இன்று? எவ்வளவு யோசித்தும் ஒன்றும் பிடிபடவில்லை. கவுண்டர் சார் தன் பேச்சைத் தொடர்ந்தார்.

"இந்தப் பள்ளிக்கு ஒரு வரலாறு இருக்கு. இங்க நான் ரொம்ப வருஷமா தலைமையாசிரியரா வேலை பாக்கறேன். நிறைய மாணவர்கள் நல்லா படிச்சிருக்காங்க. அவங்களோட வளர்ச்சியைப் பாக்கும்போது எனக்கு ரொம்ப நிறைவாயிருக்கும். என்னாலயும் இந்தச் சமூகத்திற்கு நல்ல மாணவர்களை உருவாக்கிக் கொடுக்க முடிஞ்சதேங்கிற மகிழ்ச்சியும் நிறைவுமிருக்கு"

எல்லாக் கண்களும் தலைமையாசிரியரையே பார்த்துக் கொண்டிருந்தன. அவர் சொல்லும் தகவல்கள் எல்லாருக்கும் தெரிந்ததே. இந்தப் பள்ளியின் வளர்ச்சிக்கு ராகி அண்ணக் கவுண்டர்

எவ்வளவு பாடுபட்டிருக்கிறார் என்பதில் யாருக்கும் சந்தேகமேயில்லை. திறமையான அனேகம் பிள்ளைகளை உருவாக்கிய பள்ளிக்கூடம். எதற்காக அதையெல்லாம் இப்போது சொல்கிறாரென்று மட்டும் தெரியவில்லை. சீக்கிரமாக வீட்டுக்குப் போய் ரத்தக்கறை படிந்த துணியை மாற்ற விம்மிக் கொண்டிருந்தேன் நான்.

"இன்னக்கி நம்ம பள்ளியில் ஒரு சிறப்பு வாய்ந்த நிகழ்வு நடந்திருக்கு. அது என்னான்னு சொல்றதுக்கு முன்னாடி இப்ப ஒரு மாணவியைக் கூப்பிடப் போறேன்"

அது யாரென்று தெரிய எனக்கு ஆர்வம் மேலிட்டது.

பள்ளிக்குப் பெருமை சேர்த்தவர் யார்? கவுண்டர் சாரின் கண்களைப் பார்க்க முகம் உயர்த்திய என் கண்களைக் கணக்கு வாத்தியார் முருகேசனின் முறைத்த பார்வை சந்தித்ததால் நான் பயந்து போய் தலையைக் குனிந்தேன்.

"உமாதேவி இங்க வா"

தலைமையாசிரியர் கூப்பிட்டபோது என் காதில் ஒரு வண்டு ரீங்கரித்தது போலிருந்தது. நான் அதிர்ந்து போய் நின்றேன். பள்ளியில் என்னைத் தவிர வேறொரு உமாதேவி இல்லை.

என்னையா கூப்பிட்டார்கள்!

நான் முகமுயர்த்தினேன்.

நூற்றுக்கணக்கான கண்கள் என்னைப் பார்ப்பதை அறிந்தவுடன் எனக்குப் பயமாக இருந்தது. கவுண்டர் சார் என்னைக் கையசைத்துக் கூப்பிட்டார். நான் வேறு யாரையும் பார்க்காமல் மாஸ்டரின் முன்னால் போய் நின்றேன். ரத்தக்கறை படிந்த யூனிஃபார்மை கையால் மறைத்துப் பிடிக்க மிகவும் முயற்சித்தேன்.

அவர் என்னைப் பக்கத்தில் நிற்கவைத்துப் பேசத் தொடங்கினார்.

"உமா, இன்னக்கி நம்ம பள்ளியிலயிருந்து மனித நேயத்திற்கான ஒரு முன் மாதிரியாயிருக்கா. உமா பள்ளிக்கூடத்திற்கு வரும்போது ரோட்டில் விபத்திற்குள்ளான பெண்ணை மனிதாபிமான அடிப்படையில அணுகி உதவி செஞ்சிருக்கா. உயிர் விடற நேரத்தில மனுஷனுக்குத் தண்ணிதான் ரொம்ப முக்கியம். அதைக் கொடுக்கறவங்க கடவுளுக்குச் சமானம். பெரியவங்களே செய்யத் தயங்கும் காரியத்தை செஞ்சு உமா இன்னக்கி ஒரு உயிர நிம்மதியா சாக அனுமதிச்சிருக்கா"

காலையில் நடந்ததெல்லாம் தலைமையாசிரியர் விவரித்ததைக் கேட்டபோது எனக்குப் பயம் விலகி நிம்மதி வந்தது. அனேகக் கண்கள் என்னை ஆச்சரியமாய்ப் பார்த்தபடியிருந்தன.

தலைமையாசிரியர் என் தோளைப் பிடித்து அன்பொழுகப் பார்த்து, பிறகு கூடுகையை எதிர்கொண்டார்.

"இவ செஞ்ச இந்த வேலையைப் பார்த்து எனக்கு ரொம்ப பெருமையாகவும் கர்வமாகவுமிருக்கு. இந்தச் சின்ன வயசிலயே அவ மனசுக்குள்ள இப்படியொரு சேவை மனப்பான்மை இருக்கறதைப் பார்க்கும்போது ரொம்ப சந்தோஷமாயிருக்கு"

நான் விம்மி உடைந்துவிடுவேனென்று நினைத்தேன். அப்படியான நல்ல வார்த்தைகளை சாரிடமிருந்து கேட்டவுடன் நான் மிகவும் பெருமைப்பட்டுக் கொண்டேன். ரத்தக்கறை படிந்த யூனிஃபார்மை மறைத்துப் பிடிக்க பட்ட சிரமத்தைச் சட்டென விலக்கினேன்.

எல்லோரும் பார்க்கட்டுமே.

தலைமையாசிரியர் என்னைச் சேர்த்துப் பிடித்தார்.

"இவளுக்கு என்ன கொடுத்தாலும் தகும். இருந்தாலும் இப்ப என்னுடைய இந்தப் பேனாவை பரிசாகக் கொடுக்கிறேன்."

பாக்கெட்டிலிருந்து பேனாவையெடுத்து அவர் என் முன்னே நீட்டினார். எனக்குள்ளாக ஊற்று உடைந்து பெருகியதுபோல கண்ணீர்

ஷாபு கிளித்தட்டில்

பெருக்கெடுத்து ஓடியது. எல்லோரும் ஒரே நேரத்தில் ஸ்ருதி மாறாமல் கை தட்டினார்கள். நான் அந்தப் பேனாவை நெஞ்சோடு சேர்த்துப் பிடித்துப் பின்னால் திரும்பிப் பார்த்தேன். என் பார்வையைச் சந்தித்தவுடன் முருகேசன் சார் முகம் குனிந்தார். அவர் மட்டுமல்ல எல்லா வாத்தியார்களும் மாணவர்களும் ஒரே ஸ்ருதியில் கை தட்டிக் கொண்டிருந்தார்கள்.

கேம்லின் பேனா. வாழ்க்கையில் முதலில் பெற்ற பரிசு.

பெரிய பரிசு கிடைத்த சந்தோஷத்தில் நான் அதைப் பத்திரமாகப் பிடித்துக் கொண்டு தலைமையாசிரியருக்குப் பக்கத்தில் தலை நிமிர்ந்து நின்றேன்.

என் தொண்டையிலிருந்து 'ஜன கன மன' வழிந்தோடியது.

என் மனசு முழுக்கத் தலைமையாசிரியரின் வார்த்தைகள் நிறைந்திருந்தன.

நிறைய குப்பைகளை இந்தப் பூமிக்குத் தள்ளிவிட அல்ல நாம் இங்கு வந்தது. வாழ்ந்து திரும்பிப் போகும்போது நமக்கான ஒரு ரேகையை எங்காவது பதிவிட வேண்டும். இனி வரும் தலைமுறைக்கு கற்றுக் கொடுக்க நல்லதொரு வாழ்முறையை விட்டுச்செல்ல வேண்டும்.

ஏழு

காலம் மாற்றாத காயங்களில்லை.

அம்மா வீட்டை விட்டுப் போனது மிகப்பெரிய காயமென்றால் அதையும் காலம் மாற்றும். அதுதான் எனது நம்பிக்கை. ஆனாலும் அதைச் சுலபமாய்க் கொண்டு போக முடியாதபடி கிடைக்கும் சந்தர்ப்பங்களிலெல்லாம் என்னைப் பரிகசித்தார்கள். ஆற முற்படும் காயத்தின்மேல் மிளகாய் தடவி எரிச்சல் ஏற்படுத்தும் தீய குணங்களோடிருக்கும் கூட்டத்தில் பாலக்காட்டிலிருந்து வந்த மணி என்பவனும் இருந்தான். எங்கள் லைன் வீடுகளுக்குப் பக்கத்தில் அதே லைனில் கடைசி வீடுதான் மணியின் வீடு. திருச்சியைச் சேர்ந்த ராஜாவும் வெற்றிவேலும் மணியோடிருந்தார்கள்.

அவர்களில் சுத்தமாகவும் பார்ப்பதற்குக் கொஞ்சம் சுமாராகவும் இருந்ததாலும் மணியின் பேச்சிலும் நடவடிக்கைகளிலும் அகங்காரம் கூடியேயிருந்தது.

அம்மா எங்களை விட்டுப் போனது எந்த விதத்திலும் எங்களைப் பாதித்திருக்கவில்லை என்பதே நிஜம். அம்மா இருந்தபோது என்னவெல்லாம் செய்தேனோ அதையேதான் இப்போதும் கொஞ்சம் கூடுதல் பொறுப்புடன் செய்கிறேன். அம்மா ஓடிப் போய் விட்டார்கள்

என்ற அவமான நினைவுகளின் காயம் அப்பாவிற்குள் தீய்ந்து காயத் தொடங்கியிருந்தது.

லைன் வீடுகளின் வாசலில் நாங்கள் மாலையில் விளையாடுவோம். நானும் தங்கமணியும் எங்களைவிடச் சிறியவர்களான சில்பாவும் லதாவும் தம்பிக்குட்டனும் அவன் பருவத்திலுள்ள பிள்ளைகளும் சேர்ந்து விளையாடுவோம். நாங்கள் பெண் பிள்ளைகள், ஓடிப் பிடித்து விளையாடுதல், நொண்டி, ஒளிந்து விளையாடுதல், கல் விளையாட்டு என ஏதாவது விளையாடுவோம். சின்னப் பிள்ளைகள் பந்து விளையாடுவார்கள். விளையாட்டு ஆரம்பித்தால் பெரிய கூச்சலும் குழப்பமும் ஏற்படும். எல்லோரையும் விட அதிகச் சத்தம் என்னிடமிருந்தே வரும். தங்கமணியின் அம்மா எப்போதும் பெண்ணிற்குத் தேவையான எந்த குணங்களும் என்னிடமில்லையென்று சொல்வாள். அடக்கமும் ஒடுக்கமும்தான் பெண்ணிற்கு அழகு என்பது அவரின் தத்துவம். இரவில் தனியாக சினிமாவிற்குப் போவதும், மரம் ஏறியும் மதில் தாண்டியும் குதிக்கும் எனக்கு எங்கிருந்து அடக்கமும் ஒடுக்கமும் வருமென்பது அவர்களுடைய சிந்தனை. சிரித்தபடியே தங்கமணியின் அம்மா என்னிடம் நீ பெண்தானாவென்று கூடக் கேட்டிருக்கிறார்.

அன்று மணியின் பரிகாசமும் அதுவாகவேயிருந்தது. மில்லில் வேலை முடிந்து மணியும் வெற்றிவேலும் அவர்களின் வீட்டு வாசலில் பீடியை இழுத்தபடி நின்று கொண்டிருக்கும்போது நாங்கள் எங்கள் விளையாட்டை ஆரம்பித்திருந்தோம். சத்தமிட்டபடி விளையாடும் எங்களைப் பார்த்து அவர்கள் என்னவோ சொல்லிச் சிரித்தார்கள். அது எங்களைப் பாதிக்கவேயில்லை. இதற்கிடையில் தம்பிக்குட்டன் தூக்கியெறிந்த பந்து மதில்சுவரின் அந்தப்பக்கம் போய் விழுந்தது. அந்த மதில் ஒரு ஆள் உயரமிருந்தது. எங்கள் விளையாட்டின் சுருதி குறையக் கூடாதென்பதால் எந்தவொரு அச்சமுமில்லாமல் மதில் மீது ஏறிக் குதித்துப் பந்தை எடுத்து வந்தேன். பந்து கிடைத்தவுடன் தம்பிக்குட்டன் கைகொட்டிச் சிரித்தான்.

நான் பார்க்கும்படி கொக்கரித்து மணி சிரித்துக் கொண்டிருந்தான். பீடியின் புகையை உள்ளேயிழுத்தபடி அவன் வெற்றிவேலைப் பார்த்துச் சொன்னான்.

''இவ இதையும் தாண்டுவா, இதுக்கு மேலேயும் தாண்டுவா... அம்மா எட்டடி பாஞ்சா மக பதினாறடி பாய்வா''

அவன் பரிகசித்துச் சிரித்தான். வெற்றிவேலும் சிரிக்காமலில்லை. அவன் சொன்னதன் அர்த்தம் சரியாய் விளங்காமல் போனதால் நான் விளையாட்டைத் தொடர்ந்தேன். மணி சொன்னதை உறுதி செய்யும்விதமாய் வெற்றிவேல் தொடர்ந்தான்.

''உமா மணி சொன்னதக் கேட்டியா? நீயும் ஓடிப் போயிடுவியாம்''

என் கவனம் முழுக்க விளையாட்டிலிருந்தது. இல்லையென்றாலும் எங்கே ஓடிப் போவதைப் பற்றி இவர்கள் பேசுகிறார்கள் என்று புரியவில்லை. அதனால் நான் அதைக் கவனிக்கவில்லை. ஆனால் தங்கமணி அவர்களை முறைத்துப் பார்த்தாள். அவர்களுடைய பழுதுபட்ட பார்வையைப் பார்த்தபோதும் கூட ஏதோ சொல்லக் கூடாததை அவர்கள் சொல்லிவிட்டார்கள் என்றெனக்குத் தோன்றவில்லை. விளையாட்டு முடிந்து வீட்டிற்குப் போவதற்கு முன்பாகத்தான் தங்கமணி அந்த விஷயத்தைச் சரியாகச் சொன்னாள்.

''ஏண்டீ உமா, அவங்க சொன்னது என்னான்னு புரியுதா? உங்கம்மா பழனிச்சாமி கூட ஓடிப்போனது மாதிரி நீயும் யார் கூடயாவது ஓடிப் போயிடுவியாம்.... அப்படின்னுதான் சொன்னாங்க''

என்னைவிட இரண்டு வயது மூத்த தங்கமணிக்கு யதார்த்தத்தைச் சுலபமாகப் புரிந்துகொள்ள முடிந்தது. அதனால்தான் அவள் அவர்களை முறைத்துப் பார்த்திருக்கிறாள். எனக்கு அவளிடமும் கோபம் வந்தது.

‘‘நீ இதை அப்பவே சொல்லியிருக்கலாமே, அவனுங்களை உண்டு இல்லைன்னு பண்ணியிருப்பேன்ல்ல, நாக்கு புடுங்கற மாதிரி நாலு வார்த்தை கேட்டிருப்பேன்ல்ல’’

என் கோபத்தைக் கண்டபோது அப்போது சொல்லாமலிருந்தது நல்லதென்று அவளுக்குத் தோன்றியிருக்கலாம்.

அவள் வீட்டுக்குள் நுழைந்தவுடன் நான் யாரோடென்றில்லாமல் கேட்டுக்கொண்டேன்.

‘‘நானொன்றும் அப்படி ஓடிப் போகமாட்டேன். நான் எங்கே போவேன்?...’’

அன்றிரவு என்னால் தூங்க முடியவில்லை. எல்லை கடந்து பரிகசித்த மணியை ஏதாவது செய்தாக வேண்டும், அதற்கென வழியொன்றை ஆலோசித்துக் கண்களை மூடியபடி படுத்திருந்தேன்.

மணியும் வெற்றிவேலும் ராஜாவும் ஒரே வீட்டில்தான் வாடகைக்கு இருந்தார்கள். ஆனாலும் இரண்டு அடுப்பில் சமைத்தார்கள். பாலக்காட்டுக்காரனான மணிக்கு அவர்கள் செய்யும் சமையல் பிடிக்கவில்லை. மணியே தனக்கு வேண்டிய சாப்பாட்டைச் செய்து கொள்வான். காலையில் அரிசியைக் கழுவி அடுப்பில் ஏற்றிய பிறகுதான் அவன் தண்ணீரெடுக்கக் கிணற்றடிக்கு வருகிறானென்று மறுநாள் வேவு பார்த்துக் கண்டுபிடித்தேன்.

அடுத்த நாள் வழக்கத்திலும் சீக்கிரமாக நான் எழுந்து மணியின் வீட்டில் பதுங்கி நின்றேன். தண்ணீரெடுக்க மணி குடத்தைத் தூக்கிக் கொண்டு வெளியே வந்ததும் நான் அவனுடைய சமையலறைக்குள் ஓடினேன். அடுப்பில் அரிசி கொதித்துக் கொண்டிருந்தது. பாத்திரத்தின் மூடியில் ஆவி வந்து கொண்டிருந்தது.

‘‘டேய் மணி உனக்கான தண்டனை இந்தா வாங்கிக்கோ’’

வீட்டிலிருந்து பொட்டலமாய் கட்டிக் கொண்டு வந்திருந்த கல் உப்பை எடுத்து பிரித்துக் கொதித்துக் கொண்டிருந்த உலை அரிசியில் போட்டேன். கொதித்துக் கொண்டிருந்த அரிசியில் உப்பைப் போட்டவுடன் கொதி அடங்கியது. எனக்குள்ளும், க்ளக்... க்ளக்... சத்தம் மெல்லவே பாத்திரத்தினுள்ளில் கேட்டது.

கல் உப்பின் சிறு துளியைக் கூடச் சிந்தாமால் பாத்திரத்தினுள்ளே இருக்கும் அரிசி மணிகள் அவற்றை வாரிப் புணர்ந்தன. அவை லயித்துக் கரைந்தன. மூடியைத் திரும்பவும் சரியானபடி மூடிய பிறகு நான் பம்மி பம்மி வெளியே வந்தேன். யாரும் பார்க்காமல் வீட்டிற்கு ஓடினேன்.

என் குதூகலத்திற்கு அளவேயில்லை. ஆனால் ஒரே நாளில் மணிக்கான தண்டணையை முடித்துக்கொள்ள எனக்கு மனசு வரயில்லை. மறுநாளும் இது தொடர்ந்தது. கல் உப்பின் அளவு கூடியதேயல்லாமல் வேறெந்த மாற்றமும் ஏற்படவில்லை. அடுத்தடுத்த இரண்டு நாட்களில் மணியை நான் சும்மா விட்டாலும் மூன்றாம் நாள் கல் உப்பையும் எடுத்துக்கொண்டு அவனுடைய சமையலறைக்குப் போனேன்.

ஆனால் அன்று எல்லாம் தலைகீழானது.

அன்று காலையில் சாப்பாடு செய்ய எழுந்த ராஜாவின் முன்னால் போய் நான் மாட்டிக் கொண்டேன். அதிர்ந்து போய் நிற்கும் என்னையும் என் கையிலிருக்கும் உப்பையும் மாறி மாறிப் பார்த்து ராஜா பரபரத்துக் கேட்டான். ‘‘ஏண்டீ குட்டச்சி நீதான் இதச் செய்யறியா?’’ அவனால் நம்ப முடியவில்லை.

‘‘அவன் ரொம்பக் கெட்டவன், அவனப் பாத்தாலே எனக்குப் புடிக்கல. இது மட்டுமல்ல, நான் இனியும் செய்வேன்’’

திருட்டுத்தனம் கண்டுபிடிக்கப்பட்ட கூச்சம் ஏதுமின்றி நான் சொன்னேன்.

''நீ இப்படிப் பண்றதால அவன் ரெண்டு நாளா சாப்பிடக் கூட இல்ல. சாப்பாடெல்லாம் ஒரே உப்பு. இது எப்படீன்னு அவனுக்கும் தெரியாது, யாருக்குமே தெரியல''

எனக்கு நிம்மதியாகயிருந்தது. இரண்டு நாட்களாவது அவன் பட்டினி கிடந்தானே. பசித்துக் களைத்த அவனுடைய சோர்வான முகம் என் மனதை மகிழ்வித்தது.

அளித்த தண்டனை கொஞ்சமும் அதிகமல்ல என்றிருந்தேன். ஆனால் மணி என்ற ஒரு மனிதனைத் தண்டித்ததால் மட்டுமே என் மேல் படிந்த பரிகாசம் நிறைந்த பார்வைகளும் வார்த்தைகளும் முடிவுக்கு வந்துவிடவில்லை. மணி சொன்னது போல மற்றவர்களும் பல நேரங்களில் பலவிதமாகச் சொன்னார்கள்.

ஒரு போதும் நான் ஓடிப் போக மாட்டேன் என்று எனக்குள்ளாகச் சபதமிட்டேன். அப்படி என்னைப் பரிகசித்தவர்களோடு நான் வாதிட்டேன். அம்மா ஏற்படுத்திவிட்டுப் போன அந்தக் காயம் காலங்கள் தாண்டியும் ரணமாய் ரத்தம் வடித்துக் கொண்டிருந்தது.

அவமானத்தின் பாரமேற்றுக் கண்கள் தாழ்ந்து போனதால் அப்பா சொந்த பந்தங்களை ஏறெடுக்கத் தடுமாறினார். எங்களுக்கு அவ்வப்போது கோயம்புத்தூரிலிருக்கும் அப்பாவின் சகோதரியின் வீட்டிற்குப் போக முடிந்தது மட்டுமே பெரிய ஆசுவாசம். அத்தையின் மகன் ஹரி வந்து எங்களைக் கூட்டிக்கொண்டு போவான். அப்பாவின் சகோதரர்கள் யாராவது எப்போதாவது பாலக்காட்டிலிருந்து எங்களைப் பார்க்க வருவார்கள். தரவாட்டு வீட்டிலிருந்து பலாப்பழம், தேங்காய், மாங்காய், மரவள்ளிக் கிழங்கு என ஏதாவது கொண்டு வருவார்கள். இப்படிக் கொண்டு வருவதிலிருந்து ஒரு பாகத்தைப் பக்கத்து வீடுகளுக்கும் கொடுப்போம். ஒரு பலாப்பழம் கிடைத்தால் அதை ஐந்தாறு பாகமாய்ப் பிரித்துப் பங்கு வைப்போம். அதிலொரு பங்கை மட்டுமே எங்களுக்கு எடுத்துக் கொள்வோம். திரும்ப அதே

போல அங்கேயிருந்து எங்களுக்குக் கிடைத்தாலும் இப்படித்தான் செய்வோம். கொடுக்கல் வாங்கல் என்பது சிந்தாமணிப்புதூரின் வரையறுக்கப் படாத சட்டமாக இருந்தது. ரகசியமாக்கப்பட்டு எனக்கு மட்டும், இல்லை எங்களுக்கு மட்டும் என்ற தனிமைப்படல் எப்போதுமில்லை. இந்த ஐக்கியத்திற்கு வருடத்திற்கொரு முறை உற்சவம் போல நடக்கும் ஒரு சம்பவமுமுண்டு. சித்திரை மாதம் பூரணச் சந்திரன் முழுமையாய் பரிணமிக்கும் சித்ராப் பௌர்ணமி நாளில் எல்லா வீட்டு ஆட்களும் ஒன்றாய்ச் சேர்ந்து இரவைப் பகலாக்கும் அபூர்வச் சங்கமம். அதைப் பற்றிப் பிறகு பேசுகிறேன். இப்போது நான் சொல்ல விரும்புவது எங்களுக்குள் வந்த புதிய பந்தத்தைப் பற்றித்தானே.

ஸ்ரீதேவி சித்திதான் அப்படியொரு யோசனையை முன்வைத்தார். அப்பாவின் தம்பி மனைவி. பாலக்காட்டில் வீடு.

அன்றொரு நாள் சித்தியும் சித்தப்பாவும் வீட்டிற்கு வந்தார்கள். கையிலிருந்த கனமான பொட்டலத்தை மேசைமேல் வைத்துவிட்டுச் சித்தி என்னையும் தம்பிக்குட்டனையும் உணர்வின் மிகுதியால் சேர்த்தணைத்தாள். பொட்டலத்தைப் பிரித்து நேந்திரம் சிப்ஸை தம்பிக்குட்டனுக்கு முன்னால் நீட்டினாள். சித்தப்பாவும் அப்பாவும் ஊர் காரியங்கள் பேச ஆரம்பித்தார்கள். சித்தி என்னை அறைக்குக் கூட்டிக் கொண்டு போய் முடியைச் சிக்கெடுத்துப் பின்னி விட்டாள்.

''என்ன உமா நீ சரியா எண்ணெய் வச்சு குளிக்க மாட்டியா? முடி எப்படியிருக்குப் பாத்தியா?''

என் முடிகளுக்கிடையில் சீப்பு சுலபமாய் இறங்குவதில்லை என்பதைப் பார்த்த சித்தி கேட்டாள். பலமாகச் சிக்கெடுத்தபோது எனக்கு வலித்தது.

''நான் தினமும் எண்ணெய் தேய்த்துதான் குளிக்கிறேன்''

"அப்பவும் இப்படியிருக்கே?" பின்னாலிருந்து என் முடியை சிக்கெடுத்தபடி சித்தி கேட்டாள்.

"பெண் குழந்தைகளுக்கு முடிதான் ஐஸ்வர்யம்"

அப்போ அடக்கமும் ஒடுக்கமும் இல்லையா என்று கேட்கத் தோன்றியது. தங்கமணியின் அம்மா உபதேசிப்பது அப்படித்தானே! அடக்கமும் ஒடுக்கமும்தான் பெண்ணுக்கான லட்சணமென்று அவர் சொல்லக் கேட்டிருக்கிறேன்.

ஒவ்வொருத்தருக்கும் பெண் பற்றிய பார்வைகள் ஒவ்வொன்றாகயிருக்கிறது. இல்லையென்றாலும் பெண் எப்போதாவது மிகச் சரியாக உருவகப்படுத்தப் பட்டிருக்கிறாளா? ஒவ்வொரு மனநிலையிலிருந்தும் அவர்களுடைய சௌகரியத்திற்காக ஐஸ்வர்யத்தின், அழகின் வரையறைகளையும் கிரீடங்களையும் ஏற்றி வைப்பதல்லாமல் அவர்களுக்கு அவளின் சுயத்தை அடையாளப்படுத்த முடிகிறதா?

"அய்யோ... வலிக்குது..."

முடியில் சிக்குண்ட சீப்பை சித்தி பலமாய் இழுத்தபோது ஏற்பட்ட வலியால் என் சிந்தனை என்னைவிட்டு அகன்று போனது. என்னையறியாமல் நான் கத்தியபோது சித்தி என்னைச் சமாதானப்படுத்தினாள்.

"வலிக்காமல் இருக்குமா என்ன? இன்னயிலயிருந்து நான் சொல்றது மாதிரி எண்ணெய் தேய்க்கணும் தெரியுதா? அப்படித் தேச்சா தலை வலிக்காது"

சித்தி கொஞ்சம் தேங்காய் எண்ணெய் எடுத்து முடியின் இழைகளில் தேய்த்துவிட்டாள். அந்தக் கைகள் தலையைக் கோதி விட்டபோது எனக்கு சொல்ல முடியாத சுகம் வந்தது. நான் சித்தியையே பார்த்துக் கொண்டிருந்தேன். குளித்துவிட்டு வந்த என் கண்களில் மை எழுதிக் கொண்டே சித்தி சொன்னாள். "பெண்

குழந்தைகள் தனியாக வளர்ந்தால் இப்படித்தான், முடியைச் சரியாகப் பார்த்துக்கொள்ள மாட்டார்கள், கண் எழுத மாட்டார்கள். அதற்குத்தான் அம்மா வேண்டும். உங்கம்மா போயிட்டாங்கன்னா இப்படியே எப்பவும் இருக்க முடியுமா?''

சித்தி என்ன சொல்கிறார்களென்று எனக்குப் புரியவில்லை. துணிக் கடையின் பிளாஸ்டிக் கவரில் கட்டி எடுத்து வந்திருந்த சிப்ஸைத் தவிர மற்றொரு பொட்டலமும் கூடவேயிருந்தது. சித்தியின் மனசில் அது அப்பாவுக்காக என்பது பிறகுதான் புரிந்தது. கண் எழுதிய பின் என்னை வாசலுக்குக் கூட்டிக்கொண்டு வந்த சித்தி அப்பாவிடம் சொன்னாள்.

''பாத்தீங்களா இவளை?''

அப்பா என்னை மேலும் கீழும் பார்த்தார். தலை முடியை இரட்டைப் பின்னல் போட்டு கண் எழுதி திருத்தமாயிருக்கும் மகளைப் பார்த்து பாசமாகவோ துக்கம் மேலிடவோ அப்பா சிரித்தார். இரட்டைப் பின்னலிடுவதும் கண் எழுதுவதும் எனக்குப் பிடிக்குமென்று அப்பாவுக்குத் தெரியும். அவ்வப்போது அப்பா அதற்கு முயன்று தோற்றிருக்கிறார். கொஞ்சம் கௌரவ பாவத்தோடு நின்ற என்னைப் பார்த்துச் சித்தப்பாவும் சிரித்தார்.

''நாங்க ஒரு முக்கியமான விஷயம் பேசத்தான் வந்தோம், அண்ணா நீங்க அதைக் கேட்கணும்'' மனதில் பொத்தி வைத்ததைச் சித்தி அப்பாவின் முன் அவிழ்த்தாள்.

அதற்குள் என்ன இருக்கிறதென்று தெரியாமல் அப்பா வெறுமே பார்த்துக் கொண்டிருந்தார்.

''எனக்குத் தெரிந்த ஒரு பொண்ணு, பெரிய படிப்பெல்லாம் இல்லை. படிப்பு இருந்து மட்டும் என்னாகப் போகுது?'' ஆவலின் நுனியில் நிறுத்திப் பேசுவதில் சித்தியின் சாமர்த்தியம் அபாரமாக இருந்தது.

"நீ யாரைப் பத்திச் சொல்ற?"

அப்பா அதில் உற்சாகம் காட்டாததால் இழுத்துக் கொண்டே போகாமல் கதையை முடிக்க சித்தி தயாரானாள்.

"உங்களுக்காகத்தான் சொல்றோம்"

என்னை அணைத்துப் பிடித்து கவலையோடிய முகத்தோடு சித்தி சொன்னாள்.

"இந்தப் பிள்ளைகளைப் பாக்க ஒரு ஆள் வேண்டாமா? உங்களுக்கு வேணா ஒரு துணை தேவைப்படாமலிருக்கலாம். இந்தக் குழந்தைகளுக்கு ஒரு அரவணைப்பு வேண்டாமா?" சித்தியின் பேச்சைக் கேட்டு அப்பாவின் இதயம் விம்மியதோ! அப்படித் தோன்றியது. எனக்கு எப்படி இருந்தாலும் சித்தி சொன்னது பிடித்திருந்தது. நான் அவளுடைய கைகளை என் கழுத்தில் சுற்றிச் சேர்ந்து நின்றேன்.

"அதெல்லாம் சரிவராது, அவங்க அப்படியே வளந்திடுவாங்க. நான் பாத்து வளத்துப்பேன்"

சூன்யத்தில் பார்த்துக் கொண்டு அப்பா தன்னுடைய நிலைபாட்டினை உறுதியாய் வெளிப்படுத்தினார். சித்தியின் முகம் அப்படியே சுண்டிப் போனது.

"நான் சொல்ல வேண்டியதைச் சொல்லிட்டேன். இனி உங்க இஷ்டம்"

என் கையையும் பிடித்தபடி சித்தி உள்ளே போனாள். வெளியே சொல்ல முடியாததை என்னுள்ளே சித்தி முழுவதுமாய் இறக்கினாள்.

"உமா, அவங்க ரொம்ப நல்லவங்க, அவங்க இங்க வந்தா இது போல தினமும் உனக்குத் தலை பின்னித் தருவாங்க. கண் எழுதித் தருவாங்க, நீதான் அப்பாட்ட சொல்லணும்"

நான் தலையாட்டினேன்.

சித்தியின் சொந்தக்காரப் பெண். வயது இருபத்தியேழு முடிந்திருந்தது. ஏதேதோ காரணத்தால் வந்த கல்யாண யோசனைகள் எல்லாம் முடங்கிப் போயிருந்தன. அதிக வரதட்சிணை கொடுத்து கல்யாணம் முடித்துக் கொடுக்க வசதியும் இல்லை. அவர்களுடைய இல்லாமையைப் பார்த்த சித்தி எப்படியாவது இந்தத் திருமணத்தை முடிக்க ஆசைப்படுகிறார். ஆனால் அப்பா இதற்குச் சம்மதிக்கவில்லை. சித்தப்பாவும் அப்பாவை ஒத்துக் கொள்ள வைக்க ஏதேதோ முயன்றார். கடைசியில் அவர்களெல்லாம் தோற்ற இடத்தில் நான் ஜெயிக்கத் தீர்மானித்தேன். தொடர்ந்து வந்த நாட்களில் என் நடவடிக்கை அப்பாவை நிம்மதியற்றவராக மாற்றியது. சாப்பாடு செய்ய ஆர்வமுடனிருக்கும் நான் அதில் சுணக்கம் காண்பிக்கத் தொடங்கினேன். தம்பிக்குட்டனின் விஷயத்தில் கூட நான் கவனம் செலுத்தாததைப் பார்த்தபோது அப்பாவிற்கு எல்லாம் புரிந்தது. ஆனாலும் நான் என்ன நினைக்கிறேன் என்று தெரிய என்னிடம் பேச்சு கொடுத்தார்.

"உமா, என்ன ஆச்சு உனக்கு?"

முதலில் முகம் கொடுத்துப் பேசவில்லை. என் பக்கத்தில் வந்து உட்கார்ந்து தோளில் கைபோட்டபடி அப்பா மீண்டும் கேட்டார். அப்பாவிற்குக் கோபம் வருவதற்கு முன்பாகச் சொல்லிவிடவேண்டும். கோபம் தணியாத குரலிலேயே சொன்னேன்.

"நாம ஸ்ரீதேவி சித்திகிட்ட போலாம்ப்பா. அவங்க சொன்னவங்களைப் பாக்கலாம்." நான் சொன்னதை அப்பாவின் இதயம் கேட்கிறதென்ற நம்பிக்கையில் சொன்னேன். அப்பா இன்னும் என்னிடம் நெருங்கி உட்கார்ந்து இன்னும் கவனத்துடன் சொன்னார்.

''உமா அதெல்லாம் சரிப்பட்டு வராது. உங்க ரெண்டு பேரையும் அவங்க பாத்துப்பாங்க என்ற நம்பிக்கையெல்லாம் எனக்கில்ல. இப்ப இருக்கும் நிம்மதிகூடக் கெட்டுடும்''

எனக்கு அழுகையாய் வந்தது. எனக்குத் தலை பின்னித் தருவாங்க, கண் எழுதித் தருவாங்கன்னெல்லாம் சித்தி சொன்னாங்களே, பிறகெப்படி அவர்கள் எங்களைப் பார்த்துக் கொள்ளாமலிருப்பார்கள்? அப்பா நொண்டி சாக்கு சொல்கிறார். வேறு வழியில்லாமலான பிறகு என் பக்கத்திலிருந்த கடைசி அம்பையும் வெளியே எடுத்தேன்.

''எனக்குப் படிக்க வேண்டாமா? ஸ்கூலுக்குப் போக வேண்டாமா? தினமும் சோறும் குழம்பும் வைத்துத் தம்பிக்குட்டனையும் பாத்துகிட்டிருந்தா போதுமா?''

வேதனையுடன் கேட்டேன். ஓரக்கண்ணால் அப்பாவைப் பார்த்தேன். அதொரு பிரம்மாஸ்த்திரம். அப்பாவின் இதயத்தில் மிகச்சரியாய்க் குத்தி நின்றதென்று நினைக்கிறேன். அவர் மனசு இளகியிருக்கக் கூடும். பதிலேதும் பேசாமல் அப்பா எழுந்து போனார். தொடர்ந்த நாட்களில் நிம்மதியற்றவராக அப்பா நடந்து கொண்டார்.

ஞாயிற்றுக்கிழமை காலையிலேயே பாலக்காட்டிற்குப் புறப்பட்டுப் போனோம். கோயம்புத்தூரிலிருந்து பாலக்காட்டிற்குப் போகும் பஸ்ஸில் அப்பாவுக்குப் பெண் பார்க்கப் போகும் பாக்கியத்தைப் பெற்ற இரண்டு பிள்ளைகளான நாங்களும் அப்பாவுடன் ஓட்டுநருக்குப் பின்னாலிருந்த சீட்டில் உட்கார்ந்திருந்தோம். அப்பாவுக்குப் பெண் பார்க்கப் போகிறோம் என்ற புரிதல் இல்லாத தம்பிக்குட்டன் பயணம் போகிற சந்தோஷத்தில் இருந்தான். பாலக்காட்டிலிருந்து அப்பாவின் தரவாட்டு வீடான 'கடம்புழா கோணத்திற்குப்' பத்து நிமிடம் நடக்க வேண்டியிருந்தது. பிரதானச் சாலையிலிருந்து அடர்ந்த மரங்களுக்கு இடையே நடந்து போகவேண்டும். வாழ்வின் வசந்தத்தைத் தேடிப் போகிறோம்

என்பது எனக்கு உற்சாகமளித்தது. அதனால் கால்கள் வேகமெடுத்தன. கொஞ்ச தூரம் நடந்தபோது தம்பிக்குட்டனின் கால்கள் அவனோடு முரண்டு பிடித்தன. அப்பா அவனைத் தோளில் தூக்கிக்கொண்டு நடந்தார். யானை மீதமர்ந்து போகும் பெருமிதத்தில் அவன் சிரித்தான். சித்திக்கு எங்களைப் பார்த்தவுடன் மிக அதிகமாக மகிழ்ச்சித் துள்ளல் ஏற்பட்டது. கிணற்றில் தண்ணீர் எடுத்துக் கொண்டிருந்தவர் பக்கெட்டை கிணற்றுத் திட்டிலேயே வைத்துவிட்டு ஓடி வந்து தம்பிக்குட்டனை அள்ளித் தூக்கிக் கொண்டார்.

'சாமர்த்தியக்காரி நீ, கச்சிதமா விஷயத்தை சாதிச்சிட்டியே' என்ற அர்த்தத்தில் என் தாடையைப் பிடித்து முத்தமிட்டார். அந்தக் கரங்களின் லேசான ஈரப் பிசுபிசுப்பில் எனக்குக் குளிர்ந்தது.

பெண் பார்க்கும் சடங்கிற்குச் சித்தியும் சித்தப்பாவும் வந்தார்கள். அப்பாவின் தரவாட்டு வீட்டிலிருந்து பஸ் ஏறி இறங்கினோம். டீக்கடைக்காரர் வீட்டுப் பெண்ணைப் பார்க்கப் போகிறோம் என்று பக்கத்து வீட்டுப் பெண்ணிடம் சொல்வது கேட்டது. எந்தக் கடையாகயிருந்தாலும் எனக்கு அவரைப் பார்க்க ஆசையாகயிருந்தது. ஸ்ரீதேவி சித்திதான் டீம் லீடர். அவர்களுக்குப் பழக்கமுள்ள குடும்பம். வெறும் பழக்கமென்று சொல்லமுடியாது. அவர்களுக்குள் தூரத்துச் சொந்தமும் இருந்தது.

அவர்களுடைய பொருளாதார நிலைமை சொல்லும்படியாக இல்லாததால் சித்தியின் யோசனை இந்த ஏற்பாடு. அப்பாவிற்கு நிலையான வருமானம் இருப்பதால் இரண்டாம் கல்யாணமாக இருந்தாலும் அந்தக் குடும்பத்தை அவர் தாங்குவார் என்று சித்தி நம்பினாள். வீட்டிற்குள் ஏறிப் போனவுடன் நான் என் தேடலைத் தொடங்கினேன்.

அப்பாவை இரண்டாவதாகக் கல்யாணம் பண்ணப்போகும் அந்தப் பெண் அப்பாவை விட உயரமாக இருந்தாள். மெலிந்து காய்ந்திருந்த உடல்வாகாக இருந்தாலும் அழகாக இருந்தார். முதல்

பார்வையிலேயே எனக்குப் பிடித்தது. மற்றதெல்லாம் ஒரு கனவு கண்டது போலவேயிருந்தது. என்னைப் பக்கத்தில் உட்காரவைத்து முடியைச் சீவி இரட்டைச் சடை போட்டுவிட்டார். கண் எழுதிப் பொட்டு வைத்துத் தந்தார். தம்பிக்குட்டனைத் தூக்கி உள்ளே கொண்டுபோய்ச் சோறூட்டினார். என்னையும் பக்கத்தில் உட்கார வைத்து எல்லாவற்றையும் கேட்டார்.

''உமா உனக்கு சித்தியப் பிடிச்சிருக்கா?''

அவருடைய கேள்வியைக் கண்களால் எதிர்கொண்டு விழித்திருந்தேன். சித்தி என்றா நான் கூப்பிடவேண்டும்? அதை உள்வாங்கிக் கொண்டே,

''நீயும் தம்பியும் சித்தின்னு கூப்பிட்டா போதும்'' என்று தம்பிக்குட்டனின் கன்னத்தில் முத்தமிட்டார். அது பிடிக்காததுபோல அவன் முகத்தைத் திருப்பினான்.

''எனக்குப் பிடிச்சிருக்கு'' அவளுடைய கையைப் பிடித்துக்கொண்டு நான் கொஞ்சினேன்.

பெண் பார்க்கும் வழமையான சடங்குகள் முடிந்து நாங்கள் வீட்டிலிருந்து இறங்கும்போது சித்தி என்னை அணைத்துத் தழுவினாள். அந்தக் கை வளையத்திற்குள்ளாக நிம்மதியான வாழ்வினை என்னால் பார்க்க முடிந்தது. என் இதயம் என்னையறியாமல் துள்ளிக் குதித்தது.

என் அம்மாவின் ஸ்தானத்தில் நான் அவரை எதிர்பார்த்தாலும் அப்பா இப்போதும் ஆடி மாத மழை போலப் பெய்ய வேண்டுமா வேண்டாமாவென்று யோசித்தபடியேயிருந்தார். சிந்தாமணிப் புதூருக்கு வந்து சேரும்வரை நான் புது சித்தியை வர்ணித்துக் கொண்டேயிருந்தேன். அவரைப் பார்த்ததிலிருந்தே என் அம்மாவாய் மனதில் வரித்துக் கொண்டேனென்று அப்பாவிடம் சொன்னேன்.

"உமா, அம்மாவைப் போல இன்னொரு அம்மா இருக்க முடியாது. அம்மாவுக்கு என்னதான் குறைகள் இருந்தாலும் பெற்ற வயிற்றுக்குத்தான் பிள்ளைகளின் நோவு தெரியும்" ஒரு தத்துவ ஞானியைப் போல அப்பா சொன்னார்.

"சித்தி நல்லவங்க, அம்மாவை விட நல்லவங்க" நான் அப்படி சொல்வேனென்று ஒருபோதும் அவர் நினைக்கவில்லை.

சஞ்சலமுற்றவராகத் தெரிந்த அப்பா கடைசியில் திருமணத்திற்குச் சம்மதிக்க சில வேலைகளை மீண்டும் செய்ய வேண்டி வந்தது. அதிலொன்று தங்கமணியின் அம்மா. அவர் ஓர் உபதேசியைப் போன்ற நிலையில் எப்போதும் போலப் பேசினார்.

"பாலா, கொழந்தைங்கெல்லாம் பெரிசாயிட்டாங்க. அவங்களுக்கு ஒரு துணை வேணும். பேசாம நீ கல்யாணம் பண்ணிக்கோ. வயசான காலத்தில உனக்கும் துணையாயிருக்கும்"

அனுசரணையோடிருக்கும் ஆட்டுக்குட்டியைப் போல அப்பா உட்கார்ந்திருந்தார். அதற்கும் மேலாக முக்கியமான ஒன்றுமிருந்தது. பழையனூரிலிருந்து தாத்தா அனுப்பிய கடிதம். அது அப்பாவின் மனதை அசைத்தது.

"மிகவும் குற்றவுணர்வுடன்தான் நான் இந்தக் கடிதத்தை எழுதுகிறேன். என் மகள் நடந்துகொண்ட தவறுக்காக நான் உன்னிடம் மன்னிப்பு கேட்டுக் கொள்கிறேன். உன் குழந்தைகளைப் பார்த்து வளர்க்க வேண்டுமென்ற ஆசை எனக்கிருக்கிறது. ஆனால் அதற்குண்டான திராணி எனக்கு நஷ்டப்பட்டு போயிருக்கிறது. அவர்கள் கொஞ்சநாட்கள் இங்கு வந்து இருந்தபோது எனக்கேற்பட்ட சந்தோஷத்திற்கு அளவில்லை. ஆனால் இங்கேயிருக்கும் நிலைமை உனக்கும் தெரிந்ததுதானே"

தாத்தாவின் கையறு நிலையைப் பரிபூர்ணமாக வெளிப்படுத்திய கடிதம். கடைசியில் தாத்தா இப்படி முடித்திருந்தார்.

‘‘குழந்தைகளுக்கு ஒரு அம்மா வேண்டும். உன் நிழலில் மட்டுமே சாமர்த்தியமான பிள்ளைகளாக அவர்களை வளர்க்க முடியாமல் போகலாம். அதனால் இதை என் வேண்டுகோளாய் நினைத்து நீ வேறொரு திருமணம் செய்துகொள்ள வேண்டும். சுகமாக சந்தோஷமாக இருக்கவேண்டும். அதைப் பார்த்து இந்தக் கிழவன் சாக வேண்டும் - அன்புடன் சிவராமன் நாயர்’’

தாத்தா தன் இயலாமையையும் குற்றவுணர்ச்சியையும் கடிதத்தில் இறக்கி வைத்திருந்தார். ஒவ்வொரு வார்த்தையும் அப்பாவின் மனதைக் கரைய வைப்பதாயிருந்தன. எல்லோரையும் போலத் தாத்தாவும் எங்களை நினைத்துதான் மிகவும் மன அவஸ்தைக்குள்ளாயிருந்தார். முக்கியமாகப் பெண் குழந்தையாயிருந்த என்னைப் பற்றி மிகுந்த கவலை அவருக்கிருந்தது.

முழுச் சமுகமும் எப்போதும் கவலைப்படுவது பெண்ணின் பாதுகாப்பைப் பற்றித்தானே.

ஆனால் பெண்ணிற்கு எங்கே பாதுகாப்பு .இருக்கிறது?

அப்படி ஒரு கவலை அப்பாவிற்குள்ளும் கடந்து போனது. அக்கவலை தீர்வதற்கு முன் அப்பா அந்தத் தீர்மானத்தை எடுத்திருந்தார். நல்ல நிறமுள்ள உயரமான அந்தப் பெண் என் வாழ்க்கைக்குள்ளாக நுழைகிறாள். அம்மா வீட்டை விட்டுப் போனபிறகு எப்போதும் பின் தொடர்ந்து வந்த அவமானங்களின் மேடுகள் முடிவுக்கு வரப்போகிறது. பல முகங்களிலிருந்தும் உதிர்ந்துவரும் குறை சொல்லலுக்கு ஒரு முடிவு. அன்பின் குளிர்மையைப் பகிர்ந்து தர அம்மா வரப் போகிறாள். அந்த கைவளையத்திற்குள் ஒதுங்கி தலை சாய்த்துப் படுக்க வேண்டும். சித்தியைப் பற்றிய கனவுகள் மூடிக் கனத்திருந்தேன் நான்.

எட்டு

நம் வாழ்வின் விதி வரிகளை எழுதுவது யார்? கடவுளா? அப்படியெனில் நாம் வாழும் இந்த வாழ்க்கை நம்முடையதென்று சொல்வது எப்படி?

'செர்ப்பலசேரி' கிருஷ்ணன் கோவிலில் அப்பா இரண்டாவது திருமணம் செய்துகொண்டார். மிகவும் குறைந்த நபர்கள் பங்கெடுத்த, கொஞ்சமும் ஆர்பாட்டமில்லாத திருமணம் அது. சித்தியின் கைகளைப் பிடித்தபடியே நான் நடந்தேன். திருமணம் முடிந்து சிந்தாமணிப்புதூர் வீட்டிற்குள் நுழையும்போதும் நான் சித்தியின் கையை விடாமல் சாதித்த சந்தோஷத்தில், பரிகாசம் செய்தவர்கள் பார்க்கட்டும் என்ற மந்தகாசத்தில் தலை உயர்த்தி நடந்தேன். புதுப் பெண்ணைப் பார்க்க பக்கத்து வீட்டு ஆட்கள் வந்தபோது அவர்களுக்கு டீயும் தண்ணீரும் கொடுத்து நான் நன்றாக உபசரிப்பவளானேன். ஒன்று மட்டுமே எல்லோரும் சொன்னார்கள்.

"பாலன் செஞ்சது ரொம்பச் சரி, இனிமே அவன் கொழந்தைகளுக்கு அம்மாவின் அரவணைப்பு கெடைக்கும். அவங்களுக்கொரு பாதுகாப்பும் கூட"

அம்மாவின் பாசம் என்னவென்று தெரியாமல் வளரும் எங்களைப் பற்றி யோசித்து எத்தனை மனசுகள் துக்கப்படுகின்றன? மற்றும் சிலர் என் மனதைப் படித்தது போலச் சந்தோஷப்பட்டார்கள்.

''உமா உனக்கு நிம்மதியாப் போச்சு, இனிமே உந்தம்பியப்பத்தி நீ கவலப்பட வேண்டாம். உங்கம்மா அவன நல்லாப் பாத்துப்பாங்க. நீயும் சந்தோஷமா இரு''

அப்படித்தான் நானும் நினைத்தேன். ஆனால் என் விதியின் மொழியை எழுதி வைத்தவர் துல்லியமாகச் சில கணக்கீடுகளுடன் அதனை வரைந்திருக்கிறார். கூட்டினாலும் குறைத்தாலும் பெருக்கினாலும் வகுத்தாலும் ஒருபோதும் பிழை வராத கணக்குகள்.

ஆட்களும் அரவமும் குறைந்தன. கொண்டாட்டங்கள் முடிவுக்கு வந்தன. மறுநாளும் வழக்கம்போல சிந்தாமணிப்புதூரில் சூரியன் உதித்தது. சாவி கொடுத்து வைத்திருந்த கடிகாரம் என்றும் நேரம் தவறாது ஒலி எழுப்புவது போல எனக்குள்ளிருந்த பொறுப்பான மனுஷி சரியான நேரத்தில் எழுந்து என் வழமையான வேலைகளுக்குள் என்னை இட்டுச் சென்றாள்.

குடங்களில் தண்ணீர் நிறைத்தேன். வாசல் பெருக்கிக் கோலமிட்டேன். என் சமையலின் ருசியைச் சித்தியும் உணரவேண்டுமென்று இட்லியும் சாம்பாரும் சட்னியும் செய்தேன். நான் வழக்கமில்லாத உற்சாகத்திலிருந்தேன். என் ஒவ்வொரு செயல்களையும் பரிசோதித்து அளவிட்டு, மதிப்பெண் தர ஒரு தேர்வாளர் வந்துவிட்ட மகிழ்ச்சியில் இன்னும் கவனத்துடன் எல்லாவற்றையும் செய்தேன். கடைசியில் சித்தி என்ற நீதிபதி என்னைப் பாராட்டப்போகும் நிமிடத்தை நினைத்து எனக்குள் சந்தோஷம் நுரைத்துப் பொங்கியது.

நான் நினைத்தது வீண் போகவில்லை.

"இதெல்லாம் செய்ய உமாக்குட்டி எங்கயிருந்து கத்துகிட்டே?" காலை உணவு சாப்பிடும்போது சித்தி கேட்டாள். "நல்ல ருசியாயிருக்கு. நாங்க இப்படி சட்னி செய்யமாட்டோம். இன்னும் கொஞ்சம் தண்ணியா செய்வோம்" கட்டியாய்க் கரைத்த சட்னியை நாக்கில் தொட்டு வைத்து அதை ருசித்தபடி சித்தி சொன்னாள்.

"தமிழ்நாட்டின் பழக்கங்களெல்லாம் கொஞ்சம் வித்தியாசம்தான். பாலக்காடு மாதிரியில்லை"

சித்தியுடன் உட்கார்ந்து சாப்பிட்டுக் கொண்டிருந்த அப்பா சொன்னார்.

"பாவம் உமாதான் இங்கேயெல்லாம் செய்கிறாள். அப்ப சமையல் செய்யக் கத்துகிட்டுதானே ஆகணும். இல்லியா உமா?"

நான் சிரித்தேன். எல்லாம் நன்றாகயிருப்பதாய் மறுபடியும் சித்தி சொன்னாள்.

நான் சந்தோஷத்தில் உயரமாய்ப் போய்க் கொண்டேயிருந்தேன். அந்த நிமிடங்களை சித்தி மிக நன்றாக உபயோகித்தாள்.

"உங்களுடைய பழக்கங்களுக்கெல்லாம் நான் வர கொஞ்ச நாளாகலாம்" சாப்பிட்ட பாத்திரங்களை உள்ளே எடுத்துக்கொண்டு போகும்போது அப்பாவைப் பார்த்து ஒரு கள்ளச் சிரிப்புடன் சித்தி சொன்னாள். அப்பா என்னையும் பார்த்து ஏதோ கள்ளத்தனத்தில் மாட்டிக் கொண்டது போன்ற குற்றவுணர்ச்சியில் தலை குனிந்தார்.

தம்பிக்குட்டனை எழுப்பி அவனுக்கு இட்லி ஊட்டி நானும் சாப்பிட்டேன். முன்னெப்போதும் இவ்வளவு ருசியான உணவை சமைத்திருக்கவில்லையென எனக்கும் தோன்றியது.

அன்று மதியத்திற்கான சாப்பாட்டையும் நானே செய்தேன். அன்று மட்டுமல்ல, பிறகு வந்த எல்லா நாட்களிலும் என்று சொல்வதே சரியாக இருக்கும். எங்களுடைய பழக்கங்களைப் பற்றிச் சொல்லி

அது தனக்கு வராது என்று சொல்வதையே சித்தி கை கொண்டாள். தெரிந்தபடி செய்யவோ தெரியாததைக் கற்றுக்கொள்ளவோ முயலவுமில்லை. இரண்டு நாட்கள் முடிந்தபிறகு அப்பா வேலைக்குப் போக ஆரம்பித்தார். அப்பாவின் கல்யாணத்திற்கு எடுத்த விடுப்பு முடிந்து நான் பள்ளிக்கூடத்திற்கும் போனேன்.

வீட்டின் சௌகரியங்களுக்குள் ஒரு அங்கத்தினருக்கும் சேர்த்து இடம் ஒதுக்க வேண்டி வந்தது என்பதைத் தவிர மற்ற காரியங்களில் எந்த வித்தியாசமும் வரவில்லை. என் தினசரிகள் பழையதுபோலவே தொடர்ந்தன. வீட்டு வேலைகளும் தம்பிக்குட்டனைப் பார்த்துக் கொள்வதும் எப்போதும் போல எனக்கானதாகத்தான் இருந்தது.

''உமா செய்வது போல என்னால் சாப்பாடு செய்ய முடியாது''

ஊரிலிருந்து கொண்டு வந்திருந்த 'மங்களம், மனோரமா' புத்தகங்களின் வாரப் பதிப்புகளையும் 'போபனும் மோளியும்' புத்தகங்களையும் மாறிமாறி வாசித்துக் கொண்டிருப்பதற்கிடையிலும் சித்தி என்னை வீட்டு வேலைகளில் மூழ்கடிக்க உற்சாகப்படுத்தினாள். சித்தி வந்தால் வேலைபளு குறைந்துவிடுமென்ற தவறான கருத்து என்னில் கலையத் தொடங்கியிருந்தது. வேலைபளு குறைவது மட்டுமல்ல, அதிகரிக்கவே செய்தது. அப்பா, தம்பிக்குட்டன் என்னுடையது என அழுக்குத் துணிகளைத் துவைத்தபிறகுதான் நான் பள்ளிக்கூடத்திற்குப் போயிருந்தேன். சித்தி வந்தபிறகு எங்களுடைய துணிக் கூட்டத்தில் ஒரு புடவையும் சேர்ந்தது. மூன்று அடி உயரமுள்ள நான் ஆறு அடி நீளமுள்ள புடவையைத் துவைக்க நேர்ந்தது. கட்டுப்பாடில்லாத தண்ணீரில் அகப்பட்டது போல கையும் காலும் அடிக்க அவஸ்தைப் பட்டேன். மற்ற துணிகளைத் துவைப்பது போல அவ்வளவு சுலபமல்ல புடவையைத் துவைப்பது என்று சொன்னபோது சித்தி அதைக் கண்டும் காணாமல் போனாள்.

''அதெல்லாம் பெரிய பிரச்சனையில்லை. இப்படித்தானே கத்துக்கணும். என்னக்கி ஆனாலும் புடவை கட்ட வேண்டிய பெண்தானே''

பல வண்ணங்களிலிருக்கும் புடவைகளை, துவைக்க வேண்டிய அழுக்குத் துணி மூட்டைக்குத் தூக்கி எறிந்தபடி சித்தி சொன்னாள். அதன் வண்ணங்களோ அவருடைய வார்த்தைகளோ ஏதும் எனக்குள்ளே போகவில்லை. வாழ்வு நிறங்களின் ரணகளமாய் மாறிப் போயிருந்தது. ஒவ்வொரு நாளும் வீடு துர்சம்பவங்களாக மாறிப் போயிருந்தன. வீட்டு வேலை, தம்பிக்குட்டனைக் கவனித்தல், துணி துவைப்பது, அதன் பிறகு படிப்பு என நாளின் முடிவில் நான் தளர்ந்து சோர்ந்திருந்தேன். என் நிலைமைகூடப் பரவாயில்லை, தம்பிக்குட்டனையாவது சரியாகப் பார்த்துக் கொள்வாள், கருணையோடு நடந்து கொள்வாளென்ற என் நம்பிக்கை பாழானது. கனவு கண்டது பகல் கனவாய்ப் போனதே என்ற உண்மை புரிய ஆரம்பித்தபோது எல்லாம் கடந்து போயிருந்தது. அப்பா தன் வாழ்நாளை, மில்லின் வேலை நேரங்களிலும் கம்பௌண்டர் வேலையிலும் மூழ்கடித்தார். எங்களுடைய தேவைகளை சித்தி அதீத அக்கறையுடன் பார்த்துக்கொள்கிறார் என்று அப்பா நம்பியிருந்தாரா? அது அல்ல யதார்த்தமென்று அப்பாவிடம் சொல்ல என் நாக்கு எழவில்லை. மாற்றாந்தாய்க்கு, மாற்றாந்தாயாக மட்டுமே முடியுமென்று அப்பா முன்பே சொல்லியிருந்தாரே!

தினசரி வாழ்க்கையின் பற்சக்கர விடுபடல் என்பதே ஒன்றிரண்டு நாட்கள் கோயம்புத்தூரிலிருக்கும் அத்தையின் வீட்டிற்குப் போவதாக இருந்தது. இரண்டு மூன்று வாரங்கள் சேரும்போது வெள்ளிக்கிழமை மாலைகளில் அத்தை மகன் ஹரி ஹெர்குலஸ் சைக்கிளில் வந்து விடுவான். தம்பிக்குட்டனை முன்னாலும் என்னைப் பின்னாலும் உட்காரவைத்து அழுத்தமாய் சைக்கிள் மிதிப்பான். ஞாயிறு மாலை அதே போலத் திரும்பக் கொண்டு வந்து விடுவான். என்னை விட எட்டு வயது பெரியவன் ஹரி. அப்பாவின் மூத்த சகோதரி ஹரியின் அம்மா. என் அத்தையின் நான்கு பிள்ளைகளில் ஹரி மூத்தவன். முறைப்பையன் என்ற அங்கீகாரம் வீடும் நாடும் அவருக்குக் கொடுத்த சலுகையாயின.

அத்தை வீட்டில் இரண்டு பசு மாடுகள் இருந்தன. இரண்டும் பால் கறக்கும் பருவம். ஏழெட்டு கோழிகள், ஆடுகள் என பாலும் முட்டையும் தயிருமாக இரண்டு நாட்களும் ஒரே குஷிதான். அதைவிடவும் அத்தையின் அன்பு மேலும் நெக்குருகச் செய்யும். தம்பிக்குட்டனை அத்தையே பார்த்துக் கொள்வாள். அவனுக்கும் அவர்களைப் பிடிக்கும். எனக்கும் தலை வாரிவிடவும் பேன் பார்த்துத் தரவும் அத்தை நேரத்தை ஒதுக்குவாள்.

சித்தி வந்த பிறகு மாதமொரு முறையோ இரண்டு மாதங்களுக்கொரு முறையோதான் ஹரி எங்களைக் கூட்டிக் கொண்டு போனான். அத்தையும் ஹரியும் இப்படிச் சுணங்கிப் போனதற்குப் பின்னால் சித்தி இருந்தாள். அதைப் புரிந்துணர எனக்கு மிகவும் காலதாமதமானது.

சித்திக்கு நான் எப்போதும் வீட்டிலேயே இருக்க வேண்டும். எல்லா வேலைகளும் முடித்துக் குளிக்கப் போகக்கூட ஓய்வில்லை. ஒவ்வொரு காரணங்கள் ஏற்படுத்தி சித்தி என்னை வீட்டிலேயே கட்டிப் போட்டாள். தவிர்க்க முடியாமல் நானும் அவள் சொல்வதையெல்லாம் கேட்டேன்.

சித்தி வீட்டிற்கு வந்து மூன்று மாதங்கள் முடிந்த பிறகான ஒரு நாள், காலையில் வேலை எல்லாம் முடித்து தம்பிக்குட்டனையும் தயார் செய்து ஸ்கூலுக்குப் போக வெளியே வந்தபோது சித்தி சொன்னது எனக்குக் கொஞ்சமும் பிடிக்கவில்லை.

"எதுக்காக நீ படிக்கப் போற? இங்கேயேயிருந்துகூட படிக்கலாமே? வீட்டில ஆயிரம் வேலையிருக்கே?"

"வீட்டிலதான் எல்லா வேலையும் முடிஞ்சிருச்சே, இனி என்ன வேலை பாக்கி இருக்கு?"

எதையாவது செய்ய மறந்து விட்டோமா என்று நான் யோசித்தேன்.

''ம்... இப்ப வேலையேதும் இல்ல, இனி ஆறேழு மாசங்கள் முடிந்தபிறகு உன்னால ஸ்கூலுக்குப் போக முடியும்ன்னு எனக்குத் தோணல'' கடுமையான குரலில் சொல்லிக் கொண்டு சித்தி உள்ளே போனாள்.

ஆறேழு மாதங்கள் முடிந்தால் என்ன பிரச்சனை? நான் எவ்வளவு யோசித்தும் புரியவில்லை. இதை யோசித்துக் கொண்டிருந்தால் பள்ளிக்கு நேரமாகிவிடுமென்பதால் தம்பிக்குட்டனின் கையைப் பிடித்துக்கொண்டு நான் ஓட ஆரம்பித்தேன். பாவம் தம்பிக்குட்டன். அவனுக்கும் இப்போது என் வேகம் கை வந்திருக்கிறது. அவனுடைய பால்யம் எவ்வளவு துயரமானது. உற்சாகம் தரும் ஒரு நிமிடமாவது அவனுக்கு இருக்கிறதா? அன்பின் சூடும் குளிர்மையும் பகிர நேரும் சந்தர்ப்பங்கள் அப்பாவிடமிருந்து அவனுக்குக் கிடைக்கிறதா? மனதில் அப்படியான சில நிமிடங்களும் சேர்ந்து என்னுடன் ஓடிக் கொண்டிருந்தன.

அன்று மாலை ஸ்கூல் விட்டு வந்தவுடன் தங்கமணிதான் அதைச் சொன்னாள்.

''என்னடீ உமா, உங்க வீட்டுக்கு இன்னொரு மெம்பரும் வராங்க போலிருக்கு''

என் வீட்டில் இனி எந்த மெம்பர் வரப் போறாங்க? அதுவும் எனக்குத் தெரியாமல்! சந்தேகத்துடன் நான் அவளைப் பார்த்தேன். அவள் வெட்கத்துடன் குரல் தாழ்த்திச் சொன்னாள்.

''உங்க சித்தி இப்ப மாசமா இருக்காங்க. இன்னொரு தம்பியோ தங்கச்சிப் பாப்பாவோ உங்க வீட்டுக்கு வரப் போவுது''

எல்லா விவரங்களும் இவளுக்கு எப்படி மிகச் சரியாய்த் தெரிகிறதென்று யோசித்து எனக்கு அவள்மீது பொறாமையாக இருந்தது. அதுவும் என் வீட்டு விஷயங்களைக்கூடக் கொஞ்சமும் கூட்டல் குறைச்சலின்றி அவள் சொல்கிறாள்.

அவளை எரிச்சலோடு நான் பார்த்தேன். தெரிந்ததெல்லாம் சரிதானென்று அவளொரு அகந்தையோடு நின்றாள்.

ஆறேழு மாதங்கள் கழித்து உன்னால் பள்ளிக்கூடம் போக முடியாதென்று சித்தி சொன்னதன் பொருள் எனக்கு இப்போதுதான் புரிய ஆரம்பித்தது. குழந்தையைப் பார்த்துக்கொள்ளவும், வீட்டு வேலை செய்யவும் ஒரு ஆள் வேண்டுமே.

எனக்கு என் மேலேயே கோபம் வந்தது.

நாட்களும் மாதங்களும் என் மேல் அதிகமான பாரமேற்றிக் கடந்து போனது. கர்ப்ப காலங்களின் அசௌகரியங்கள் சித்தியின் குணத்திலும் மாற்றங்களை உண்டாக்கியது. நான் என்ன செய்தாலும் குற்றம். சமைத்து வைத்த சாப்பாடு பிடிக்காமல் போனது. திட்டும் விழ ஆரம்பித்தது. இரவு எட்டு மணிக்கெல்லாம் விளக்கணைக்க வேண்டுமென்ற நியதிதான் மிகவும் தாங்க முடியாமலானது. வேலையெல்லாம் முடிந்து படிக்க உட்காரும்போது சித்தி ஒரு அமைதியான தண்டனையை எனக்கு வழங்கத் தொடங்கினாள். வேறு வழியில்லாமல் வீட்டு வாசலிலிருக்கும் தெரு விளக்கின் அடியில் உட்கார்ந்து படிப்பேன். ஒருமுறை இரவுப் பணியை பாதியோடு முடித்து அப்பா திரும்பி வந்தபோது நான் தெருவில் உட்கார்ந்தபடி அப்படியே தூங்கிப் போயிருந்தேன். சித்தி விளக்கணைத்து கதவையும் தாழ்ப்பாள் போட்டிருந்தாள். வெறும் தரையில் படுத்து உறங்கும் என்னைப் பார்த்து அப்பா விசாரித்தார். தூக்கக் கலக்கத்தில் நான் என்னென்னவோ சொன்னேன். சித்தி சொன்னதைத்தான் அப்பா நம்பினார்.

"சாயந்தரம் பொழுதுபோன பிறகு பொறுக்கப் போயிட்டா, ராத்திரியாவது வீட்டுக்கு வரவேண்டாமா?"

முழுப் பொய்யாக இருந்தாலும் அப்பா அதை நம்பி என்னைக் கோபத்துடன் முறைத்துப் பார்த்தார். நான் என் பக்கத்து நியாயத்தைச் சொல்லி நிரபராதி என்பதை நிரூபிக்க முடியாமல் விம்மி உடைந்தேன்.

"சித்தி எப்பவோ விளக்கை நிறுத்திட்டாங்க. படிக்கத்தான் நான் வெளியே போனேன்"

"படிக்கறதை முன்னாடியே படிக்கணும். அவ்வளவு நேரமும் கூடி கும்மாளமடிச்சிட்டிருந்தா இங்க வெளக்கும் போட்டு பாத்திட்டு இருக்க முடியுமா?"

சித்திக்குப் பொய் சொல்வதற்கான சிறந்த விருதை கொடுக்கலாமென்று எனக்குத் தோன்றியது. அப்பா நிசப்தனாக அறைக்குள் சென்றார். அந்த மௌனத்திலும் அவர் என்னிடம் சொல்ல நினைத்ததை சொல்லிவிட்டார். சித்தியைத் திருமணம் முடிக்க நான் நிர்பந்தித்தபோது அப்பா சொன்ன அதே வரிகள்,

'அம்மாவிற்குப் பதிலாக வேறு யாராலும் அம்மாவாக முடியாது. மாற்றாந்தாய் என்றும் மாற்றாந்தாய்தான்'

என்னைப் பொறுத்தவரை அம்மாவைப் பற்றி நினைத்து ஏங்கவும், அவள் போய்விட்டதை நினைத்து துக்கப்படவும் எதுவுமில்லை. என் குழந்தை பருவத்தை ரணகளமாக்கிய எந்த நிமிடங்களை நான் பத்திரப்படுத்துவது? எப்போதும் கரு மேகங்கள் மட்டுமே கண் முன் வந்து நிற்கிற பால்யம்தான் எனக்கு வாய்த்திருந்தது.

ஏழாம் மாதம் சித்தியின் அம்மா வீட்டிலிருந்து கூட்டிக்கொண்டு போக வந்தபோதும் அவள் போகவில்லை. அன்பின் ஸ்வரூபமான சித்தியின் கருணையைப் பார்த்து சிந்தாமணிப்புதூரே அவளை வாழ்த்தியது. நாங்கள் சித்தி போய்விட்டால் சிரமப்படுவோமே என்று நினைத்துதான் அவள் போகவில்லை என்று பொதுவாகப் பேசிக்கொண்டார்கள். அவ்வளவு தங்கமாய் எங்களைப் பார்த்துக் கொள்கிறார்கள் என்று எல்லோரும் நினைத்தார்கள். ஒன்பதாம் மாதம் பிறந்த வீட்டிற்குப் போகும்போது வழக்கதிற்கு மாறாக சித்தி என்னைக் கட்டிப் பிடித்தாள். தம்பிக்குட்டனை மாறி மாறி முத்தமிட்டாள். வழிக்கூட்டி அனுப்ப வந்த அக்கம் பக்கத்து வீட்டுக்காரர்கள் ஆச்சரிப்பட்டுப் பார்த்தார்கள்.

அப்பாவிற்கு இன்னுமொரு பெண் குழந்தையும் பிறந்தது. அவளுடைய இருபத்தியெட்டாம் நாள் சடங்கு முடிந்த மறுநாளே சித்தி சிந்தாமணிப்புதூருக்குத் திரும்பி வந்தாள். அத்துடன் என் சனி திசை மீண்டும் தொடங்கியது. வீட்டு உறுப்பினர்கள் அதிகமாக அதிகமாக என்னுடைய பொறுப்பும் கூடிக்கொண்டே வந்தன.

ஆனால் எந்தக் கரடு முரடான வழித்தடங்களிலிருந்தும் எப்படியாவது சிறிது காற்றும் வெளிச்சமும் கிடைக்குமென நான் முழுமையாய் நம்பினேன். கடின உழைப்போ, எதிர்பார்ப்போ, துக்கமோ எதுவும் என் படிப்பைப் பாதிக்க நான் அனுமதிக்கவில்லை. நான் ஏழாவது படித்தபோது சித்தி மீண்டும் கர்ப்பிணியானாள். அதற்கும் முன்பாக அப்பாவிற்கும் சித்திக்கும் இந்த விஷயத்தில் சண்டைகூட வந்தது. பிரசவம் நிறுத்தவேண்டுமென்று அப்பா கட்டாயப்படுத்தினார்.

''எனக்கொரு ஆண் குழந்தை வேண்டும்'' சித்தியின் வார்த்தைகளில் கோபம் கொப்பளித்தது.

''ஒரு ஆம்பிள புள்ள இருக்கானே'' அப்பா திடமான குரலில் சொன்னார். ஆனால், சித்தி கடும் வார்த்தையால் அடிக்க முயன்றாள்.

''ஆம்பளப் புள்ள எனக்கில்லையே, அது உங்களுதுதானே, எனக்கு என்னோடதுன்னு ஒரு ஆண் கொழந்தை வேணும்''

மாற்றாந்தாயைப் பற்றி அப்பா சொன்னது அன்றுதான் தெளிவாய் எனக்குப் புரிந்தது. தனக்குள்ளே முளைவிடும் விதையின் மேல்தான் எந்தப் பெண்ணிற்கும் ப்ரியம் மீதூறும். தொப்புள்கொடி பந்தமில்லாத நானும் தம்பிக்குட்டனும் எப்படி அவரின் பிள்ளைகளாக முடியுமென்ற சித்தியின் கேள்வி அந்த விதத்தில் நியாயம்தானே?

சித்தி நினைத்தது போல அல்ல கடவுளின் கை எழுதிச் சென்றது! அவர்களுக்கு இன்னுமொரு பெண்குழந்தையும் பிறந்தது. இந்த முறை சித்தி பிரசவத்திற்கு அம்மா வீட்டிற்குப் போகவில்லை.

கோயம்புத்தூர் மருத்துவமனையில் பிரசவம் நடந்தது. பிரசவம் முடிந்த பிறகான பத்து நாட்கள் சித்தியின் அம்மா உதவிக்கு இருந்தாலும் அவர்களும் திரும்பிப் போய் விட்டார்கள். என் பொறுப்பு கூடியது.

என் அவஸ்தையை ஏறக்குறைய தெரிந்து வைத்திருக்கும் தங்கமணி கூட அவ்வப்போது கோபப்பட்டாள். அவளுடைய கோபம் அல்பாயிசில் முடிந்து போனதால் நான் ஒன்றும் சொல்லவில்லை.

ரொம்ப நாட்களுக்குப் பிறகுதான் ஹரி எங்கள் வீட்டிற்கு வந்தான். எதிர்பாராத வருகைதான் என்றாலும் எனக்கு மிகவும் உற்சாகமாக இருந்தது. இரண்டு நாளேயானாலும் நிம்மதியாக அத்தை வீட்டில் தங்கிவிட்டு வர நான் ஆசைப்பட்டேன். ஹரியைப் பார்த்தபோது குதூகலத்தோடு வாசலில் இறங்கி ஓடினேன். சைக்கிளை ஸ்டேண்டு போட்டு நிறுத்தி ஹரி வீட்டுக்குள் வந்தான்.

''ஹரியை இப்பல்லாம் இங்க பாக்கவே முடியலயே?'' அறையில் சின்னவளுக்குப் பால் கொடுத்துக் கொண்டிருந்த சித்தி விசாரித்தாள்.

''இப்ப வேலை கொஞ்சம் அதிகம், அது முடிந்து வீட்டிற்குப் போனால் நேரம் சரியாயிருக்கு''

வாசல் கைப்பிடித் திண்ணையில் உட்கார்ந்தபடி ஹரி சொன்னான். சித்தியின் கையிலிருந்த குழந்தை பல்லில்லாத ஈறு தெரியச்சிரித்தாள். ஹரி எழுந்து குழந்தையைத் தூக்கிக் கொண்டான். நான் டீ வைத்துக் கொடுத்தபோது தம்பிக்குட்டன் ஹரியின் பக்கத்தில் பிரியத்தோடு ஒட்டி உட்கார்ந்திருந்ததைக் கவனித்தேன். சித்தி குழந்தையைத் தூங்க வைக்க அறைக்குத் தூக்கிக் கொண்டு போனாள்.

''நாம போலாமா?'' டீ குடித்த ஹரி என்னைப் பார்த்துக் கேட்டவுடன் நான் சம்மதித்துத் தலையாட்டவும். சித்தி வெளியே வரவும் சரியாக இருந்தது. என்னுடையதும் தம்பிக்குட்டனுடையதும்

இரண்டு ஜோடித் துணிகள் பையில் எடுத்து வைக்கும்போது வெளியே பேசியது எனக்குத் தெளிவாகக் கேட்டது.

‘‘ஹரி ஒண்ணும் நெனச்சுக்காத, அவ இப்ப சின்னப் பொண்ணெல்லாம் இல்ல. நீ இப்படி அவளையும் கூட்டிட்டு சைக்கிளில் சுத்தறது சரியில்ல’’ சித்தியின் மறுப்புக்குரல் ஹரியை வேதனைப்படுத்தியது.

‘‘இதொண்ணும் முதல் தடவையில்லையே? நான் என்ன அந்நியனா?’’

காயப்பட்ட இதயத்திலிருந்து வந்த அந்தக் கேள்விக்கான பதிலில்லை சித்தியிடமிருந்து வந்தது.

‘‘எங்க ஊரில இப்படியெல்லாம் பழக்கமில்ல. அதனால சொன்னேன். சாயந்தரங்கள்ல சைக்கிள் மிதிச்சு கோயம்புத்தூர் வரை இந்தப் பொண்ணயும் கூட்டிட்டுப் போக வேண்டாம்ன்னுதான் சொன்னேன்’’

எனக்குக் கோபமும் துக்கமும் ஒருசேர வந்தது. கையிலிருக்கும் துணிப்பையைத் தூக்கியெறிந்து நான் தரையில் உட்கார்ந்தேன். சைக்கிள் ஸ்டேண்டு எடுக்கும் சத்தம் கேட்டு வெளியே ஓடினேன். தம்பிக்குட்டனுக்குக் கைவீசிக் காண்பித்தபடி ஹரி வேகமாய் சைக்கிள் மிதித்து தூரமாய் மறைந்து போனான். என் கண்களில் ஈரம் படர்ந்ததால் இன்னும் சீக்கிரமாய் அந்தக் காட்சி மறைந்தது.

எதையும் அப்பாவிற்கு சொல்லாமல் விட்டதுதான் நான் செய்த தவறென்று எனக்குத் தோன்றியது. அப்பா தீவிரமாய் மறுத்த பின்னும் கட்டாயப்படுத்தி திருமணம் செய்து வைத்த என்னால் அவரிடம் எதையும் சொல்லமுடியவில்லை என்பதே நிஜம். அதன் பிறகான நாட்களில் அப்பாவையும் எங்களிடமிருந்து அகற்ற சித்தி முயன்றார்.

''இப்படியா உமா அப்பாகிட்ட நடந்துக்கறது? வளர்ந்த பொம்பளப் பிள்ள இல்லியா நீ? அப்பாவோட தோள்ல தொங்கிட்டு நடக்க நீ இன்னும் சின்னக் கொழந்தையா?''

பெண் குழந்தையாய் இருப்பதால் அப்பாவிடம் பேசக்கூட கட்டுப்பாடு வேண்டுமென்ற நியதி எனக்குப் புரியவில்லை.

ஒருமுறை நான் அப்பாவின் கைபிடித்துத் தொங்கியபடியே உள்ளே வந்தபோது அவருக்குக் கேட்காமல் சித்தி என்னைத் திட்டினாள்.

''அப்பாதானே உமா இது, காதலனொன்னும் இல்லல்ல''

எவ்வளவு உதவியாய் இருந்தாலும் நானொரு பாரமாய்ச் சித்திக்கு மாறிப் போயிருந்தேனென உணரத் தொடங்கினேன். அதனால்தான் எதற்கெடுத்தாலும் குற்றம் சொல்லலுக்கு ஆளானேன். ஆனால் ஹரியிடம் நடந்து கொண்ட விதத்தை மறைத்து வைக்கப் போவதில்லை என நான் தீர்மானித்தேன். மறுநாள் காலையில்தான் என் துக்க ஆற்றின் கண்களை அப்பாவின் முன் திறந்துவிட்டேன். நான் என்ன சொல்ல வந்தேனோ அதை அப்படியே அப்பா உள்வாங்கிக் கொண்டார். சித்தியுடன் அது குறித்துக் கடுமையாக விவாதித்தார்.

''ஹரி அவங்களக் கூட்டிட்டுப் போகத்தானே வந்தான், நீ எதுக்கு அவங்கிட்ட அப்படிப் பேசின?''

''அதானா இப்ப குத்தமாப் போச்சு, சாயந்தர வேளைல ஒரு வயசுப் பொண்ணக் கூட்டிட்டு போக வேண்டாம்னுதான் சொன்னேன். உங்க பொண்ணோட நல்லதுக்குத்தான சொன்னேன்''

சித்தி மாற்றாந்தாய் மனநிலையிலிருந்து ஆத்மார்த்தமான அம்மாவாகப் பரிமணிக்க ஆசைப்பட்டாள். ஆனால் அப்பா அதை நம்பவில்லை.

"அதெல்லாம் ஒண்ணுமில்ல, அவந்தானே இவ்வளவு நாளும் கூட்டிட்டுப் போயிருந்தான். அவனுக்கு நீ பேசனது எப்படி இருந்திருக்கும்?"

தன் மேல் பழி விழும்போல உணர்ந்த சித்தி தன் நாடகக் காட்சியை மாற்றிப் போட்டாள்.

"அப்படீன்னா நான் ஒண்ணும் சொல்லல, நீங்களாச்சு, உங்க பொண்ணாச்சு. ரெண்டுன்னு நெனக்க வேண்டாம்னு நெனச்சதுதான் நான் செய்த தப்பு"

சித்தி நன்றாக நடித்தாள். அதற்கிடையிலும் துர்சகுனமான வார்த்தைகளைச் சொல்லியே அவள் முடித்தாள்.

"ஒண்ணு மட்டும் சொல்றேன், அவனோட இந்த வரவிலும் போக்கிலும் ஒருநாள் நீங்க துக்கப்படுவீங்க"

எனக்கொன்றும் புரியவில்லை. ஹரியின் வருகை ஏன் அப்பாவைத் துக்கப்படுத்த வேண்டும்? சித்திக்குள் எது வேலை செய்து இந்த வார்த்தைகளைச் சொல்ல வைத்தது?

எப்படி இருந்தாலும் சித்தியின் வேஷம் பலனளிக்கவில்லை. இந்த விஷயத்தில் சித்தி செய்தது தவறுதான் என்று அப்பா தீர்மானமாய்ச் சொன்னார். அப்பாவின் நிலைப்பாடு என்னை ஆசுவாசப்படுத்தியது. பலதையும் அப்பாவிடம் முன்னமே சொல்லியிருக்கலாமென்று கூட எனக்குத் தோன்றியது.

அப்பா மிகவும் கட்டாயப்படுத்தியதால் அதன்பிறகு ரொம்ப நாள் கழித்துதான் ஹரி வீட்டிற்கு வந்தான். சித்தியின் நடவடிக்கை எங்கள் எல்லாரையும் அதிர்வுக்குள்ளாக்கியது. ஹரியுடன் மிகவும் நெருக்கம் காண்பித்தாள்.

சித்திக்குப் படிக்க வாரப் பத்திரிகைகளும் புத்தகங்களுமாக ஹரி அவ்வப்போது வீட்டிற்கு வந்து போனான். எங்களைக்

கூட்டிக்கொண்டு போகும் ஆர்வம் குறைய ஆரம்பித்தது. நாங்கள் யாரும் இல்லாத வேளையிலும் ஹரி வீட்டிற்கு வந்து போகிறான் என்று தங்கமணியின் அம்மா சொல்லியிருந்த போதும் அதில் இயல்பின்மை இருந்ததென்று நான் நினைக்கவில்லை.

"உங்க வீட்டுக்கு அடிக்கடி ஹரி மாமா வந்து போயிட்டு இருக்காரு. இன்னக்கி காலைல கூட வந்திருக்காரு. எனக்கென்னமோ..." நானாக எதையும் சொல்லவில்லை என்கிற மாதிரி சொல்ல வந்ததைப் பாதியில் நிறுத்தினாள். ஹரியின் நடவடிக்கைகளில் ஏற்பட்ட மாற்றம் என்னையும் ஆச்சரியப்படுத்தியது. என்னிடமும் தம்பிக்குட்டனிடமும் முன்புபோலப் பேசுவதில்லை. காலம் ஒவ்வொரு மனிதருக்குள்ளும் ஏற்படுத்தும் மாற்றம் என்று நான் என்னை சமாதானப்படுத்திக் கொண்டேன்.

அன்றெனக்கு முழுஆண்டுத் தேர்வுக்கு முன்புள்ள விடுமுறை நாளாயிருந்தது. தம்பிக்குட்டன் பள்ளிக்கூடம் போயிருந்தான். அப்பாவுக்கு வேலை நள்ளிரவு வரை என்பதால் காலை பதினோரு மணிக்கு மில்லுக்குப் போனார். நான் என் வேலைகளையெல்லாம் முடித்துவிட்டு படிக்க உட்கார்ந்தேன். என்ன பிரச்சனைகள் நேர்ந்தபோதும் படிப்பை நான் குழப்பிக் கொள்ளவேயில்லை. எல்லாப் பாடங்களிலும் நல்ல மதிப்பெண் பெற்றிருந்தேன். தேர்வுக்கான பாடங்களைப் படித்துக் கொண்டிருப்பதற்கு நடுவில் சித்தி பக்கத்தில் வந்தாள். எப்போதும் போலில்லாத மென்மை அவளுடைய பேச்சிலிருந்தது.

"உமா, மத்தியானம் ஆத்துக்குப் போலாமா? கொஞ்சம் துணி துவைக்கணும்"

புத்தகத்திலிருந்து தலையுயர்த்தி சித்தியைப் பார்த்தேன். முகத்தின் புன்சிரிப்பைப் பார்த்து அதிசயித்துப் போனேன். அப்பாவிற்குப்

பெண் பார்க்கப் போன அன்று பார்த்த அதே சிரிப்பு. அதற்குப் பிறகான இத்தனை நாட்களில் இந்தச் சிரிப்பை எங்கே ஒளித்து வைத்தாளென்று கேட்க வேண்டும் போல இருந்தது. ஆனால் அதற்கு மெனக்கெடாமல் நான் சம்மதித்தேன்.

பன்னிரண்டு மணிக்கு நாங்கள் ஆற்றங்கரைக்குப் போனோம். சித்தியின் கையில் துவைக்க வேண்டிய துணிகளின் பெருமூட்டை இருந்தது. நான் முன்னாலும் சித்தி பின்னாலும் நடந்தோம்.

நீலவானம்...

ஒரு மேகக்கூட்டத்தைக்கூடக் காணோம்.

மிகுந்த கோபத்துடன் பூமிக்கு மேலே கொடும் சூட்டைச் சூரியன் சொரிந்து கொண்டிருந்தது.

சுட்டெரிக்கும் மணலினூடே நாங்கள் நடந்தோம். ஆற்றின் கரைக்கு வந்து சேர்ந்தவுடன் அங்கே மேகங்களின் கருணை காத்துக் கிடப்பதாய்த் தோன்றியது.

தண்ணீர் குறைவாக இருந்தாலும் ஆறு ஓடிக் கொண்டிருந்தது. தண்ணீருக்குள் இறங்கவேண்டி கருங்கல்லில் கட்டப்பட்டிருந்த படிக்கட்டுகளில் நான் நடந்தேன். சித்தி பின்னாலேயே வந்தாள்.

"அய்யோ நான் அதை மறந்தே போயிட்டேனே, கொழந்தைங்க துணி எடுக்கல. நீ இதை தொவக்க ஆரம்பி. அதுக்குள்ள நான் வந்திடறேன்"

துணி மூட்டையை என்னிடம் கொடுத்த சித்தி வீட்டுக்குத் திரும்பிப் போனாள்.

அவளுடைய எல்லாத் துணிகளையும் என்னையே துவைக்க வைக்க சித்தி நடத்திய நாடகமென்று உள்ளுக்குள் சிரித்துக் கொண்டேன்.

கரையிலும் யாருமில்லை. நான் தண்ணீருக்குள் இறங்கினேன்.

காலில் ஈரம் படர்ந்தபோது சுகமாயிருந்தது. குனிந்து நின்று கைகளில் தண்ணீரை அள்ளி முகத்தில் தெளித்தேன். கண்ணும் மனதும் குளிர்ந்தன.

ஒரு நிமிடத்தின் இடைவேளையில் அதிர்ந்து போனேன்.

கால் பதிந்து நின்ற தரை சரிந்து நகர்ந்தது போலத் தோன்றியது. நிலை தடுமாறிப் போவது போன்ற தண்ணீரின் வரத்து அதிகமானதோ. கண்களில் தண்ணீர் நிறைந்தது. நான் என் எல்லா சக்தியையும் பயன்படுத்தி மேலே வர முயன்றேன், முடியவில்லை. நிற்கக் கொஞ்சமும் இடம் தராமல் மணல் திட்டு காலிலிருந்து நகர்ந்து போனது.

கண் திறந்தபோது மருத்துவமனையின் படுக்கையில் இருக்கிறேன் என்பது புரிந்து போனது. மீதி எல்லாவற்றையும் கேட்டுமட்டுமே தெரிந்து கொண்டேன். மூழ்கி நீருக்கடியில் போன என்னைப் பன்றி மேய்ப்பவர்கள் காப்பாற்றியிருக்கிறார்கள். உடன் ஒரு பெண் இருந்தாள் என்று அவர்கள் சொன்னதை வைத்து அக்கம்பக்கத்தினர் எல்லாவற்றையும் புரிந்து கொண்டார்கள்.

நான் மூழ்கி எழுந்தபோது கொஞ்சம் கத்திக் கூப்பிடக் கூட இல்லாமல் சித்தி திரும்பிப் போகிறாள் என்று அவர்கள் நம்பினார்கள். சந்தேகமடைந்த ஊர்க்காரர்கள் வீட்டுக்குப் போனபோது சித்தி வீட்டிலேயேயிருந்தாள். அதிஷ்டமோ துரதிஷ்டமோ அந்த நேரத்தில் ஹரியையும் அங்கு பார்த்ததால் அவர்களுடைய சந்தேகம் பலப்பட்டது. வழக்கமான அந்த நேரத்திலான ஹரியின் வரவை அவர்களும் கவனித்திருந்தார்கள்.

பிறகு ஒரு நிமிடம்கூடத் தாமதியாமல் அவர்கள் செயல்பட்டார்கள்.

அப்பா வேலை முடிந்து திரும்பிவரக்கூடக் காத்து நிற்காமல் ஒரு டாக்ஸி காரில் சித்தியை ஊரிலுள்ளவர்களே அவளுடைய வீட்டிற்கு அனுப்பிவைத்தார்கள். எனக்கு ஒன்றுமே தெரியாதென்று ஹரி கத்தினாலும் சித்தியுடனேயே அவனையும் அனுப்பி வைத்தார்கள். அந்தப் பயணம் அவர்களுக்குப் புதியதொரு வாழ்க்கைப் பயணமாக அமைந்திருக்கலாம்.

மருத்துவமனையின் படுக்கையறையில் நான் கண் மூடிப் படுத்திருந்தேன். என் வலது கையை அழுத்திப் பிடித்தபடி அப்பா பக்கத்தில் உட்கார்ந்து அழுது கொண்டிருந்தார். குரூரம் நிறைந்த விதியின் கைகள் எங்களை இழுத்து இறுக்குகிறதோ? பதில் தெரியவில்லை. எனக்குத் தெரிந்திருக்கும் வார்த்தைகளில் மௌனம் நிரம்பியிருந்தன. நான் கண்களை இறுக்கி மூடிப் படுத்திருந்தேன்.

ஒன்பது

அந்தச் சோதனைக் காலம் முடிவுக்கு வந்தது. காற்றும் கோளும் ஆர்ப்பரித்த கடல் சாந்தமானது போல எங்கள் குடும்பத்திலும் நிம்மதி ஏற்பட்டது. அப்பாவும் நானும் தம்பிக்குட்டனும் என்ற எங்கள் குடும்பம் பழைய நாட்களில் வாழத் தொடங்கியது. அக்னிப் பரீட்சைகள் முடிவுக்கு வந்ததன் குதூகலத்தை அதிகமாக ரசித்தது நான்தான். சித்தி வந்த பிறகு எல்லாமொரு பெருமூச்சுடன்தானிருந்தது. எதற்கும் குற்றம் சொல்லவும் திட்டவும் மட்டுமே அந்த இரண்டு கண்கள் என்னை வெறித்துப் பார்த்துக் கொண்டிருந்தன. அறையின் சுவர்களுக்குள் சுற்றி நின்ற அசுத்தமான காற்று வெளியேறியதன் ஆசுவாசத்தில் நானும் அதிகமாகக் குதூகலித்திருந்தேன். அப்பாவுடன் மிகவும் சுதந்திரமாய்ப் பழக முடிந்தது. கட்டுப்பாடுகளோ பழிச்சொல்லோ இல்லை.

சிந்தாமணிப்புதூருக்கு மாற்றங்கள் ஏதும் நேர்ந்துவிடவில்லை. புதிய போஸ்ட்மாஸ்டர் எங்கள் லைன் வீட்டுக்குப் பக்கத்தில் இருக்கும் போஸ்ட் ஆபீஸுடன் இணைந்த வீட்டில் வந்து தங்கியது மட்டும்தான் அங்கு ஏற்பட்ட மாற்றம். கும்பகோணம் மயிலாடுதுறையிலிருந்து வந்த போஸ்ட்மாஸ்டரும் குடும்பமும் எங்கள் பக்கத்து வீட்டுக்காரர்கள் ஆனார்கள். அவர்கள் தமிழ்ப் பிராமணர்

குடும்பத்தைச் சேர்ந்தவர்கள். யாருடனும் பெரிதாய்ப் பேசமாட்டார்கள். கௌரவமான பாவமே இயல்பாயிருந்தது. அவருடைய குடும்பத்தாரும் வெளியே வந்து பார்த்ததில்லை.

சிந்தாமணிப்புதூரின் சிறப்பை ஒருமுறை நான் சொல்லி நிறுத்தினேன், இனி அங்கேயிருந்து தொடரலாம்.

லைன் வீடுகளுக்கு எப்படி எல்லையும் மதிலும் இல்லாமலிருந்ததோ அதே போல அங்கு வசிக்கும் மனிதர்களும் எல்லையற்றிருந்தோம். கிடைப்பதையெல்லாம் பங்கிட்டும் பரஸ்பரம் அன்பைப் பரிமாறியும் நாங்கள் வாழ்ந்தோம்.

எல்லாப் பௌர்ணமி நாட்களிலும் சிந்தாமணிப்புதூரின் வீடுகளில் கொண்டாட்டம்தான். பிரத்யேகமாகப் பெண்கள் உற்சாகமாக இருப்போம்.

ஒவ்வொரு சமையலறையிலும் ஒவ்வொரு விதமான உணவு தயாரானது. அதை எவ்வளவு ருசியாய் மாற்ற முடியுமோ அவ்வளவுமாய் மாற்றப் பெண்கள் ஆர்வமேற்றிருந்தார்கள். அப்படியான ஒரு சமையலில் நானும் ஈடுபட்டிருந்தேன். காலை எழுந்ததிலிருந்தே நான் என்ன செய்யப் போகிறேன் என்ற ஆர்வத்தில் தங்கமணி இருந்தாள். தண்ணீர் எடுக்கப் போகும்போது அவள் அதைக் கேட்டாள்.

‘‘ஏண்டீ உமா , இன்னக்கி நீ என்ன ஸ்பெஷலா சமைக்கப் போற?’’

நான் அவளைப் பார்த்துச் சிரித்தேன். என்ன செய்யப் போகிறேன் என்று பதில் சொல்லாமல் அவளுக்கு ஏற்படும் கோபத்தை ரசித்தேன்.

‘‘அதை இப்பச் சொல்ல மாட்டேன். அது ரொம்ப ரொம்ப ரகசியம். நான் செஞ்சதுக்கப்பறம் நீயே ஆச்சரியப்படுவே’’

அவள் நிஜமாகவே கோபப்பட்டாள்.

‘‘ஓ... நீ பெரிய சமையல்காரியா?’’

அவளின் நடையில் வேகத்தைக் கூட்டினாள். தங்கமணியால் எவ்வளவு நேரம் என்னிடம் கோபப்பட்டு நடந்துகொள்ள முடியும் என்பது தெரிந்ததால் நான் அவளை அவள் வழியிலேயே விட்டுவிட்டேன். நான்கைந்து அடி முன்னால் நடந்தபிறகு நான் உடன் வரவில்லை என்பதால் அவள் நின்றாள்.

பக்கத்தில் வந்தபிறகு சிரித்தபடியே சொன்னாள்.

"எங்கம்மா புளிசாதம் செய்யப்போறாங்க"

நானும் அவளைப் பார்த்துச் சிரித்தேன். அதுதான் தங்கமணி. அவளுடைய மனசில் ஒன்றும் இருக்காது.

காத்திருந்த பௌர்ணமி இரவு வந்தது. பூமியும் சந்திரனும் முகத்தோடு முகம் பார்த்து நின்றார்கள். அவர்கள் பரஸ்பரம் நேசித்தார்கள். தூங்காமல் அந்த நிலா மழையில் நனைந்தபடி அழகியான பூமி தண்ணென்றிருந்தது.

சிந்தாமணி ஆற்றின் கரையில் விசாலமான மணல் பரப்பில் நாங்கள் நிலாச்சோற்றைக் கொண்டாடினோம். ஒவ்வொரு வீட்டிலும் செய்யும் சிறப்பு பலகாரங்களும் சித்ரான்னங்களுமாய் நாங்கள் ஒன்று சேர்ந்தோம்.

நான் தக்காளிசாதம் செய்திருந்தேன். பச்சரிசி சாதம் வடித்துப் பச்சைமிளகாய், முந்திரிப் பருப்பு, தக்காளி, மஞ்சள் தூளும் நெய்யும் சேர்த்துச் செய்வதுதான் தக்காளிச்சாதம். தங்கமணியின் அம்மாதான் என் சமையல் குரு. அதனாலேயே என்னைப் புகழும் விஷயத்தில் அவர் கொஞ்சமும் கஞ்சத்தனமாக நடந்து கொண்டதில்லை. நான் எது சொல்லிக் கொடுத்தாலும் அவ செய்வா. அதுக்கும் மேல அவளோட கைப்பக்குவத்தில எது செஞ்சாலும் சுவையாயிருக்கும். என் கைருசியைக் குறித்துக் கேட்க எனக்கும் பிடிக்கும்.

தங்கமணி காலையில் சொன்னதுபோல அவள் வீட்டிலிருந்து புளிசாதம் கொண்டு வந்திருந்தாள். பொன்னய்யனின் வீட்டிலிருந்து

மல்லி சாதம் கொண்டு வந்தார்கள். தயிர்சாதம், பொட்டுக்கடலை, எலுமிச்சை சாதம், புளியோதரை என சிந்தாமணிப்புதூரின் ஒவ்வொரு சமையலறையிலும் பரந்த வெவ்வேறு உணவுப் பொருட்கள் தரையில் விரித்துவைத்த பனையோலையில் அடுக்கி வைக்கப்பட்டன. பட்சணத்தின் வாசனையில் ஆசைப்பட்ட சிற்றலைகளும் சத்தமெழுப்பி ஆர்ப்பரித்தன.

நிலா வெளிச்சத்தில் வெள்ளைப் புடவை கட்டி நின்ற அழகியைப்போலச் சிந்தாமணி ஆறும் எங்களின் நிலாச் சோறு கொண்டாட்டத்தில் சேர்ந்து கொண்டது.

பாட்டும் ஆட்டமும் விதவிதமான சாப்பாடுமாக அந்த இரவைப் பகலாக்கினோம்.

ஒரு ஊரே சேர்ந்து ஒன்றாய்ச் சிரித்து உல்லாசமானோம். அதற்கிடையில் ஒரு குடும்பத்தின் விடுபடலை நான் கவனித்தேன். போஸ்ட்மாஸ்டரின் குடும்பம்.

இடம் மாறி வந்து மாசக்கணக்கானாலும் போஸ்ட் மாஸ்டரோ அவருடைய குடும்பமோ யாருடனும் நெருங்கவில்லை.

ஆனாலும் இப்படியான சந்தர்ப்பங்களிலாவது அவர்கள் எங்களோடு சேர்ந்திருக்கலாம். எதனால் அவர்கள் ஒதுங்கி இருக்கிறார்கள்? அசாதாரணமாக ஒன்றுமில்லை என நம்பி நானும் கொண்டாட்ட இரவில் மதிமறந்து மயங்கினேன்.

பௌர்ணமி முடிந்த ஞாயிற்றுக்கிழமை. அசாதரணமாகச் சில சம்பவங்கள் நடந்தன.

வழக்கமாய் இரவு தூங்கப்போனால் விடிகாலை ஐந்து மணிக்கு மில்லிலிருந்து சைரன் கேட்டுதான் எழுந்திருப்பேன். சில நேரங்களில் அதற்கும் முன்பாக எழ வேண்டுமானால் இயற்கையே வழி ஏற்படுத்தித் தர வேண்டும். நேரம் அறிவிக்க டைம்பீஸெல்லாம் இல்லை. சீக்கிரம் எழுந்திருக்க வேண்டுமானால் சிறுநீர் கழிக்க

அவசரமேற்பட வேண்டும். அப்படி நேர வேண்டுமானால் இரவு படுக்கப் போகும்போது நிறைய தண்ணீர் குடித்தால் போதுமென்று முத்துவின் பெரிய பாட்டி சொல்லியிருக்கிறாள். பல நேரங்களில் அதைச் சோதித்து ஜெயித்திருக்கிறேன். பிரத்யேகமாகச் சித்தி இருக்கும்போது நேரமே எழுந்திருத்து படிக்க இருப்பதையெல்லாம் முடித்தபிறகுதான் வீட்டு வேலைகளைச் செய்ய ஆரம்பிப்பேன்.

அப்படியொரு அவசரம் ஏற்பட்டதால் ஞாயிற்றுக்கிழமை நள்ளிரவில் எழுந்தேன். கதவு திறந்து வெளியில் வந்து பார்த்தபோது இருட்டு பிரிந்திருக்கவில்லை. எங்கள் வீட்டிற்கு என்றில்லை, எந்த வீட்டிற்கும் கக்கூஸ் இல்லை. ஆற்றங்கரையிலோ கரம்பிலோதான் போகவேண்டும்.

எங்கள் வீட்டுக்குப் பின்னால் ஓடையுடன் சேர்ந்த மறைப்பு கட்டியிருந்தோம். அங்கேதான் அத்தியாவசிய நேரங்களில் ஒதுங்குவோம். இருட்டில் நடந்து போய் என் தேவையை முடித்துவிட்டு வந்தேன்.

சுமை இறங்கிய ஆசுவாசத்துடன் எழுந்து வர எத்தனித்தபோதுதான் யாரோ கிணற்றில் தண்ணீரெடுக்கும் சத்தம் கேட்டுக் காதைக் கூர்மையாக்கினேன். போஸ்ட் மாஸ்டர் தங்கியிருந்த வீட்டின் கிணற்றடியிலிருந்துதான் சத்தம் கேட்டது. சிந்தாமணிப்புதூரில் எதற்கும் பயப்படத் தேவையில்லையென்றாலும் இருட்டைப் பார்த்து நான் பயந்தேன்.

மீண்டும் தண்ணீர் இறைத்துக் கொட்டும் சத்தம். யார் இது நள்ளிரவில்! நான் இன்னும் காதைத் தீட்டினேன். வெறும் தோன்றலல்ல. யாரோ குளிக்கிறார்கள். என் உடம்பெங்குமொரு நடுக்கமெடுத்தது. ஆனாலும் என் தைரியத்தைக் கைவிடாமல் இன்னும் கொஞ்சம் முன்னகர்ந்தேன். இன்னும் கூர்மையாக கவனித்ததில் மங்கலான வெளிச்சத்தில் அதொரு பெண் உருவம் என்று புரிந்தது.

மொட்டையடித்த ஒரு பெண் உருவம் நின்று குளித்துக் கொண்டிருந்தது. அவளுடைய பின்புறத்தை மட்டுமே பார்க்க முடிந்தது. நெஞ்சுக்கு மேலே ஏற்றிக் கட்டின துணி முட்டிவரை மறைத்திருந்தது. இந்தப் பகுதியில் மொட்டையடித்த பெண்ணைப் பார்த்ததாக எனக்கு நினைவிலில்லை. போஸ்ட் மாஸ்டரின் வீட்டில் இப்படியொரு உருவத்தில் யாரையும் பார்த்த மாதிரியும் இல்லை.

பிறகு இது யார்?

பேயும் பிசாசும் ஒன்றுமில்லையென்று வெங்கடபதி சார் கிளாசில் சொல்லிக் கொடுத்திருக்கிறார். அதை நான் நம்பியிருந்தேன்.

ஆனாலும் இது...

படித்த கதைகளின் பேய் பிசாசுகள் மனதில் மின்னி மறைந்தன. நான் சுற்றிலும் பார்த்தேன். இருட்டில் ஏதேதோ அசைவதால் கவனமாகப் பார்த்தேன். இல்லை, ஒன்றும் அசையவில்லை. வெறுமனே எனக்குத் தோன்றியது, அவ்வளவுதான்.

கிணற்றின் கரையில் சத்தம் நின்றது. நான் முன்னால் நகர்ந்து நின்று இன்னும் நுட்பமாகப் பார்த்தேன். அங்கே யாருமில்லை. என் கைகால்கள் அதிவேகமாக நடுங்க ஆரம்பித்தன. பயம் கலந்த நினைவுகள் என் மனதில் நடுக்கம் ஏற்படுத்தின. திரும்பியே பார்க்காமல் நான் ஓடி வந்து என் வீட்டுக்கதவை அறைந்து சாத்தினேன். கண்களை இறுக்கிக்கொண்டு படுக்கையில் படுத்தேன். யாரோ தண்ணீரெடுப்பது போலவே எனக்குத் தோன்றியது. தலையணைக்கடியில் முகம் அழுத்திப் படுத்தேன்.

காலையில் இரவு ஷிஃப்ட் வேலை முடித்து வந்த அப்பாவின் முன்னால் என் மனதில் முளை விட்டிருந்த கேள்விகளைப் பரப்பிவைத்தேன்.

''பேயும் பிசாசும் இல்லைன்னு சொல்லறது நிஜமா அப்பா?''

என் கண்களின் பயத்தைப் புரிந்துகொண்ட அப்பா கொஞ்சமும் இளகாமல் கௌரவபாவத்தோடு கேட்டார்.

"என்னாச்சு உனக்கு, காலைலேயே பேய் பத்தின கேள்விகள்? ராத்திரி எதையாவது கண்டு பயந்திட்டியா?"

ஆமாமென்றோ இல்லையென்றோ சொல்ல மெனக்கெடாமல் நான் மீண்டும் கேட்டேன்.

"அப்பா மொதல்ல நான் கேட்டதுக்குப் பதில் சொல்லுங்க, பேயெல்லாம் இல்லதானே?"

அப்படி நம்பவேண்டும் எனக்கு.

அப்பா உறுதியாய்ச் சொன்னால்தான் என்னாலும் நிம்மதியாக இருக்கமுடியும்.

துணி மாற்றுவதற்கிடையில் மிகவும் சமாதானமான குரலில் அப்பா சொன்னார்.

"பேயும் பிசாசுமெல்லாம் கதைகளில் மட்டும்தான் உமா. பயப்பட வேண்டியது மனிதர்களுக்குத்தான். நீ ஏதாவது படிச்சிட்டு படுத்திருப்பே, அதனால பயம் தோணியிருக்கும்.

துண்டெடுத்துக் குளிக்கப் போகும்போது அப்பா என் கன்னத்தில் கிள்ளி பரிகசிக்கவும் மறக்கவில்லை.

"பேய்... காலைலேயே இவளுக்கு ஏதாவது தோணும். கல்யாண வயசாயிடிச்சு, ஆனா இப்பத்தான் பயம் அதிகமாகுது"

அப்பாவின் கிண்டலிலும் பொருளிருப்பதாய் எனக்குத் தோன்றியது.

சிறு பிராயத்தில் தனியாக சினிமா பார்க்க போயிருந்தேனே, அப்போதெல்லாம் தோன்றாத பயம் இப்போது எங்கிருந்து வந்தது?

ஆனால், இது வெறும் தோன்றலல்ல.

கிணற்றின் கரையில் தண்ணீர் இரைக்கும் சத்தம்.

நான் கேட்டேனே!

அங்கே ஒரு மொட்டச்சி நிற்பதை என் கண்ணால் பார்த்தேனே!

அன்றிரவு வேண்டுமென்றே மெதுவாகத்தான் தூங்கப் போனேன். தூக்கம் வராமல் புரண்டு புரண்டு படுத்தேன். இரவின் நிசப்தத்தில் காதைக் கூர்மையாக்கினேன்.

மூச்சுக் காற்று மட்டுமே போய்வரும் சத்தம் கேட்டது. ஆனாலும் இடையில் தூங்கியிருந்தேன். எப்போதோ கிணற்றடியிலிருந்து ராட்டினத்தின் சத்தம் கேட்டு அதிர்ந்து எழுந்துவிட்டேன். சத்தமெழுப்பாமல் கதவைத்திறந்து கொண்டு வெளியே வந்து கிணற்றடிக்கு நடந்தேன்.

முந்தின நாள் பார்த்த அதே காட்சி. தனி ஆவர்த்தனம், அதே உருவம்...

தண்ணீரை இறைத்துத் தலைவழியே ஊற்றிக் கொள்ளுமொரு மொட்டச்சி....

இருட்டு பயப்பட வைத்தது என்றாலும் நான் விட்டுக் கொடுக்கவில்லை. கிணற்றின் கரையை லட்சியமாக்கிக் கொண்டு நடந்தேன். இருட்டின் மறைவில் ஒளிந்து கிடக்கும் கருங்கல்லில் இடித்து என் பெருவிரல் கொஞ்சம் அதிகமாகவே சிதைந்து, வலியும் எரிச்சலுமானது. அதைக் கொஞ்சமும் பொருட்படுத்தாமல் முன்னாலேயே நடந்தேன். பம்மிப்பம்மி கிணற்றின் கரையைச் சமீபித்து, இரண்டு கண்களையும் திறந்து நான் சூழலை அவதானித்தேன்.

பேயும் பிசாசுமெல்லாம் இல்லை. மனித உருவம்தான் அது. தலையை மொட்டையடித்த ஒரு பெண். பதினைந்தோ பதினாறோ வயதிருக்கலாம்.

காவித்துண்டை நெஞ்சுவரை ஏற்றிக் கட்டியிருக்கிறாள். குளிர்ந்த நீர் உடம்பில் வழிந்து வரும்போது குளிரில் நடுங்கிக் கொண்டிருந்தாள்.

நான் அதிர்ந்துபோய் அங்கேயே நின்றேன்.

யாரிவள்...?

என்னால் ஆர்வத்தை அடக்க முடியவில்லை.

"நீ யாரு?"

குனிந்து நின்று கெண்டை காலில் சோப்பு தேய்த்துக்கொண்டிருந்தவள் என் குரல் கேட்டு அதிர்ந்து திரும்பிப் பார்த்தாள். என்னைக் கண்டவுடன் பயந்து கத்த வாய் திறந்தாள். நான், அவள் பக்கத்தில் நகர்ந்து நின்று சாந்தமான குரலில் சொன்னேன்.

"பயப்படாதே, எம்பேரு உமா. அந்தக் கம்பௌண்டரோட பொண்ணு."

என்னைப் பார்த்து பயந்து ஓட முயன்றவளைப் பிடித்து நிறுத்தினேன். அவள் பயந்து அலறுவாள் என்றே கருதினேன்.

அவளைச் சமாதானப்படுத்த என் பெயரையும் கம்பௌண்டரின் மகளென்பதையும் மீண்டும் சொன்னேன். அவள் அழுகையை அடக்கிக்கொண்டு என்னிடம் கெஞ்சினாள்.

"என்னைப் பார்த்ததை நீ யாருகிட்டயும் சொல்லிடாத, இந்த ஊர் போஸ்ட்மாஸ்டரோட தங்கச்சி நானு. வெளியில எங்கயும் வரமுடியாது. யாரையும் பாத்துப் பேச முடியாது. அதனாலதான் நான் யாரும் பாக்காதப்ப இந்த மாதிரி குளிக்கறேன்"

அடக்கி வைத்த துக்கம் முழுவதும் அந்த வார்த்தைகளில் அப்பிக் கிடந்தது. தண்ணீர்த் திவலைகளுக்கு ஒப்பாக அவளுடைய கண்ணீரும் தரை தொட்டன.

ஷாபு கிளித்தட்டில்

அவள் சொன்னதெதுவும் எனக்குப் புரியவில்லை. ஒரு நிமிடம் நான் சலனமற்று நின்றேன்.

அவள் அழுது கொண்டிருந்தாள். எப்படி அவளைச் சமாதானம் செய்வதென்று எனக்குப் புரியவில்லை. ஆனால் எனக்கு ஏதேதோ சந்தேகங்கள்தான் மீண்டும் உயர்ந்து வந்தன.

‘‘அது ஏன் நீ வெளில வரமுடியாது? நீ ஏன் மொட்டை அடிச்சிருக்கிற?’’

என் கேள்விகள் பெருகுவதைப் பார்த்து அவள் பரபரப்பானாள். என்னை எப்படியாவது அங்கிருந்து அனுப்பிவிட அவசரப்பட்டாள்.

‘‘நேரமாயிடிச்சு, யாராவது பாத்திட்டா எனக்குப் பிரச்சனையாயிடும்.’’

உடலில் படிந்திருந்த சோப்பின் நுரையைக் கழுகிவிட்டோமென்று பேர் பண்ணிவிட்டு, மாற்றுத் துணியைக் கையிலெடுத்து அவள் உள்ளே ஓடினாள். போகிறபோக்கில் திரும்பி நின்று மெல்லியகுரலில் சொன்னாள்.

‘‘என்னப் பாத்தத யாருகிட்டயும் சொல்லிடாதே.’’

அவளுடைய படபடப்பும் துக்கமும் எனக்கேற்படுத்திய அதிர்வை மாற்றாமல் தக்க வைத்திருந்தது.

அவளிடம் கேட்ட கேள்விகளுக்கெல்லாம் பதில் கிடைக்கவில்லை. அந்தக் கேள்விகள் மீண்டும் மீண்டும் எனக்குள்ளே உயர்ந்தது. இருட்டைத் துணையாக்கிக் கொண்டு நான் வீட்டிற்கு நடந்தேன். இரவின் ஆயுசு இன்னும் கொஞ்சம் மீதமிருக்கிறது. சத்தமெழுப்பாமல் அறைக்குள் வந்து சுருண்டு கிடக்கும் போர்வையை எடுத்துத் தலை வழியாக மூடினேன்.

இரவே அப்பாவை எழுப்பிப் பார்த்ததை விவரமாய்ச் சொல்லத் தோன்றினாலும் அதைக்கூடச் செய்யத் தோன்றாமல் விடியும்வரை காத்திருந்தேன்.

தனியாய் எழுந்து போனதற்காகத் திட்டுவாரோ? இல்லை, அப்பாவிற்கு என்னை நன்றாகத் தெரியும். கருங்கல்லில் இடித்து ரத்தம் உறைந்த கட்டைவிரலின் எரிச்சல் விடியும்வரை வலித்தது.

காலையில் உப்புமா செய்து சாப்பிட்டுக் கொண்டிருக்கும்போது நடந்ததை எல்லாம் அப்பாவிடம் சொன்னேன்.

நான் கண்ட காட்சி அப்பாவை ஆச்சரியப்படுத்தியது.

''மொட்டச்சியா? போஸ்ட்மாஸ்டரோட வீட்டிலா?''

''ஆமாப்பா, நான் நேத்தே கேட்டேனே, பேயும் பிசாசும் இருக்கான்னு. அது இவளைப் பாத்ததாலதாம்பா''

அவளை முதன் முதலாய்ப் பார்த்ததிலிருந்து கொஞ்சமும் விடாமல் நான் விவரித்தேன். அப்பாவிடம் ஏற்பட்ட ஆவலைப் பார்த்தபோது நானும் ஆர்வமானேன். அவளிலிருந்து கிடைக்காத பதில்களை எதிர்பார்த்தும் என் மனதில் ஒன்றாய்ச் சேர்ந்த சந்தேகங்களையும் அப்பாவிடம் கேட்டேன்.

''அவ ஏம்ப்பா மொட்டை அடிச்சிருக்கா? அவளைப் பாத்ததை யாருகிட்டயும் சொல்லக்கூடாதுன்னு ஏம்பா சொன்னா?''

எல்லா விஷயங்களையும் ஏறக்குறைய புரிந்துகொண்ட அப்பா என்னிடம் ஒன்றும் சொல்லிக் கொள்ளவில்லை. அது மட்டுமல்ல, அவள் சொன்னதையே அப்பாவும் சொன்னார்.

''இதெல்லாத்தையும் யார்கிட்டயும் சொல்லிக்கிட்டுத் திரியாதே''

அன்று மில்லுக்குப் போகாமல் விடுப்பு எடுத்தபோதே அப்பா ஏதேதோ தீர்மானித்திருந்தார் என்று எனக்குத் தோன்றியது. அப்பா விடுப்பு எடுப்பது மிகவும் அபூர்வம். அப்படியான நாட்களில் அதிகமாய் சந்தோஷப்படுவது நானாகயிருப்பேன். காலையில் எழுந்து சோறும் குழம்பும் வைக்க வேண்டாமே! அன்றும் அப்படியானதொரு ஆசுவாசத்துடன் நான் பள்ளிக்குச் சென்றேன். தங்கமணியும்

என்னுடன் வந்தாள். நடந்தவற்றை அவளிடன் சொல்லப் பலமுறை வாய் திறந்தேன்.

''ஏண்டீ தங்கமணீ...'' நான் இழுத்துக் கூப்பிட்டேன்.

ஏதோ முக்கியமான விஷயத்தைக் கேட்கப் போவது போல அவளும் என்னவென்று கேட்டாள். நான் அவளுடன் சேர்ந்து நடந்தேன்.

''உனக்குத் தெரியுமா, உன் போஸ்ட்மாஸ்டரில்ல...'' யாரிடமும் சொல்லக்கூடாதென்று பாப்பாத்தியும் அப்பாவும் கண்டித்ததை ஒரு நிமிடம் மறந்து போனேன் அது மட்டுமல்ல சொல்லப்போவது தங்கமணியிடம் என்பதையும் மறந்து விட்டேன்.

ஒன்றையும் மனசில் ஒளிக்கத் தெரியாதவள் அவள், இது தெரிந்தால் ஊர் முழுக்கச் சொல்லிவிடுவாள். அந்த ஆர்வத்தால் மீதியையும் சொல்ல நிர்பந்தித்தாள்.

''சொல்லு சொல்லு போஸ்ட்மாஸ்டருக்கு என்னா?''

சட்டென எனக்கு அந்தப் பெண்ணின் முகம் நியாபகம் வந்தது. அவளுடைய மன்றாடும் முகம் என்னில் தெளிந்து வந்தது. யாரிடமும் ஒன்றும் சொல்லக் கூடாதென்று வேண்டிக் கொண்டது என் காதுகளில் ஆர்ப்பரித்தது. நான் சட்டென வேறு விஷயத்திற்குப் போனேன்.

''அது ஒண்ணுமில்லடி, அந்த போஸ்ட் மாஸ்டரில்ல, அவரு ரொம்பக் கோவக்காரரு. எனக்கு அவரக் கண்டாலே பிடிக்காது.''

தங்கமணிக்குக் கோபம் வந்தது. நான் இதைச் சொல்ல வரவில்லையென்று அவளுக்குப் புரிந்திருந்தது.

''போடி குட்டச்சி, நீ எதையோ எங்கிட்டயிருந்து மறைக்கற''

அவளை ஏமாற்றச் சுலபமாய் இருந்ததால் நானும் கோபமாய்ச் சொன்னேன்.

"அப்படியெல்லாம் ஒண்ணுமில்ல, நீ பேசாம வா"

நான் அவளை ஓரக்கண்ணால் பார்த்தேன். அவளுடைய முகத்தில் கோபம் நிலைத்திருந்தது.

மாலைகளில் போஸ்ட்மாஸ்டர் மாரியம்மன் கோவிலுக்குப் போவது வாடிக்கையாயிருந்தது. அன்றும் வழக்கம்போல அவர் கோவிலுக்குப் போகும்போது பின்னாலேயே அப்பாவும் போனார்.

யாரோடும் நட்பு பாராட்டாமல் இருப்பதால் அப்பாவையும் அவர் கவனிக்கவில்லை. கோவிலில் போய் கும்பிட்டு வரும்போதும் ஒன்றும் பேசாமல் அப்பா கூடவேயிருந்தார். ஆலமரத்தின் கீழே வந்தவுடன் அவரைப் பின்னாலிருந்து கூப்பிட்டார்.

"சார்..."

அவர் திரும்பிப் பார்த்தார்.

உதடுகளில் கொஞ்சமும் சிரிப்பில்லை.

எந்த பாவமுமில்லாமல் அப்பாவை உற்றுப் பார்த்தார். அப்பா பொறுமையாய்ச் சொன்னார்.

"நான் உங்ககிட்ட கொஞ்சம் பேசணும்"

அவர் சுற்றிலும் பார்த்தார். யாரும் அவர்களை கவனிக்கவில்லை என்று உறுதிபடுத்தியபின் என்ன பேச வேண்டுமென்ற எதிர்பார்ப்பில் அவர் நின்றார்.

"சார் ரொம்ப நாளா நான் பாத்திட்டே இருக்கறேன், உங்க வீட்டில வெளிய யார்கிட்டயும் அணுகறதுமில்ல பேசறதுமில்ல, ஏன் யாரையும் பாக்கக்கூட முடியல"

நடுவில் பேச்சை நிறுத்தி அப்பா அவரின் கண்களைப் பார்த்தார். எந்தவொரு உணர்வுமின்றி பேச்சைத் தொடர விருப்பமில்லாமல் சொல்லற்று நின்றார்.

ஷாபு கிளித்தட்டில்

"பாலா நீங்க ஏதோ எங்கிட்ட பேசணும்னு சொன்னீங்கல்ல சொல்லுங்க?"

தன் பெயரைக் கூப்பிட்டதைக் கேட்டபோது அப்பா அதிசயித்துப் போனார். யாரிடமும் பேசாவிட்டாலும் எல்லோரையும் தெரிகிறதே. பக்கத்தில் யாரும் இல்லையென்று பார்த்தபின் அப்பா குரல் தாழ்த்திச் சொன்னார்.

"சார் நீங்க எதையும் எங்கிட்ட மறைக்க வேண்டாம். ராத்திரி எம்பொண்ணு உங்க தங்கச்சியைப் பாத்துப் பேசியிருக்கிறா"

அவரின் முகத்தில் தெரிந்த கௌரவபாவம் விட்டொழிந்து அமைதி குடிகொண்டது. சுற்றிலும் கண் ஓட்டிக் கொண்டு அவர் சொன்னார்.

"பாலா அது எனக்கும் தெரியும். எந்தங்கச்சி இதைப்பத்தி எங்கிட்ட சொல்லிட்டா. மொதல்ல அவ இருந்த பழைய இடத்தில பிரச்சனையாயிடுச்சு. அதனாலதான் அவ இப்ப எங்கூட இருக்கறா. இங்கயும் எதுவும் பிரச்சனை வந்திடக் கூடாது. தயவு செய்து இதைப்பற்றி வெளிய எங்கயும் சொல்லிடாதீங்க"

ஈரம் படர்ந்த கண்களுடன் அவர் அப்பாவின் முன் கைகளைக் கூப்பித் தங்கைக்காக வேண்டினார்.

அவரையும் கூட்டிக்கொண்டு அப்பா வீட்டிற்கு வந்தார். எப்போதும் குளவி கொட்டியது போன்ற கடுமையான முகத்துடனிருக்கும் போஸ்ட்மாஸ்டரின் அழுது கலங்கிய கண்களைப் பார்த்தபோது எனக்கு ஆச்சரியமானது. அந்த முகத்தைப் பார்த்து நின்ற என்னைப் பக்கத்தில் கூப்பிட்டார்.

"உம" அவருடைய தொண்டை இடறியது.

"நீ நேத்து எந்தங்கச்சியப் பாத்து பேசினதெல்லாம் வெளிய யார்கிட்டயும் சொல்லிடாதே. அப்பறம் இங்கயிருந்தும் வேற

ஊருக்குப் போற மாறியாயிடும். அவர் கண்களில் ஆர்ப்பரிக்கும் ஒரு சமுத்திரத்தை நான் தரிசித்தேன். நெஞ்சின் நோவை அடக்கி வைத்து அவர் அவளைப் பற்றிச் சொன்னார்.

''எந் தங்கச்சியோட பேரு மகா. அவளுக்கு போன பொங்கலப்ப கல்யாணம் நடந்தது. மாப்பள பேரு ராமமூர்த்தி. ஒரு டயர் ஃபேக்டரியில அக்கௌண்டன்ட்டா வேலை பார்த்திருந்தார். அவங்க வாழ்க்கை ரொம்ப சந்தோஷமாதான் போயிட்டிருந்தது. ஆனா என்ன பண்றது? விதி''

வார்த்தைகள் முறிந்தன. கண்ணில் படர்ந்த ஈரத்தை இடக்கையால் துடைத்து ஒரு நிமிடம் நிசப்தமானார். நான் அப்பாவையும் அவரையும் மாறி மாறிப் பார்த்தேன். எனக்குள்ளும் துக்கம் நிறைந்தது. யாரையும் பார்க்காமல் அவர் தொடர்ந்தார்.

''அவரு ஒரு நாள் வேலைக்குப் போயிட்டிருக்கும்போது பஸ் அடிச்சு பெரிய ஆக்ஸிடெண்ட். அதில அவருக்கு பலமான அடி. நெறைய ரத்தம் போயிடிச்சு. ஆசுபத்திரியில போற வழியிலேயே இறந்திட்டாரு, அதுக்கப்பறம் எந் தங்கச்சி...''

வார்த்தைகளை முழுமையாக்காமல் குழந்தையைப் போல முகத்தை மூடிக் கொண்டு கேவிக்கேவி அழுதார். எனக்கும் அழுகையாய் வந்தது.

அப்பா அவருடைய தோளில் தட்டி ஆசுவாசப்படுத்த முயன்றார்.

கண்ணீரில் ஊறின முகத்தை மேல்துண்டு வைத்துத் துடைத்தார்.

''அதுக்கப்பறம் எங்க குல வழக்கப்படி மொட்டையடிச்சு வெள்ளை சேலை உடுத்தி வீட்டோட இருக்க வேண்டியதாயிடிச்சு. வெளில ஒரு நல்லது கெட்டதுக்கு வர முடியாத நிலமை. யாராவது அவளை இந்தக் கோலத்தில பாத்தா சகுனம் சரியில்லன்னு ஒதுக்கி வைப்பாங்க''

விதவையைப் பார்த்தால் அவலட்சணம் என்றும் சகுனம் சரியில்லையென்றும் ஒதுக்கி வைத்து புருஷன் செத்து போயிட்டதால நாலு சுவர்களுக்குள் ஒதுங்கி இருக்க வேண்டியது எவ்வளவு பயங்கரமானது? அவருடைய வார்த்தைகளைக் கேட்டபோது காய்கறி விற்க வரும் வெளுத்த சேலை கட்டியிருக்கிற பொன்னம்மாளும் பக்கத்து ஊரின் சரசக்காவும்தான் என் மனதில் வந்துபோனார்கள்.

அவர்களெல்லாம் வயதானவர்களாக இருந்தார்கள். அது போலவா இளம் பிராயத்திலிருக்கும் மகா? என்னைவிட இரண்டு அல்லது மூன்று வயதே பெரிதான மகா எப்படி வாழ்நாள் வரையிலும் இப்படியே இருப்பாள்? யாரும் பார்க்காமல் வெளிக்காற்றை சுவாசிக்காமல் அவள் எப்படி வாழ முடியும்?

கேள்விகளின் ஊற்று வழிந்தபடியேயிருந்தன.

''எங்க சொந்த ஊரு மயிலாடுதுறை'' அவர் இன்னும் சொல்லி முடிக்கவில்லை. ''அங்க வீட்டைச் சுத்தி எங்கச் சொந்தகாரங்கதான் இருக்காங்க. இருந்தாலும் எந்தங்கச்சி கூட பேசறதோ பழகறதோ இல்ல. என் கொழந்தைகளைக் கூட அவங்ககிட்ட விட முடியல. அதனாலதான் நான் இங்கக் கொண்டுவந்து எங்கூடவே வச்சிருக்கேன்''

சொந்தங்களின் நெருப்பு வார்த்தைகளையும் அவமதிப்பையும் சகிக்கமுடியாமல் போனது என்பது அவருடைய வார்த்தைகளில் தெறித்தன. அதனால் சொந்த ஊரைவிட்டு வரவேண்டிய நிலைமை ஏற்பட்டது.

இங்கே இப்போது யாருக்கும் தெரியாது. மனநிம்மதியோடு வாழ்வதாய் நினைக்கிறார். அந்த நிம்மதியைக் கெடுக்க வேண்டாமென்று கோருகிறார். அதைத்தான் மீண்டும் மீண்டும் யாசிக்கிறார். எல்லாம் சொல்லி முடித்தபோது சிறிய ஆசுவாசத்தை அவர் அனுபவித்தாரென்று எனக்குத் தோன்றியது.

"மகாவைப் பாக்கணும்"

நான் அதை முன்பே தீர்மானித்திருந்தேன். அவர் என் ஆசையைப் புறந்தள்ளவில்லை. ஒருவேளை எதிர்பார்த்திருந்திருக்கலாம். அவர் எழுந்து முன்னால் நடந்தார். அப்பாவின் பின்னால் நானும் நடந்தேன்.

மகாவைத் தவிர்த்து அங்கே போஸ்ட்மாஸ்டரின் மனைவியும் இரண்டு குழந்தைகளும் இருந்தார்கள். எங்களைப் பார்த்தவுடன் மாஸ்டரின் மனைவி கதவின் பின்னால் ஒளிந்து கொண்டாள். மாஸ்டர் எல்லா விவரங்களையும் சொன்னபிறகு அந்த அம்மா எங்கள் முன்னால் வர மெல்ல எத்தனித்தாள். அவருடைய முகத்திலும் பயம் நிழலாடியிருந்தது. பயத்தால் மரத்துப்போன கொடும் காற்றுதான் அந்த வீடு முழுக்க வியாபித்திருந்தது.

மாஸ்டரின் மனைவி என்னை மகாவின் அறைக்குக் கூட்டிக் கொண்டுபோனார்.

இருட்டு மூடிய அறை.

அதற்குள்ளே நுழைந்தவுடன் எனக்கு மூச்சு முட்டியது. மாஸ்டரின் மனைவி மண்ணெண்ணெய் விளக்கைப் பற்ற வைத்தாள். அதன் மங்கிய வெளிச்சத்தில் அறையின் மூலையில் இடப்பட்டிருந்த கட்டிலில் முதுகு காட்டிப் படுத்திருக்கும் மகாவைப் பார்த்து நான் அதிர்ந்து போனேன். மண்ணெண்ணெய் விளக்கிலிருந்து வந்த வெளிச்சம் அறையை நிறைத்தபோது அவள் பயந்து அதிர்ந்து எழுந்தாள். அவளுடைய ஒளியிழந்த முகத்தை நான் பார்த்தேன். வெயில்படாமல் வாடித் தளர்ந்த சூர்யகாந்தி பூ போல வாடிப்போன முகம்.

மஞ்சள் வெளிச்சம் பரவின அந்த அறையில் நான் கண் ஓட்டினேன்.

ஒருபோதும் திறக்காத ஜன்னல் கதவுகள் சாப விமோசனத்திற்காக என்னைக் கெஞ்சிக் கேட்பது போலப் பார்த்தன. அறையின் ஒரு

மூலையில் மண் கூஜாவில் தண்ணீர் நிரப்பி வைக்கப்பட்டிருந்தது. மற்றொரு இடத்தில் மண் நிறைத்து வைத்த மண் சட்டி.

பகல் நேரத்தில் வெளியே வர அனுமதி இல்லாத அவளுக்கு மலஜலம் கழிக்க அவசரமேற்பட்டால் அந்த மண் சட்டிதான் அபயம்.

அந்த நாற்றத்தையும் சகித்து வெளியே இருட்டு கனம் சேர்க்கும் வரை காத்திருக்கவேண்டும். இரவின் துணைகொண்டு வெளியே வந்து அதைக் கொட்டிக் கழுவி மீண்டும் மண் நிறைத்து எடுத்து வரவேண்டும். கைம்மையின் குரூரம்.

மேல் கூரையில் ஒரு ஓட்டினை எடுத்து கண்ணாடி பொருத்தியிருந்தார்கள். அதன் வழியாக அரித்து வரும் சின்ன வெளிச்சமும் அதைவிடச் சிறியதாய் வரும் சிறு காற்றும் மட்டும் அவள் ஆசுவாசம்கொள்ளப் போதுமென்று அவளை இந்த வாழ்வு எதனால் நிர்பந்திக்கிறது? அவள் அதற்கு என்ன பாவம் செய்தாள்?

அதிர்ந்து நின்ற என் கண்களுக்கு நேராகப் பார்த்த அவள் குற்றவாளியைக் கேட்பதுபோலக் கேட்டாள்.

''நான் உங்கிட்ட அப்பவே சொல்லியிருந்தேன்ல்ல... யாருகிட்டயும் சொல்லாதேன்னு... ஆனா நீ எல்லார்கிட்டயும் சொல்லிட்டே.... எனக்குத் தெரியாது இனி என்ன நடக்குமோ!''

அவள் மிகவும் பயப்படுகிறாளென்று தோன்றியது. என் கை நீள தூரத்தில் நிற்கும் அவளைக் கட்டிப்பிடித்து ஆறுதல் வார்த்தைகள் சொல்லவேண்டுமென்று தோன்றியது. நான் முன்னால் போய் அவள் கையைப் பிடித்தேன். கூடாதென்ற அவள் கையைப் பின்னால் இழுத்தாலும் நான் விடவில்லை.

''மகா, நீ ஒண்ணும் பயப்படாத. ஒண்ணும் நடக்காது. நீ தைரியமா இரு''

என் வார்த்தைகள் அவளை ஆறுதல் படுத்தினவா என்று தெரியவில்லை, ஆனால் நான் அவளுடைய பேரைக் கூப்பிட்டதைக்

கேட்டபோது என்னை வாஞ்சையோடு பார்த்தாள். கணவனின் மரணத்துக்குப் பிறகு அவள் பாப்பாத்தியாக மாறியிருந்தாள். அவளுடைய பெயர்கூட மறக்க வேண்டி வந்திருக்கும் கொடுமை. நான் அவளுடைய கையை அழுத்திப் பிடித்தேன். அனேகம் வார்த்தைகளால் ஆறுதல்படுத்த முடியாததை அந்தத் தொடுதலின் வழி அவளுக்குக் கடத்தினேன். அவளின் கண்கள் நிறைந்து வழிந்தன. கண் சிமிட்டி எரியும் மண்ணெண்ணெய் விளக்கின் குறைந்த வெளிச்சத்தில், அந்தக் கண்களிலிருந்து வழியும் கண்ணீர் இரண்டு ஸ்படிகத் துளிகள் போல மின்னின.

அறையிலிருந்து நான் சில முடிவுகளோடுதான் வெளியே வந்தேன்.

விளக்கையணைத்த மாஸ்டரின் மனைவி மகாவின் வாசல் கதவை அறைந்து தாழிட்டாள். வெளிச்சத்தின் ஒரு துளிகூட உட்புகாமல் மகாவின் அறை இருட்டால் மூடிக் கொண்டது. அவளுடைய வாழ்வைப் போல.

அவளுடைய வாழ்க்கையில் வெளிச்சம் நிறையவேண்டும். நானும் தங்கமணியும் ஓடிக் குதித்து விளையாடுவது போல அவளும் இருக்கவேண்டும். அவளுக்கும் சந்தோஷப்பட வாழ்வு பூங்கொத்துக்களை நல்க வேண்டும்.

நான் வாசலுக்கு இறங்கினேன்.

அங்கே இரண்டு படிகளிலும் பேச்சிழந்த முடவர்களைப் போல அப்பாவும் மாஸ்டரும் நின்று கொண்டிருந்தார்கள். சில நேரங்களில் மனிதர்கள் அப்படித்தான். உணர்வுகளைக் கடத்த மொழி போதாமலாகும். உள்ளில் முளைவிடும் வார்த்தைகள் தொண்டைக் குழியிலேயே இடறி விழும்.

‘‘நாம போலாமா?’’ வெளியே வந்த என்னிடம் அப்பா கேட்டார். நான் போலாமென்று தலையாட்டினேன். போஸ்ட்மாஸ்டரின் கண்கள்

என் கண்களைப் பார்த்து எதையோ யாசித்தது. அந்தப் பார்வையில் பயம் அப்பி நின்றது. யாரோடும் ஏதும் சொல்லாதே என்ற யாசிப்புமிருந்தது.

"மகாவும் எங்கள மாதிரி எங்கக்கூட வந்து விளையாடட்டும். எங்களோட பழகட்டும். அதனால என்ன பிரச்சனை?"

நிசப்தத்தை தள்ளிவிட்டு அங்கே என்னுடைய வார்த்தைகளை அள்ளிக்கொட்டியபோது அப்பாவும் போஸ்ட்மாஸ்டரும் தங்களுக்குள் பார்த்துக் கொண்டார்கள். ஒன்றும் புரிந்து கொள்ளமுடியாத குழந்தையின் ஆசை என நினைத்து அவர்கள் வேதனையோடு சிரித்துக் கொண்டார்கள். அந்தச் சிரிப்பின் அர்த்தத்தை உள்வாங்கியபடி எனக்கும் எல்லாம் புரிகிறதென்ற கௌரவ பாவத்தோடு சொன்னேன்.

"இது ஒண்ணும் உங்க ஊர் மயிலாடுதுறை இல்ல. இது சிந்தாமணிப்புதூர். இங்க யாருக்கும் மகாவைப் பத்தி ஒண்ணும் தெரியாது. தாராளமா வெளிய வந்து எங்கள மாதிரியே எல்லார்கூடயும் பழகலாம்."

என் வார்த்தைகளைக் கேட்டபிறகும் இதெல்லாம் எங்களுக்கு ஒத்துப்போகாது என்ற பாவத்தில் மாஸ்டர் உற்சாகமிழந்து நின்றார்.

ஆனால் அப்பாவின் முகத்தில் ஒரு வெளிச்சம் பிடிபடுவதை நான் கண்டேன்.

எதிர்பார்ப்பின் மெல்லிய கீற்று.

மாஸ்டரின் கைகளைச் சேர்த்துப் பிடித்துக்கொண்டு உற்சாகத்துடன் அப்பா சொன்னார்.

"உமா சொல்றதுதான் சரி. இந்த ஊரில யாருக்கும் அவளைப்பத்தி எதுவும் தெரியாது. அவ வெளியில வந்து தாராளமா வெளயாடலாம். யாராவது கேட்டா, தங்கச்சி இப்பதான் ஊரிலிருந்து பிரார்த்தனைக்குக்

கோவிலுக்குப் போய் மொட்டையடிச்சிட்டு வந்திருக்கான்னு சொல்லலாம். அவளும் சின்ன பொண்ணுதானே? இனியும் அவ அவ்ளோ கஷ்டப்பட வேண்டாம். பாவம் சந்தோஷமாயிருக்கட்டும்.''

படுகுழியில் விழுந்து போயிருந்த சகோதரியைக் கை பிடித்து உயர்த்திவிட கிடைத்த சந்தர்ப்பமென அவருக்கும் தோன்றியிருக்கவேண்டும். அழுகையை அடக்க முடியாமல் முகம் பொத்தி அழுதார். கன்னங்களில் கண்ணீர் தடையற்று வழிந்தது.

தன் ஒரே சகோதரிக்கு ஏற்பட்ட துர்விதி சாக்கடையாய் நிலைத்து நிற்கும் துக்கம் முழுவதுமாக அந்தக் கண்ணீரில் வழிந்தோடியது.

மரணத்திற்கு இணையான கைம்மையால் இருட்டறையில் வாழவேண்டி வந்த பாப்பாத்தி அப்படியாக சிந்தாமணிப்புதூரின் காற்றிலும் வெயிலிலும் பறந்து திரிந்தாள்.

நெற்றியில் குங்குமம் அழித்து, வளையல்கள் உடைத்தெறிந்து தலையை முண்டணம் செய்து வெறும் தரையில் படுத்துறங்க விதிக்கப்பட்ட விதவைகளில் எத்தனைபேருக்கு மகாவைப் போல இருட்டு நிறைந்த வாழ்விலிருந்து வெளிச்சத்துக்குள் உட்புக முடியுமென்று எனக்குத் தெரியவில்லை.

ஆனால்...

மகாவின் வாழ்க்கை மாறிப்போனது. ஒரு பட்டாம்பூச்சியைப் போல வண்ண உடைகள் உடுத்து, சிறகு விரித்து அவள் பாடிப் பறந்து திரிந்தாள். மூச்சுத் திணறலிலிருந்து எனக்கே விடுதலை கிடைத்தது மாதிரி உணர்ந்தேன்.

பத்து

‘‘அச்சமில்லை அச்சமில்லை

அச்சமென்பதில்லையே

இச்சகத்துள்ளோரெல்லாம்

எதிர்த்து நின்ற போதிலும்

அச்சமில்லை அச்சமில்லை

அச்சமென்பதில்லையே’’

இதை ஒரு மந்திரம் போல உருப்போட்டபடியே அன்று காலையில் தண்ணீர் எடுக்கப் போனேன். விடிகாலையிலேயே ஏதோ உளறுகிறாள் என்று நினைத்து என் பின்னால் வந்த தங்கமணி கிண்டல் செய்தாள்.

‘‘என்னடீ பைத்தியம் மாதிரி ஏதோ பாடிக்கிட்டே வர்ற?’’

கையிலிருந்த குடத்தால் அவள் என் முதுகில் தட்டினாள். எனக்குக் கோபம் வந்தது.

‘‘அடீயேய் முட்டாளே, இது மகாகவி பாரதியோட பாட்டு. அச்சமில்லை அச்சமில்லை அப்படீன்னா என்னான்னு உனக்குப் புரியுமா?’’

"ஓ... போடி, பெரிய பாரதியார் கவிதை"

அவள் கிண்டலடித்துச் சிரித்தபடி சொன்னாள், "எனக்கொண்ணும் தெரியாது."

அறிவின்மை ஒரு குற்றமல்ல என்ற பாவத்தில் அவள் நடந்தாள். நான் என் கையிலிருந்த குடத்தைத் தரையில் வைத்து வலது கால் உயர்த்தி அதன் கழுத்தில் மிதித்து நின்றேன். இடக்கையால் இடுப்பைப் பிடித்து வலது கையை உயர்த்தி எம்.ஜி.ஆரைப் போல நடித்துப் பாடினேன். சத்தமாய்... இன்னும் சத்தமாய்....

"அச்சமில்லை அச்சமில்லை

அச்சமென்பதில்லையே

இச்சகத்துள்ளோரெல்லாம்

எதிர்த்து நின்ற போதிலும்

அச்சமில்லை அச்சமில்லை

அச்சமென்பதில்லையே"

என் குரல் கேட்டு திரும்பிப் பார்த்த தங்கமணிக்கு நான் நின்றிருந்ததைப் பார்த்தபோது சிரிப்பு தாங்க முடியவில்லை. அவள் என் முன்னால் வந்து பார்வையாளனைப் போல உட்கார்ந்தாள்.

நான் அவளைப் பார்த்து இயல்பாய் என் பாட்டைத் தொடர்ந்தேன்.

காலைக்கதிர்களில் வரத் தொடங்கிய மண் துகள்களும் ஒவ்வொரு புல் பூண்டுகளும் என் பார்வையாளர்களாக மாறினார்கள்.

அவர்கள் என்னை எவ்வளவு மோசக்காரி என்று நினைத்தாலும்....

என்னைப் பற்றிப் புறம் சொன்னாலும்....

எனக்கு அச்சமில்லை....

பிச்சையெடுத்து வாழ நேர்ந்தாலும்....

ஆசையால் என் சொத்து முழுவதும் அழிந்தாலும்...

எனக்கு அச்சமில்லை...

என் குரல் தொண்டைக்குழியின் வழியில் அடங்கி சிந்தனை எங்கெல்லாமோ அலைந்து திரிந்தது.

சிந்தாமணிப்புதூரே பயந்து அலறுவது போல கத்தி சொல்ல வேண்டுமென்று தோன்றினாலும் என் தொண்டையிலிருந்து உயர்ந்த குரலுக்கு அதற்கான சக்தி இல்லாமலிருந்தது. ஆனாலும் நான் சத்தமாய்ப் பாட முயற்சி செய்தேன்.

அச்சமில்லை அச்சமில்லை...

அச்சமென்பதில்லையே...

பாரதியாரின் வரிகள் தங்கமணியின் மனதிற்குள்ளாகவும் ஒரு திரி ஏற்றி வைத்ததென்று எனக்குத் தோன்றியது. ஆனால் பெண் அடங்கி ஒதுங்கி வாழ வேண்டியவள்தானே! அப்படித்தானே அவளுடைய அம்மா அவளை வளர்த்தாள்.

அவளுடைய சந்தேகமும் அப்படித்தானிருந்தது.

இந்தச் சமுதாயத்தை எதிர்த்து யாராலும் வாழமுடியாது. எப்படியிருந்தாலும் நாம சமுதாயத்துக்கு பயந்துதான் தீரணும். அடக்கமும் ஒடுக்கமும் பெண்ணிற்கு அழகு என்பதைக் கேட்டே வளர்ந்த தங்கமணி சமுதாயத்திற்குப் பயப்படாமல் இருந்தால் எப்படி?

அப்படி எத்தனை பெண்களால் முடியும்?
அதைத்தான் அவள் கேட்டிருப்பாள்.
எல்லாரும் கண்ணம்மா அக்கா மாதிரி இருக்க முடியாது.

சிந்தாமணிப்புதூரில் தான்தோன்றியான பெண்தான் கண்ணம்மா அக்கா. ஆண்களைப் போல வேட்டியும் சட்டையும் அணிந்து

நடக்கும் அவள், பார்வைக்கும் ஒரு ஆணைப் போலவே இருப்பாள். எல்லா நேரமும் உதடுகளில் பீடிக் கங்கு இருக்கும்.

கருத்த உருவம். ஆண்களுக்கான உயரம்.

சில நேரங்களில் இடுப்பு வேட்டியை மடித்துக் கட்டி பருத்த கை கால்கள் தெரிய அதைவிடவும் உறுதியான மனசுடன் நடந்து வருவாள்.

முதல் முறையாக கண்ணம்மா அக்காவை எனக்கு ஐந்து வயதாகும்போதுதான் பார்க்கிறேன். அன்று நாங்கள் குழந்தைகள் எல்லோரும் ஓடி விளையாடிக் கொண்டிருக்கும்போது சாலையின் ஓரமாக ஒரு தமிழர் லாரியைக் கொண்டு வந்து நிறுத்தினார்.

எந்த வண்டியாக இருந்தாலும் எங்களுக்குப் புதுமையாக இருந்ததால் லாரியைப் பார்த்தவுடன் கத்தி ஆர்ப்பரித்து அதன் பக்கத்தில் ஓடினோம். சிலர் டயரில் மிதித்து அதன் மேலே சிரமப்பட்டு ஏற முயற்சித்தார்கள்.

மற்றும் சிலர் கத்திக் கூப்பாடு போட்டு அதைச் சுற்றிலும் ஓடினார்கள்.

இதில் எதுவும் சேராமல் நான் தூரத்தில் நின்றிருந்தேன்.

சினிமா ஸ்டைலில் லாரியிலிருந்த ஒரு வில்லன் உருவத்தைப் பார்த்து அதிர்ந்து போனேன்.

வேட்டையை மடித்துக் கட்டி வெளியே கண்ணம்மா அக்கா வந்தாள்.

அவளுக்குப் பின்னாலேயே லாரி ஓட்டுநரும் இறங்கினான். அவன் மிகவும் சன்னமான குரலில் அக்காவிடம் எதையோ யாசித்துக் கொண்டிருந்தான்.

"இது பத்தாது. எனக்கு இன்னும் கொஞ்சம் சேர்த்துக் குடுங்க, ரொம்ப வேல"

ஷாப்பு கிளித்தட்டில்

கண்ணம்மா அக்கா ஒரு பார்வையால் அவனைச் சுட்டெரித்தாள்.

"போடா போ... இது போதும்"

நிர்தாட்சண்யமாக அவனைத்தாண்டி நடந்து வந்து சட்டையின் மடிப்பில் எதையோ தேடினாள்.

கிடைக்காதபோது நிராசையுடன் சுற்றிலும் பார்த்தாள்.

வேடிக்கை பார்த்துக்கொண்டு நின்றிருந்த என்னைக் கை அசைத்துக் கூப்பிட்டாள். நான் பக்கத்தில் போனேன்.

ஒரு ரூபாய் நாணயத்தை எடுத்து என்னிடம் நீட்டினாள்

"அடியேய், அந்தக் கடையில போய் ஒரு கட்டு பீடி வாங்கிட்டு வா"

காசை இறுக்கிப் பிடித்தபடி கடைக்கு ஓடி பீடியை வாங்கிக்கொண்டு அதே வேகத்தில் திரும்பி வந்தேன். கண்ணம்மா அக்கா என் கையிலிருந்து பீடிக்கட்டை வாங்கி, பகடை உருட்டுவது போலக் கையில் வைத்து உருட்டினாள். அதிலிருந்து ஒரு பீடியை எடுத்து உதட்டில் பொருத்தி, பத்த வைத்துப் புகையை உள்ளே இழுத்துத் திரும்பிப் பார்த்தபோது பக்கத்திலேயே லாரி ஓட்டுநர் நின்று கொண்டிருந்தான். பீடிக் கட்டை அவனுக்கு நேராக நீட்டியபடி அக்கா கேட்டாள்.

"டேய் என்னடா இன்னும் இங்கேயே நின்னுகிட்டிருக்கே. என்னா பீடி வேணுமா? இந்தா, ஒரு பீடியை எடுத்திட்டு எடத்த காலி பண்ணு"

கண்ணம்மா அக்கா கனிந்துவிடுவாள் என்ற எதிர்பார்ப்பில் நின்ற அவனுடைய முகம் நிராசையில் விழுந்தது. அவன் தலையைச் சொறிந்து கொண்டு நின்றான். கண்ணம்மா அக்கா அவனை முறைத்துப் பார்த்தாள். ஒருமுறை மீண்டும் புகையை உள்ளுக்கிழுத்தபடி அவனுக்குப் பக்கத்தில் நடந்தாள்.

"என்னடா போமாட்டியா? நீ பாத்த வேலைக்கு இந்தக் காசு போதும். எடுத்திட்டு போ... போ...எம்முன்னாடி நிக்காத"

அவன் இன்னும் நின்று கொண்டேயிருந்தான்.

"தாயோளி மகனே, போச்சொன்னா போத்தெரியாது?"

கண்ணம்மா அக்கா கெட்ட வார்த்தைகளைப் பேசத் தொடங்கியபோது ஓட்டுநர் முணுமுணுத்தபடியே நகர்ந்தான். அவன் தன் கோபத்தை முழுக்க லாரியிடம் காண்பிப்பதுபோல வேகமாய் ஓட்டிக்கொண்டு போனான்.

அரிசி கடத்துவதும், லாரிக்காரர்களுக்கு இரவுகளில் பெண்களை அனுப்புவதுமே கண்ணம்மாவின் தொழிலென்று சொல்லக் கேட்டிருக்கிறேன். பாலக்காட்டிலிருந்து அரிசியைக் கடத்தி தமிழ்நாட்டில் கொண்டு வந்து விற்பார்கள். அறுபதுகளில் போர்க்கால அவஸ்தையில் அரிசிக்குப் பஞ்சம் வந்தபோது அக்கா அரிசியைக் கடத்தத் தொடங்கினாள்.

அப்பாவும் அம்மாவும் இறந்த பிறகு கூடப்பிறந்தவர்கள் பலரும் பல வழிகளில் போனார்கள். இவளோ பல வேலையும் செய்து எப்படியோ வாழ்ந்தாள். யாரையும் மதிக்காமல் யாருக்கும் பயப்படாமல் வாழ்க்கையை அமைத்துக் கொண்டதால் அக்காவை யாருக்கும் பிடிக்கவில்லை. சிந்தாமணிப்புதூரின் சாபம் கண்ணம்மாவின் ஜென்மமென்று பலரும் சொல்வார்கள்.

அவள் கேட்காதபோது அந்தச் செய்தி எல்லோருக்கும் பரவியது.

என் வாழ்வை எல்லோரும் பரிதாபமாய்ப் பார்த்த காலங்களிலும் கண்ணம்மா அக்கா எனக்கு தைரியம் தந்தாள்.

"நீ எதுக்கும் பயப்படாத, இந்த உலகத்தில யாரும் உங்கூட இல்லன்னாலும் நீ தைரியமா வாழலாம். எதுக்கும் பயப்பட வேணாம்"

வாழ்ந்து அதிலிருந்து வாழ்வைக் கற்றுக்கொடுக்கும் பெண்ணின் வார்த்தைகள்.

அந்தக் கண்ணம்மா அக்காவைப் பற்றித்தான் தங்கமணி கேட்டாள்

அதற்கு நான் கொடுத்த பதில்தான் கண்ணம்மா அக்கா சொல்லித் தந்த வாழ்வின் சூத்திரம்.

யாருமில்லையென்றாலும் இந்த உலகத்தில் நாம் வாழ வேண்டாமா? எதற்கும் பயப்படாமல், இந்த உலகம் முழுக்க நம்மை எதிர்த்து நின்றாலும் வாழ்ந்துதானே தீர வேண்டும்?

''அச்சமில்லை அச்சமில்லை''

மற்றவர்கள் என்னை மோசக்காரியாக நினைத்தாலும் என்னைப் பற்றிப் புறம் பேசினாலும் எனக்கு அச்சமில்லை.

பெண்களின் சுதந்திரத்தை உணர்த்த, பாரதியார் கவிதைகள் எனக்கு அதிகம் உதவியது. எனக்கும் அக்கவிதைகள் புதியதொரு வெளிச்சத்தைத் தந்தன. நான் அதைத் தங்கமணி உட்பட்ட எல்லாத் தோழிகளுக்கும் சொல்லுவேன்.

திருமணம் தேவையில்லை என உறுதியான முடிவெடுக்கச் சின்ன வயதிலேயே துணிந்தது பாரதியாரின் கவிதைகளிலிருந்து கிடைத்த சாரமே உத்வேகமாயிருந்தது.

ஆனால்...

காலம் நமக்காய் எதைக் காத்து நிற்கிறதென்று தெரிந்துகொள்ள யாருக்கும் முடிவதில்லை. நம்முடைய வாழ்வின் விதி வரிகளை எழுதுவது யார்? புரிவதேயில்லை.

சிறு பிராயத்தின் சபதத்தை நிறைவேற்றி தங்கமணி மட்டும் திருமணம் செய்துகொள்ளாமல் இருக்கிறாள். பாரதியார் கவிதைகள் மனப்பாடம் செய்து படித்ததில் சுதந்திரத்தன்மையின் புதுத் தளிர்கள் துளித்த எனக்கு என்னானது? தோழிகளுக்குக் கொடுத்த சபதத்தை நிறைவேற்றாமல் நான் ஏன் திருமணம் செய்து கொண்டேன்?

பாகம் - 2

பதின்பருவம்
வேர் படரும் என் மண்

ஒன்று

பால்யத்தைப் பின்னோக்கிப் போகும்போது மனதில் கவனப்படுத்த வேண்டியிருந்த நினைவுகள் எனக்கு என்னவாக இருந்தன? கடுமையான பொறுப்புகள், பரிகாசத்தின் எள்ளல், தனிமைப்பட்டதன் அச்சுறுத்தல்கள், கனவுகளின் வர்ணஜாலங்கள் எனப்பல நிகழ்வுகளை உள்ளடக்கிய வாழ்க்கை.

கதிர் மில் பள்ளியிலிருந்து ஒண்டிப்புதூர் அரசு மேல்நிலைப் பள்ளிக்கு என் இளமைக்காலம் பயணப்பட்டது. அம்மாவும் சித்தியும் தந்த வாழ்க்கைப் பரிசுகளுடன், மேலும் பல சான்றிதழ்களான பரிகாசமும் பச்சாதாபமும் நிறைந்த பார்வைகளும், பேச்சுகளுமாக இருந்த என் பால்யத்தைச் சுமந்தபடிதான் பதின்பருவத்திற்குள்ளும் நுழைகிறேன். அப்படியான பயமுறுத்தல்களின் குன்றிலிருந்து விடுபட வேண்டுமென்பதே என் லட்சியமாக இருந்தது. அதுதான் என்னை ஒண்டிப்புதூருக்குக்கும் கொண்டு போய்ச் சேர்த்தது. பள்ளியின் சேர்க்கைப் பதிவேட்டில் அம்மா உயிரோடு இல்லையெனப் பதிவு செய்ததும் கூட அம்மாவைப் பற்றியுள்ள அதிகமான கேள்விகளைத் தவிர்க்க மட்டுமாகவே இருந்தது.

பதினொன்றாம் வகுப்பின் மாதாந்திரத் தேர்வு முடிந்த பிறகு கிடைத்த விடுப்பில் எங்கள் வகுப்பிலிருந்து புது தோழிகளோடு

குருவாயூருக்குச் சுற்றுலா சென்றதிலிருந்து என் வாழ்வின் இரண்டாம் பாகம் துவங்குகிறது.

நாங்கள் பன்னிரெண்டு பெண் பிள்ளைகளும் மூன்று டீச்சர்களுமாக எதிர்வரும் அக்னிக் குண்டத்தை உணராமல் குருவாயூர் பயணத்திற்குப் புறப்பட்டோம். சனிக்கிழமை காலையில் தமிழ்நாடு போக்குவரத்துக் கழகப் பேருந்தில் குருவாயூருக்குப் போனோம். கோவிலுக்குப் பக்கத்தில் 'ஸ்பில் க்ரீன்' லாட்ஜில் அறையை வாடகைக்கு எடுத்துத் தங்கி, குளித்துக் கிளம்பிக் கோவிலுக்குப் போனோம்.

தமிழில் பேசிக்கொண்டே நடந்த எங்களை ஆட்கள் கவனித்துக் கொண்டிருந்தார்கள். அந்தக் கூட்டத்திலேயே மலையாளம் எனக்கு மட்டும்தான் தெரியும். தாத்தா கற்றுக் கொடுத்த பாடங்களைக் கைவிடாமல் இன்னும் அதிகமாக்கியிருந்தேன். மத்தியானம் வரைக்கும் கோவிலிலேயே செலவிட்டோம். கோவிலில் அன்னதானத்திலும் பங்குபெற்று லாட்ஜுக்குத் திரும்பினோம்.

உள்ளே போகும் முன்பாக ரிசப்ஷனிலிருந்து யாரோ எங்களைக் கூப்பிட்டார்கள். "ஒரு நிமிஷம் நில்லேன்"

நான் திரும்பிப் பார்த்தேன். என்னிடம்தான் அவர் சொன்னார் என்று பார்வையிலிருந்தே புரிந்தது. சண்முகவடிவையும் ராதாமணியையும் என்னுடன் இருக்கச் சொல்லி பிடித்திழுத்து நிறுத்தினேன். அவர் எங்கள் பக்கத்தில் வந்து சிரித்தபடி கேட்டார்.

"நீங்க மலையாளிகளா?"

"நாங்க கோயம்புத்தூரிலிருந்து வந்திருக்கோம்"

அவர் எங்கள் மூன்று பேரையும் மாறிமாறிப் பார்த்தார். என் முகத்திலிருந்து கண்ணெடுக்காமல் அவர் சொன்னார்.

"உன்னோட இதே முகச்சாயலில் ஒரு பெண்ணை நான் இங்கே பார்த்திருக்கிறேன்"

அவர் சொன்னது புரியாமல் ராதாமணியும் சண்முகவடிவும் என்னை இன்னும் நெருங்கி வந்து என்ன சொன்னாரென்று ரகசியமாகக் கேட்டார்கள். அதை அவர்களுக்கு மொழிபெயர்த்தேன்.

''என்னைப் போலவே முகச்சாயல் இருக்கற ஒருத்தங்க இங்க இருக்காங்களாம். அவங்க பாக்க என்ன மாதிரியே இருப்பாங்களாம்''

நெஜமாகவா என்ற ஆச்சரியத்துடன் அவர்கள் பார்த்தார்கள். அவருடைய முகம் பிரகாசமானது.

''நிஜமாகவே அவங்க இந்தப் பொண்ண மாதிரியே இருப்பாங்க, அதனாலதான் கேட்டேன்''

''இல்ல நாங்க தமிழ்க்காரங்க'' சிரித்தபடியே நான் படியேறினேன். ராதாமணியும் சண்முகவடிவும் என் இருபக்கத்திலும் நடந்து வந்தார்கள்.

''அது யாருடி? நாம அவங்களைப் பார்க்க முடியுமா?'' ஆர்வத்துடன் ராதாமணி கேட்டாள்.

''போடி, இந்த உலகத்தில ஒரே மாதிரி ஏழு பேர் இருப்பாங்களாம். அதனால எல்லாரையும் பார்த்துக்கிட்டு இருக்க முடியாது''

சண்முகவடிவு தன் அறிவின் சுடரை இன்னும் கூர்மையாக்கி பதில் சொன்னாள்.

ராதாமணிக்கு மட்டுமில்லை, எனக்கும் ஆர்வமாகத்தான் இருந்தது. என் முகச் சாயலில் இருக்கும் பெண்ணை ஒருமுறை பார்க்க வேண்டுமென்ற ஆசை அதிகமானது.

மாலையில் ரிசப்ஷனிலிருப்பவரிடம் இன்னும் அதிகமாகத் தகவல்களைத் திரட்டினோம். தகவல் ஏதும் தெரியாதென்றும் தினமும் காலையில் லாட்ஜ் வழியாக அவர் நடந்து போவதைப் பார்த்திருக்கிறேன் என்பதாகவும் பதில் வந்தது.

காலை எட்டரைக்குள்ளாகத்தான் அவர் வருவார் என்பதால் மறுநாள் எப்படியுயும் அவர்களைப் பார்த்துவிட வேண்டுமென்று

நாங்கள் தீர்மானித்தோம். எங்களுக்குக் கோயம்புத்தூருக்குத் திரும்ப வேண்டிய பஸ் காலை ஏழரைக்கு இருந்தது. அதை விட்டால் இரண்டரை மணி நேரத்திற்குப் பிறகுதான் அடுத்த பஸ். ஏழரை பஸ்சில் போக வேண்டுமென்று டீச்சர்கள் கட்டளை இட்டிருந்தார்கள். ஆனால் அந்த நேரத்தில் போனால் நாங்கள் நினைத்தது எப்படி நடக்கும்? அதனால் வேண்டுமென்றே தாமதித்தோம்.

ராதாமணிக்குத் தாங்கமுடியாத வயிற்றுவலியென்று எங்கள் நாடகத்தை ஆரம்பித்தோம். ஆசிரியைகளிடம் திட்டு வாங்கினாலும் நினைத்த காரியத்தைச் சாதிக்க முடியுமேயென்று ஆசைப்பட்டோம். ஏழேமுக்கால் மணிக்கே நாங்கள் லாட்ஜ் வாசலில் காத்துக் கிடந்தோம். அவர் சொன்னபடி அந்தப் பெண்மணி வரும் வழியில் கண் வைத்துக் காத்திருந்தோம்.

இரை உண்ட பாம்பு போல நேரம் மெல்ல மெல்ல நகர்ந்து கொண்டிருந்தது. தூரத்திலிருந்து எந்தப் பெண்கள் வந்தாலும் ஆர்வத்துடன் நான் பார்த்தேன். பக்கத்தில் வரும்போது அது அவரில்லை என்று நிராசையானது. ரிசப்ஷனிஸ்ட்டும் அவரின் வேலைக்குத் தடங்கல் ஏற்படாத வகையில் எங்களுக்கு உதவிக் கொண்டிருந்தார். நிறைய பெண்கள் அவ்வழியாகப் போனார்கள். என் முகச்சாயலில் யாரும் அந்தக் கூட்டத்தில் இல்லை.

நிராசையுடன் நாங்கள் அவரைப் பார்த்தோம். என்ன செய்வதென்று தெரியாமல் அவரும் நின்றார்.

"வரவேண்டிய நேரம் போயிடிச்சு. எப்போதும் இந்த நேரத்தில்தான் இந்த வழியாகப் போவாங்க." இன்னுமொரு முறை தூரமாகப் பார்வையை எட்டிப் போட்டபடி அவர் முணுமுணுத்தார்.

"இன்னக்கி என்னாச்சுன்னு தெரியல"

நிராசையுடன் நாங்கள் திரும்பினோம். திரும்பி வரும் முன்பாக ஒரு கடிதமெழுதி அவரிடம் கொடுத்துவிட்டு வரலாமென்று ராதாமணி சொன்னாள்.

‘‘என் முகச்சாயல் உள்ள பெண்ணைக் காணும் ஆசையில் எழுதுகிறேன். ஒரு புகைப்படம் அனுப்ப முடியுமா?’’ - அன்புடன் உமாதேவி’’ இதுதான் கடிதத்தின் உள்ளடக்கம்.

டீச்சர்கள் திட்டியது மட்டுமே சண்முகவடிவின் முகத்தில் மிஞ்சியது அப்பட்டமாகத் தெரிந்தது. அதீத எதிர்பார்ப்பு, ஏமாற்றம் அடைந்த சோர்வில் நானும் ராதாமணியுமிருந்தோம். சிந்தாமணிப்புதூருக்குத் திரும்பி வந்த பிறகும் அதே மனநிலையில் ராதாமணியிருந்தாள்.

‘‘அவங்க அந்த லெட்டரப் பாத்திட்டு ஃபோட்டோ அனுப்புவாங்களா? உன்ன மாதிரி இருக்கற அவங்களப் பாக்கணும்போல இருக்கு’’ அந்தப் பெண்ணை ஒரு பார்வை பார்க்க வேண்டுமென்ற ஆர்வம் என்னைவிட அவளுக்குத்தான் அதிகமிருந்தது.

தொடர்ந்த இரண்டு நாட்களிலும் எங்கள் பேச்சுகளுக்கிடையில் இந்த விஷயமே இருந்தாலும் மெல்ல மெல்ல அது மறைந்தது.

இரண்டு வாரங்கள் முடிந்த ஒரு மதியம்.

பயாலஜி கிளாசில் தூக்கக் கலக்கத்திலிருந்த நான் டீச்சர் கூப்பிடும் சத்தம் கேட்டு எழுந்தேன்.

‘‘உமா...’’

எல்லாக் கண்களும் என்னைப் பார்த்தன. நான் எழுந்து நின்றேன். அட்டெண்டர் கொண்டு வந்திருந்த ஏதோ ஒரு தகவலைப் பார்த்துத்தான் டீச்சர் என்னைக் கூப்பிட்டாரெனப் புரிந்தது.

‘‘உன்ன ஹெட்மாஸ்டர் கூப்பிடறாங்க’’

அர்த்தம் பொதிந்த பார்வையுடன் டீச்சர் சொன்னபோது என் மனதில் பல நினைவுகள் கடந்தன. எதற்காகக் கூப்பிட்டிருப்பார்கள்? நான் சீக்கிரமாக ஹெட்மாஸ்டரின் அறைக்கு நடந்தேன். மிகுந்த

கோபக்கார ஹெட்மாஸ்டரென்று கேள்விப்பட்டிருந்தாலும் இதுவரை அவரின் கோபத்திற்கு நான் ஆளானதில்லை. அலுவலகத்தில் கூப்பிட்டுப் பேசுமளவுக்கு எந்தத் தவறையும் நான் செய்யவில்லை. பிறகு எதற்காக?

அறையில் ஹெட்மாஸ்டர் மட்டுமல்ல, காந்தாமணி டீச்சரும் மல்லிகா டீச்சரும் இருந்தார்கள்.

மல்லிகா டீச்சர் எங்கள் வகுப்பு ஆசிரியர். காந்தாமணி டீச்சர் மொழியியலைப் பயிற்றுவிக்கிறார்.

தலைமை ஆசிரியரின் அறையில் கனத்த நிசப்தம் சிம்மாசனம் போட்டு கம்பீரமாய் உட்கார்ந்திருந்தது. எல்லோரின் முகங்களும் ஊதிப் பெருக்கின பலூன் போலக் கனத்திருந்தன. குற்றவாளியைப் பிடித்துவிட்ட போலீஸ்காரனின் பாவத்தில் ஹெட்மாஸ்டர் என்னைத் தலை முதல் கால் வரை பார்த்தார். எனக்கு லேசாக பயம் வந்தது. மூக்கின் நுனிக்குச் சரிந்து இறங்கின வட்டமான கண்ணாடியை ஏற்றி விட்டுக்கொண்டு முதல் கேள்வியை என்னை நோக்கி வீசினார்.

"உமா, உங்க அம்மாவைப் பத்தி நீ என்ன சொல்லியிருக்கற, அவங்களுக்கு என்ன ஆச்சு?"

என் உடலில் ஒரு மின்னல் பாய்ந்தது. நான் அதிர்ந்துபோய் மாஸ்டரைப் பார்த்தேன். அவரின் குரூரமான பார்வையைப் பார்த்தபோது என் வாய் உலர்ந்தது. வார்த்தைகளுக்காக நான் பரிதவித்தேன்.

ஹெட்மாஸ்டர் கனத்த குரலில் கேள்வியை மீண்டும் கேட்டார். என்னை முறைத்துப் பார்த்த டீச்சர்களை நான் இறைதலுடன் பார்த்தேன். அவர்களின் முகத்திலிருந்து அனுதாபமில்லாத பார்வை திரும்பிக் கிடைத்தபோது தலை குனிந்தேன். என் மௌனம் ஹெட்மாஸ்டரைக் கோபமேற்படுத்தியது.

"பொம்பளப் புள்ளங்க இப்படியா அம்மா உயிரோட இருக்கும்போதே செத்துப் போயிட்டாங்கன்னு பொய் சொல்றது? உனக்கு எவ்ளோ திமிர் இருக்கும்?"

விஷயங்கள் மேலும் தெளிவாக எனக்குப் புரிய ஆரம்பித்தன. அம்மா இறந்து விட்டார்கள் என்று பள்ளியின் பதிவேட்டில் எழுதி வைத்தது பொய்யென்று ஹெட்மாஸ்டர் கண்டுபிடித்து விட்டார். அப்படியொரு மகாபாவம் செய்தது அகங்காரம் என்று மாஸ்டர் நம்பிவிட்டார்.

அவமானத்திற்குப் பயந்து நான் அப்படி எழுதி விட்டேனென்று சத்தமிட்டுச் சொல்லத் தோன்றியது. பயந்து மரத்துபோன வாயிலிருந்து வார்த்தைகள் வெளி வரவில்லை.

"உமா..." சத்தத்துடன் மாஸ்டர் குரலெழுப்பினார்.

அதிர்ந்து நான் தலை உயர்த்தினேன். மஞ்சள் நிறத்தில் ஒரு போஸ்ட் கார்டை என் முகத்தின் நேராக நீட்டியபடி அவர் சொன்னார்.

"இந்தா இது உனக்கு வந்தது, உரக்கப் படி"

நடுங்கும் கைகள் கொண்டு நான் அதை வாங்கினேன். பதினைந்து பைசா போஸ்ட் கார்டில் அழகான கையெழுத்தில் நிறைய வரிகள். அவை ஒவ்வொன்றும் பல் இளிப்பதைப் போல எனக்கிருந்தன.

"உனக்கு மலையாளம் படிக்கத் தெரியுமில்லையா, படி"

அவ்வளவு நேரம் பேசாமலிருந்த மல்லிகா டீச்சரும் வாய் திறந்தார்.

நான் கார்டுக்கு கண்ணைப் பதித்து நின்றேன். என் சிரமம் புரிந்து கொண்டது மாதிரி காந்தாமணி டீச்சர் உதவ வந்தார்கள்.

"படி, தெரியாததை நான் சொல்றேன்"

எங்கள் பள்ளியிலேயே அவர்களுக்கு மட்டும்தான் மலையாளம் தெரியும். முகத்துக்கு நேராக நீட்டிப் பிடித்து எழுத்துகளைக் கூட்டிப் படித்தேன்.

''ப்ரியமான உமா குட்டிக்கு...''

''...எவ்வளவு நாட்களாக அம்மா உனக்காகக் காத்திருக்கிறேன் தெரியுமா? உன்னையும் தம்பிக்குட்டனையும் பார்க்காமல் அம்மா எவ்வளவு கஷ்டப்படுகிறேனென்று தெரியுமா...?''

இரண்டு வரிகளைப் படித்தவுடன் மிகுந்த சொஸ்தமின்மையை நான் உணர்ந்தேன். அம்மா... அம்மா... ஒவ்வொரு வரியிலும் அதைப் படித்தபோது துக்கத்தைவிடக் கோபமே வந்தது.

நான் கடிதத்திலிருந்து முகம் உயர்த்தி ஹெட்மாஸ்டரைப் பார்த்தேன். அவருடைய முகத்தைப் பார்த்தபோது இரைக்கு மேல் பாய்ந்து குதிக்கத் தயாராகும் ஒரு வேட்டை மிருகத்தைப் போலத் தோன்றியது. நான் மீண்டும் தலை குனிந்தேன்.

இவள் எதற்காக எனக்கு இப்போது கடிதமெழுதியிருக்கிறாள்? வாசிப்பு நடுவில் அறுந்து போனபோது காந்தாமணி டீச்சர் எனக்கு உதவினார். என் கையிலிருந்த கடிதத்தை வாங்கி நான் விட்ட இடத்திலிருந்து டீச்சர் தொடர்ந்தார்.

''அம்மா உங்களை விட்டுவிட்டுப் போனதற்காக நீ பெரிய துக்கத்தில் இருக்கிறாயென்று எனக்குத் தெரியும். அப்பாவின் குணம் என்னவென்று உனக்குத் தெரியாது. அவ்வளவு மோசமாகத்தான் என்னிடம் நடந்து கொண்டார். அதையெல்லாம் புரிந்துகொள்ளும் வயது உனக்கில்லை. என்ன ஆனாலும் இப்படி ஒரு வாய்ப்பை கடவுளாகப் பார்த்துக் கொடுத்திருக்கிறார்.

அம்மா வந்து உன்னைப் பார்ப்பேன், உன்னைக் கூட்டிக் கொண்டும் போவேன்,

அன்புடன்,
அம்மா''

படித்து முடித்தவுடன் காந்தாமணி டீச்சர் என்னைப் பார்த்தார். யாரையும் ஏறெடுத்துப் பார்க்காமல் நான் தலைகுனிந்து நின்றேன்.

எனக்கு துக்கத்தை விடக் கோபமே வந்தது.

பிள்ளைகளைத் தூக்கி எறிந்து சொந்த சுகம் தேடிப் போனவளுக்கு அன்புடன் என்று எப்படி எழுத முடிந்தது? பார்க்க வருவார்களாம்! எனக்கு யாரையும் பார்க்க வேண்டாம். எனக்குள்ளாகக் கோபம் ஆர்ப்பரித்துப் பொங்கியது. ஆனாலும் என்னைக் கட்டுப்படுத்திக் கொண்டேன். யாரிடமும் ஒன்றும் பேசவில்லை. ஹெட்மாஸ்டரும் டீச்சரும் என்னையே குற்றம் சொல்லட்டும். ஆனால் நான் என்ன தவறு செய்தேன்?

அம்மா இறந்துவிட்டார்கள் என்று பொய் சொன்னதா? உயிரோடு இருக்கிறார்களா என்று தெரியாமல் இருந்ததா நான் செய்த குற்றம்.

எனக்குள்ளாகக் கேள்விகள் பொங்கியெழுந்தபோது ஹெட்மாஸ்டர் அருள் வந்தது போல துள்ளி குதித்தார்.

"இவ்வளவு திமிரும் அகங்காரமும் இருக்கிற பொண்ண இந்த பள்ளியில இனிமே வச்சிருக்க முடியாது. உனக்கு டி.சி. குடுக்கத்தான் இப்பக் கூப்பிட்டேன்"

டி.சி. கொடுத்து வெளியே அனுப்பிவிடுவேன் என்றதைக் கேட்ட பிறகுகூட எனக்கு மனதில் அதிர்வு ஏற்படவில்லை. நான் உணர்வற்று நின்றது ஹெட்மாஸ்டரை மேலும் கோபக்காரனாக மாற்றியது.

"நீ நல்லாப் படிக்கிற பொண்ணுன்னு நெனச்சமே, இப்படி பொய்யும் பித்தலாட்டமும் பண்ணியிருக்கியே?"

என் மௌனம் மேலும் நிலைமையை மோசமாக்கிவிடுமென்று நினைத்த காந்தாமணி டீச்சர் என் பக்கத்தில் வந்து நின்று ஹெட்மாஸ்டரிடம் பணிவாய்ப் பேசினார்.

"சார், இந்தத் தடவை மட்டும் அவள மன்னிச்சு விட்டுடுங்க, இனிமே இப்படித் தப்பு பண்ணாமப் பாத்துக்கறோம்"

மல்லிகா டீச்சரும் எனக்காகப் பரிந்து பேசினார்.

கடைசியாக ஹெட்மாஸ்டர் என்னை மன்னித்துவிடத் தீர்மானித்தார். இனி இப்படி ஏதும் நடக்கக் கூடாதென்று கடுமையான உத்தரவிட்டு பயமுறுத்தி அனுப்பினார். கடிதம் என்னிடமே தரப்பட்டது.

கடிதத்தைக் கையில் வாங்கிக்கொண்டு யாரிடமும் ஒன்றும் பேசாமல் நான் நடந்து வந்தேன்.

அந்த மஞ்சள் கார்டைத் துண்டு துண்டாய்க் கிழித்து சாணியில் போட்டு முக்க வேண்டுமென்று எனக்குத் தோன்றியது.

அதிலிருக்கும் கறுப்பு எழுத்துகள் எழுந்து நின்று என்னைப் பார்த்து கூக்குரல் எழுப்புவது போல எனக்குத் தோன்ற ஆரம்பித்தன.

அதை மடக்கிப் பிடித்தபடி வகுப்புக்கு வந்த என் மனதில் அந்த முக்கியமான கேள்வி மேலெழுந்து வந்தது.

இந்தக் கடிதம் பள்ளிக்கு எப்படி வந்தது? நான் போஸ்ட் கார்டின் தபால் முத்திரையைப் பார்த்தேன்.

குருவாயூரிலிருந்து கடிதம் வந்திருக்கிறது.

நடந்ததெல்லாம் தெளிவாக எனக்குப் புரிய ஆரம்பித்தது.

லாட்ஜ்காரன் சொன்ன என் முகச்சாயல் உள்ள பெண் என் அம்மாவாகயிருந்தாள்.

ஓர் ஆர்வ மேலீட்டால் நான் என் அம்மாவிற்குத்தான் கடிதம் எழுதிக் கொடுத்துவிட்டு வந்திருந்தேன். அந்தக் கடிதத்தில் எழுதிய என் பெயரை வாசித்தும், லாட்ஜ்காரன் கொடுத்த விவரங்களின் அடிப்படையிலும் அம்மா என்னைக் கண்டடைந்திருக்கிறாள். நான் மறுபடியும் கடிதத்தை வாசித்துப் பார்த்தேன். கடைசி வரிகளில் கண்களை இடுக்கி நின்றேன்.

‘நான் உன்னைப் பார்க்க வருவேன், உன்னைக் கூட்டிட்டும் போவேன்’ - அன்புடன் அம்மா’

என்னால் அதைத் துண்டு துண்டாய்க் கிழிக்க முடியவில்லை. சாணியில் முக்கி எறியவும் இல்லை.

துணிகள் வைக்கும் தோல் பெட்டியில் அதைப் பத்திரப்படுத்தினேன். அது அங்கேயே அடக்கமாயிருக்குமென்று நான் நினைத்து விட்டேன்.

ஆனால்...

காலம் எனக்காய் வேறொன்றைக் அடைகாத்து வைத்திருந்தது.

அம்மாவின் கடிதம் வந்ததை நான் யாரிடமும் சொல்லவில்லை. ஹெட்மாஸ்டர் எதற்குக் கூப்பிட்டாரென ராதாமணி பலமுறை கேட்டபிறகும் நான் ஒன்றும் சொல்லவில்லை. அப்பாவிடமும் சொல்லவில்லை.

ஒன்றிரண்டு நாட்கள் மோசமான மனநிலையிலிருந்தாலும் மெல்ல மெல்ல கடிதத்தைப் பற்றி மறந்து போனேன்.

இரண்டு வாரங்கள் முடிந்தன.

அன்று திங்கட்கிழமை.

கடுமையான தொண்டை வலியும் ஜுரமும் இருந்ததால் அன்று பள்ளிக்குப் போகவில்லை. சின்ன வயதிலிருந்தே டான்சில்ஸ் என்னை பாதித்திருந்தது. அன்றும் அதன் அறிகுறி இருந்தது.

அப்பாவுடன் மருத்துவமனைக்குப் போனேன். அவ்வப்போது வலி வருவதால் டான்சில்ஸ் அறுவை சிகிச்சை செய்வது நல்லதென்று மருத்துவர்கள் சொன்னார்கள்.

கோயம்புத்தூரிலிருக்கும் இ.எஸ்.ஐ. மருத்துவமனைக்குக் கடிதம் தந்தார்கள். ஒன்றிரண்டு நாட்கள் விடுப்பு தேவைப்படுவதால் பள்ளியில் தகவல் தெரிவிக்க ராதாமணியிடம் சொல்லியிருந்தேன்.

கோயம்புத்தூரில் இ.எஸ்.ஐ. மருத்துவமனையில் கூட்டம் அதிகமாயிருந்தது. எல்லா வியாதிகளுக்கும் சிகிச்சையும் வசதிகளும்

இருப்பதாலும் பல ஊர்களிலிருந்தும் ஆட்கள் வந்து குவிகிறார்கள். நாங்கள் அங்குபோய்ச் சேரும்போது வாகனங்களும் ஆட்களுமாய் மருத்துவமனை நிரம்பியிருந்தது. எனக்கு ஜுரம் மட்டுப்பட்டிருந்தாலும் தொண்டைவலி சகிக்க முடியாமலிருந்தது. சில நோயாளிகளின் அவஸ்தையைப் பார்த்தபோது அவர்களின் வியாதிகளுக்கு முன்னால் என் தொண்டையின் வலி ஒன்றுமேயில்லையெனத் தெரிந்தது. வலியால் துடிக்கும் எத்தனை மனிதர்கள் என்னைச் சுற்றிலும் இருக்கிறார்கள். வியாதிக்கு முன்னால் மனிதன் எப்படி ஒன்றுமே இயலாதவனாக இருக்கிறான் என்று தோன்றும் கணங்கள்.

என்னை அட்மிட் செய்யும்படி டாக்டர்கள் சொன்னார்கள். மறுநாள் அறுவை சிகிச்சைக்கான நேரம் குறிக்கப்பட்டது.

நாங்கள் அதை எதிர்பார்க்கவில்லை. ஒருநாள் தங்கவேண்டி வருமென்று அப்பாவும் நினைக்கவில்லை.

அட்மிட் ஆனவுடன் அறுவைச் சிகிச்சை செய்யலாம் என்று தீர்மானித்தோம். ஆனால் மாற்றுத் துணிகூடக் கொண்டு வரவில்லை. வீட்டில் போய் துணியெடுத்துக் கொண்டு சீக்கிரம் வருகிறேனென்று அப்பா சொன்னபோது நான் சம்மதித்தேன்.

ஜெனரல் வார்டில் மூன்றாவது பெட்டில் நான் தனியாக விடப்பட்டேன்.

நீள அறையில் பத்துப் படுக்கைகள் இருந்தன.

குழந்தைகளும் வயதானவர்களுமாக எல்லாப் படுக்கைகளிலும் நோயாளிகளும் அவர்களுடன் வந்தவர்களுமாக இருந்தார்கள்.

மருந்தின் நெடி மூக்கில் துளைத்து ஏறியது. உமிழ்நீரைக் கூட விழுங்க முடியாமல் நான் சிரமப்பட்டேன். தாங்க முடியாத அளவுக்குத் தொண்டைவலி அதிகமானது. ஊசியால் துளைத்தெடுப்பது போலவேயிருந்தது.

நான் சுற்றிலும் பார்த்தேன். சிரித்த முகமொன்றையும் அங்கே பார்க்க முடியவில்லை.

எல்லாரின் முகத்திலும் நடையிலும் வலியே மிகுந்திருந்தது.

மருத்துவமனையின் படுக்கைகள் மனிதனின் ஆத்மாவை அசைத்துப் பார்க்கும் வல்லமையோடிருக்கும், சவ மைதானங்களாக எனக்குத் தோன்றின. அப்படியே படுத்தபடி தூங்கிவிட்டிருந்தேன். எவ்வளவு நேரம் அப்படித் தூங்கினேன் என்று தெரியவில்லை. கூக்குரல் கேட்டு கண் திறந்தேன். அறையில் இருந்தவர்கள் அதிர்ந்துபோய் வெளியே பார்த்தார்கள். அங்கேயிருந்துதான் அழுகைச் சத்தம் கேட்டது.

காலையில் ஸ்கூட்டர் விபத்தில் அடிபட்டு அழைத்து வரப்பட்ட ஆள் இறந்திருந்தார்.

நான் எழுந்து உட்கார்ந்து ஜன்னல் பக்கமாக வெளியே பார்த்தேன். இரண்டு பெண்கள் மாரடித்து அழுது கொண்டிருந்தார்கள். வயதானவள் இறந்தவரின் அம்மாவாகவும் இன்னொருத்தி மனைவியாகவும் இருக்கலாம்.

ஏனோ சட்டென்று மகா நினைவிற்கு வந்தாள். மரணம் எவ்வளவு கொடுமையானது!

அந்தக் கூச்சலுக்கிடையில் என் படுக்கைக்கருகில் வந்து உட்கார்ந்த மத்திய வயதுள்ள ஒரு பெண்மணியை நான் கவனிக்கவில்லை.

கூச்சலும் குழப்பமும் அடங்கின.

ஒவ்வொருத்தரும் முணுமுணுத்தபடியும் பரிதாபப்பட்டபடியும் அவரவர்களின் படுக்கைக்கு வந்து சேர்ந்தபோதுதான் அவர் என் கண்களில் தென்பட்டார்.

வயலட்நிறப் புடவை அணிந்து அழகாய்த் தன்னை அலங்கரித்துக் கொண்ட ஒரு பெண்மணி.

அம்மா...

என் உதடுகள் என்னையறியாமல் வார்த்தைகளை உதிர்த்தன.

ஆச்சரியம் இழைந்தோடும் கண்களுடன் நான் அவரைப் பார்ப்பதைக் கண்டவுடன் இன்னும் நெருங்கி என் பக்கத்தில் உட்கார்ந்தாள். அவளின் உடலிலிருந்து வரும் வாசனை திரவியத்தின் மணம் என் மூக்கில் ஏறியது. என் நெற்றியில் விரலோட்டியபடி மிகுந்த வாத்சல்யத்தோடு கூப்பிட்டாள்.

''உமா...''

சில்லிட்ட விரல்கள் நல்கின குளிரின் இதத்தில் ஒரு நிமிடம் கண்களை மூடினேன்.

அது ஒரு நிமிடம் மட்டுமே.

உங்களைப் பார்க்க நான் விரும்பவில்லை என்று சொல்ல ஆசைப்பட்டேன், ஆனால் வார்த்தைகள் வரவில்லை.

''நான் அனுப்பின கடிதம் கிடைத்ததா மோளே?''

கம்மின குரலில் அவள் கேட்டாள்.

நான் பேசாமல் படுத்திருந்தேன்.

''நான் உன்னோட ஸ்கூலுக்குப் போயிருந்தேன், அப்பத்தான் உனக்கு உடம்பு சரியில்லன்னு சொன்னாங்க''

என் நெற்றியில் அவளுடைய கைகள் தடவிக் கொண்டிருந்தன. அதைத் தட்டிவிட மனம் நினைத்தாலும் என்னால் முடியவில்லை.

நிச்சலனமாகப் படுத்துக் கிடந்தேன்.

பெற்றெடுத்ததால் மட்டுமே ஒரு பெண் அம்மாவாக முடியாது. பிள்ளைகளைச் சிரத்தையெடுத்து வளர்த்தெடுக்கும்போதுதான் தாய்மை பரிபூர்ணமாக மிளிர்கிறது.

மனசும் உடலும் வளர்வதற்கு முன்பே பிள்ளைகளை ஆழ்கடலுக்குள் அமிழ்ந்து போகச் செய்த பெண்மைக்கு அம்மாவென்ற பெயரைப் பொருத்திப் பார்க்க முடியுமா?

உள்ளேயிருந்து பிறட்டிக் கொண்டு வரும் மருந்தின் வாடையும் மயக்கும் வாசனைத் திரவியத்தின் மணமும் சேர்ந்து அந்த அறை வேறு ஒரு வாசனைக்குள் அமிழ்ந்தது. அழகாய் அலங்கரித்து நிற்கும் அவளை எல்லோரும் கவனிக்க ஆரம்பித்தார்கள்.

நான் வெளியே வாசலைப் பார்த்தேன்.

என் கண்களை என்னாலேயே நம்ப முடியவில்லை.

அங்கே கதவில் சாய்ந்து கைகளை நெஞ்சுக்குக் குறுக்கே கட்டி அப்பா எங்களையே பார்த்துக் கொண்டிருந்தார். கண்களில் யாரிடமென்று இல்லாமல் கோபத்தின் தீஜீவாலை எரிந்து கொண்டிருந்தது.

அப்பாவைப் பார்த்தவுடன் என் அருகிலிருந்து எழுந்து வெளியே போக முயற்சித்தாள். கதவின் அருகில் போய் கனத்த குரலில் அவள் அப்பாவை நோக்கிச் சவால் விட்டார்.

''போதும், நீங்க இவ்வளவு நாள் பாத்ததும் வளத்ததும். எம்புள்ளங்கள நான் கூட்டிட்டு போறேன். நீங்க தடுத்தீங்கன்னா சட்ட ரீதியாகவும் போவேன்''

அப்பாவின் முகம் சிவந்தது. வாத்சல்யமும் அன்பும் துடிக்கும் சாந்தமான முகபாவத்தை மட்டுமே பார்த்திருந்த எனக்கு அப்பாவின் உருமாற்றம் ஆச்சரியப்படுத்தியது. அம்மா சவால் விட்டும் அப்பா பதிலேதும் பேசாமல் இருப்பது எதனால் என்று எவ்வளவு யோசித்தும் எனக்குப் புரியவில்லை.

அப்பா என்னிடம் எதையும் கேட்கவில்லை. அன்று மட்டுமல்ல, மறுநாள் அறுவை சிகிச்சை முடிந்து வீட்டிற்கு வரும் வரையிலும் ஒன்றுமே கேட்கவில்லை.

அப்பாவின் முகத்தில் கூடி நின்ற கார்மேகம் மழையாய்ப் பொழியாமல் அப்படியே தங்கி நின்றது.

தொண்டையைக் குத்தி ஏற்படுத்திய வலியை வெளியே எடுத்த பின்பான ஆசுவாசத்திலிருந்தேன் நான். ஆனால் அப்பாவின் குணமாற்றம் என்னை மிகவும் கலவரப்படுத்தியது.

அந்தக் கண்களில் தெரியும் கோபத்தின் தீ ஜுவாலைக்கு என்ன காரணமென்று நான் தேடினேன்.

''என்ன ஆச்சு அப்பா?'' நான் மிகவும் சிரமப்பட்டு கேவலை அடக்க முடிந்த நேரமொன்றில் கேட்டேன்.

'.........................'

''அம்மாவை ஆஸ்பத்திரியில பாத்ததாலயாப்பா?''

சுட்டெரிக்கும் பார்வை ஒன்றைப் பார்த்தாரே தவிர, அப்பா ஒன்றும் சொல்லவில்லை.

நான் பக்கத்தில் போய் அந்தக் கைகளைப் பிடித்துக்கொண்டேன்.

''என்னன்னு சொல்வீங்களாப்பா? ஏன் எங்கிட்ட கோபமா இருக்கீங்க? அவங்க வந்தா நான் என்ன பண்ணுவேன்?'' கட்டுப்பாடற்ற குரலில் வெடித்துச் சிதறினேன்.

''அவங்க தானா வரலயே, நீயாதான வரவச்சே?''

அப்பாவின் அலறல் கேட்டு நான் அதிர்ந்து அடங்கினேன்.

''லெட்டர் எழுதி வரவச்சதானே? போ, அம்மா பாத்துப்பாங்க. அப்பாவோட கொணம் ரொம்ப மோசம், அதனாலதான் வீட்டைவிட்டு போனான்னு....''

பொங்கி வரும் ஆற்றுநீர் போல உள்ளே அணை கட்டியிருந்த துக்கத்தையும் வேதனையையும் அப்பா வெளியேற்ற நினைத்தாலும் அதைப் பாதியில் நிறுத்தினார்.

என் தலை அப்படியே மரத்ததுப் போலானது.

நான் ஒளித்து வைத்திருந்த கடிதத்தை அப்பா பார்த்திருக்க வேண்டும். காலையில் என் துணிகளை எடுக்க வந்த அப்பாவிடம் அது கிடைத்திருக்கலாம்.

அந்தக் கடிதத்தின் வரிகள்தான் அப்பாவின் நாக்கிலிருந்து புறந்தள்ளப்படுகின்றன.

கடிதம் படித்தபோது ஏற்பட்ட கோபம் மருத்துவமனையில் அம்மாவைப் பார்த்தவுடன் இரட்டிப்பாயிருக்க வேண்டும்.

எனக்கு எப்படியோ ஆனது.

அப்பா என்னைத் தவறாகப் புரிந்து கொண்டிருக்கவேண்டும். நான் கடிதமெழுதி அம்மாவைக் கூப்பிட்டிருக்கிறேனென்று அவர் நம்பியிருக்கிறார்.

''போங்க அவங்க கூடவே போங்க''

அப்பா அப்போதும் புலம்பிக் கொண்டேயிருந்தார்.

''அம்மா பாத்துப்பாங்க இனி, அப்பா மோசமாக வளர்க்கிறேன்னு உங்களுக்குத் தோணினதாலதான கடிதமெழுதி அம்மாவைக் கூப்பிட்டீங்க? இனி நல்லா வளர்வீங்க... போங்க''

என் தலையில் ஆரம்பித்த மரமரப்பு உடலை நிறைத்தது. தொண்டையில் இருந்து குத்தி எடுத்த ரணம் உடம்பிலிருந்து நீங்காமல் முழுவதுமாய்க் குத்தி நோவிப்பதாய் எனக்குத் தோன்றியது.

ஒரு முறை சத்தமிட்டு அழக்கூடத் திராணியற்று நான் நின்றேன்.

இரண்டு

இப்படியொரு முடிவை நான் எதிர்பார்த்திருக்கவில்லை. புதிய காற்றும் வெளிச்சமும் வேண்டுமென்று நான் எதிர்பார்க்காவிட்டாலும் என் மனஓட்டம் அதுவாக இருந்தது.

சிந்தாமணிப்புதூரில் வேர் பிடித்திருந்த செடியைக் குருவாயூர் மண்ணில் பிடுங்கி நடுவதில் அம்மா ஜெயித்தாள். மருத்துவமனையின் அறையில் சவால் செய்ததுபோலச் சட்ட ரீதியான உதவியையும் நாடினாள். என் பக்கத்து நியாயத்தைக் கேட்க அப்பா தயாராகயில்லை. நான் அதைச் சொல்ல வந்த போதெல்லாம் கோபத்தில் துள்ளிக் குதித்தார். முன்னெப்போதும் பார்த்திராத புதிய அப்பாவைப் பார்த்தபோது நான் அப்படியே பயத்தில் மூழ்கடிக்கப்பட்டேன்.

சிந்தாமணிப்புதூரில் உள்ளவர்களும் என்னைக் குற்றம் சொன்னார்கள். கம்பௌண்டர் பாலனின் விதியை எண்ணி அவர்கள் பரிதாபப்பட்டார்கள். மனைவிகள் விட்டுவிட்டுப் போய்விட்டார்கள். இப்போது பிள்ளைகளும்...

தங்கமணி மட்டுமே என்னைப் புரிந்து கொண்டாள். அவளுடைய அம்மாவிடம் முடிந்த அளவுக்கு சொல்லிப் பார்த்தாள். அவர் அதைக் காதிலேயே போட்டுக் கொள்ளவில்லை.

பெண்ணைப் பற்றி எப்போதுமான பல்லவியை அவர் தொடர்ந்தார்.

''ஒரு பொண்ணுன்னா அடக்க ஒடுக்கம் வேணும், இங்க அவளுக்கு என்ன கொறை? எல்லாமே இருந்தது. அப்படி இருந்தும் ஏன் இப்படி அப்பாவ விட்டுட்டுப் போயிட்டா?''

இரண்டு பிள்ளைகள் மீதான உரிமையின் சட்ட ரீதியான பேப்பரை நீட்டி எங்களைக் குருவாயூருக்குக் கூட்டிக்கொண்டு போக அம்மா வந்தாள். முரண்டு பிடித்து நிற்கும் தம்பிக்குட்டனின் கையையும் பிடித்துத் தோல்பெட்டியுமாக நான் வீட்டிலிருந்து இறங்கினேன். ஒவ்வொரு அடி முன்னோக்கி வைத்தபோதும் நான் பின்னால் திரும்பிப் பார்த்தேன்.

இல்லை... அப்பா எங்களைப் பார்க்க வெளியே வரவில்லை.

ஆடி மாதத்துப் பகல் எப்போது வேண்டுமானாலும் உடைந்து பெய்யத் தயாராகயிருந்த மங்கலான ஆகாயம், எனக்குக் குடை பிடித்தது.

''உமா...''

பின்னால் வந்த குரல் கேட்டு நான் சட்டெனத் திரும்பிப் பார்த்தேன். தங்கமணி. ஓடி வந்து என்னைக் கட்டிப்பிடித்தாள். தம்பிக்குட்டனின் இரு கன்னத்திலும் மாறி மாறி முத்தமிட்டாள். கைகளைக் குவித்து வைத்து என் காதில் மந்திரிப்பது போலச் சொன்னாள்.

''அச்சமில்லை அச்சமில்லை''

குருவாயூருக்கான பயணம் முழுக்க நான் பாரதியாரின் அந்தக் கவிதைகளை மனதில் வரித்துக் கொண்டிருந்தேன்.

''அச்சமில்லை அச்சமில்லை
உச்சி மீது வானிடிந்து வீழினும்
அச்சமில்லை அச்சமில்லை.''

சிந்தாமணிப்புதூரின் மிகச் சாதாரணமான லைன் வீட்டிலிருந்து மூன்று அறைகள் கொண்ட ஆடம்பரம் நிறைந்த வீட்டிற்குச் சென்றதிலிருந்து எனக்கு மூச்சு முட்டத் தொடங்கியது. எப்படியாவது திரும்பிப் போனால் போதுமென்று இருந்தது. அப்பாவை எப்படியும் உண்மையை உணரச் செய்யலாம். எனக்கு அங்கேயிருந்தால் போதும்.

''நாம அப்பாகிட்டயே போலாம்க்கா''

அன்று இரவு என் பக்கத்தில் படுத்துக்கொண்டு தம்பிக்குட்டன் சொன்னான். நான் அவனுடைய நெற்றியில் துக்கம் தாளாமல் முகம் அழுத்தினேன். அந்த அறையின் இருட்டு என்னைப் பயமுறுத்தியது.

வரப்போகும் துர்பாக்கியங்களை மறைத்து வைத்திருக்கும் கறுப்பு திரைசீலைகள் போன்ற இருட்டு என் கண்களை மூடியது. மறுநாள் காலையில் அம்மா ஒவ்வொரு தகவலாய் எங்களிடம் சொன்னாள். அன்பில் தோய்ந்ததான வார்த்தைகள்.

ஆனால், அதொன்றும் எங்களின் எரியும் இதயத்தைக் குளிர்விக்கப் போதுமானதாயில்லை. வெறுப்புடனே நான் அவளைப் பார்த்தேன். அவளுடன் நிழல் போல நின்றிருந்த பழனிச்சாமியை இன்னும் அதிகமான வெறுப்புடன்தான் என்னால் பார்க்க முடிந்தது. எங்களை அவர் விரும்பும் ஒரு பாட்டுப் புத்தகத்தை மதிப்பதுபோல கூடமதிக்காதஅந்தமனிதனைநான்வெறுத்தேன்.பின்னிட்டநாட்கள்கூட்டில் அடைக்கப்பட்டது போல மாறின. பசிக்கு ஏதாவது சாப்பிட்டால் உண்டு. என் வாலைப் போலத் தம்பிக்குட்டன் கூடவே நடந்தான்.

ஒரு வாரம் அப்படியே நரகமாய் நகர்ந்தது. அணுக்கமான சூழலுக்காக அம்மா எவ்வளவோ முயன்றும் ஒருபோதும் சேரவே சேராத தண்டவாளங்கள் போல நாங்கள் பிரிந்தே கிடந்தோம்.

சிந்தாமணிப்புதூரின் காற்றும் வெயிலும் மட்டுமே போதுமெனக்கு. ஜன்னல்களை அறைந்து தாழிட்டு புதிய காற்றையும் வெளிச்சத்தையும் உள்வராமல் தடுத்திருந்தேன்.

ஒன்றும் வேண்டாம். அம்மா என் முன் வைப்பது மிகவும் உயர்ந்த ஆடம்பரமான வாழ்க்கை. எனக்கு அது வேண்டாம். ஆசை வார்த்தைகள் அம்மாவிடமிருந்து அதிகமாயின. திருச்சூரில் ஏதாவது பள்ளியில் படிக்கலாம், எனக்குப் பிடித்திருந்தால் சினிமாவிலும் நடிக்கலாம். அது தொடர்பாக அம்மாவிற்கு நிறைய தொடர்பு இருக்கிறதென்று ஒரு வாரத்தில் புரிந்தது. நாடகக்காரர்களும் சினிமாக்காரர்களும் அந்த வீட்டிற்கு வந்து போய்க் கொண்டிருந்தார்கள்.

விட்டொழிய முயன்றாலும் அம்மா பின்னாலேயே வந்தாள். கடைசியில் அங்கிருந்து தப்பிக்க பட்டினி கிடந்து போராட வேண்டியதாயிற்று. அதற்குப் பலன் கிடைத்தது.

''தின்னாமலும் குடிக்காமலும் இங்க விழுந்து செத்தா எனக்குத்தான கஷ்டம், அதான் அவ மனசில நெனச்சிட்டிருக்கா, ஆங்காரம். வளத்த வளப்பு சரியில்ல, வேற என்ன?''

அம்மா திட்டித் தீர்த்தாள்.

''என்னதான் நீ மனசில நெனச்சிட்டிருக்கற, அதச் சொல்லு. அது போலச் செய்யலாம்''

''நான் படிக்கணும்''

இதைவிட வேறு வாய்ப்பு இல்லையென்று தீர்மானமாய்த் தெரிந்ததால் என் பதில் சட்டென்று வந்தது.

''படிக்க அனுப்பறேன்னு சொன்னேனே''

''இங்கயிருந்து இல்ல, இந்த வீட்டிலிருந்து என்னால் படிக்க முடியாது'' என் திடமான குரல் அம்மாவைக் கோபமேற்படுத்தியது.

''நீ உன்னோட அப்பங்கிட்டதான் போணும்னு தீர்மானிச்சிருந்தா நான் அப்படி உங்கள விடமாட்டேன்''

ஒரு வாரத்தின் முடிவில் அம்மாவின் வார்த்தைகளில் ஏற்பட்டிருந்த திடம் என்னை ஆச்சரியப்படுத்தின.

அப்படியானால் இவ்வளவு நாட்கள் தேன் தடவிய வார்த்தைகளில் கொட்டியது முழுக்க விஷம்தானா?

"எனக்கு யார்கிட்டயும் போக வேண்டாம். என்னை ஏதாவது ஹாஸ்டலில் சேர்த்துடுங்க, இல்லன்னா அனாதை விடுதியிலாவது சேருங்க. அம்மாவும் அப்பாவும் இல்லன்னு சொல்லிக்கிறேன்"

"அப்பனின் குணம், வேறென்ன..." அம்மா கோபத்துடன் வீட்டிலிருந்து வெளியே போனாள்.

என் போராட்டம் ஜெயித்தது. தமிழ் மீடியம் படித்ததால் கேரளாவில் எங்கேயும் படிக்க முடியாது என்று அவர்களுக்குப் புரிந்தது. கடைசியில் யார் யாருடனோ ஆலோசித்து சேலத்தில் சாரதா மடத்தில் சேர்க்க முடிவு செய்தார்கள். அங்கே விடுதியில் தங்கிப் படிக்க அனுமதி கிடைத்தது.

தம்பிக்குட்டனை யோசித்தால்தான் மிகவும் துக்கமாக இருந்தது. சாரதா மடத்தில் அவனைச் சேர்க்க முடியாது. மட்டுமல்ல அவன் விஷயத்தில் அம்மாவிற்குப் பெரிய ஆர்வமுமில்லை. என்னிடம் சொல்லப்பட்ட சலுகைகளொன்றும் அவனுக்கில்லை. தம்பிக்குட்டனைப் பாலக்காட்டில் உள்ள ஒரு போர்டிங் பள்ளியில் சேர்த்தாள். அவன் சார்ந்த துக்கம் தவிர சாராதா மடத்தின் வாழ்க்கை எனக்கு சொர்க்கமாக இருந்தது. வெண்மை நிறத்திலும் காவி நிறத்திலும் ஆடை அணிந்த சன்னியாசினிகள் சாரதா மடம் மற்றும் பள்ளியின் நிர்வாகத்தை நடத்தினார்கள்.

பரிசுத்தத்தின் வெண்மை ஒளி எங்கும் நிறைந்திருந்தது. பள்ளியையும் ஹாஸ்டலையும் பவித்திரமாக நடத்த கட்டுப்பாடான ஏற்பாடுகளை அதன் அமைப்பாளர்கள் ஏற்படுத்தியிருந்தார்கள். அப்படியே நடத்தவும் செய்தார்கள். புதுச்சூழல் என் ஆகாயத்தின் கருத்த மேகங்களை நீக்கியது. அங்கே புதிய நட்சத்திரங்கள் ஒளிர ஆரம்பித்தன.

முதல் மூன்று மாதங்கள் ஒரு குறிப்பிட்ட தொகை பள்ளிக்கட்டணமாகவும் மற்றும் விடுதிக் கட்டணமாகவும் அம்மா அனுப்பியிருந்தாள். பிறகு மாதங்களில் இடைவெளியானது. சில நேரங்களில் அம்மா நேராகவே வந்து பணம் செலுத்தினாள். அப்படியான வருகையில் புதிதாகச் சில ஆட்கள் உடன் இருப்பார்கள். சினிமாக்காரர்கள் என்றும் நாடகக்காரர்கள் என்றும் சொல்லி அறிமுகப்படுத்துவார்கள். போஸ்ட் ஆஃபீஸில் தினக்கூலி பெண் ஊழியராய் அம்மா வேலை பார்த்திருந்தாள். அதுதான் முக்கியமான வருவாய். பலரின் பணத்தை வசூலித்து போஸ்ட் ஆஃபீஸில் கட்ட அம்மாவிடம் பொறுப்பு கொடுத்திருந்தார்கள். பழனிச்சாமிக்கு என்ன வேலை என்று எனக்குத் தெரியாது. ஆனால் அவர்களுக்கிடையில் பணம் சம்மந்தமாக அவ்வப்போது தகராறு நடக்கும். அது போன்ற ஒரு நாளில் எனக்கு பள்ளிக்கு ஒரு கடிதம் வந்தது. "study well get good marks'' அதுதான் அதன் உள்ளடக்கம். கீழே அன்புடன் பாலகிருஷ்ணன் என்ற வரியும் இணைத்திருந்தது. எனக்கு ஆனந்தமாயிருந்தது. அப்பா என்னைப் பற்றி விசாரித்திருக்கிறாரே என்று நினைத்தபோது கண்களில் ஈரம் ஊறிப் படர்ந்தது.

கடிதம் கிடைத்த சந்தோஷம் தொடர்ந்து வந்த ஃபோனில் முடிவுக்கு வந்தது. அம்மாவிற்கு உடல்நிலை சரியில்லை. எவ்வளவு சீக்கிரம் உமா வீட்டுக்குப் போக முடியுமோ அவ்வளவு சீக்கிரம் போகவேண்டும். தொலைபேசியில் பேசிய முதல்வர் சொன்னார்.

எனக்குப் போக விருப்பமில்லை என்றுதான் சொல்லத் தோன்றியது. ஆனால், நான் அப்படிச் சொல்லவில்லை. என் பிரச்சனைகளை இவர்களுக்கும் தெரிவிக்க எனக்கு விருப்பமில்லை.

நான் திருச்சூருக்கு பஸ் ஏறினேன். மருத்துவமனையில் சேர்க்கும் அளவிற்கு அம்மாவுக்கு என்ன ஆனது?

அப்படி ஆனாலும் என்னை எதற்காகக் கூப்பிட வேண்டும்?

என் மூளை கேள்விகளின் கூடாரமாயிருந்தது. குன்று போன்று

பொய்களின் மனித உருவம்தான் அம்மா. இதுவும் பெரும் பொய்யாக இருக்குமோ?

பஸ் இறங்கி வீட்டுக்கு நடந்தபோது ஆகாயத்தில் ஒரு பருந்து வட்டமிட்டுப் பறந்து கொண்டிருந்தது. அதன் பார்வையை உணர்ந்த எவ்வளவு தாய்க் கோழிகள் அதன் குஞ்சுகளைச் சிறகடியில் ஒளித்து வைத்திருக்கும்!

ஒரு வாரமாய் நானும் தம்பிக்குட்டனும் மூச்சடைத்து வாழ்ந்த வீட்டிற்கு வந்தேன். அது பூட்டியிருந்தது. என்ன செய்யவென்று தெரியாமல் நின்றேன்.

''ஓ... நீ வந்திட்டியா?'' பக்கத்து வீட்டுப் பெண். ஒரு முறை அவளைப் பார்த்திருக்கிறேன்.

''தங்கமணி அக்கா வீடு மாறிட்டாங்க. இப்ப 'கோட்டப்படியில்' இருக்காங்க. நீ வருவேன்னு காலைலயே கூப்பிட்டுச் சொன்னாங்க. இந்தா அட்ரஸ்''

உள்ளே வந்து ஒரு முகவரி எழுதின காகிதத்தை என் முன் நீட்டினாள்.

''இங்கயிருந்து பக்கம்தான் , ஒரு ஆட்டோ பிடிச்சுப் போ''

சரியென்று தலையாட்டி நான் ஆட்டோ பிடிக்கச் சென்றேன்.

கோட்டப்படியில் வீடு பழைய வீட்டைப் போல அவ்வளவு பெரியதாயில்லை. பகட்டு குறைந்த சின்ன வீடு. வீட்டுக் கதவைத் தட்டிவிட்டுக் காத்திருந்தேன்.

சந்தேகப்பட்டது போலவே பெரும் பொய் என் முன்னால் கதவைத் திறந்து நின்றது.

மருத்துவமனையில் சேர்த்திருக்கிறார்கள் என்று சொன்ன அம்மா எப்படி வீட்டிலிருக்கிறாள்? கோபம் வந்தாலும் நான் வெளியே காண்பித்துக் கொள்ளவில்லை.

''என்ன ஆச்சு? ஆஸ்பிட்டல்லன்னு சொன்னீங்க?''

‘‘ஓ... அதுவா?’’ என்னை உள்ளே கூப்பிட்டபடி சாதாரணமாகக் கதவைச் சாத்தியபடி அவள் சொன்னாள்.

‘‘அப்படி சொன்னாதான் நீ வருவேன்னு நினைச்சேன். ஆஸ்பத்திரியும் வியாதியுமெல்லாம் ஒண்ணுமில்ல’’

ஹாலில் இருந்த சிகப்புச் சேரில் அம்மா உட்கார்ந்தாள். கருணையற்று என்னைப் பார்த்தாள்.

‘‘வா மோளே பக்கத்தில வந்து உக்காரு’’

பக்கத்தில் இருந்த சேரைக் காட்டி அம்மா சொன்னாள். நானும் சேரைக் கொஞ்சம் தூரமாகவே போட்டு உட்கார்ந்தேன்.

‘‘அந்த ஆள் என்னை ஏமாத்திட்டான்.’’ என் கண்களைப் பார்த்து அவள் சொன்னபோது எனக்குச் சிரிப்பு வந்தது.

இவளை ஏமாற்ற யாருக்கு தைரியம் வந்தது? என் பார்வையில் அந்தக் கேள்வி இருந்தது.

‘‘போஸ்ட் ஆஃபீஸில் டெப்பாசிட் செய்யவேண்டிய பணம் லட்சக் கணக்கில் எங்கிட்டயிருந்தது. அதை எடுத்துட்டு அந்த ஆள் போயிட்டான்.’’

பத்து வருடம் ஒன்றாய் வாழ்ந்த பழனிச்சாமி கடைசியில் அம்மாவை ஏமாற்றி, பணத்தையும் அபகரித்து விட்டார் என்று அம்மா சொல்கிறாள். நான் அதை நம்பவில்லை.

‘‘அம்மா இப்ப ரொம்பவும் தர்ம சங்கடத்தில் இருக்கிறேன் மோளே, எல்லோருக்கும் பணம் திரும்பக் கொடுக்கணும். நான் யோசித்துப் பாத்ததில் வேற வழியில்ல...’’

வேறு வழியில்லையென்றால் ஏதோவொரு வழியை அவள் கண்டுபிடித்திருக்கலாம், அது என்ன வழி? நான் வெறுமனே பார்த்துக் கொண்டிருந்தேன்.

நாற்காலியை எனக்கு நெருக்கமாகச் சேர்த்துப் போட்டபடி அமைதியும் சாந்தமுமான முகத்துடன் அம்மா சொன்னாள்.

''நான் எல்லாம் சொல்லி ஏற்பாடு செய்திருக்கிறேன். புதுப்படம். அதிலொரு ரோல் உனக்காகக் கொடுக்கலாம் என்று அவர்கள் சம்மதித்து இருக்கிறார்கள். இப்போதக்கி அம்மாவின் பிரச்சனைகளைத் தீர்க்க அதுதான் வழி''

என் இதயத்தில் ஒரு அக்னி சுழன்று மேலெழுந்தது. இரக்கமில்லாத அந்தக் கண்களைத் தோண்டியெடுத்து அப்படியே சுட்டுக் கொல்ல வேண்டுமென்ற கோபம் வந்தது.

''உங்களுடைய பிரச்சனைகளை முடிவுக்குக் கொண்டுவரவா என்னைத் தேடி வந்தீங்க?'' நாற்காலியில் இருந்து எழுந்து கோபக் குரலில் கேட்டேன்.

அவள் தடுமாறினாலும் கோபித்துக் கொள்ளவில்லை.

''நீங்க சொன்ன பொய்யைக் கேட்டு ஓடி வந்த என்னச் சொல்லணும், சினிமாவில நடிக்கணுமாம்''

என் குரல் கேவல்போல அந்த நான்கு சுவர்களுக்குள்ளே சுற்றி வந்தது.

நான் உடைந்து சிதறியபோதும் சாந்தமாகவே இருந்தாள் அம்மா. அதைப் பார்த்தபோது எனக்குள் கோபம் இரட்டிப்பானது. நான் பையைக் கையிலெடுத்தேன். ''திரும்பிப் போறேன். நான் அப்பாட்ட போறேன். இனி என்னைப் பாக்க வராதீங்க''

அவள் எழுந்து மிகவும் கருணையுடன் என் கையைப் பிடித்துக் கொண்டாள். நான் அந்த கையைத் தட்டிவிட்டேன்.

''வேணாம், உனக்குப் பிடிக்கலன்னா சினிமா வேண்டாம். எனக்கு வேற வழி தெரியல அதான். இனி அப்படிச் சொல்ல மாட்டேன். நீ படி''

அவளுடைய வார்த்தைகள் எனக்கு அவ்வளவு நம்பிக்கையாய் இல்லை.

நான் திரும்பி சேலத்துக்குப் புறப்பட்டேன்.

ஆகாயத்தில் இப்போதும் ஒரு பருந்து வட்டமிட்டுப் பறந்து கொண்டிருந்தது.

மூன்று

எந்த துக்கத்தையும் இல்லாமலாக்க முடியுமென்று அன்னை தெரசாவின் வாழ்க்கையைக் கதிர் மில் பள்ளியின் சிநேகலதா டீச்சர் எனக்குச் சொல்லிக் கொடுத்திருக்கிறார். எண்ணிலடங்கா எத்தனையோ மனிதர்களின் வாழ்க்கையில் அன்பையும் அனுதாபத்தையும் நிறைத்த பரிசுத்தமான அந்தப் பெண்மணியைப் பார்க்க வேண்டுமென்றும் அவருடன் சேவையில் பங்கெடுக்க வேண்டுமென்றும் எனக்கு அடக்கவியலாத ஆசை இருந்தது.

இருட்டு நிறைந்த சேரிகளில் பட்டினிக் கோலங்களாக வாழ்ந்து கொண்டிருக்கும் மக்களுக்கு அன்பின் பிரகாசத்தைப் பொழிந்தும் அனாதைகளை நேசிக்கவும், நோயாளிகளைக் கவனிக்கவும் தன் வாழ்நாளை அர்ப்பணித்த தெரசாவைப் பற்றியும் கல்கத்தாவின் 'மிஷனரீஸ் ஆஃப் சாரிட்டீஸ்' பற்றியும் பிறகு நிறைய படித்துத் தெரிந்துகொண்டேன்.

என் வாழ்க்கையெனும் இசையின் தந்தி அறுந்ததிலிருந்து அன்னை தெரசாவோடு வாழ்ந்துவிடுவது என்ற ஆசை உச்சம் தொட்டது. அப்படித்தான் ஒண்டிப்புதூர் பள்ளியிலும் சாரதா மடத்திலும் படிக்கும்போது அன்னை தெரசாவிற்கு நான் தொடர்ந்து

கடிதமெழுதியிருந்தேன். ஒரு கடிதத்திற்குக்கூட பதில் வரவேயில்லையென்றாலும் நிராசைக்குள் அமிழ்ந்துபோகாமல் கடிதம் எழுதிக் கொண்டேயிருந்தேன். எளிய மக்களிடம் கருணையோடிருக்கும் அன்னைக்கு என்னைத் தவிர்த்துவிட முடியாதென்று நான் முழுமையாய் நம்பினேன்.

பன்னிரெண்டாம் வகுப்பின் கடைசித் தேர்வின்போது நான் மிகவும் பதறிப் போயிருந்தேன். தேர்வு முடிந்தால் நான் எங்கு போவேன் என்பது என்னை மிகவும் அலட்டிப் போட்டது. அம்மாவிடம் மீண்டும் போவதைப் பற்றி என்னால் யோசிக்கக்கூட முடியவில்லை. அப்பாதான் எனக்கு எல்லாம். மற்ற எல்லாப் பிள்ளைகளுக்கும் தேர்வு பற்றியதான பயம் மட்டும்தானென்றால் என் மனம் நான் எடுத்து வைக்க வேண்டிய அடுத்த அடி பூமியற்றிருப்பதை நினைத்துத் தகித்துக் கொண்டிருந்தது.

இருட்டு மூடிய என் சிந்தனைகளில் அன்னை தெரசா என்ற தீப ஒளி நிறைந்து எரிந்து கொண்டிருந்தது. மற்றவர்களுக்காக சுயம் உருகி வழிந்த ஒரு மெழுகுவர்த்தி. அவரால் என்னை எப்படிப் புறந்தள்ள முடியும்? நானும் அவரைப்போல ஒரு அனாதையில்லையா?

தனியாக இருட்டிற்குள்ளாக நடந்து கொண்டிருப்பதாய் மதர் எப்போதும் தனக்குப் பழக்கமானவர்களிடம் சொல்வதைக் கேட்டிருக்கிறேன். நானும் இருண்ட வழிகளில் நடப்பவள்தானே?

இருள் என்னைப் பயமுறுத்துகிறது. நான் தனிமையானவள்.

இரண்டாம் நாள் தேர்வு முடிந்த நேரம் ஹாஸ்டலிலிருந்து வார்டன் என்னைக் கூப்பிட்டார். என் நிரந்தரமான பிரார்த்தனைக்குப் பலனை வார்டனின் வார்த்தைகள் பொதிந்து வைத்திருந்தன.

"உமா கல்கத்தாவின் மிஷனரீஸ் ஆஃப் சாரிட்டியில் யார் இருக்காங்க?"

எப்போதும் சிரித்த முகத்துடனிருக்கும் வார்டன் இன்னுமதிகமான சந்தோஷத்துடன் கேட்டவுடன் நான் ஆவேசத்துடன் பதில் சொன்னேன்.

"மதர் தெரசா"

என் மனம் முழுக்க அவர் மட்டும்தானே இருந்தார்!

வார்டன் கொல்லெனச் சிரித்தார்.

"உனக்குத் தெரிஞ்சவங்க யார் இருக்கான்னு கேட்டேன்?"

இளம் பச்சைநிற இன்லேண்ட் லெட்டரை எனக்கு நேராக நீட்டிக் கொண்டு வார்டன் கேட்டார்.

அதற்கும் பதில் மதர் தெரசா என்பதாகவே இருந்தது. ஆனால் நான் சொல்லவில்லை. அந்தக் கடிதத்தை வாங்கிக்கொண்டு அறைக்கு ஓடினேன்.

அதைப் பிரித்துப் படிக்கும்போது என் இதயம் வேகமாக அடித்துக் கொண்டது. படித்து முடித்த நான் துள்ளிக் குதித்தேன்.

Dear daughter,
Mother would like to meet you. Come to missionary.
With prayers,
Sister Vinitha

இரண்டே இரண்டு வரிகள். ஆனால் அது போதுமானதாக இருந்தது என்னுடைய எளிய எதிர்பார்ப்பு நிஜமாகவே நடந்திருக்கிறது. என் வாழ்வின் துயரகாலங்கள் அதுவாகவே உருகி ஓடி விட்டதோ? இருண்ட வானத்தில் மீண்டும் வெண்மேகங்கள் தென்படுகிறதோ?

தேர்வுகள் முடியக் காத்திருந்தேன். என் மனம் முழுக்க மதர் தெரசாவும் கல்கத்தாவின் மிஷனரீஸ் ஆஃப் சாரிட்டியும் நிறைந்திருந்தன.

தேர்வு முடிந்த அன்றே நான் சிந்தாமணிப்புதூருக்குப் புறப்பட்டேன். அப்பாவிடம் எல்லாவற்றையும் சொல்ல வேண்டும். அப்பாவிடம் மட்டுமே இனி என் எல்லாவற்றையும் சொல்லவும் முடியும். பல மாதங்களுக்குப் பிறகு நான் சிந்தாமணிப்புதூரின் காற்றையும் வெயிலையும் ஏற்கப் போகிறேன். அந்த வெயில் என்னைக் கருத்துற்றவளாக்கியிருந்தது.

நான் தங்கமணியின் வீட்டிற்குத்தான் முதலில் போனேன். அவள் ஓடிவந்து என்னைக் கட்டிப் பிடித்தாள். எங்கள் கண்களில் ஈரம் போர்த்திக் கொண்டது.

''உமா இப்ப நீ கொஞ்சம் பெரிய பொண்ணாயிட்ட இல்ல''

அம்மாவின் வாத்சல்யத்தோடு தங்கமணியின் அம்மா என் கைகளைப் பற்றிக் கொண்டார்.

''அப்பாவைப் பாத்தியா?''

எல்லாவற்றையும் விசாரிப்பதற்கிடையில் தங்கமணியின் அம்மா கேட்டார். இல்லையென்று நான் தலையாட்டினேன்.

''நீ போனப்பறம் உன்னோட அப்பாவோட நிலமை இன்னும் மோசமாயிடிச்சு''

சுரத்தில்லாத குரலில் அவர் சொன்னார். என்னவென்று புரியாமல் நான் தவித்துகொண்டு நின்றேன்.

''நானும் கூட வரேன் வா, வீட்டுக்குப் போலாம்''

அன்றைய சம்பவத்திற்குப் பிறகு அப்பாவின் கோபம் குறையவேயில்லை என்று நினைத்ததால் தங்கமணியின் அம்மாவும் கூடவே வந்தார். அவருடன் நானும் தங்கமணியும் போனோம். அப்பாவிற்கு என்மேல் கோபம் இல்லையென்றும் எனக்குத் கடிதமெழுதியிருந்தார் என்றும் அவர்களிடம் சொல்லத் தோன்றவில்லை.

வாசலில் சாய்வு நாற்காலியில் உட்கார்ந்தவாறு படிப்பில் மூழ்கியிருந்தார் அப்பா. வீட்டினுள் நுழைந்தபோது என்னவென்று அறியாத பாதுக்காப்புணர்வை நான் அனுபவித்தேன். என் வாழ்வு துளிர்விட்டது இங்குதானே. நட்டு வளர்த்த மண்ணுடனான ஆத்ம பந்தம் யாருக்காக இருந்தாலும் இருக்கும்தானே! அதுதான் எனக்கும் ஏற்பட்டது. அம்மாவின் கருவறையிலிருந்து வெளியே வந்த பிறகு பிறந்து வளர்ந்த வீடுதான் மிகவும் பாதுகாப்பான இடம்.

''பாலா...'' உள்ளே நுழைந்த தங்கமணியின் அம்மாவின் குரலைக் கேட்டவுடன் கையில் வைத்திருந்த புத்தகத்தைக் கீழே தாழ்த்தினார். என்னைப் பார்த்து அவர் உறைந்து போனார். அந்த உதடுகள் என் பெயரை உச்சரித்துக் கொண்டிருந்தன. அப்பாவின் வயது முதிர்ந்தது போல உணர்ந்தேன். மீசையும் தாடி ரோமங்களும் வயோதிகத்தைக் கூப்பிட்டுச் சொல்லிக் கொண்டிருந்தன.

அப்பா எழுந்து என் பக்கத்தில் வந்தார். யாரும் ஒன்றும் பேசவில்லை. மூச்சுவிடும் சத்தம்கூட அந்த நிசப்தத்திற்குப் பங்கமேற்படுத்தியது.

என் கையிலிருந்த பையைக் கீழே வைத்தேன். அப்பாவைக் கட்டிப் பிடித்தேன். அந்த நெஞ்சில் முகம் புதைத்தபோது ஒரு கனல் எரியும் சூட்டை நான் அனுபவித்தேன்.

''அடுப்பில அரிசி கொதிக்குது, நான் போறேன்''

எங்களைக் கொஞ்சம் தனிமையில் விட தங்கமணியின் அம்மா வெளியேறினாள். அவரிலிருந்து ஒரு பெருமூச்சு எழுந்து அடங்கியது. வீட்டிற்கு நடப்பதற்கிடையில் அவர் எங்களை மீண்டுமொரு முறை பார்த்தார். ஒன்றும் புரியாமல் நிற்கும் தங்கமணியைத் தலையில் தட்டி உடன் கூட்டிப் போனார்.

எனக்கும் அப்பாவிற்குமிடையில் பேச நிறைய இருந்தாலும் நிறைய நேரத்திற்குப் பேச்சற்ற மௌனத்தில் இருந்தோம். கடைசியில்

என் வருகையின் காரணம் சொல்லி நானே அந்த மௌனத்தைக் கலைத்தேன்.

''அப்பா எனக்கு கல்கத்தாவின் மிஷனரீஸ் ஆஃப் சாரிட்டிக்குப் போக வேண்டும். அங்க போக ஆசைப்பட்டு நான் எழுதின கடிதத்திற்குப் பதில் வந்திருக்கு.''

அப்பா எதையோ சொல்ல வந்தார். ஆனால் வார்த்தைகளைக் கூட்டி இணைக்க முடியாமல் சொல்ல வந்ததை விழுங்கினார். நீர்மை வற்றிய கண்கள் செய்வதறியாது என்னைப் பார்த்தன.

இப்படியாகவா நேர வேண்டும். சுயம் பலியாகி அர்ப்பணிக்க உன் வாழ்விற்கு என்ன நேர்ந்தது? இவ்வளவு விரக்தியான மனநிலை வர என்ன காரணம்?

கேள்விகள் அனேகம் இருந்தாலும் வார்த்தைகளாக வெளியே வந்தது வேறொன்றாக இருந்தது.

''அம்மாவுடனான உன் வாழ்க்கை என்ன ஆச்சு?''

''நான் இனி அவங்கக்கிட்ட போமாட்டேன். நீங்க எங்கூட கல்கத்தாவிற்கு வரணும். என்னை மதர்கிட்ட சேத்து விடணும்''

அதற்குப் பிறகு வேறெதையும் சொல்ல எனக்குத் தோன்றவில்லை.

என்னுடைய தீர்மானம்தான் அது. அதில் மாற்றமிருக்காது என்று அப்பாவிற்குத் தெரியும். குழந்தையிலிருந்தே என் விருப்பத்தை நிறைவேற்றிக் கொள்ளும் பிடிவாதக்காரியை அப்பாவிற்கல்லாமல் யாருக்குத் தெரியும்?

''ஆனால் உமா...''

அங்கு போவதற்கான சாதக பாதகங்களை அப்பா சொல்லிப் பார்த்தார்.

''நீ நினைப்பது போல இது மாதிரியான தீர்மானங்கள் அவ்ளோ சுலபமில்ல. உன்னோட எதிர்காலத்த முடிவு செய்யற விஷயமிது.

அம்மாவுக்குத் தெரியாமல் நீ எங்கயாவது போவது பிரச்சனைகளைக் கூட்டுமே தவிர குறைக்காது''

அப்பாவிற்கு அம்மாவிடம் பயமுண்டென்று அந்த வார்த்தைகளில் தெரிந்தது. என்மேல் சட்டரீதியான அதிகாரம் பெற்றிருக்கும் அம்மா எதற்கும் துணிந்தவள் என்று அப்பாவிற்கு நன்றாகத் தெரியும். அந்த பயத்தால் அப்பா என்னென்னவோ சொல்லி என்னை நிராசைப் படுத்துகிறார். ஆனால் நான் என் தீர்மானத்தில் உறுதியாய் நின்றேன்.

"நீங்க வரலன்னா நான் தனியாப் போவேன்"

என் உறுதியான குரல் அப்பாவைப் பயமுறுத்தியது. என்முன் குனிந்த தலையுடன் அவர் நின்றார். என் எதிர்காலத்தைப் பற்றிய தீர்மானங்களிலிருந்து தனித்து நிற்க அப்பாவால் முடியவில்லை.

மகள் துணிவு மிக்கவள். எவ்வளவு இக்கட்டான நிலைமையையும் எதிர்கொள்ளத் தயாரானவள். அதைப் புரிந்து கொண்டதால் மனதில் தோன்றிய சஞ்சலங்களைத் தள்ளிவைத்து என் தீர்மானங்களுக்கு ஒத்துக்கொண்டார்.

மார்ச் மாதத்தின் ஒரு மத்தியான நேரத்தில் கல்கத்தாவிற்குப் பயணமானோம். சிந்தாமணிப்புதூரின் சின்னத் தெருவிலிருந்து பிரிட்டீஷ் கொடிகட்டிப் பறந்த காலத்தின் நினைவுகளைத் தாங்கிய பழைய கட்டிடங்கள் உயர்ந்து நிற்கும் வங்க நாட்டிற்குப் பயணிக்கும்போது என் இதயம் துடிக்கத் தொடங்கியது. நீண்ட பயணத்திற்குப் பிறகு இடுங்கிய தெருக்கள் காணப்பட்டன. இற்றுவிழக் காத்திருக்கும் கட்டிடங்கள். சாலையின் இரு பக்கங்களிலும் நிழல் பரப்பி நிற்கும் விருட்சங்கள். சுட்டெரிக்கும் வெயிலிலும் காலணிகள் இல்லாமல் ரிக்ஷா இழுப்பவர்கள். மூட்டை தூக்கும் தொழிலாளர்கள்.

காளி தெருவிலுள்ள நிர்மல் இருதயாவுக்கு நாங்கள் போய்ச் சேர்ந்தோம். தெருவில் கிடந்து மிருகத்திற்கு ஒப்பாக மரணமடைய

விதிக்கப்பட்ட ஆட்களைத் தங்க வைத்திருக்கும் இடம். நாங்கள் அங்கே போய்ச்சேரும்போது பல மருத்துவமனையிலிருந்தும் வெளியேற்றப்பட்ட நோயாளிகளைச் சுமந்த ஆம்புலன்ஸ்கள் தொடர்ந்து வந்த வண்ணமிருந்தன.

இடிந்து கிடக்கும் ஒரு கோவில் அது. 1921 - ல் பாவப்பட்டவர்களுக்காகவும் ஆதரவற்றவர்களுக்காகவும் மதர் தெரசா கல்கத்தா நகரத்தில் தொடங்கிய முதல் சரணாலயம்.

உள்ளே போகும்போது வெண்ணிறப் புடவையணிந்த சிஸ்டர்கள் அவர்களுடைய வேலைகளில் சுறுசுறுப்பாயிருப்பதைப் பார்க்க முடிந்தது. எனக்குள் சட்டென ஒரு பயம் வந்தது. சுயநலனை விட்டொழித்து சேவை மனதோடு இருக்க முடிவு செய்து வந்திருந்தேன். ஆனால் இங்கே என்னால் என்ன செய்ய முடியும்?

நேராகப் பார்க்கும்போது மதர் என்ன கேட்பார்கள்?

நான் அப்பாவைப் பார்த்தேன். சேவையின் ஆதிப் பாடத்தைக் கற்றுத் தந்த அந்த மனிதனும், அந்தக் காட்சிகளில் பிரமித்துபோய் நின்றிருந்தார். தான் பார்த்த காட்சிகளைவிட எவ்வளவோ பயங்கரமான காட்சிகள்தான் சுற்றிலும் இருந்தவை என்ற உண்மை அப்பாவை உலைய வைத்ததோ! ஏழ்மையும் திக்கற்றவர்களுமாக எவ்வளவு ஆட்களை நான் சுற்றிலும் பார்த்தேன்.

இதயம் நொறுங்கி நின்றிருக்கும் எங்களைப் பார்த்து வெள்ளை ஆடை அணிந்த ஒரு தேவதை பக்கத்தில் வந்து விசாரித்தார். ஒன்றும் பேச முடியாமல் நின்ற எங்களைப் பார்த்து புன்சிரிப்பான முகத்துடன் அவர் முதலில் ஹிந்தியிலும் பிறகு ஆங்கிலத்திலுமாகக் கேள்விகளை அடுக்கினார். பதில் சொல்லாமல் முதலிலேயே எனக்கு வந்த கடிதத்தை அவரிடம் காண்பித்தேன். வியர்வையில் நனைந்து சுருங்கிய அந்தக் கடிதத்தின் வரிகளை அவர் பார்த்தார்.

''சிஸ்டர் வினிதா, ஓ.கே. டு யூ வாண்ட் டு மீட் ஹெர், கம்''

அவர் எங்களைப் பக்கத்து அறைக்கு அழைத்துப் போனார். அவருடைய பாதங்களைப் பின் தொடர்ந்து நாங்களும் போனோம்.

''ப்ளீஸ் சிட் ஹியர்''

அறையின் ஒரு மூலையில் நீல நிறத்திலிருந்த சோஃபாவைச் சுட்டிக் காட்டி எங்களிடம் சொன்னார்.

''ஐ வில் கால் ஹெர்''

நாங்கள் அந்த சோஃபாவில் உட்கார்ந்தோம். அப்பா அப்போதும் அங்கிருக்கும் காட்சிகளை அதிர்வோடு பார்த்து நிற்கும் ஒரு குழந்தையைப் போலவேயிருந்தார். என் கண்கள் அங்கு சுற்றிலும் பார்த்தபடியிருந்தன. வெளுத்த சுவரில் ஆணி அடித்து மாட்டியிருந்த பெரிய ஓவியத்தில் கண் இடுக்கிப் பார்த்து நின்றேன். நீட்டிய ஒரு குழந்தையின் விரல் முனையை இறுக்கப் பிடித்திருக்கும் ஒரு கை.

ஒண்டிப்புதூரில் அரசு மேல்நிலைப் பள்ளிக்கு என் நியாபகங்கள் பின்னோக்கிப் பயணப்பட்டன. மதரைப் பற்றியுள்ள சிநேகலதா டீச்சரின் வகுப்பு என் வாழ்வை அர்த்தமுள்ளதாக மாற்றப் போவதை நினைத்துப் பார்க்கிறேன். 1910 - ல் மாசிடோனியாவிலிருந்து பதினெட்டாவது வயதில் லேடி லாரட்டோ சிஸ்டர்களுடன் கன்னியாஸ்திரீயாக வந்த மதர் தெரசா இந்தியாவைச் சொந்த மண்ணாகத் தேர்ந்தெடுத்திருந்தார்.

பசியும் பட்டினியுமாக இருப்பவர்களையும் நோயாளிகளையும் வயதானவர்களையும் பராமரிக்க 'மிஷனரீஸ் ஆஃப் சாரிட்டீஸ்' என்ற பெயரில் ஒரு உருவம் கொடுத்தார். 1948 ஆகஸ்ட் 17 - ந்தேதி நீலக்கரையுடனான வெள்ளைப் புடவையும் உடுத்தி லேடி லாரட்டோ சிஸ்டரிடம் விடை பெறும்போது அவருடைய கைகளில் மொத்தமாக ஐந்து ரூபாய் மட்டுமே இருந்தது.

லாரட்டோ சபையின் அடையாளங்களை விட்டுவிட்டு நீலக் கோடுகளுடனான வெள்ளைப் புடவை அணிய வேண்டுமென்ற

உத்வேகம், கல்கத்தா நகர சபையில் சாக்கடையைச் சுத்தம் செய்யும் மனிதர்களைப் பார்த்தபோது மதருக்குத் தோன்றியதாம். அவர்களுடைய உடையாயிருந்தது அது. பரிதாபமான மக்களுடன் வாழ்ந்து அவர்களைத் தேற்ற இதைவிட ஒரு நல்ல உடை கிடைக்காது என்று மதர் நினைத்திருக்கலாம்.

கடவுளின் குரலைக் கேட்டுப் பசியில் துயருரும் மக்களுக்காக அவர்களுடன் உலைந்து தன்னைக் கரைத்த மதர் தெரசா. அந்த அம்மாவை நேரில் பார்க்கப் போகிறேன். எனக்கு உற்சாகமாயிருந்தது.

''உமா...''

அந்தக் குரலைக் கேட்டபோது கைகளைக் கூப்பியபடி நான் எழுந்து நின்றேன்.

''நான் சிஸ்டர் வினிதா'' அவரே தன்னை அறிமுகப்படுத்திக் கொண்டார்.

நான் கொடுத்த கடிதத்திலிருந்து நான்தான் உமா என்று அவர்கள் தெரிந்துகொண்டார்கள். இள வயதுடையவராக இருந்தார் சிஸ்டர் வினிதா. மிகுந்த ஐஸ்வர்யமும் கருணையும் ததும்பும் முகம்.

''மதர் பிரார்த்தனையில் இருக்கிறார்'' கைகள் கூப்பி நின்ற என் கைகளைப் பிடித்துக்கொண்டு அவர் சொன்னார்.

சோஃபாவின் மூலையில் ஒடுங்கி நின்ற அப்பாவைப் பார்த்து அவர் வணங்கினார். அப்பாவும் கூப்பிய கைகளுடன் நின்றார்.

எங்களை உட்காரச் சொன்ன பிறகு எங்கள் எதிரில் சிஸ்டரும் உட்கார்ந்தார். அவரின் பேச்சிலும் நடவடிக்கையிலும் இருக்கும் வசீகரம் என்னை ஈர்த்தது.

அப்பாவிடம் வீட்டைப் பற்றி விசாரித்தார். அந்த உரையாடலின் நடுவில் அப்பா எப்போதோ அம்மா இல்லாத மகள் என்று

சொல்லியிருந்தார். அதைத் துளைத்து சிஸ்டர் எந்தக் கேள்வியும் கேட்கவில்லை.

ஐந்து நிமிட நேரம் நாங்கள் பேசிக் கொண்டிருந்தோம். மிஷனரியின் செயல்பாடுகள் குறித்தும், தினந்தோறும் வந்து சேரும் நோயாளிகளைக் குறித்தும் பேசிக் கொண்டிருந்தோம்.

நடுவில் நிறுத்தி சிஸ்டர் எழுந்தார்.

''மதர் பிரார்த்தனை முடித்துவிட்டாரா என்று பார்த்துவிட்டு வருகிறேன்''

அனுமதி கேட்டவாறு சிஸ்டர் உள்ளே போனார். என் கண்களின் வெளிச்சத்தைப் பார்த்து அப்பா மௌனமாய்ச் சிரித்தார். சிஸ்டர் வினிதாவுடனான பேச்சில் அப்பாவிற்கு இருந்த சஞ்சலங்கள் மறைந்ததென்று எனக்குத் தோன்றியது.

''உமா வா....''

சிஸ்டரின் குரல் கேட்டு நான் எழுந்தேன். தயங்கி நின்ற அப்பாவைப் பார்த்து சிஸ்டர், 'வாங்க' என்று சைகை காட்டினார்.

உள் அறைக்கு நாங்கள் போனோம். சுத்தமாய் வைக்கப்பட்டிருந்த அறையில் திறந்து விடப்பட்டிருந்த ஜன்னல் வழியே உள் நுழைந்த வெயில் கோடுகள். அறையின் மூலையில் மேசையும் நாற்காலியும் போடப்பட்டிருந்தன. மேசையின் மேல் அடுக்கி வைக்கப் பட்டிருந்த புத்தகங்கள்.

வெள்ளை பூசப்பட்ட சுவரில் அந்தி கிருத்துவின் தைல வண்ண ஓவியம். ஆச்சரியத்துடன் மௌனியாய் நின்ற என் முன்னால் நீலத் திரைச் சீலைகளுக்குப் பின்னாலிருந்து ஆயிரம் சூரியன்கள் ஒன்றாய் உதித்தது போன்ற தேஜஸுடன் அந்த முகம் வெளிப்பட்டது.

உலகத்திற்கு ஒளிதரும் பௌதீக உருவம் இதோ என் முன்னால் எனக்காக ஜொலித்து நிற்கிறது. ஜெபம் முறியாத உதடுகளிலிருந்து மந்தகாச மலர்கள் எனக்கு நேராக நீண்டு வந்தன.

பதினெட்டாம் வயதில் ஏசுநாதரின் மணமகளாய்த் தன்னைச் சுயமாகச் சமர்ப்பித்த மதர் தெரசா. இந்தப் புன்சிரிப்பால் எத்தனை பேரின் வாழ்வை அன்பில் தோய்த்தெடுத்திருக்கிறாள்.

மனதில் ஆராதித்துக் கொண்டாடிய உருவத்தை நேரில் கண்ட எனக்கு அதிர்விலிருந்து மீண்டு வரக் கொஞ்சம் நேரம் பிடித்தது. யதார்த்தத்துக்குத் திரும்பி வந்தபோது மதரின் கால்களைத் தொட்டு வணங்க நான் குனிந்தேன். இரு கைகளாலும் மதர் என் தோள் தொட்டுத் தூக்கினார். உச்சியில் கை வைத்து ஆசீர்வதித்தார். பௌதீகமாய் அந்தக் கரத்தின் தொடுதல் என் உடல் முழுக்க மின்னலாய் ஓடியது.

''உமா சேவை செய்ய வேண்டி வந்திருக்கிறாள்'' வினிதா சிஸ்டர் சொன்னார். அதைக் கேட்டபோது அவருடைய சிரிப்பு மாறாத உதடுகளிலிருந்து மென்மையான வார்த்தைகள் வெளி வந்தன.

''உமா, லவ் பிகின்ஸ் அட் ஹோம். வி கேன் பிரிங் தட் லவ் டு அவர் நெய்பர், டு பி ஸ்டீரிட் வி லிவ், தென் டு பி ஹோல் வேல்டு''

''உமாவின் மனசு நல்லதுதான், ஆனால் சேவை செய்ய இவ்வளவு தூரம் வரவேண்டியதில்லை. உமா சுற்றிலும் பார். எத்தனை எத்தனையோ ஆட்கள் நம் ஒரு புன்னகைக்காகவோ தொடுதலுக்காகவோ காத்திருக்கிறார்கள். அவர்களைப் பார்க்காதது போல நடித்து இங்கு ஓடிவர உன்னால் முடியுமா?''

அந்தக் குரலின் இசை என் இதயத்துக்குள் மழை போலச் சொரிந்து கொண்டிருந்தது. மூச்சடக்கி எல்லாவற்றையும் கேட்டு நின்றதல்லாமல் நான் ஒன்றும் சொல்லவில்லை. இல்லையென்றாலும் என்ன சொல்ல வேண்டுமென்று எனக்குப் புரியவில்லை. பார்க்கத் துடித்த உருவம், கேட்க விழைந்த குரல், அதன் அருகாமை என் உடலைப் பாரமில்லாமலாக்கியிருக்கிறது. மனசு ஒரு சிறு இறகு போல காற்றில் அலைந்தபடியிருந்தது.

சொல்ல முடியாத ஒரு பிரமிப்புடன் நிற்கும் அப்பாவிடம் மதர் பிறகு பேசத் தொடங்கினார்.

''உமா படிக்கட்டும். படிப்பு முடிந்த பிறகு தீர்மானிக்கலாம். இந்தக் கதவுகள் உமாவுக்காகத் திறந்தே இருக்கும்''

அப்பாவின் முகம் இருளடைந்தது. எதையோ நினைத்துத் துக்கப்படுவது போல நின்றார். வாழ்வை வாழ்ந்து முடித்துத் தழும்பேற்று நின்றிருந்த மனிதருக்குச் சொந்த மகளை நினைத்துக் கவலையோடு நிற்க மட்டுமே முடிந்தது. வேறு ஒன்றும் செய்ய முடியவில்லை.

மதர் மீண்டுமாக என் உச்சியில் கை வைத்து ஆசீர்வதித்தாள். என் கண்களைப் பார்த்து மென் நகை புரிந்தாள். கண்களின் மொழி பேச்சு மொழியைவிடத் தீவிரமானது.

நாங்கள் அமைதியாய் வெளியே வந்தோம்.

கதவுக்குப் பக்கத்தில் வந்தபோது மீண்டுமாய் என் கண்கள் என்னையுமறியாமல் பின்னால் பார்த்தன.

மந்தகாசம் தூவியபடி மதர் அங்கேயே நின்றிருந்தார். அந்த இரண்டு கண்கள் அப்போதும் என்னைப் பார்த்துப் பேசுவது போலவேயிருந்தது. ஆயிரக்கணக்கான ஏழைகளுக்கு அடைக்கலம் தந்த கை விரல்களுக்கிடையில் ஜெபமாலை முத்துகள் கீழ்ப்படிதலோடு பயணப்பட்டுக் கொண்டிருந்தன.

நான்கு

வெயிலுக்குச் சூடு குறைந்திருந்த ஒரு மதிய வேளையில் நாங்கள் சிந்தாமணிப்புதூருக்குத் திரும்பி வந்தோம். பயணம் முழுவதும் இனி என்ன என்ற கேள்வி என்னை பயமுறுத்தியபடியே இருந்தது. கல்கத்தாவிற்குப் போகும்போது இருந்த உற்சாகம் அணைந்திருந்தது. மதருடன் மிஷனரீஸ் ஆஃப் சாரிட்டியில் சேவை செய்து வாழ்வை நடத்தலாம் என்ற கனவு எனக்குள் அணைந்து தீய்ந்திருந்தது. ஆனாலும் மதரை நேரில் பார்க்கவும் அவருடைய ஆசீர்வாதம் பெற்றுக்கொள்ளவும் முடிந்ததையே மகா பாக்கியமாக நினைத்தேன்.

அப்பாவிற்கும் அப்படியொரு சந்தர்ப்பம் கிடைத்ததில் மகிழ்ந்தேயிருந்தார்.

ஆனாலும் இப்படியெல்லாமா நடந்திருக்க வேண்டும்?

"மதர் சொன்னதுதான் சரி. இப்போது படிக்க வேண்டிய நேரம் உமா" திரும்பி வரும்போது என் தோளில் தட்டிக் கொடுத்தபடி அப்பா சொன்னார்.

நிசப்தையாக அப்பாவைப் பார்த்துக்கொண்டு மட்டுமேயிருந்தேன். படிக்கலாம், ஆனால் எப்படி? யாருடைய கருணையில் அது நடக்கும்? அப்பாவாலா? அம்மாவாலா?

என் பார்வையிலிருந்தே கேள்விகளைப் படிக்க முடிந்த அப்பா சொன்னார்.

"டிகிரிக்குப் படிக்க வேண்டும். அப்பா படிக்க வைக்கிறேன். அதற்கு முன்னால் நீ போய் விஷயத்தை அவளிடம் சொல்லிப் புரியவை"

சட்டரீதியாக மகள் மீதான உரிமையைக் கைப்பற்றிய அம்மாவிடம் ஏற்பட்ட பணிவா? இல்லை எதற்கும் துணிந்த பெண் என்பதால் ஏற்பட்ட பயமா? இதில் எந்த உணர்வு அப்பாவை இப்படிப் பேச வைத்தது என்ற கேள்வி எனக்குத் தோன்றியது. மதியச் சூரியனைச் சுமந்தபடி இளம் காற்றொன்று என் முடி இழைகளினூடாகத் தழுவிக் கடந்துபோனது. விட்டுப்போன பல கேள்விகளுடன் இதுவும் காற்றில் அடித்துப் போனது.

மகளின் எதிர்காலத்தைப் பற்றிய ஒரு தகப்பனின் இதயத்தில் எதிர்பார்ப்புகள் நிறைய இருக்கிறதென்பது நிஜம். வாழ்க்கையில் ஏற்பட்ட மோசமான அனுபவங்கள் உறுதியான தீர்மானம் எடுக்க முடியாதவிதம் அப்பாவைக் கோழையாக்கி மாற்றியிருந்தது.

மீண்டுமொரு முறை அம்மாவிடம் போவேன் என நான் நினைக்கவேயில்லை. ஆனால், காற்று நிறைத்த பலூன் போலச் சுதந்திரமாய் பறக்க என்னால் முடியாதுதானே? அந்தப் பலூனை முடிச்சிட்ட கயிறு தன்னிடம் இருக்கிறதென்றும் தொப்புள் கொடி பந்தத்தின் பெயரில் தனக்குக் கிடைத்த உரிமையில் அம்மாவின் கைவசம்தான் அந்தக் கயிற்றின் முனை இறுக்கிக் கட்டப்பட்டிருக்கிறது என்ற நிஜமும் என் மனதில் நிறைந்து நின்றிருந்தது. ஒன்று, நானே உடைந்துச் சிதறி இல்லாமலாக வேண்டும். இல்லையென்றால்...

இரண்டாவதுதான் நேர்ந்தது.

அம்மாவிடம் மீண்டும் போகும்போது சில காரியங்களை நான் யோசித்து முடிவு செய்திருந்தேன். தொடர்ந்து படிக்க வேண்டும்.

படித்தபிறகு ஒரு நல்ல வேலை. மற்றவர்களின் உதவியில்லாமல் வாழவேண்டும். அப்பா கற்றுக்கொடுத்த மனிதநேயத்தின் நல்ல பாடங்களை வாழ்வியலாகக் கொண்டுபோக வேண்டும். மதர் தெரசாவும் மிஷனரீஸ் ஆஃப் சாரிட்டீஸும் என் மனதிலிருந்து அகலவேயில்லை.

கோட்டப்படியில் அம்மா தங்கியிருந்த வீட்டிற்கு நான் போய்ச் சேர்ந்தபோது தொடர்ந்து மழை பெய்து கொண்டிருந்தது. மண்ணையும் மனசையும் குளிரவைத்த மழை. கதவைத் தட்டி ஒரு நிமிடம் அதில் சாய்ந்து நின்று பெய்யும் மழையைப் பார்த்தேன். அம்மாவின் சித்திதான் கதவைத் திறந்தார். நான் சின்ன பாட்டியைப் பார்த்து பல வருடங்கள் ஆகியிருந்தன. முன்பு பார்த்ததை விடவும் வயது முகத்தில் அனுபவங்களை ஏற்றியிருந்தது.

''வந்திட்டியா மோளே வா வா...'' கதவைத் திறந்த பாட்டி உள்ளே கூட்டிக்கொண்டு போனாள்.

''நீ இந்த வாரம் வருவேன்னு தங்கமணி சொல்லியிருந்தா''

நான் வருவேனென்று அம்மா எப்படி முழுமையாய் நம்பினாள் என்று எவ்வளவு யோசித்தும் புரியவில்லை.

''பாட்டி நீங்க எப்ப வந்தீங்க?''

நான் சிரித்தபடி பாட்டியிடம் கேட்டேன்.

''ரெண்டு வாரமாச்சு மகளே, இந்த வயசான காலத்தில நான் அங்க எங்கேயாவது மொடங்கி இருந்திருப்பேன். இங்க யாருமில்லன்னு சொல்லி கட்டாயப்படுத்திக் கூப்பிட்டா'' பாட்டி பரிதாபத்தோடு சொன்னாள்.

அம்மாவின் இருப்பு எங்கும் தென்படாததால் குரல் தாழ்த்திக் கேட்டேன்.

''எங்க போயிட்டாங்க...?'' அம்மா என்று கேட்கக்கூட எனக்குப் பிடிக்கவில்லை என்பது பாட்டிக்குப் புரிந்திருக்குமோ!

"ம்... ஒண்ணும் சொல்லறதுக்கில்ல... இப்ப நாடகத்துக்குப் பின்னால ஓடறா. இங்க ஏதோ பக்கத்து ஹோட்டல்ல ரிகர்சல் நடக்குதாம். ராத்திரியும் பகலும் பாக்காம போயிக்கிட்டே இருக்கா"

குறை சொல்லும் தொனியில் பாட்டி இன்னும் வேறென்னென்னவோ சொல்லிக் கொண்டிருந்தாள். 'களத்தில் ரவி' ஏற்பாடு செய்யும் நாடகத்தின் ரிகர்சல். நாடகக்காரர்களும் சினிமாக்காரர்களும் இருக்கிறார்கள். அம்மாவிற்கும் அதிலொரு பாத்திரமுண்டு. மறுநாள் காலையில்தான் அம்மா வீட்டிற்கு வந்தாள். என்னைப் பார்த்தவுடன் வழக்கமில்லாமல் அன்பைப் பொழிய ஆரம்பித்தாள். நாடகத்தின் நடிப்பு வாழ்க்கையிலும் படர்ந்து பரவுவதாய்த் தோன்றியது. எனக்கு மூச்சு முட்டியது.

"நான் படிக்கணும்"

மத்தியானம் சாப்பிட உட்கார்ந்தபோது என் தேவையை நான் உணர்த்தினேன். அதுதான் என் லட்சியம் என்று அவளுக்குத் தெரியட்டும். என்னைப் பார்த்த சந்தோஷத்தில் மற்ற துர் எண்ணங்கள் ஏதும் அவளுடைய மனதில் தோன்றாமலிருக்கவும் நான் அப்படிச் சொன்னேன்.

"அதுக்கென்னா, ரிசல்ட் வந்தபிறகு ஏதாவது கல்லூரியில சேக்கலாமே" அம்மா மென்மையாய்ச் சொன்னாள். அன்பும் வாத்சல்யமும் கலந்த குரல். மென்மையான பேச்சு. என்ன நேர்ந்தது என்று தெரியாமல் குழம்பினேன். தவறுகளைத் திருத்திக்கொள்ள முடிவு செய்திருப்பாளோ!

மாலை ஒத்திகை இருப்பதாய்ச் சொல்லிவிட்டு அம்மா வெளியே போனாள். மாலைக் கருக்கல் நேரத்தில் ஒன்றிரண்டு பேர் அம்மாவைத் தேடி வீடுவரை வந்துவிட்டுப் போனார்கள். பாட்டிதான் அவர்களிடம் பேசினாள். அவர்களுடைய பார்வையும் பேச்சும் சரியானதாயில்லை. எனக்கு பயமாக இருந்தாலும் பாட்டியின் அருகாமை கொஞ்சம் நிம்மதியைத் தந்தது.

''ஓ... இது எத்தனையோ தடவையாயிடிச்சும்மா, அப்பப்ப இங்க வந்து தகராறு செய்யறாங்கம்மா''

வந்தவர்கள் திரும்பிப் போனவுடன் கதவை இழுத்துச் சாத்திக்கொண்டு பாட்டி சொன்னாள்.

''ஏதோ பண விஷயமாத்தான் அவங்க பேசிக்கிறாங்க. போஸ்ட் ஆ∴பிசில பணம் அனுப்பலன்னோ போய்ச் சேரவேயில்லன்னோ என்னென்னவோ பேசிக்கிறாங்க, எனக்கொண்ணும் புரியல. தெய்வமே கிருஷ்ணா...''

பயத்தில் வறண்ட உதடுகளில் பக்தி நிறைந்திருந்தது. இதொன்றும் என்னைப் பாதிக்கும் விஷயமென்று நினைக்காததால் நான் ஒன்றும் சொல்லிக் கொள்ளவில்லை.

மறுநாள் அம்மா வீட்டிற்கு வரவில்லை. சாயங்காலம் வீட்டின் முன்பாக ஒரு ஆட்டோ வந்து நின்றது. டிரைவர் வந்து கதவைத் தட்டினார்.

''தங்கமணி அக்கா அனுப்பனாங்க''

கதவு திறந்தவுடன் டிரைவர் பாட்டியிடம் சொன்னார்.

''உங்களைக் கூட்டிட்டு வரச் சொன்னாங்க'' டிரைவர் சொல்லி முடித்தான்.

''எங்க?''

''ரிகர்சல் கேம்ப்புக்கு''

சந்தேகத்துடன் நின்றிருந்த வயதானவளின் கண்களுக்குள் பார்த்தபடி டிரைவர் சொன்னான், ''நீங்க ரெடியா இருப்பீங்கன்னு அக்கா சொன்னாங்களே''

பாட்டி என்ன செய்வதென்று தெரியாமல் என்னைப் பார்த்தாள். நான் தோள் குலுக்கி என் விருப்பமின்மையைச் சொன்னேன். ஆட்டோ

டிரைவர் அங்கேயே நின்றிருந்தான். எங்களுடைய எண்ண ஓட்டங்களை எப்படி அந்த ஆளிடம் சொல்வது?

''இன்னக்கி ஃபைனல் ரிகர்சல் நடக்கப் போவுது. ஞாயித்துக் கிழமைதான் முதல் ஷோ''

நாடகத்தைப் பற்றியே பேசிக்கொண்டிருந்தான். நானோ யதார்த்த வாழ்வின் சிக்கலைத் தீர்க்கும் வழியை யோசித்தபடியிருந்தேன். அம்மாவின் அசாதரணமான நடவடிக்கையைப் பார்த்தபோதே சந்தேகம் இருந்தாலும் மீண்டும் ஏதோ பொல்லாப்பைக் கொண்டு வருமென்று நினைக்கவில்லை.

''மோளே, என்ன பண்ணலாம்?'' பாட்டியின் சோர்வுற்ற குரல். நான் தலையுயர்த்திப் பார்த்தேன். அந்த முகத்தில் இயலாமை அப்பட்டமாய் தெரிந்தது. ''போகலன்னா இனி அதுக்காகத் திட்டு விழும், வயசானவளாச்சேன்னு கூட சில நேரங்கள்ள யோசிக்க மாட்டா''

இதயம் திறந்து பேசி பாரம் குறைக்க ஆசைப்படுகிறாள் பாட்டி என உணர முடிந்தது.

இதே பயம்தானே அப்பாவுக்கும் இருந்தது. அப்படியில்லாமல் இருந்திருந்தால் இன்னுமொருமுறை நான் இங்கு வந்திருக்க வேண்டிய அவசியம் இருந்திருக்காது இல்லயா? எல்லாவற்றையும் மறக்கவும் பொறுத்துக்கொள்ளவும் நான் ஆசைப்பட்டேனே.

எதையும் சட்டென முடிவுக்குக் கொண்டுவர முடியவில்லை.

ரிகர்சல் கேம்ப்புக்கு நாங்கள் போய்ச் சேர்ந்தபோது கொஞ்ச பேர் அங்கே இருந்தார்கள். அவர்களில் சிலரை நான் அம்மாவுடன் பார்த்திருக்கிறேன். அம்மா என்னை அங்கிருக்கும் பலருக்கு அறிமுகப்படுத்தினார். மனப் புகைச்சலை வெளியே காட்டிக் கொள்ளாமல் நான் பின்னாலேயே நடந்தேன்.

அங்கே சிலர் எல்லை மீறியிருந்தனர்.

''தங்கமணி அக்காவின் மக நாடகத்துக்கு வந்தா ஒரு கலக்கு கலக்குவா''

உதடுகளில் எரிந்து தணிந்த சிகரெட்டின் புகையை ஊதிவிட்டபடி என்னைத் தலைகால் வரை பார்த்து ஒரு தாடிக்காரன் சொன்னபோது அம்மா அதைப் பெருமிதத்துடன் ரசித்தபடியிருந்தாள்.

''அதுக்கு நாடகமில்லயே, சினிமாதானே அக்காவோட லட்சியம்'' வக்கிரம் நிறைந்த சிரிப்போடு தாடிக்காரனின் பக்கத்திலிருந்த ஆள் சொன்னான். கேலி செய்யப்படுவதை உணர்ந்தும் நான் மௌனமாய் நின்றேன். கட்டிய பொட்டலத்தைக் கை மாற்றி மாற்றி விளையாடுவதைப் போல அவர்கள் அப்போதும் என்னைப் பற்றிப் பேசிப் சிரித்துக் கொண்டிருந்தார்கள். என் சுய மரியாதைக்கு ஏற்பட்ட காயங்கள் பற்றி அம்மாவிற்குக் கொஞ்சமும் அக்கறையில்லாமல் இருந்தது.

யாருடைய பார்வையும் படாத ஒரு மூலையில் பாட்டி செய்வதறியாமல் நின்றாள். வயோதிகம் அந்த முதியவளுக்குப் பாதுகாப்பாய்க் குடைபிடித்து நிற்பதாய் எனக்குத் தோன்றியது. அப்படியில்லாமலிருந்தால் வெறித்த பார்வைகளும் பொடி வைத்த பேச்சுகளுமாகப் பாட்டியும் என்னைப் போல இந்தக் கூட்டத்தில் தன்னைக் குறுக்கி நின்றிருப்பார்.

சிந்தாமணிப்புதூரின் தோட்டங்களில் பூத்துக் கிடக்கும் அடர் நீல நிற குருவிளம் பூவைப் பார்ப்பது போலத்தான் பெண்ணுடலை ஆண் பார்க்கிறான். விரிந்து நிற்கும்போது அழகான பட்டாம்பூச்சி போலிருக்கும் பூவை எல்லாக் கண்களும் ரசிக்கும். ஆயுசு முடிந்தவுடன் அது கூம்பிச் சுருங்கும். உதிர்ந்து தரையில் விழும். அப்போது எந்தக் கண்ணிற்கும் அது தேவைப்படாது. எந்தப் பாதமும் அதை மிதித்து நடக்க யோசிக்காது. வலியும் அவமானமும் சகித்து

நான் பாட்டியின் கையைப் பிடித்து வெளியே வந்தேன். தனிமைப்படலின் துக்கம் என்னை மேலும் கீழும் புரட்டிப் போட்டது. பல தரமான எண்ணங்கள் ஒவ்வொன்றாக என் இதயத்தில் சேர்ந்தன.

அந்தக் கூட்டத்தினிடையில் தாடி வைத்த நல்ல நிறமுள்ள ஒரு முகம் என்னை முறைத்துப் பார்த்துக் கொண்டிருந்தது. உதட்டில் புகையும் சிகரெட்டிலிருந்து உயரும் கருத்த புகைக்கிடையில் என் வெளிறிப் போன முகத்தைப் பார்த்து உணர்வற்றுச் சிரித்தது. அங்கே அப்படிப் பார்த்த முகம் அதன்பிறகான என் வாழ்வை அப்படியே புரட்டிப் போட்டது. அந்த ஆளுக்கு மட்டுமாக நான் என் எல்லாவற்றையும் சுருக்க வேண்டி வந்தது எதனால்?

ஐந்து

என்னால் தூங்க முடியவில்லை. மனதை அலைக் கழிக்கும் சிந்தனைகள் உருண்டு வந்து சேர்ந்தன. மல்லாந்தும் கவிழ்ந்தும் ஒருக்களித்தும் படுத்துப் பார்த்தேன். உறக்கம் வரவில்லை. ஆர்ப்பரிக்கும் கடலில் சீறும் அலைகளுக்குள் அகப்பட்ட பாய்மரக் கப்பல் போல என் மனம் ஆடிக் கொண்டிருந்தது.

சினிமாவும் நாடகமுமல்ல என் வாழ்க்கை. அதிலெல்லாம் என்னால் சந்தோஷமாய் இருக்க முடியாது. அப்படியான வாழ்க்கையை அல்ல நான் விரும்புவது என்பதை யாரிடம் எப்படிச் சொல்வது?

மறுநாள் காலை பக்கத்து வீட்டு கிரேஸி ஆன்ட்டியைப் பார்க்க அவர்கள் வீட்டிற்குப் போனேன். கடந்தமுறை வந்தபோது பழக்கமானவர். நிறைந்த சிரிப்புடன் பேசும் அவர்களை எனக்குப் பிடிக்கும். அன்பும் வாத்சல்யமும் பொதிந்த அவருடைய வார்த்தைகள் என்னை ஈர்த்தன. நாற்பது வயதையொத்த அவருக்கு இரண்டு ஆண் பிள்ளைகள். கிரேஸி ஆன்ட்டியின் கணவர் ஜோசஃப் குவைத்திலிருக்கிறார். கேட்டைத் திறந்து நான் உள்ளே போனேன்.

முற்றத்தில் பல்வேறு செடிகள் வளர்ந்திருக்கும் வீடு. செடிகளுக்குத் தண்ணீர் ஊற்றிக் கொண்டிருந்த ஆன்ட்டி என்னைப் பார்த்தவுடன் சந்தோஷமாய் அருகில் வந்தாள். ''வா மோளே வா'' என்று கையைப் பிடித்தபடி வழக்கமான சிரிப்போடு கூப்பிட்டாள். நான் அவருக்குப் பின்னாலேயே வீட்டிற்குள் நுழைந்தேன். மிக அழகாக அலங்கரிக்கப்பட்ட ஹால். சுவரில் பரிசுத்த கன்னிமேரியின் படம். ஷோ கேஸில் நிறைய டிராபிகளும் மெடல்களுமிருந்தன. இரண்டு பிள்ளைகளும் படிப்பில் புலிகள். படிப்பில் மட்டுமல்ல சங்கீதத்திலும் ஈடுபாடுள்ளவர்கள் என்று ஆன்ட்டி சொல்லியிருக்கிறாள்.

''மோளே சாப்பிட இட்லி எடுத்து வைக்கட்டுமா?'' ஆன்ட்டி என்னை உபசரிக்க ஆரம்பித்தாள்.

''வேண்டாம் ஆன்ட்டி, இப்பத்தான் சாப்பிட்டேன்'' நான் பொய் சொன்னேன். எனக்குப் பசிக்கவில்லை. இல்லையென்றாலும் இப்போது வயிற்றுக்கல்ல உணவு தேவைப்படுவது. சங்கடமான என் மன எரிச்சலை மாற்ற வேண்டிய மருந்தையோ உணவையோ தேடித்தான் நான் அலைகிறேன்.

'' டீ போடட்டுமா?'', கிரேஸி ஆன்ட்டி விடுவது மாதிரி தெரியவில்லை.

''வீட்டுக்கு வந்துட்டு ஒண்ணும் சாப்பிடாமப் போகக்கூடாது. மோள் உக்காரு, நான் டீ போட்டுக் கொண்டு வரேன்''

''நானும் வரேன் ஆன்ட்டி.''

நானும் பின்னாலேயே போனேன். சுத்தமான சமையலறை. வீட்டைச் சுத்தமாக வைத்துக் கொள்வதில் ஆன்ட்டி மிகவும் சிரத்தையெடுத்துக் கொள்வாள் என்று தோன்றுகிறது. வீட்டிற்குள் ஏறும்போதே எல்லோரும் அதை உணர்வார்கள். அவருடைய மனசு போலச் சுத்தமாக இருந்தது அந்த வீடு.

''ஆன்ட்டி....''

கொதித்த பாலில் தேயிலைத் தூள் போடுவதற்கிடையில் என் முகத்தைப் பார்க்காமல் கேட்டாள்.

''என்ன மோளே?''

''ஆன்ட்டி போனமுறை வந்தபோது ஏதோ ஒரு சர்ச்சைப் பற்றிச் சொன்னீர்களே, அனாதைக் குழந்தைகளுக்கான சர்ச்''

''செயின்ட் லாரன்ஸ் சர்ச்சா?''

அடுப்பை நிறுத்திப் பாத்திரத்தைக் கீழே இறக்கி வைத்த ஆன்ட்டி கேட்டார். எந்த சர்ச் என்று தெரியாததால் நான் அவரைப் பார்த்து நின்றேன்.

''ஆனால், செயின்ட் லாரன்ஸ் சர்ச்சில் குழந்தைகள் இல்லை. அது போப் ஹோல் பீஸ் ஹோம். அதை 'பிஷப் ஜோசப் குண்டுகுளம்' நடத்தறார்''

சிவந்த நிறத்தில் இதயத்தின் படத்தைப் பதித்த வெள்ளைக் கப்பில் டீயை ஆற்றித் தந்தபடி சந்தேகத்துடன் ஆன்ட்டி கேட்டாள்.

''என்ன மோளே, இப்ப சர்ச்சைப் பத்தி ஏன் கேக்கற?''

என்ன பதில் சொல்வதென்று புரியாமல் நின்றேன். மனதில் புகைவதைச் சொல்வதற்கு எனக்கும் இவருக்கும் என்ன உறவு இருக்கிறது. வாயில் வார்த்தைகள் வறண்டன. சூடாய் ஒரு மிடறு டீயைக் குடிக்க அவள் காத்து நின்றாள். நான் என்ன சொல்லப் போகிறேன் என்று உன்னிப்பாய்க் கேட்டாள்.

பாதுகாப்பற்ற வாழ்வைப் பற்றிச் சொல்ல வேண்டுமா? இல்லை தப்பிக்கும் வழி பற்றிக் கேட்க வேண்டுமா? அதி வேகமாகச் சுழலும் மின் விசிறிக்குக் கீழே எனக்கு வியர்த்தது. கடைசியில் வார்த்தைகள் வாய் திறந்து வெளியேறின.

"எனக்கு போப் ஹோல் பீஸ் ஹோமிற்குப் போக வேண்டும்"

அவளுடைய பதிலுக்காய் நான் காத்திருந்தேன். அவள் முகச் சிரிப்பு அழிந்து போயிருந்தது.

மிகவும் பக்கத்தில் வந்து உட்கார்ந்து என் முகத்தை உயர்த்தி அவள் கேட்டாள். "என்ன மோளே, என்ன ஆச்சு உனக்கு?" அந்தக் குரலில் ஒரு அம்மாவின் வாத்சல்யம் இருந்தது. சிரித்து மட்டுமே பார்த்திருந்த அந்த முகத்தில் கவலை சூழ்ந்து கொண்டது. நான் விம்மி உடைந்தேன். என் தோளில் கை வைத்து அவள் என்னை ஆசுவாசப்படுத்தினாள்.

அழுகையை அடக்கிக்கொண்டு நான் எல்லாம் சொன்னேன். குதூகலம் தொலைந்த பால்யம், மோகங்கள் விரியாமல் போன இளமை, சுய துக்கங்களை அடக்கி வைத்து விடியக் காத்திருந்த இரவுகள்.

சேவை மனதோடு மதர் தெரசாவைச் சந்தித்ததுவரை எல்லாவற்றையும் நான் விவரித்தபோது மூச்சடக்கி உட்கார்ந்து கேட்டார். இதையெல்லாம் கேட்டுக் கொண்டிருந்த அவருக்கும் மூச்சடைத்தது.

நான் மீண்டும் யாசிக்கும் குரலில் சொன்னேன்.

"ஆன்ட்டி என்னை எப்படியாவது பிஷப்கிட்ட சேத்துவிடுங்க. என்னால இனியும் இங்க இருக்க முடியாது"

இதயத்தில் அடக்கி அழுத்தி வைத்த துக்கம் முழுவதும் கண்ணீராய்க் கொட்டிவிடுமென்று நினைத்தேன். நான் என்னை மிகுந்த கட்டுப்பாட்டுக்குள் வைக்க முயன்று தோற்றேன்.

ஆன்ட்டி கொஞ்சநேரம் எதையோ யோசித்தபடி இருந்தார். கண்களை மூடி நிற்கும் உருவம் அவருடைய முகத்திற்கு ஒத்துப் போகவேயில்லை.

''அவங்க இந்த வீட்டுக்கு வந்ததிலிருந்தே அங்க என்னவோ பிரச்சனை நடக்குதுன்னு நானும் நினைச்சேன் உமா'' சொல்ல வந்ததை முழுமையாகச் சொல்ல தைரியமின்றி ஆன்ட்டி பாதியில் நிறுத்தினாள்.

''நான் உனக்கு செயிண்ட் லாரன்ஸ் சர்ச்சிலிருக்கும் ஃபாதரை அறிமுகப்படுத்தறேன். பிஷப்கிட்டப் போக உனக்கு ஃபாதர் உதவி செய்வார்''

என் கண்களின் ஈரம் உலர்ந்தது. லேசான வெளிச்சம் படர்வதை உணர்ந்தேன். புறப்படத் தயாரானேன்.

வெளியே வந்தவுடன் என்னைப் பக்கத்தில் கூப்பிட்டு மெதுவாகச் சொன்னார்.

''மோளே, இதெல்லாம் அம்மாவுக்குத் தெரியக்கூடாது. என்னால அப்பறம் நிம்மதியா இங்க வாழ முடியாது''

அவருடைய பயந்த வார்த்தைகளைக் கேட்டு எனக்குச் சிரிப்பு வந்தது. எல்லோரும் பயப்பட அந்தப் பெண்மணி யார்? யாராலும் புரிந்துகொள்ள முடியாத புதிரானவளா என் அம்மா?

அன்று மாலையே என்னை கிரேஸி ஆன்ட்டி லாரன்ஸ் சர்ச்சுக்குக் கூட்டிப் போய் ஃபாதரிடம் அறிமுகப்படுத்தி எல்லாவற்றையும் சொன்னாள். ஃபாதர் தந்த கடிதத்துடன் மறுநாள் நான் 'அம்பலப்புரம் பெருங்காட்டூரில்' உள்ள போப் ஜான் பால் பீஸ் ஹோமுக்குப் போனேன். போகும்போது பாட்டியிடம் மட்டும் சொன்னேன். எல்லாவற்றையும் கேட்ட அந்த முதிய இதயம் கேவியது. என்னுடையது உறுதியான தீர்மானம் என்று தெரிந்தபிறகு தலையில் கை வைத்து ஆசிர்வதித்துச் சொன்னாள்.

''நல்லா வருவே மோளே, இங்க யாரும் உன்னோட வாழ்க்கைக்காக யோசிப்பாங்களான்னு எனக்குத் தெரியல''

வாழ்வின் கடைசி நாட்களில் அமைதியை இழந்துபோய் வாழும் அந்த முதியவளின் வார்த்தைகளிலும் சலிப்பு பட்டுத் தெறித்தது.

‘‘நானும் போறேன் மோளே. எனக்கும் போதும்னு ஆயிடிச்சு, இங்க என்னமோ ஆகட்டும்.’’ பாட்டியைத் தேற்ற என்னிடம் எங்கே வார்த்தைகள் இருக்கிறது? இல்லையென்றாலும் அவரை விட எனக்கு இங்கேயிருப்பது வெறுத்துப் போயிருந்தது.

நான் சொல்லிவிட்டுக் கிளம்பும்போது வானம் கறுத்து இருண்டிருந்தது. மூச்சு முட்டுமளவுக்கு இருக்கும் எண்ணங்களை வெளியே கொட்டிவிட வெம்பி நிற்பதுபோல என் மனதிலும் கார்மேகமொன்று அடைத்து நின்றது.

போப் ஜான்பாலின் பீஸ் ஹோமிற்கு வந்து சேர்ந்தபோது மெல்லிய மழைத் தூறலிட ஆரம்பித்தது. நீண்ட விசாலமான முன் வாசலில் மழைநீர் துளிகளாய் பெய்ய ஆரம்பித்திருந்தன. நான் ஓடிப் போய் போர்டிகோவில் நின்றேன். நீலநிறப் பார்டரில் வெள்ளைச் சேலை கட்டியவர்கள் பீஸ் ஹோமிலும் இருந்தார்கள். நீளமான பெரிய இரண்டு அடுக்கு மாடிக் கட்டிடம்.

போப் இரண்டாம் ஜான்பாலின் இந்திய வருகையின்போது திருச்சூர் ஆர்ச் பிஷப்பைச் சந்தித்ததை நினைவுகூறும் விதமாக இந்த பீஸ் ஹோமிற்கு அவருடைய பெயரை வைத்திருக்கிறார்கள். 1986 ஃபெப்ரவரி ஏழாம் தேதிதான் இதைத் திறந்து வைத்திருக்கிறார்கள். திக்கற்றவர்களுக்காக இப்படியான ஹோம் தொடங்கவேண்டும் என்பது ‘குண்டுகுளம்’ ஃபாதரின் விருப்பமும் கனவுமாகயிருந்தது.

நான் உள்ளே போனேன். என் வருகையின் நோக்கத்தைத் தெரியப்படுத்தியபோது நல்ல நிறமுள்ள, மெலிந்த சிஸ்டர் பிஷப்பின் முன்பு கூட்டிக்கொண்டு போனார்.

பிஷப்பைப் பார்த்தவுடன் நான் வணங்கினேன். அவரும் வணங்கினார். லாரன்ஸ் சர்ச்சின் ஃபாதர் தந்த கடிதத்தை பிஷப்பிடம் கொடுத்தேன். கடிதத்தை வாங்கிப் படித்தார். நான் அவரையே பார்த்துக் கொண்டிருந்தேன்.

வழுக்கைத் தலையும் சதுர வடிவமுள்ள கருப்புக் கண்ணாடியும் அணிந்த மீசை, தாடி ரோமங்களற்ற முகம். கழுத்திலிருந்து வயிற்றில் விழும் சிலுவை. உதடுகளில் நிலையான சிரிப்பு தங்கியிருந்தாலும் கம்பீரமும் குடி கொண்டிருந்தது. பாவப்பட்டவர்களின் தகப்பன் என்று அறியப்படும் 'ஃபாதர் குண்டுகுளம்'

"உமாதேவி..." மூக்கின் நுனிக்குச் சாய்ந்திறங்கிய சதுர வடிவமுள்ள கண்ணாடியைச் சரி செய்தபடி என்னை அழைத்தார்.

"இப்படி ஒரு ஆசை உனக்கு வரக் காரணம் என்ன?"

பிஷப்பின் இந்தக் கேள்வியை நான் எதிர்பார்த்திருந்ததால் சட்டென பதில் சொன்னேன்.

"இப்ப தோணனதில்லை ஃபாதர். இப்படியொரு ஆசை என்னோட சின்ன வயசிலயிருந்தே இருக்கு"

பிஷப் மெல்லச் சிரித்தார்.

நான் சிந்தாமணிப்புதூரின் பால்ய வாழ்வைப் பற்றிச் சொன்னேன். அப்பாவுடன் கவுண்டர்களின் வீட்டிற்கும் சக்கிலியர் காலனிக்கும் போயிருப்பதைப் பற்றி விவரித்தேன். மதர் தெரசாவைக் காண நான் எடுத்த முயற்சிகளும் அது சாத்தியப்பட்டதுமென எல்லாவற்றையும் நிறுத்தாமல் சடசடவெனச் சொன்னேன். சொல்லி முடித்தபோது உறுதியான வார்த்தைகள்தான் அவையென்று நான் நினைத்தேன். அது பிஷப்பைத் தொட்டுச் சென்றது.

"நீ இங்க இருப்பதில் எந்தப் பிரச்சனையும் இல்லை. ஆனால் இதொரு அவசர முடிவாக மாறக் கூடாது. நாம் பார்த்துக் கொள்ள வேண்டியது பல மனநிலையில் உள்ள மனிதர்கள் என்பதைப் புரிந்துகொள்ளவேண்டும். தீராத வியாதியில் இருப்பவர்களும் மன வியாதிகளில் இருப்பவர்களும் வயதாகிப் போய் தனிமைப் படுத்தப்பட்டவர்களும்....

ஒரு நிமிட மௌனத்திற்குப் பிறகு என் கண்களை நேராகப் பார்த்து மீண்டும்...

"சேவை என்பது யாருடனோ ஏற்பட்டிருக்கும் பகையையோ கோபத்தையோ தீர்ப்பது அல்ல. பிடிவாதமும் வைராக்யமும் கொண்டு செய்வதுமல்ல. அது சமர்ப்பணத்தோடு செய்ய வேண்டியது. மனசையும் உடலையும் அதற்காக பூர்ணமாக அர்ப்பணிக்க வேண்டும்"

பிஷப்பின் ஒவ்வொரு வார்த்தையையும் மிகுந்த சிரத்தையுடன் கேட்டுக் கொண்டிருந்தேன். மதர் சொன்ன வார்த்தைகளும் என் மனதில் மின்னலோட்டியது. சேவை செய்ய மனசுள்ளவர்களுக்குத் தன் முன்னாலிருக்கும் நிராதரவான ஆட்களைப் பார்க்காமல் இருக்க முடியாது. ஆமாம், நான் பார்க்கிறேன், என் கண்கள் முன்பாக நான் காண்கிறேன்.

தீராத வியாதிகளில் உழல்பவர்கள், மன நோயாளிகள், ரணம் உடைந்து, சீழ் வைத்து, வலியைத் தின்று வாழ்வை நகர்த்துபவர்கள். நிராதரவான எத்தனையெத்தனை மனிதர்கள்!

"இல்லை ஃபாதர். என் தீர்மானம் யாரிடமும் ஏற்பட்டிருக்கும் பகையல்ல, பிடிவாதமுமல்ல, நிராதரவான மனிதர்களுக்காக, என் மனதையும் உடலையும் நான் பரிபூர்ணமாக அர்ப்பணித்திருக்கிறேன்.

என் உறுதியான சொற்கள் மூலம் என் மனதைப் புரிந்துகொண்ட பிஷப் மென்னகை புரிந்தபடி என்னைப் பக்கத்தில் கூப்பிட்டு ஆசிர்வதித்தார். அந்த உதடுகளில் பிரார்த்தனை மந்திரம் பூத்தது. வெளியே மழை அடர்ந்து பெய்து கொண்டிருந்தது. அமர்ந்து பெய்த மழைத் துளியிலொன்றைத் திறந்திருக்கும் ஜன்னல் கம்பிகள் வழியாக ஒரு குளிர்க்காற்று உள்ளே அழைத்து வந்து என் முகத்தைச் சில்லிட வைத்தது. என் உடலை அது குளிர்வித்துச் சென்றது.

காலம் எனக்காக இந்த சாந்தி பவனத்தைக் கைக்குள்ளாக வைத்திருந்தது என்று எனக்கு முதல் நாளிலேயே தோன்றியது. தகப்பனைப் போல நடந்துகொள்ளும் பிஷப், உடன் பிறந்தவர்களைப் பார்த்துக்கொள்வது போன்ற சிஸ்டர்கள், மேலும் உடனிருப்பவர்கள். வாழ்க்கையின் சந்தோஷம் என்பது சுயமாக நாமே தேடிக் கொள்வதுதானென்று எனக்குத் தோன்றியது. அதை நான் கண்டடைந்திருக்கிறேன். போப் ஜான் பால் பீஸ் ஹோம் எனக்கு ஆனந்த பவனமாக மாறியது.

வயதானவர்கள், வியாதியில் உழல்பவர்கள், மன நோயாளிகள் என அனேகர் அங்கிருந்தார்கள். போய் இரண்டாம் நாள் முதல் நான் மற்ற சிஸ்டர்களோடு வேலைகளில் ஈடுபட்டேன். சிலருக்கோ நேரத்திற்கு மருந்துகள் எடுத்துக் கொடுத்தால் போதும். வேறு சிலருக்குக் கட்டிலிலிருந்து எழுந்திருக்க வேண்டுமானால்கூட உதவி தேவைப்படும். அவர்களை எழுப்பி, பல் தேய்த்துக் கொடுத்து சாப்பாடு ஊட்ட வேண்டும். அசதியோ தளர்ச்சியோ பழக்கமின்மையோ இல்லாமல் நோயாளிகளைப் பல் தேய்த்தும், குளிக்க வைத்தும், ரணத்தைக் கழுவிப் புண்ணில் மருந்து வைத்துக் கட்டியும் நான் மற்றவர்களோடு இணைந்தேன். என் செயல்களைப் பார்த்து சிஸ்டர்களுக்கு ஆச்சரியமானது. அன்று மாலை பிரார்த்தனைக்கு உட்காரும்போது ஸ்டெல்லா சிஸ்டர் அதைச் சொன்னாள்.

''உமா நம்மை அதிர்வுக்குள்ளாக்குகிறாள். வருடக் கணக்கில் செய்து பழக்கப்பட்ட கையாய் இந்தச் சின்னப்பெண் நோயாளிகளைக் கையாளும் விதம் ஆச்சரியமாயிருக்கிறது. அவர்களோடு சிரித்தும் பேசியும் அவர்களில் ஒருவராய் உடன் நின்று ஒவ்வொன்றையும் செய்வதைப் பார்க்கும்போது இந்தச் சின்ன வயதில் எப்படி இவளுக்கு இதெல்லாம் சாத்தியப்படுகிறது என்று எனக்கு ஆச்சரியமாகயிருக்கிறது''

மற்ற சிஸ்டர்கள் கைதட்டி அவர்களுடைய ஆமோதிப்பையும் தெரிவித்தபோது எனக்கு மகிழ்ச்சியாயிருந்தது. இதெல்லாம் பழக்கம்தானென்று கூப்பிட்டுச் சொல்லத் தோன்றியது. அப்பா கற்றுக் கொடுத்த நல்ல பாடமிது.

முதல் முதலாய் அப்பாவுடன் கவுண்டர்களின் வீட்டிற்குப் போனதை நான் யோசித்துப் பார்த்தேன். தோல் சுருங்கி வயதான மனிதர்களின் பழுத்த வீச்சமடிக்கும் புண்கள், புண்கள் பழுத்து உடைந்து சீழ் வடியும் காலின் வலியைச் சகிக்க முடியாமல் கத்தும் கிழவிகள், அவர்களுக்குப் பக்கத்தில் உட்கார்ந்து அவற்றைக் கழுவி மருந்து வைத்துக் கட்டும் அப்பா, அருவெறுப்பும் வெறுப்புமாக அறையின் மூலையில் ஒளிந்து நிற்கும் நான்...

"உமா நீ வளரும்போது அவர்களையும் உன்னோட பாட்டியா பாக்க முடியும்" அப்பா சொன்ன வார்த்தைகள் என் இதயத்தில் தினமும் உள்குரலாய் ஒலித்தது.

எழுந்து நின்று எனக்கு என் உயரத்தைப் பார்க்க வேண்டும் போலிருந்தது. நிஜமாகவே நான் உயரமாக வளர்ந்து விட்டேனா? இன்று ஒவ்வொருத்தருக்கும் சிகிச்சை அளித்தபோது அவர்களெல்லாம் என்னுடைய சொந்தம் என்பது போலத்தான் கவனித்தேனா? அப்படியானால் நான் உயரமாக வளர்ந்திருப்பேனா?

நாடக வேலைகள் முடியக் காத்திருந்தாள் அம்மா. நான் பீஸ் ஹோமிற்கு வந்தது அவளுக்குத் தெரியும். பாட்டியிடமும் கிரேஸி ஆன்டியிடமும் அம்மா பத்ரகாளியாய் மாறிச் சண்டை பிடித்திருக்கிறாள். வேதனை சகிக்க முடியாத பாட்டி அவளுடைய வீட்டிற்குத் திரும்பிப் போயிருக்கிறாள்.

என்னை ஒரு பிணைக்கைதி ஆக்குவதே அவளுடைய ஆசை. நிம்மதியின், சந்தோஷத்தின் ஒரு துளியைக்கூட அனுபவிக்க என்னை அனுமதிக்கக் கூடாது என்று தீர்மானம் எடுத்திருப்பாளோ?

நாடகத்தின் முதல் ஷோ முடிந்த மறுநாளே அம்மா பிஷப்பை வந்து பார்த்தாள். பிஷப் என்னைக் கூப்பிட்டு அனுப்பினார்.

''நான் இதயமே இல்லாத அம்மாவென்று நீங்க நெனக்கக் கூடாது ஃபாதர். என் மகளோட வளர்ச்சியைத்தான் நான் ஆசைப்படுகிறேன்''

அம்மா பிஷப்பின் முன்னால் மனனம் செய்த நாடகத்தின் உரையாடல்களை ஒப்பிப்பது போல எனக்குத் தோன்றியது. பிஷப் அமைதியாய் எல்லாம் கேட்டுக்கொண்டார். ஒவ்வொரு விஷயத்தையும் சொல்லிச் சொல்லி அம்மா அழுதாள். அப்பாவின் குணம் சரியில்லாததால்தான் தன் வாழ்க்கை சீரழிந்ததென்றும் மகளைக் கூடத் தன்னிடமிருந்து அகற்றி விட்டார் என்றும் அம்மா பொய்யாய்ப் பொழிய ஆரம்பித்தாள்.

பிஷப்பின் முகத்தில் கொஞ்சம் கோபம் வர ஆரம்பித்ததை நான் கவனித்தேன். எல்லாமே சொல்லியிருந்தேனே, இருந்தும் இந்த நடிப்பை அவர் நம்பி விட்டாரோ?

மனதில் தோன்றிய எண்ணங்களையும் பதட்டங்களையும் கோபங்களையும் திறந்து வெளிப்படுத்தாமலிருக்க நான் மிகவும் சிரமப்பட்டேன். ''உமாவே முடிவு செய்யலாம்'' பிஷப்பின் உறுதியான குரல்.

''நீ விருப்பப்பட்டே இங்கு வந்தாய், சேவைக்காக வருபவரை பீஸ் ஹோம் நிராகரிக்காது'' பரிதாபம் கோரி நின்ற அம்மாவின் கண்களைப் பார்த்து பிஷப் தன் நிலைப்பாட்டைச் சொன்னார். அம்மா முகம் சுருக்கி என்னைப் பார்த்தாள். அம்மா சொன்னது மிகுந்த அபத்தமென்று உரக்க உரக்கச் சொல்ல நினைத்தேன். ஆனால் நான் நினைத்த எந்த வார்த்தைகளும் வெளிவரவில்லை. வந்தது இது மட்டும்தான்.

''நானே விரும்பித்தான் இங்க வந்தேன். இங்கயே தொடர்ந்து இருக்கத்தான் நான் ஆசப்படறேன்''

கோபத்துடன் அம்மா முகத்தைத் திருப்பிக்கொண்டாள். பிஷப் அவரை சமாதானப்படுத்த முயன்றார்.

"உமாவோட விருப்பம் போல இங்கேயே இருக்கட்டும், தொடர்ந்து அவள் இங்கேயே படிக்கட்டும். இந்த வயதில் இப்படியொரு தெய்வீக மனசிருப்பதே அசாதாரணம். நல்ல மனசுள்ளவர்களுக்கே அது சாத்தியப்படும். உமாவுக்கு அது இருக்கிறது"

பிஷப்பின் வார்த்தைகளின் தீவிரம் என்னைப் புளகாங்கிதமாக்கியது. அவரிடமிருந்து கேட்ட வார்த்தைகள் பெரிய அங்கீகாரமாகத் தோன்றியது. தோல்வியுற்றவளைப்போல ஒரு நிமிடம் முகம் குனிந்திருந்த பிறகு அம்மா அறையிலிருந்து இறங்கிப் போனாள். அவளுக்குள்ளிருந்த கோபத்தை உணர்ந்ததைப்போல பிஷப் என்னைப் பார்த்துச் சொன்னார்.

"உமா நாம் கருணையோடு இருப்பது அந்நியர்களிடம் மட்டுமல்ல. நம் பெற்றோர்களோடும் உடன் பிறந்தவர்களோடும் கருணையாக இல்லாதவர்கள் எப்படி மற்றவர்களிடம் அப்படி இருக்க முடியும்? அம்மாவைக் கஷ்டப்படுத்தாதே"

துக்கத்தில் என் முகம் குனிந்தது.

பிறகான ஒரு வாரம் எந்தப் பிரச்சனையும் இல்லாமல் கடந்து போனது. அந்த நாட்களில் மற்ற எதைக் குறித்தும் சிந்திக்காமல் முழு நேரமும் மனசையும் உடலையும் அர்ப்பணித்து நான் சேவை மனதோடு சொஸ்தமாயிருந்தேன். ஆனால், அன்று பிஷப் ஹவுஸிலிருந்து தோல்வியுற்றவளாக இறங்கிப் போனபோதே அம்மா மனதில் திட்டமிடத் தொடங்கியிருந்தாள். அதன் முடிவுதான் ஒரு வாரத்திற்குப் பிறகு பிஷப் ஹவுஸுக்குப் பத்துப் பதினைந்து பேரோடு அவளின் வருகையாக அரங்கேறியது.

மகளை மதம் மாற்றச் செய்யும் தந்திரம் இதுவென்று சில இந்துத்வ அமைப்பின் ஊழியர்களோடு அம்மா பிரசன்னமானாள். விஷயத்தை மதப் பிரச்சனையாக மாற்றி முடிக்க வேண்டுமென்பதுதான் அம்மாவின் தீர்மானம். பிஷப் ஹவுஸின் முன்பு கூடியுள்ள கும்பல் எனக்காகக் கூடியிருக்கிறது என்று தெரியவந்தபோது மிகுந்த பயமும் துக்கமும் தோன்றியது. ஃபாதர் அவர்களுடன் பேசி விஷயத்தைச் சுமுகமாக முடிக்க முயன்றார். மதமாற்றமல்ல பீஸ் ஹோமில் நடப்பது என்று அவர்களை உள்ளே அழைத்து நிரூபிக்க ஆரம்பித்தார். ஆனாலும் மத வெறியால் முழுவதையும் நாசமாக்க சிலர் கோபத்துடன் கேவலமான மொழியில் பேச ஆரம்பித்தார்கள். கடைசியில் வேறு வழியில்லாமல் பிஷப் என்னையே உண்மையைச் சொல்லச் சொன்னார்.

என் விருப்பப்படிதான் பீஸ் ஹோமிற்கு வந்தேன் என்றும் என்னை யாரும் மதம் மாற்றவில்லையென்றும் நான் இப்போதும் உமாதானென்றும் அவர்களுக்கு முன்னால் தெளிவாய்ச் சொன்னேன். சிலர் என்னைப் பரிகசித்தார்கள். கடைசியில் அம்மாவை விலக்கி விட்டுக் கடுமையாகப் பேச வேண்டியதானது.

''நான் எல்லாவற்றையும் சொல்வேன். என் சுய மரியாதையையும், வாழ்க்கையையும் மிதித்துக் குலைக்கத்தான் நீங்கள் இப்போது வந்திருக்கிறீர்கள் என்றும் சொல்வேன்''

என் பயமுறுத்தல்களுக்குப் பலன் இருந்தது. கூட்டிக் கொண்டு வந்த ஆட்களுக்கு முன்னால் அவமானப்படக் கூடாதென்று அம்மா மீண்டுமொருமுறை என்முன் மண்டியிட்டாள்.

பிஷப்பின் மேல் சபையின் நெருக்குதல்கள் தீவிரமாயின. இவ்வளவு உணர்வுபூர்வமான பிரச்சனையை ஏற்றெடுக்க வேண்டாமென்று சபை உபதேசித்தது. ஆனால் பீஸ் ஹோமின் நாட்கள் வாழ்வைப் பற்றிய புதிய தரிசனங்களை எனக்குக் கொடுத்திருந்தது. மனித வாழ்வின் ஆதரவற்ற தன்மையை மிக ஆழமாக உணர அங்கே

வாழ்ந்து தீர்க்கும் ஒவ்வொரு ஜீவனின் கடந்தகாலமும் நிகழ்காலமும் எனக்கு உதவின. என் மனதின் சஞ்சலங்கள் ஒவ்வொன்றாய்க் கரைந்து போயின. நிராதரவான மனிதர்களுக்கு அபயம் கொடுக்கும் சாந்தமான பீஸ் ஹோமின் சாந்தத்தில் எனக்கும் பங்குண்டு என்று நினைத்தேன்.

ஆனால், என் வாழ்வின் இருண்ட காலம் முடிவுக்கு வரவில்லை. எந்த அடர் காட்டின் பொந்தில் ஒளிந்திருந்தாலும் என்னை வேட்டையாடியே தீருவேன் என்று திடமாய் நிச்சயித்தவண்ணம், பத்து மாதம் என்னைக் கருவறையில் சுமந்தலைந்தேன் என்று சொல்லிக்கொள்ளும் அந்த பெண்மணி முடிவு செய்திருந்தாள்.

அம்மாவின் பொருளாதாரப் பிரச்சனைகள் மிக மோசமான நிலையை எட்டிய நேரம். நான் பீஸ் ஹோமிற்குப் போய் ஒன்றரை மாதமாயிருந்தது. அன்று மதியம் இரண்டு பேர் பீஸ் ஹோமிற்கு வந்து அவர்களுக்குச் சேர வேண்டிய பணத்தைப் பற்றிக் கேட்டார்கள். பணத்தைப் பற்றிக் கேட்கும் போதெல்லாம் மகளைப் பற்றிச் சொல்லித்தான் அம்மா கடன் வாங்கியிருக்கிறாள் என்று அவர்கள் பிஷப்பிடம் சொன்னார்கள். மகள் பேரில் வங்கியில் பணம் இருக்கிறதென்றும், பதினெட்டு வயது முடிந்தால்தான் அதை எடுக்க முடியுமென்றும் பொய்களை அம்மா பலரிடமும் சொல்லியிருக்கிறாள். அதன்பிறகான ஒவ்வொரு நாளும் இதே மாதிரியான ஆட்கள் வரத் தொடங்கினார்கள். என்னால் பிஷப்பிற்கும் பீஸ் ஹோமில் மற்றவர்களுக்கும் நிம்மதியில்லாமல் போகிறதென்று எனக்குப் புரிந்தது. ஒருநாள் மாலையில் பிஷப் என்னை அறைக்குக் கூப்பிட்டார்.

"உமா...

முக்கியமான விஷயத்தை அவர் சொல்லப் போகிறார் என்பது மட்டும் அவருடைய குரலிலேயே தெரிந்தது.

"இங்கேயிருக்கும் சூழல் என்னவென்று உனக்கு நல்லா புரிஞ்சிருக்குமே. பலவிதமான நோயாளிகளும் வயதானவர்களும் தங்குமிடம் இது. அவர்களுடைய அமைதியான தங்குதலுக்கு பங்கம் ஏற்படும் எந்தச் செய்கையும் நம் பக்கத்திலிருந்து ஏற்படக்கூடாது"

பிஷப் என்ன சொல்லவருகிறார் என்று எனக்கு நன்றாகப் புரிந்தது. எனக்குள்ளாக ஒரு தகிப்பை நான் உணர்ந்தேன். கண்களில் ஈரம் படர்ந்தது. அவர் அதைப் பார்க்காமலிருக்கச் சட்டென நான் முகம் துடைத்தேன்.

"உன்னோட நிலைமை என்னன்னு எனக்குத் தெரியும். முன்பு ஏற்பட்ட பிரச்சனைகளை இப்போதுதான் தீர்த்திருக்கிறோம். தொடர்ந்து இப்படி நடந்தால்..."

என் துக்கம் புரிந்ததால் அவர் அதை முழுமையடையச் செய்யவில்லை.

அவமானமும் சங்கடமுமாய் குனிந்த என் முகத்தைப் பிடித்து உயர்த்தி அவர் சொன்னார்.

"இன்று மத்தியானம் கூட உன்னோட அம்மா ஃபோனில் கூப்பிட்டார். அவர்களுடைய பிரச்சனைகள் பற்றித்தான் பேசினார். பொருளாதாரப் பிரச்சனை, அவ்வளவுதான். பணம் கொடுத்தவர்கள் பயமுறுத்துகிறார்களென்று சொன்னார். நீ ஒருமுறை வீடு வரைக்கும் போய்ப் பாத்திட்டு வா"

காலம் என்னிடம் கருணையற்றதாய் நடந்து கொள்கிறதென்று நம்பினேன். அதீதத் தனிமைக்குள்ளாக்கப்பட்டேன். இனி எந்தத் திசையில் நான் பறப்பேன்? எந்த ஆகாயத்தின் உயரத்திற்குப் பறந்தால் நான் என் சுதந்திரத்தோடு வாழ முடியும்?

என்னுடைய திறமையிலும் சேவை மனப்பான்மையிலும் பிஷப்பிற்கும் பீஸ் ஹோமின் உள் நோயாளிகளுக்கும் கொஞ்சமும்

சந்தேகமில்லை. ஆனால் என்னைச் சொல்லி நடக்கும் போரின் கூர் ஆயுதங்களைத் தாங்கும் சக்தி அவர்களுக்கில்லை. அவர்களுக்கும் பீஸ் ஹோமிற்கும் என்னால் களங்கம் வரக் கூடாதென்ற உறுதியான தீர்மானத்துடன் நான் அங்கிருந்து வெளியேறினேன்.

புறப்பட்டு வரும்போது பிஷப் புன்னகைத்தபடி சொன்னார். "உமா நீ எப்போது வேண்டுமானாலும் வரலாம், உன்னோட தீர்மானங்களை முறியடிக்க யார் நினைத்தாலும் முடியாது"

காலத்தின் போக்கில் நான் வீழ்ந்து விட்டிருந்தேன். இந்தப் பள்ளத்திலிருந்து மீள எனக்கு வேறு வழியேயில்லை.

ஆறு

வழக்கமில்லாமல் அதிர்ந்த முகத்தோடிருந்தாள் அம்மா. எரிச்சலும் சங்கடமும் இருந்தாலும் எதையும் வெளிக்காட்டாமல் அனைத்தையும் உள்ளே ஒதுக்கி வேறு வழியின்றி எதிர் வருவதை அனுபவித்தே ஆக வேண்டும் என்ற நிலையில் நான் இருந்தேன். கடந்த காலங்கள் அத்தனையிலும் நிறைய பிரச்சனைகளை எதிர் கொண்டிருந்தாலும் அம்மாவைப் பொறுத்தமட்டில் அது தாங்க முடியாததாக இருந்தது. பணம் கொடுத்தவர்கள் எல்லாம் ஒன்று சேர்ந்திருந்தார்கள்.

சாத்வீகம் தாண்டி பயமுறுத்தல்கள் ஆரம்பித்திருந்தன. பலரும் வீட்டிற்கே வந்து பிரச்சனை செய்யத் தொடங்கியிருந்தார்கள்.

"உமா...

என் கையைப் பிடித்தபடி அம்மா கூப்பிட்டாள். அந்தத் தொடுதலுக்குப் பூடகமான பல அர்த்தங்கள் இருந்தன.

"நான் உன்னைக் கவனிக்கவில்லை, சரிதான், உனக்கு என்மேல் கோபம் இருக்குன்னு எனக்குத் தெரியும். ஆனா, நான் இப்ப சொல்லப் போறதை நீ கேக்கணும்" அவளுடைய கண்கள் யாசிப்பது போல என்னைப் பார்த்தன.

பரிதாபத்துடன் அம்மா எதையோ சொல்ல ஆரம்பித்தாள்.

சொல்லப்போவது முழுக்க நம்ப முடியாத பொய்கள் என்பதில் எனக்குச் சந்தேகமே இல்லை. நான் அடக்கி வைத்த வெறுப்பு முழுவதும் எந்த நொடியிலும் வெடித்து விடலாம்.

அதனால் பிரயோஜனமில்லை. முழுமையாகப் பொறுமை காக்க வேண்டும். பீஸ் ஹோமில் நான் தங்கியது கொஞ்ச நாளேயானாலும் அங்கேயிருந்து நான் கற்றுக் கொண்டது வாழ்நாள் முழுமைக்குமானது.

மன்னிக்கவும் சகித்துக் கொள்ளவும்தான் இந்த வாழ்க்கை. பரஸ்பரம் பழி தீர்த்துக் கொள்ளவும் போரிடவுமல்ல.

நான் மூச்சடக்கி நின்றிருந்தேன்.

''கலங்கி அடித்து சேறாகப்போய்க் கொண்டிருக்கும் என்னுடைய இந்த வாழ்க்கைக்கு உன்னையும் இழுத்து விடக்கூடாதுன்னு நானும்தான் ஆசப்படறேன் உமா. ஆனால் எல்லாம் என் கையிலிருந்து நழுவிப் போயிடிச்சு''

கையறு நிலையில் அம்மா என் முகத்தைப் பார்த்தாள். நான் என் மௌனத்தைத் தொடர்ந்தேன்.

''ஒண்ணு ரெண்டு ரூபாயில்ல, பல லட்சங்களுக்கு நான் பதில் சொல்லியே ஆகணும். அதை எப்படிக் கொடுத்துத் தீக்கறதுன்னு எனக்கு எந்த நிச்சயமுமில்ல. அவங்க இப்ப போலீசுக்கும் போயிட்டாங்க''

நான் ஒன்றும் பேசவில்லை. என்னிலிருந்து எந்தப் பதிலையும் அவள் எதிர்பார்க்கவுமில்லை. சொல்லி முடிக்க வேண்டிய அவசரத்திலிருந்தாள் அவள்.

''நான் கொஞ்ச நாளைக்கு இங்கேயிருந்து வெளிய எங்காவது இருக்கலாம்னு முடிவு செஞ்சிருக்கேன்''

அப்படியானால் என்னை எதற்காக இப்படித் தண்டிக்கிறீர்கள் என்ற பாவத்தில் நான் முகம் உயர்த்தி சந்தேகமாய் அம்மாவைப் பார்த்தேன். என் பார்வையின் அர்த்தம் புரிந்தது என்பது மாதிரி அம்மா பதில் சொன்னாள்.

''என்னைப் பார்க்காமலிருந்தா அவங்க உன் பின்னால வருவாங்க. உன்னைத் தொந்தரவு செய்வாங்க. எந்த எல்லைக்கும் போகத் தயங்க மாட்டாங்க. அவங்க சொல்றதையும் செய்றதையும் பாத்தா...'' வார்த்தைகளைப் பாதி வழியில் முறித்துப் போட்டபடி என் தோளை அழுத்திப் பிடித்தாள்.

அந்தக் கையின் தொடுதல் எனக்கு அசௌகரியமாயிருந்தது. என் தோளைக் குலுக்கி நான் தள்ளி உட்கார்ந்து சுரத்தில்லாமல் சொன்னேன்.

''நான் அப்பாகிட்ட போறேன், நீங்க தொல்லை குடுக்காம இருந்தாபோதும்''

என்னுடையது யாசிப்பின் குரலாக இருக்கவில்லை. அம்மாவின் முகத்தில் அப்பட்டமாய்த் தெரிந்த தோல்வியையும் இயலாமையையும் பார்த்தபோது கோபப்படவும் முடியவில்லை. பதிலாகச் சாந்தமாக என் எதிர்ப்பைச் சொன்னேன்.

சூன்யத்தைப் பார்த்துக்கொண்டு அம்மா சொன்னாள்.

''அவங்களுக்கு சிந்தாமணிப்புதூரும் தெரியும். நான் இங்க இல்லாட்டா என்னைக் கண்டுபிடிக்க அவங்க அங்கயும் வருவாங்க.''

ஒன்றும் சொல்ல முடியாமல் என் நாக்கு உள்ளிழுத்துக் கொண்டது. சொல்வதில் பொய் எது? உண்மை எது? என்று புரிந்துணர முடியாமல் அம்மாவின் கண்களைப் பார்த்தேன். இரண்டு கண்களிலும் பயம் குடி கொண்டிருந்ததை நான் உணர்ந்தேன். எனக்கு அப்போதும் அம்மா சொல்வதை முழுக்க நம்ப முடியவில்லை.

அன்றிரவு நான் நிஜமாகவே பயந்து நடுங்கினேன். பத்து மணியிருக்கும். கதவை ஓங்கித் தட்டும் சத்தம் கேட்டு அம்மா பதறிப் போனாள். நான் லேசான உறக்கத்திலிருந்தேன்.

''கதவத் திறடி''

நாக்கு குழருவதைப் போலத் தெளிவற்றிருந்தது அந்த வார்த்தைகள். பதட்டம் மாறாமல் அம்மா நிச்சலனமாய் நின்றாள்.

''தொறக்கலன்னா மிதிச்சு ஒடச்சிடுவேன்''

கதவைத் தட்டுவது இடிப்பதைப்போலக் கேட்டது.

கதவு எந்த நொடியிலும் உடைந்து விழுமென்று தோன்றியது.

சமையலறையில் போய்க் கொடுவாளை எடுத்துக்கொண்டு அம்மா ஒரு முடிவுக்கு வந்தவள் போலக் கதவைத் திறந்தாள்.

பார்வைக்கு மரியாதையானவர்களென்றே தோன்றும் மூன்று ஆண்கள். மூன்று பேரும் பேண்டும் சட்டையுமணிந்திருந்தார்கள். அவர்களில் குண்டாக தொந்தியும் வழுக்கை மண்டையுமாக இருந்தவனின் கால்கள் தரையில் நிற்கவில்லை. மற்ற இரண்டு பேருக்கும் போதை தலைக்கேறி இருந்தாலும் நிலைமை அவர்களின் கட்டுக்குள்ளேயே இருந்தது.

''ஓ... எங்கள ஏமாத்திட்டு கதவைச் சாத்தி நிம்மதியா தூங்கப் போறியா?''

வழுக்கைத் தலையனின் வாயிலிருந்து கள்ளின் புளித்த நாற்றம் அந்த அறையை நிறைத்து குமட்ட வைத்தது. தரையில் பாவாத கால்களைக் கொண்டு வீட்டிற்குள் வர முயன்றபோது அம்மா கடுமையாய் எதிர்த்தாள்.

''வேணு சார், இந்த ஆளைக் கூட்டிட்டு போங்க. பணம் தர வேண்டியிருந்தா அதக் கொடுக்கலாம், அதுக்கு இந்த மாதிரி மோசமா

நடந்தால் மரியாதையா இருக்காது'' கையிலிருந்த கொடுவாளை உயர்த்தி அம்மா நர்த்தனமாடினாள்.

முதலில் கோபத்தைக் கண்டு கொஞ்சம் பின் வாங்கினாலும் பிறகு வழுக்கைத் தலையனின் வாயிலிருந்து புளித்து வெளியேறியது போதையின் நாற்றமல்ல. அவை கேட்கவே அருவெறுப்பு தோன்றும் முடை நாற்றமெடுத்த வார்த்தைகளாக இருந்தன.

உடன் வந்தவர்களில் ஒரு ஆள் பிடித்துத் தூர இழுக்க முயன்றபோது நெருங்க முடியாத கொம்பன் எருமையைப் போல அந்த ஆள் உதறினார். கேட்கக் கூடாத வார்த்தைகள் வரிசை கட்டின.

''ஓ... இவ கத்தியக் காமிச்சு பயமுறுத்தறாளாம் அதும் என்னையே...''

ஆடி உலைந்து போன அந்த ஆள் கீழே விழாமலிருக்க ஒரு கையைச் சுவரில் தாங்கிப் பிடித்திருந்தான். உள்ளே பயந்து ஒடுங்கி நின்றிருக்கும் என்னை அப்போதுதான் பார்த்திருப்பான் போலிருக்கிறது.

ஓ....அம்மாவும் மகளும் சேர்ந்து எங்களை ஏமாத்தித் தின்னு கொழுத்துப் போய் நிக்கிதுங்க பாரு''

அம்மா பொறுமையை முற்றிலுமாகக் கை விட்டிருந்தாள். கதவை இழுத்துமூட முயன்றபோது, அந்த ஆள் பிடிவாதமாகத் தள்ளித் திறந்தார். ஆக்ரோஷமாக அம்மா கொடுவாளை எடுத்துக்கொண்டு குதித்திறங்கினாள்.

''வெளியே போடா, போன்னு சொல்றேன்ல போ''

அம்மாவின் சத்தத்தைக் கேட்டு அவர்கள் மிரண்டு போனார்கள். உக்கிரரூபிணியாய் அம்மா நின்று அலறினாள். பக்கத்து வீடுகளிலுள்ளவர்கள் விளக்கைப் போட்டு கதவைத் திறந்து எட்டிப் பார்த்தார்களேயொழிய யாரும் உதவிக்கு வரவில்லை.

கூச்சலும் குழப்பமும் அதிகமானபோது வந்தவர்கள் மெல்ல பின் வாங்கினார்கள். போகும்போது கூட அந்த வழுக்கைத் தலையன் இருட்டின் அந்தகாரத்திற்குக் கெட்ட வார்த்தைகளைப் பொழிந்தபடியே போனான்.

"அம்மாவும் மகளும் சுகமாக வாழலாம்னு நெனக்க வேண்டாம், யாரையும் விட மாட்டேன்" சூன்யத்தில் வார்த்தைகள் சிதறின. இறுகிய முகத்துடன் அம்மா வாசலிலேயே நின்றாள்.

என் உடலில் ஒரு நடுக்கம் பாய்ந்து படர்ந்திருந்தது. எதையும் பார்க்கவும் கேட்கவுமில்லாமல் இறங்கி ஓடத் தோன்றினாலும் இருட்டின் அடர்த்தி என்னை பயமுறுத்தியது. அன்று முதன் முதலாய் எனக்கு இருட்டு பயமாகயிருந்தது. பீதியுடன் நான் சுவரில் சாய்ந்து நின்றேன்.

பயம் நெஞ்சுக் கூட்டிற்குள்ளாக அதிவேகமாய் முளைவிட்டுப் படர்வதால் என்னால் தூங்க முடியவில்லை. திரும்பி திரும்பிப் படுத்தேன். கண்களை இறுக்கி மூட முயன்றபோதெல்லாம் பயமுறுத்தும் சில உருவங்கள் என்னைச் சுற்றிலும் நாட்டியமாடுவது போலத் தோன்றியது. உக்கிரமாய்த் தொங்கவிடப்பட்ட நாக்குகளுடன் அது என்மேல் குதிப்பது போலிருந்தது. பயந்து கண்களைத் திறந்து பார்த்தால் அடர்இருட்டு மட்டுமாகயிருந்தது.

என்ன நடக்கிறதென்று ஒன்றும் புரியவில்லை.

என்ன செய்ய வேண்டுமென்ற நிச்சயமுமில்லால் எப்படியெப்படியோ இரவைக் கடத்தினேன்.

நான் கட்டிலை விட்டு இறங்கும்போது காலை எட்டரை மணியிருக்கும். காலைக் கடன்களை எல்லாம் முடித்து ஹாலுக்குப் போய் நின்றபோது அம்மாவுடன் ஒரு ஆளும் இருந்தார். கறுப்பு நிறமும் நீண்ட தாடியுமான ஒரு மனிதன். இரண்டு பேரும் காரசாரமான விவாதத்தில் இருந்தார்கள். நான் அறைக்குத் திரும்பி நடந்தேன்.

"மோளே" பின்னாலிருந்து அம்மாவின் அழைப்பைக்கேட்டு நான் திரும்பிப் பார்த்தேன்.

"வா, இங்க வந்து உக்காரு" அம்மா மென்மையாய்க் கூப்பிட்டாள்.

அவர்களுக்கு இடப் பக்கத்தில் நான் ஒரு நாற்காலியில் உட்கார்ந்தேன். நீண்ட தாடியுள்ள அந்த ஆள் என்னைப் பார்த்துச் சிரித்தார். நான் வெறுமனே உணர்வற்றுச் சிரித்தேன். அம்மா அவரை எனக்கு அறிமுகப்படுத்தினாள்.

"இவர் சம்சுக்கா. இங்க பக்கத்திலதான் வீடு. பம்பாயில சில பிஸினஸ் இருக்கு இவருக்கு"

கேட்க விருப்பமில்லாதது மாதிரி நான் உட்கார்ந்திருந்தேன்.

"நான் நேத்தே சொன்னேனே, என் பிரச்சனைகளுக்கு உன்னை கோர்த்து வைக்க எனக்கு இஷ்டமில்ல. அதனால் கொஞ்ச நாளைக்கு உனக்கு ஒரு வேலை ஏற்பாடு செய்யறதா இக்கா சொல்லியிருக்கார். என்ன ஆனாலும் இங்கயிருந்து வேற எங்கயாவது போனாத்தான் முடியும்"

கண்களை உயர்த்தி நான் அவருடைய கண்களுக்குள்ளாகப் பார்த்தேன். என் பார்வையின் வழியே மட்டும் எல்லாவற்றையும் பார்க்க நான் முயல்கிறேனா? என்னுடைய அவஸ்தைதான் அவர்களை அலட்டுகிறதா? இல்லை இதெல்லாம் தந்திரங்கள்தானா?

கேள்வி, குழப்பம், பயம் எல்லாம் என் பார்வையிலிருந்தது.

அம்மாவுடைய பேச்சு, வாழ்க்கை தன் அடுத்த அடியில் வழி அடைத்து நிற்பது போலவேயிருந்தது. அவர்களின் பிரச்சனைகளுக்கு நடுவில் நான் அறைந்து சாத்தப்பட்டிருப்பதாய் அவர்களுக்கும் தோன்றியிருக்கக்கூடும். இக்கா என்று அம்மா அறிமுகப்படுத்திய தாடிக்காரன் அமைதியாக உட்கார்ந்திருந்தான். அம்மாதான் அவருக்குமாகப் பேசுகிறாள் என்று தோன்றியது.

''இப்ப நீ கொஞ்ச நாளைக்கு இக்காவோட பாம்பேக்கு போய் அவர் சொல்லும் வேலைக்குப் போ. அப்பறமா என்ன செய்யலாம்னு தீர்மானிக்கலாம்''

அம்மா எல்லாம் முடிவு செய்திருந்தாள். என் வாழ்க்கையை அவள் தீர்மானித்திருந்தாள். தோன்றும் போதெல்லாம் டிசைனை மாற்றி வரைந்து கொள்ள சுதந்திரமிருக்கும் ஆர்க்கிடெக்டைப் போல அம்மா என் வாழ்க்கையின் கோட்டோவியங்களைத் தயார் செய்கிறாள்.

எனக்கு எங்கேயும் போக விருப்பமில்லை என்ற வெறுப்பான வார்த்தைகள் என் தொண்டையில் சிக்கி வெளிவர மறுத்தன. பதிலாக நேற்றிரவு என்னை பயமுறுத்தின இருட்டும், என்னை விழுங்கத் தயாராக வந்த அந்த உருவங்களும் என் மனதில் மின்னி மறைந்தன.

தப்பித்துப்போக வேண்டும், எங்கேயாவது தப்பித்துப்போக வேண்டும்.

வெளியே காற்று வீசிக் கொண்டிருந்தது. ரயிலின் துருப்பிடித்த ஜன்னல் கம்பிகளுக்கிடையில் குளிர்க்காற்று என் காதுகளில் முத்தமிட்டது. புதியவராய் இருந்ததாலும் அப்பாவை விட வயதான ஆணுடன் போகும் பயணம் என்னில் பயமேற்படுத்தவில்லை.

அதிகம் பேசாதவராகயிருந்தார். நிற்பதிலும் நடப்பதிலும் லேசான பதுங்கல் தெரிகிறது. ஒருவேளை எனக்குத் தோன்றியதாகவும் இருக்கலாம். அவருடைய தொழில் என்னவென்றும் என்ன வேலைக்கு என்னை அழைத்துப் போகிறார் என்றும் கேட்கத் தோன்றினாலும் அதற்கான இடத்தை அவர் தரவேயில்லை. ரயிலில் அவருக்கு ஒதுக்கப்பட்ட மேல் படுக்கையிலேயே எப்போதுமிருந்தார். சில சமயங்களில் சாப்பாடு வாங்க எழுந்திருப்பார். எனக்குத் தேவைப்பட்டு எதையாவது கேட்டால் அதையும் வாங்கித் தந்தார்.

ரயில், நேரங்களைப் பின்னோக்கித் தள்ளி தூரங்கள் கடந்தது. புதிய

காட்சிகள், பழக்கமற்ற ஆகாயமும் பூமியும், விதவிதமான மனித வாழ்வும் கண்ணில் ஓடி மறைந்தன. கல்கத்தாவின் தெருக்களில் பார்த்தது போல சில இடங்களில் தெருவோரங்களில் வாழும் அனாதையான பால்யங்கள் என்னைத் துயரப்படுத்தின. ஒரு நிமிடம் எனக்குத் தம்பிக்குட்டன் நினைவிற்கு வந்து போனான். பாவம், அவனுக்கொன்றும் தெரியாமல் வளர்கிறான். அனாதை இல்லத்தின் வலியேற்று அவனுடைய பால்யம் உதிர்ந்து கொண்டிருக்கிறது.

சில நேரங்களில் அலறியபடியும், குதித்தும், பாய்ந்தும், சில நேரங்களில் ஊர்ந்தும் முனகியும் ரயில் ஓடிக் கொண்டிருந்தது. மிகச் சரியாய் ஒரு மனித ஆயுசு போல ஒவ்வொரு ரயிலுக்கும் தாளமும் வேகமுமிருக்கிறது. எவ்வளவு குதித்தாலும் மூச்சிரைத்தாலும் ரயிலின் லட்சிய இடத்தைத் தாண்ட குறிப்பிட்ட காலமெடுக்கிறது. எப்படிப்பட்ட சிக்கல்களையெல்லாமோ தாண்டி ஒரு மனித ஆயுசு முடிவடைகிறது?

ரயிலில் ஏறியதிலிருந்து என் கண்கள் அவருடைய கண்களைப் பின் தொடர்ந்தபடியிருந்தன. இந்தப் பயணத்தில் நான் சேருமிடத்தை அவர் மட்டுமே தெரிந்து வைத்திருக்கிறார். எனக்கு அபயம் தர வேண்டியது அவரே.

பூமிக்கு மேலாகச் சூரியன் கருணையில்லாமல் சுட்டெரித்த ஒரு மாலை நெருங்கும்போது பம்பாய் என்ற மகா நகரத்தில் ரயில் வந்து நின்றது. ஆட்கள் இறங்கத் தயாரானார்கள். அந்த ஆள் சீட்டிற்கு அடியில் வைத்த என் பையை எடுத்துக்கொண்டு என்னை இறங்கச் சொன்னார்.

பிளாட்ஃபார்மில் சத்தமாகக் கேட்ட பெண் குரலிலிருந்தும் போர்டுகளில் தெளிவாய்த் தெரிந்த எழுத்துகளிலிருந்தும் நான் இறங்க வேண்டிய இடம் வந்துவிட்டதென்றும் அது விக்டோரியா டெர்மினல் என்றும் புரிந்தது.

எல்லா இடங்களிலும் ஆட்களின் சத்தம். மனிதர்கள் அவசர அவசரமாக அங்குமிங்கும் ஓடிக் கொண்டிருந்தார்கள். ஒவ்வொரு முகத்திலும் வெவ்வேறான உணர்வுகள். மகா நகரத்தைப் பார்த்த பிரமிப்பில் என்னைப் போலவும் சிலர், மற்றும் சிலர் சிரித்தும் சிந்தித்தபடியும், இன்னும் சிலர் துக்கத்தை முழுமையாய் ஏற்றது போல மௌனிகளாகவும் நடந்து கொண்டிருக்கிறார்கள்.

நான் இதுவரை பார்த்திருந்த உலகம் எவ்வளவு சின்னதாக இருந்ததென்று யோசித்தபோது எனக்கு என் அறியாமை புலப்பட்டது. எத்தனையெத்தனை ஆட்கள் இந்த நகரத்தில் தினமும் வந்து இறங்குகிறார்கள். ஏதேதோ ஊரிலிருந்து.... ஏதேதோ திசையிலிருந்து, அவர்களுக்கெல்லாம் ஒவ்வொரு கதை இருக்குமில்லையா?

ஆச்சரியமடைந்து விழித்துப் பார்த்துக் கொண்டிருந்த என் தோளில் கைவைத்து உடன் வரச்சொல்லி சைகை காண்பித்தார். ஜனக் கூட்டத்தில் மாட்டாமலிருக்க நான் அவருடன் நடந்தேன். டாக்ஸியில் ஏறக்குறைய அரைமணி நேரம் பயணம் செய்த பின்னர் ஒரு ஃப்ளாட்டுக்குப் போனோம்.

இடுங்கிய வராந்தாக்கள் அடங்கிய பழைய ஃப்ளாட் அது. குறைவான வெளிச்சம் மட்டுமிருந்தது. காற்றோட்டம் குறைந்த அறைக்குள் நுழைந்தது போல எனக்கு மூச்சு முட்டியது. இக்கா இரண்டுமுறை தட்டியபோது, ஐம்பது வயதொத்த பெண் கதவைத் திறந்தாள்.

நல்ல நிறமுள்ள உடல்வாகு, உதட்டுச்சாயம் பூசி சிவந்த உதடுகள். இரண்டு கைகளிலும் சிவப்பும் பச்சையும் கலந்த கண்ணாடி வளையல்கள். கைகளின் அசைவுக்கேற்ப அவை அசைந்துகொண்டிருந்தன.

வெற்றிலைக் கறை படர்ந்த சின்னப் பற்களை வெளியே காட்டிச் சிரித்தபடி எங்களை உள்ளே அழைத்தாள்.

"ஆவோ பேட்டா, அந்தர் ஆவோ"

ஹிந்தி அதிகம் தெரியவில்லையானாலும் 'பேட்டா, பேட்டி' போன்ற சில வார்த்தைகளுக்கு அர்த்தம் புரிந்ததால் சந்தேகம் வந்தது. பேட்டா என்றால் மகன் என்றுதானே அர்த்தம். அவள் யாரைக் கூப்பிட்டாள்? என்னையாக இருந்தால் பேட்டி என்றுதானே கூப்பிட்டிருக்க வேண்டும்?

நான் சிந்தனைக் காட்டில் அலைவதற்கிடையில் இக்கா ஏதேதோ ஹிந்தியில் சொல்ல ஆரம்பித்திருந்தார். ஒன்றும் புரியவில்லையானாலும் அந்த அம்மாவைத் 'தீதி' எனக் கூப்பிடுகிறார் என்று புரிந்தது.

"டரோமத் ஏ ஆப்கி கர் ஜைசே பேட்டி" என்கையிலிருந்த பையை வாங்கி உள்ளே வைத்தபடி அழைத்தாள்.

'பேட்டி' என்ற அழைப்பில் என் சந்தேகம் தீர்ந்தது.

"இன்று இங்கே தங்கலாம், பயணம் செய்து களைப்பாயிருக்குமில்லையா? குளிச்சு துணி மாத்திட்டு வா" அதிகாரக் குரலில் இக்கா சொன்னார்.

ரயில் பயணத்தில் முழுவதும் மௌனமாய் இருந்த இக்காவின் வார்த்தைகளிலும் நடவடிக்கைகளிலும் மாற்றம் அதிகமாகத் தெரிந்தது.

அந்தப் பெண்மணி என்னை வேறு ஓர் அறைக்குக் கூட்டிக் கொண்டு போனாள். அதனோடு சேர்ந்த கழிவறையையும் காண்பித்தாள். என்பையை ஒரு ஸ்டூலின் மேல் வைத்தேன். ஒன்றும் புரியாமல் பிரமித்துப் போய் நிற்கும் என்னருகே வந்து தோளில் பிடித்தபடி முதலில் சொன்ன வார்த்தைகளையே மீண்டும் சொன்னாள்.

"டரோமத் பேட்டி"

மிகவும் பக்கத்தில் நின்றபோது அவளுடைய பெரிய மார்புகள் என் முகத்தில் இடித்தது. தோளிலிருந்து அவளுடைய கை விரல்கள் என் முதுகிலூடாக உடலெங்கும் ஊர்ந்து இறங்கின. அந்தக் கைகளைத் தட்டி விட்டபடி நான் பின்னால் நகர்ந்து நின்றேன். கோபம் வந்தாலும் அதை வெளியே காட்டிக்கொள்ளாமல் அவள் சிரித்தாள்.

''து அச்சி ஹ௵ம்? பகுத் குப் சூரத் லக்தி ஹ௵ம்'' சிருங்காரச் சுவையுடன் வக்கிரமான ஒரு சிரிப்பு சிரித்தபடி அவள் அறையை விட்டு இறங்கிப் போனாள்.

காலடி ஓசைக்கேற்ப அவளுடைய சரீரம் ஆடிக் கொண்டிருந்தது. வளையல்களின் சத்தம் நிலைத்தபோது அந்த அறையின் கதவை அடைத்துத் தாழிட்டேன்.

நான் எங்கே இருக்கிறேன்?

அந்த அறையைச் சுற்றிலும் பார்த்தேன்.

பல நிறப் புடவைகள், துப்பட்டாக்கள், சல்வார் கம்மீஸ்கள்... எனப் பெண்கள் பயன்படுத்தும் துணிமணிகள். ஒரு நிலைக் கண்ணாடி. அதற்கு முன்னால் பௌடரும் சீப்பும் அலங்காரப் பொருட்களும் இருந்தன. இந்த ஆடைகளெல்லாம் இவளுடையதா? இல்லை இவளுக்குப் பெண் பிள்ளைகள் இருக்கிறார்களா? இக்காவுக்கும் இவளுக்குமான உறவு என்ன?

கேள்விகளின் வரிசை எனக்குள்ளாக வந்து போயின. ஒன்றும் புரியவில்லை.

மனசு மொத்தமும் கலங்கி நிற்கிறது. இதயத்தில் பீதி சடாலென மொட்டவிழ்ந்தன.

யாரை நம்பி இந்தப் புதிய மனிதனோடு நான் புறப்பட்டு வந்தேன்? என்ன வேலையை அவர் எனக்காக இங்கே வைத்திருக்கிறார்?

குளித்து துணி மாற்றிய பிறகும் அறையிலிருந்து நான் வெளியே

வரவில்லை. அந்த நான்கு சுவர்களும் என்னைப் பாதுகாக்குமென்ற நம்பிக்கையிலிருந்தேன். பயணக் களைப்பால் கொஞ்ச நேரம் கட்டிலில் படுத்தேன். எப்போது தூங்கினேன் என்று தெரியாது.

யாரோ கதவைத் தட்டும் சத்தம் கேட்டு அதிர்ந்து எழுந்தபோது எங்கிருக்கிறோம் என்ற நினைவு வந்தது.

''பேட்டி, தர்வார்சே கோலோ'' அந்தப் பெண்மணியின் குரல். அவள் கதவைத் தட்டுவதற்கிடையில் வளையல்களின் சத்தம் என் காதுகளில் கேட்டது.

கதவைத் திறக்காமல் வழியில்லையென்று தோன்றியது.

மேலே தொங்கும் ஃபேன் மிகவும் வேகமாகச் சுற்றிய போதிலும் பயத்தில் எனக்கு வேர்க்க ஆரம்பித்தது. நான் மீண்டும் அறையைச் சுற்றிலும் நோட்டமிட்டேன். தப்பித்துவிட ஏதாவது வழியிருக்கிறதா? என்னுடைய நிழல்கூட எனக்கு பயத்தை ஏற்படுத்தியது.

கதவை மிதித்து உடைக்கும் வேகத்தில் தட்டியதைக் கேட்ட நான் அதிர்ந்து நின்றுவிட்டேன்.

''உமா கதவைத் திற''

இது இக்காவின் சத்தம்.

அதிர்ந்தபடி மெதுவாக நான் தாழ்ப்பாளை நீக்கினேன். கதவைத் தள்ளித் திறந்துகொண்டு அவர் உள்ளே வந்தார். கதவின் பின்னால் மறைந்து நின்ற என் கைகளை பலமாகப் பிடித்தார்.

''என்ன அபத்தமா நடந்துக்கற நீ? ஒரு வீட்டுக்கு வந்தா இப்படியா நடந்துக்கறது? மத்தவங்கள வெறுப்பேத்தற மாதிரி நடந்துக்கலாமா?

கோபக்காரனான அந்த ஆளின் கை என் கையைப் பலமாகப் பிடித்திருந்ததால் எனக்கு அதிகம் வலித்தது. கையைத் தட்டிவிட நான் முயன்றேன். அவர் மீண்டும் கெட்டியாய்ப் பிடித்தார்.

வெளியே நின்ற பெண் உள்ளே வந்து அவரைச் சமாதானப்படுத்த முயன்றார்.

''ஹரே பேட்டா, சோட் தோ. ஏ சோட்டா லட்கி ஹேனா. சம்த் நேக்கா டைம் தேதோ''

அவள் அவருடைய கையைத் தட்டி விட்டாள். நான் பொறுமையை இழந்து நெஞ்சில் அடக்கி வைத்திருந்த கோபத்தை முழுக்க வெளியே கொட்டினேன்.

''என்னால இங்க தங்க முடியாது. நீங்க எனக்கு வேலை வாங்கித் தரேன்னுதான சொன்னீங்க? என்ன அங்க கொண்டுபோய் விடுங்க. இல்லன்னா அது எங்கன்னு சொல்லுங்க, நான் போய்க்கிறேன்''

அவர் வலது கையை உயர்த்தி என்னை அடிக்க வந்தார். அந்தப்பெண் இடையில் நிற்கவில்லையென்றால் அவன் கை என்மேல் விழுந்திருக்கும்.

கோபத்தால் கொதித்தெழும் கண்களுடன் என்னை வசை பாடினார்.

''தேவிடியா மகளே, உன்ன வேலக்கிதாண்டி கூட்டிட்டு வந்தேன். தோ இங்கதான், இவ சொல்லித்தருவா நீ என்ன வேலை செய்யணும்னு''

கோபமும் துக்கமும் தாங்க முடியாததால் நான் உடைந்து அழுதேன்.

அழுகையின் இடையிலும் நான் கத்திச் சொன்னேன்.

''நான் போக வேண்டும், இல்லன்னா நான் கத்திக் கூப்பாடு போடுவேன்''

என்னுடைய பையை எடுத்துக்கொண்டு வெளியே போக முயன்றேன். அவன் என் கையைப் பிடித்திழுத்து அறைக்குள் தள்ளிவிட்டான். முகம் தரையில் படிய கீழே விழுந்தேன்.

கோபமடங்காமல் எனக்கு நேராகக் காலைத் தூக்கிக்கொண்டு இக்கா ஆக்ரோஷமானான்.

"பணம் கொஞ்ச நஞ்சமல்ல, உங்கம்மாகிட்ட இருபத்தி அஞ்சாயிரம் கொடுத்திருக்கேன். அதை சம்பாதிக்காம உன்ன அனுப்புவேனா நான்..." சொன்னதைப் பாதியில் நிறுத்தி அவன் விரல்களால் அசிங்கமான செய்கையைச் செய்தான்.

நான் அதிர்ந்து உறைந்து போனேன். இருபத்தி ஐந்தாயிரம் ரூபாவுக்கு என்னை விற்று விட்டாளா அம்மா என்ற அந்தப் பெண். மின்சாரம் பாய்ந்தது போல தலையிலிருந்து பெருவிரல் வரைக்கும் சுரீலென்றது. குற்றஉணர்வையும் பச்சாதாபத்தையும் காண்பித்து அம்மா என்னை ஏமாற்றி விட்டாளா?

தலையைச் சுற்றி நிறைய கேள்விகளும் பதில்களும் சிறகடித்துப் பறந்தன.

இனி நான் என்ன செய்வேனென்று என் இதயம் பரிதவித்தது. இதற்கு நடுவில் அவளும் அவனும் ஏதேதோ பேசிக் கொண்டிருந்தார்கள். கடைசியில் அவளை வெளியே அனுப்பி அவன் கதவைத் தாழ்ப்பாள் போட முயன்றபோது என் சர்வசக்தியையும் உபயோகித்து அவனைத் தள்ளிவிட்டு வெளியே ஓடினேன்.

கத்திக் கொண்டேதான் ஓடினேன். அவன் என்னைப் பிடிக்கப் பின்னாலேயே ஓடி வந்தான். வேறு ஏதாவது ஃபிளாட்டுக்குள் ஓடி ஏறி விடவேண்டுமென்று பார்த்தாலும் எந்தக் கதவுகளும் திறந்திருக்கவில்லை. ஓட்டத்திற்கிடையில் சில கதவுகளைத் தட்டினாலும் ஏதும் எனக்காகத் திறக்கவில்லை.

ஏதேதோ புலம்பியபடி அவன் என் பின்னே பாய்ந்து ஓடி வந்தான். நான் உயிரைக் காப்பாற்றிக் கொள்ளும் அவஸ்தையில் கீழே இறங்கும் படிகளில் குதித்து இறங்கி ஓடினேன்.

வாழ்விற்கும் மரணத்திற்கும் நடுவேயான நூல் பாலத்திற்கு இடையில் நான் சாகசமாய் ஓடிக் கொண்டிருந்தேன். ஒரு நிமிடம் என் வேகம் குறைந்தால் அவன் பிடியில் அகப்பட்டு விடுவேன். அது மரணத்திற்கு இணையானது. இருண்ட வழிகளில் நான் முழு சக்தியையும் உபயோகித்து ஓடினேன். ஏதாவது ஒரு கதவு எனக்காகத் திறக்காதா என நான் மனம் உருகிப் பிரார்த்தித்தேன். என் அதீதப் பிரார்த்தனை பலித்தது. ஒரு பிளாக்கிலிருந்து அடுத்த பிளாக்குக்கு தாண்டியபோது அறையைப் பூட்டி வெளியே வரும் இரண்டு பேரைப் பார்த்தேன். நான் ஓடி அவர்களுக்குப் பக்கத்தில் போய் நின்றேன். அதில் ஒருவருடைய கையைப் பிடித்து 'என்னைக் காப்பாத்துங்க' என்று சத்தமிட்டு அழுதேன்.

ஓடி வந்ததால் மூச்சு வாங்கியது. வாய் காய்ந்து உலர்ந்து போனதால் எதையும் பேச முடியவில்லை. நான் பின்னால் பார்த்து கை காட்டினேன்.

ஆச்சரியப்பட்டு அதிர்ந்து நின்ற அவர்கள் என்ன செய்ய வேண்டுமென்று தெரியாமல் திகைத்து நின்றார்கள்.

மீண்டும் பின்னால் பார்த்து பயந்து மிரண்ட கண்களுடன் அவர்களிடம் யாசித்தேன்.

''அவன் என்னைக் கொடுமைப்படுத்தறான், காப்பாத்துங்க''

நான் சொன்னது புரியாமலா தெரியவில்லை, அவர்கள் இருவரும் ஒன்றுமே விளங்காதது போலவே நின்றார்கள்.

நான் தமிழிலும் கொஞ்சம் தெரிந்த ஹிந்தியிலும் பேசிப் பார்த்தேன்.

''காப்பாத்துங்க, ஓ ஆத்மி....''

சொல்லி முடிக்கும் முன்பே என் பின்னால் பாய்ந்து வந்திருந்த அவன் அங்கே வந்து சேர்ந்தான். என்னுடன் ஆட்களைப்

பார்த்தவுடன் லேசாக அதிர்ந்தாலும் சட்டென சுதாரித்துத் தன் பாவத்தை மாற்றினான்.

''ஆவோ பேட்டி. இதர் நஹீம் ஹை''

அவன் என்னைக் கூட்டிச் செல்ல முன்னால் வந்தபோது நான் அவர்களின் பின்னால் ஒளிந்தேன். அவனைப் பார்த்தவுடன் என் பயமும் பரிதவிப்பும் கூடியது என்று புரிந்துகொண்ட அவர்களில் ஒருவர் என்ன விஷயமென்று கேட்க ஆரம்பித்தார்.

''ஏக் கியா ஹே பாய், ஏ லட்கி கை கேலியே ரோ ரஹாஹை''

அவனும் அதற்கு என்னென்னவோ பதில் சொன்னான். அவர்களுடைய உரையாடல் எனக்குப் புரியவில்லை. மீண்டும் உரக்கக் கத்தி அழுதேன்.

சத்தம் கேட்டுப் பக்கத்து பிளாட்டிலிருந்து ஒரு ஆள் எட்டிப் பார்த்தார்.

ஆட்களின் எண்ணிக்கை கூடியதால் இக்கா அவசரப்பட்டு என் கையைப் பிடித்து இழுத்தார். நான் கையை உதறிவிட்டு இன்னும் ஒடுங்கினேன்.

''என்னைக் காப்பாத்துங்க, இந்த ஆளை எனக்குத் தெரியாது. வேலை வாங்கித் தரேன்னு சொல்லி இங்கக் கூட்டிட்டு வந்தான்''

கடைசியாக பிளாட்டிலிருந்து வெளியே வந்தவர் என் பக்கத்தில் வந்தார்.

''என்னா மோளே, என்ன பிரச்சனை?''

வந்தவர் மலையாளம் பேசியதைக் கேட்டபோது நான் சட்டென அவர் கால்களில் விழுந்தேன். தப்பிக்க வழி கிடைத்தது போலிருந்தது. விம்மி உடைந்து நான் நடந்ததை ஒரே மூச்சில் சொன்னேன்.

''நீங்க யாரு, உங்களுக்கு என்ன வேண்டும்?''

அவர் இக்காவோடு கடினமான குரலில் கேட்டார். அதைக் கேட்டமாதிரி கூடப் பாவிக்காமல் இக்கா என்னை இழுக்க முயன்றார்.

மலையாளி எனக்கு அரணாய் நின்றார். முதலில் பார்த்த இரண்டு பேருக்கு ஹிந்தியில் எல்லாவற்றையும் சொல்லிப் புரிய வைத்திருப்பார் என்று நினைக்கிறேன். அதைக் கேட்டவுடன் அவர்களும் இக்காவுக்கு எதிராகத் திரும்பினார்கள்.

இக்கா விட்டுக் கொடுக்கத் தயாராகயில்லை. அவர்களுக்குள் தள்ளுமுள்ளு ஏற்பட்டது. கடைசியில் சண்டையில் முடிந்தது. அதிகம் பேர் அங்கு வந்து சேர்ந்தவுடன் எல்லாம் குழம்பிக் கேவலமானது. நான் பயந்து ஒடுங்கி நின்றேன்.

அடி சகிக்க முடியாமல் போனபோது இக்கா உதறியபடி ஓடினான். சிலர் விடாமல் பின்னாலேயே அடிக்க ஓடினார்கள். அவமானத்தால் நான் முகம் பொத்தி அழுதேன்.

‘‘நீ அழாதே, எதுக்காகப் பழக்கமேயில்லாத ஒரு ஆளுடன் இது மாதிரியான எடத்துக்கு வந்த?’’ என்னைக் காப்பாற்றிய மலையாளி கேட்டார்.

நான் அழுகையை அடக்கிக்கொண்டு எல்லாவற்றையும் சொன்னேன். சொல்லித் தீரும் முன்பே நான் மீண்டும் அழ ஆரம்பித்தேன்.

‘‘இனி அழுது என்ன செய்யறது? என்ன ஆனாலும் தப்பிச்சது பெரிய பாக்கியம்னு நெனச்சுக்கோ’’ மலையாளி என்னை ஆறுதல்படுத்தினார். எல்லாரிடமும் அவர் எல்லாவற்றையும் சொல்லிப் புரியவைத்தார். அவர்களின் பாதுகாப்பில் என்னை நிறுத்தி வைத்து யாருக்கோ அவர் தொலைபேசியில் பேசினார். என்னைச் சுற்றிலும் நின்றவர்கள் என் பரிதாபமான நிலைமையைப் பார்த்து அனுதாபப்பட்டார்கள். யார் முகத்தையும் பார்க்கத் தைரியம் இல்லாமல் தலையைக் கவிழ்த்து அழுது கொண்டிருந்தேன்.

அவர் கேரளாவில் 'தைக்காடு' என்ற ஊர்க்காரர். பெயர் கோபி. பத்து வருடத்திற்கு முன்பாகக் கேரளாவை விட்டு பம்பாய்க்கு வந்திருந்தார். ஆட்கள் வெளிநாட்டிற்குப் போக விசா ஏற்பாடு செய்வதாக ஒரு நண்பர் சொன்னதால் கேரளாவிலிருந்து பலரிடமும் பணம் வாங்கி நண்பனிடம் கொடுத்திருந்தார். கடைசியில் பணத்துடன் நண்பன் வெளியேறியபோது வேறு வழியில்லாமல் கேரளாவை விட்டு இவரும் வெளியேற வேண்டி வந்தது. தொலைபேசியில் பேசிவிட்டு வந்தவர் அவருடைய கதையை என்னிடம் சொன்னார்.

"இந்த மகா நகரம் இப்படித்தான். நிறைய எதிர்பார்ப்புகளுடன் தினமும் ஆயிரக்கணக்கானவர்கள் இந்த மண்ணில் கால் பதிக்கிறார்கள். சிலர் காப்பாற்றப்படுவார்கள். சிலர் சதிகுழியில் அகப்பட்டுக்கொள்வார்கள். தப்பித்து வாழ்பவர்களுக்கும் சதிகுழியில் அகப்படுபவர்களுக்கும் சொல்ல வித்தியாசமான ஏதோ ஒரு கதையாவது இந்த நகரத்தின் இதயத்துக்குள் ஒளிந்திருக்கும்"

என்னை மூடின பாரம் விட்டொழிந்து போகவில்லையானாலும் அவருடைய வார்த்தைகளைக் கேட்டபோது கொஞ்சம் ஆசுவாசம் தோன்றியது. இரவு 9.30க்கு திருச்சூர் பஸ்ஸிற்கு புக் செய்யப்பட்ட டிக்கெட்டை எனக்கு முன்னால் நீட்டியபடி அவர் என்னிடம் சொன்னார்.

"மறுநாள் விடியற்காலையில் அங்குபோய்ச் சேரலாம். நான் என் தம்பி குமாரனிடம் சொல்லியிருக்கிறேன். அவன் அங்கே வந்துவிடுவான்"

என் முகம் பீதியானது. மறுபடியும் அந்த அம்மாவைப் பார்க்க எனக்கு விருப்பமில்லை.

"நான் சிந்தாமணிப்புதூருக்குப் போய்க்கிறேன்"

"திருச்சூருக்குப் போய் அப்பறம் என்ன வேணுமானாலும் முடிவு செய்துக்கலாம். நீ இப்ப பத்திரமா போய்ச் சேந்தேன்னு எனக்கும்

திருப்தி இருக்குமில்ல'' டிக்கெட்டை என் முன்னால் நீட்டிக்கொண்டு சொன்னார். நன்றியோடு அதை நான் வாங்கினேன். அவர்களுடைய கண்களை நான் மதிப்பும் மரியாதையுடனும் ஏறெடுத்தேன்.

என் வாழ்க்கையை நீங்கள் எனக்குத் திருப்பித் தந்திருக்கிறீர்கள் என்று சொல்லத் தோன்றியது. ஆனால் வெறும் பார்வையில் எல்லாவற்றையும் அடக்கி ஒதுக்கினேன்.

"இங்க நடந்ததையெல்லாம் இனி யோசிக்காதே'' சிரித்தபடி அவர் சொன்னார்.

சரிதான் இப்படியான நாட்கள் எனக்கு வந்திருக்கக்கூடாதென நான் நம்பவேண்டும். ஆத்மாவின் ஏதோ ஓர் உள்ளறையில் இதைக் கொன்று புதைக்க வேண்டும்.

என்னைக் கவனமாகப் பார்த்துகொள்ள என் சக பயணிகளோடும் பஸ் ஓட்டுநரோடும் சொல்லிவிட்டுத்தான் அவர் என்னை அனுப்பிவைத்தார்.

பஸ் மிகச் சரியான நேரத்தில் புறப்பட்டது இருட்டைப் பகலாக்கும் சோடியம் விளக்குகளின் கண் கூசும் வெளிச்சத்தில் பம்பாய் என்ற மகா நகரத்தின் கூட்ட நெரிசல் துல்லியமாய்த் தெரிந்தது. மனிதர்களின் கூச்சல், வாகனங்களின் இரைச்சல்.

நான் இருக்கையில் சாய்ந்து படுத்து கண்களை மூடிக்கொண்டேன். ஏதேதோ நினைவுகள் மனதில் துருப்பிடித்தது போல உருண்டு திரண்டிருந்தன. இக்காவையும் அந்தப் பெண்மணியையும் நினைத்துக் கொண்டேன். உண்மையில் எனக்குச் சுற்றிலும் நாக்கு நீட்டி நின்று என்னை விழுங்க வந்த உருவங்கள் இவர்களாக இருப்பார்களோ!

ஏழு

ஆறடி மண்ணில் மூடி வைப்பதுவரை எந்தவொரு மனிதனின் வாழ்வும் நிரந்தரச் சிக்கல்களுடனே கடந்து போய்க்கொண்டே இருக்கிறது. அந்த மகா சமுத்திரத்தில் நீந்தித் துடித்தே எந்தவொரு மனித ஆயுசும் ஒடுங்கும். பிறப்பதனால் எல்லாவற்றையும் சகித்துக் கொண்டே ஆகவேண்டுமென்று பல சங்கடமான சூழலிலும் தங்கமணியின் அம்மா சொல்வதைக் கேட்டிருக்கிறேன்.

எல்லாவற்றையும் சகித்துக்கொள்ளலாம், ஆனால் துயரப்பாதை எங்கே முடிகிறது?

எல்லாவற்றிற்கும் ஒரு முடிவில்லையா?

காலை விடிய ஆரம்பித்த நேரம். லேசான குளிர்க்காற்று வீசியது.

பஸ் திருச்சூர் நிலையத்தை அடையுமுன்பே எல்லோரும் எழுந்து விட்டிருந்தார்கள். பல்வேறு சிந்தனைகளுக்கிடையில் எப்போதோ நானும் தூக்கத்தில் விழுந்திருந்தாலும் பேருந்து நிலையத்திற்குள் நுழைவதற்கு முன்பே எழுந்திருந்தேன். சொல்லி வைத்தது போல எனக்காக ஒரு ஆள் காத்திருந்தார். கோபியின் தம்பி குமாரன் அங்கேயே நின்றிருந்தார். வெள்ளை வேட்டியும் கட்டம் போட்ட சட்டையும் போட்டிருந்த அவர் கோபியைப் போலவேயிருந்தார்.

அண்ணன் சொன்ன அடையாளத்தை வைத்துக் குமாரன் என்னைக் கண்டுபிடித்துத் தன்னை அறிமுகப்படுத்திக் கொண்டுவிட்டார்.

''உமாதானே?'' பஸ்ஸிலிருந்து இறங்கிச் சுற்றிலும் கண்ணோட்டியபடி என் பக்கத்தில் வந்தவர் கேட்டார்.

நான் ஆமாம் என்று தலையசைத்தேன். அவர் தன்னை அறிமுகப்படுத்திக் கொண்டார்.

''நான் குமாரன், என்னோட அண்ணன்தான் கோபி''

புரிந்தது என்ற விதமாய்த் தலையாட்டிச் சிரித்தேன்.

''வா நான் உன்னை வீட்டில கொண்டுபோய் விடறேன்'' அவர் முன்னால் நடந்தார். வீட்டிற்குப் போகப் பிடிக்கவில்லை என்று சொல்லலாம், ஆனால் வேறு எங்கே எனக் கேட்டால் என்னவென்று சொல்வது என்று தெரியாமல் நான் பின்னாலேயே நடந்தேன்.

சிந்தாமணிப்புதூருக்கு பஸ் பிடித்துப் போனால் என்ன? அது ஒன்றுதான் என் வாழ்வின் பாதுகாப்பு. இல்லை பீஸ் ஹோமுக்குப் போய்விடலாமா? அங்கே நான் எப்போது வேண்டுமானாலும் திரும்பி வரலாம் என்று பிஷப் சொல்லியிருக்கிறார். ஆனால்...

பல சிந்தனைகள்.

''வா ஏறிக்கோ''

குமாரன் கூப்பிட்டவுடன் நிறுத்தியிருந்த ஆட்டோவில் ஏறினேன். ஆட்டோ கொஞ்சதூரம் முன்னால் போனது. சட்டென பிரேக்கிட்டு நின்றது. சாலையின் வலதுபக்கமிருக்கும் கறி வெட்டுமிடத்திற்கு ஆடுகளை ஏற்றி வந்த வேன் நடுவில் நின்றதால் ஆட்டோ பிரேக்கடிக்க வேண்டியதாயிற்று.

''காலையிலேயே வந்துடுவானுங்க வேலைய செய்யவிடாம'' டிரைவர் புலம்பினான்.

என் கண்கள் வேனின் பின்பக்கமுள்ள ஆட்டுப்பட்டியின் பக்கத்தில் திரும்பின. அவற்றின் கழுத்துகள் இழுத்துப் பிடித்து ஒரு கயிற்றில் கட்டப்பட்டிருந்தன. எல்லாம் தோளோடு தோள் சேர்ந்து நிற்றிருந்தன. தங்களுக்குள் முகம் சேர்த்து தங்களை ஆசுவாசப்படுத்திக் கொண்டிருந்தன. இல்லை கொலைக்கத்தி தன்மேல் விழும் முன்பாகத் துக்கத்தைச் சொல்லி ஆற்றுகிறதோ?

ஆட்டோ வீட்டிற்குப் பக்கத்தில் வரும் முன் என் மனதில் புகை சுருள்வது போன்ற பயம் மேலேறி வந்தது. எப்படி நான் அந்தப் பெண்மணியின் முகத்தைப் பார்க்க முடியும்? இவ்வளவையும் சகித்தும் இனியும் நான் எதற்காக அவளுடைய முகத்தைப் பார்க்க வேண்டும்?

வீட்டின் முன்பாக ஆட்டோ நின்றபோது இறங்கினேன். அவரும் இறங்கினார்.

நான் அவரைப் பார்த்தேன்.

என் பார்வையின் அர்த்தம் புரிந்தது போல அவர் சிரித்தபடிச் சொன்னார். ''கூப்பிடு அந்தம்மாவை நானும் பார்க்கிறேனே''

சந்தேகத்துடன் நின்றிருந்த என்னிடம் அவர் மெல்லிய குரலில் சொன்னார்.

''அண்ணன் எல்லா விஷயத்தையும் சொன்னார். இப்படியும் அம்மாக்கள் உலகத்தில் இருக்கும்போது அவங்களப் பாக்காம எப்படிப் போறது?''

நான் கதவைத் தட்டினேன்.

பதிலேதும் இல்லை. மேலும் ஒருமுறை தட்டினேன்.

பணம் கொடுக்க வேண்டியவர்களுக்குப் பயந்து வேறு எங்காவது மறைந்து இருக்கப் போகிறேன் என்றுதானே சொன்னார்கள், அதை நான் மறந்தேவிட்டேன். சந்தேகத்தோடு நின்ற என்னிடம் கேட்டார்.

‘‘வீடு பூட்டியிருக்கே, பக்கத்து வீட்டில கேக்கலாமா?’’

நான் கிரேஸி ஆன்ட்டியின் வீட்டுக்குப் போனேன். பிஷப் ஹவுஸில் என்னைச் சேர்த்த பிறகு, அதற்குக் காரணம் கிரேஸி ஆன்ட்டி என்று தெரிந்து அவர்களிடம் அம்மா சண்டையிட்டிருக்கிறாள். அதற்குப் பிறகு அவரைச் சந்திக்க எனக்கு வாய்ப்பு கிடைக்கவில்லை. மெல்ல நடந்து நான் அவருடைய வீட்டிற்குப் போனேன்.

‘‘மோளே உமா...’’

நிறைந்த சிரிப்புடன் கிரேஸி ஆன்ட்டி உள்ளேயிருந்தே கூப்பிட்டார். அன்றைய அதே சிரிப்பு. எதுவுமே ஆன்ட்டியை மனம் கோண வைக்கவில்லை என்று அவர் நடந்துகொண்ட விதத்தில் தெரிந்தது. அந்தக் கண்களை நான் பிரியத்துடன் பார்த்தேன்.

‘‘வா... மோளே... என்ன இது? காலையிலேயே...’’

‘‘அங்கே யாருமில்லயா ஆன்ட்டி?’’

நான் கதவைச் சுட்டியபடிக் கேட்டேன்.

‘‘ம்..ஆஸ்பிட்டல்ல இருக்காங்க. நேத்து காலைல திடீரென மயக்கம் மாதிரி வந்து ஆஸ்பிட்டல்ல சேத்திருக்காங்க, அம்மா கூட போஸ்ட் ஆஃபீஸில வேல பாக்கற ரமணிதான் சொன்னாங்க’’

என்ன செய்யவேண்டுமென்று தெரியாமல் நான் ஒரு நிமிடம் யோசனையிலாழ்ந்தேன்.

‘‘மோள், உள்ள வா’’

‘‘வேண்டாம் ஆன்ட்டி, நான் ஆஸ்பிட்டலுக்குப் போயிட்டு வரேன்’’

சட்டென அங்கிருந்து வந்துவிட்டேன். எனக்காகக் குமாரன் அங்கேயே நின்று கொண்டிருந்தார். நான் அவரிடம் எல்லாம் சொன்னேன்.

அதே ஆட்டோவிலேயே நாங்கள் மருத்துவமனைக்குப் போனோம். நகரத்திலிருந்து கொஞ்சம் தள்ளிப் புதியதாக வேலை முடித்த மருத்துவமனை கட்டிடம் அது. அதிகாலையாக இருந்தாலும் மருத்துவமனை வாகனங்களாலும் நோயாளிகளாலும் நிறைந்து வழிந்தது. நாங்கள் ஆட்டோவிலிருந்து இறங்கினோம். வார்டைத் தேடிக் கண்டுபிடிக்க சிரமம் இல்லை. குமாரன் என்னுடனே இருந்தார். அண்ணன் சொல்லி அனுப்பியிருந்த கடமை பூர்ணமாக முடிக்கும் தம்பியாக இருந்தார்.

இரண்டாம் மாடியில் ஏழாம் எண் அறையில் அம்மா படுத்திருந்தாள். புதிய கட்டிடமாக இருந்ததால் சுத்தமாக இருந்தது. மருந்துகளின் வாசனையோ மற்ற வழக்கமான நெடியோ இல்லை.

வராந்தாவின் வழி பார்த்தபோது எதிரில் வந்த ஒரு மத்திய வயதுப் பெண்ணின் தோளில் சாய்ந்தபடி சின்னப் பெண்ணொருத்தி காலை இழுத்து இழுத்து நடந்து வருவதைப் பார்த்தேன். வலி சகித்துக்கொள்ள முடியாமல் அவள் உதடுகளைக் கடித்து அழுத்தியிருந்தாள். அந்த நடுத்தர வயதானவள் அவளுடைய அம்மாவாகயிருக்கலாம். அவளைத் தேற்ற அந்த அம்மா முதுகில் தடவிக் கொடுத்துக் கொண்டிருந்தாள். அந்த பெண்ணின் இடத்தில் நான் என்னை ஒப்பிட்டுப் பார்த்துக் கொண்டேன். வலியின் உச்சத்தில் நான் எந்தத் தோளில் சாய்வேன்? எந்தக் கைகள் என்னைத் தடவிக் கொடுக்கும்?

ஏழாம் எண் அறைக்குள் நுழையும்போது அம்மா ஒரு பக்கமாகத் திரும்பிப் படுத்துக் கொண்டிருந்தாள். கட்டிலில் இடதுபக்க ஸ்டாண்டில் தொங்கவிட்டிருந்த டிரிப் பாட்டிலிலிருந்து வெள்ளையான ட்யூபின் வழி நிறமற்ற திரவம் அவளுடைய நரம்புகளுக்குச் சொட்டுச் சொட்டாய் வழிந்து கொண்டிருந்தது.

என்னைப் பார்க்கும்போது அவளுடைய எதிர்வினை என்னவாகயிருக்கும்? ஆச்சரியமா? இல்லை எரிச்சலா? இல்லை

எப்படி தப்பி வந்தாள் என்ற அங்கலாய்ப்பா? என்ன ஆனாலும் அதைக் காண எனக்கும் குமாரனைப் போலவே ஆர்வமாக இருந்தது.

ஜெயித்தவளின் பாவத்தில் நான் அவளுடைய முன்னால் போய் நின்றேன். கடித்துக் குதற வேட்டை நாயின் முன்னால் தூக்கியெறியப்பட்டாலும் தப்பித்து வந்திருக்கிறேன் என்று சொல்ல...

என் காலடிச் சத்தம் கேட்டு அம்மா தலையைப் பாதி சாய்த்து என்னைப் பார்த்தவுடன் ஸ்தம்பித்துப் போனாள். கண்கள் அதிர்ச்சியால் இன்னும் விரிந்தன.

"உமா... நீ எப்படி.. இங்க...?"

வார்த்தைகள் முழுமையடைய விடாமல் அவளுடைய தொண்டை இடறியது. இடது கை ஊன்றி எழுந்திருக்க முயன்றாள். கொஞ்சம் சிரமப்பட்டாலும் எழுந்தாள். நான் அமைதியாய் நின்றேன். எனக்குள்ளாக என்ன ஓடிக் கொண்டிருக்கிறதென்று என்னால் சரியாய்ப் புள்ளி குத்த முடியவில்லை.

தீனமாக என்னைப் பார்த்தாள்.

அந்தப் பார்வையை அலட்சியப்படுத்த வேண்டுமா இல்லை கோபப்பட வேண்டுமா என்று தெரியாமல் நான் குழம்பினேன்.

சரியாக உட்காரத் திரும்பியபோதுதான் கதவுக்கருகில் தன்னை முறைத்துப் பார்க்கும் இரண்டு கண்களை அவள் பார்த்தாள். குமாரன் அவளைப் பார்த்துக்கொண்டு நின்றிருந்தார். அவரைத் தெரியாமல் அம்மா தடுமாறினாள். என்னையும் அவரையும் மாறிமாறிப் பார்த்தாள்.

அதிகம் யோசித்து தலைவலி வரவேண்டாம் என்று நினைத்து குமாரன் சுய அறிமுகம் செய்து கொண்டார்.

"என்னை உங்களுக்குத் தெரியாது. ஆனால் உங்களை எனக்குத் தெரியும்."

கொஞ்சம் நிறுத்திப் பரிகாசமான குரலில் மேலும் தொடர்ந்தார்.

"தெரியுமென்றால் முழுக்கத் தெரியும் என்றல்ல, ஆனால் தெரிந்த வரைக்கும் நீங்க ஒரு சாதாரண அம்மா இல்ல என்பது மட்டும் தெரியும், அதனால ஒரு எட்டு பாத்திட்டுப் போக வந்தேன்"

அவருடைய குறை சொல்லும் பேச்சு அம்மாவிற்குப் பிடிக்கவில்லை.

"நீங்க என்ன சொல்றீங்க? நீங்க யாரு?"

அவள் கோபப்பட்டாள்.

என் பொறுமையை நான் இழந்தேன். அதுவரை பொறுத்திருந்த எனக்கு எங்கிருந்தோ பலம் வந்தது போல வெடித்துச் சிதறினேன்.

"அவர் யாரோ ஆகட்டும். நீங்க எங்கூட அனுப்பின இக்கா உங்களுக்கு யாரு? என்ன எவ்ளோ ரூபாய்க்கு வித்தீங்க? நீங்க எனக்கு அம்மாதானா? எந்த அம்மாவாவது தனக்குப் பொறந்த மகளை விப்பாளா?"

அழுகை வந்தாலும் கேட்க வேண்டியதை முழுக்க நான் கேட்டேன்.

மனப்பூர்வமாகவே அத்தனை கடூரமான வார்த்தைகளை உபயோகித்தேன். ஒன்றும் புரியாதது போல என்னை முறைத்துப் பார்த்தாள்.

அவர் எல்லாவற்றையும் கவனித்துக் கொண்டிருந்தார். குற்ற உணர்ச்சியின் சிறு துகள் கூட அவளுடைய முகத்தில் இல்லையென்று தெரிந்தபோது அவருடைய குரல் உயர்ந்தது.

"இவ்வளவு குரூரமாய் நீங்கள் நடந்து கொண்டிருக்கக் கூடாது. மோசமான சம்பவம் ஏதும் நடக்காமலிருந்தது அந்தப் பொண்ணோட பாக்கியம்"

அவர் கேள்விப்பட்ட விஷயங்களைச் சொல்லித் திட்டித் தீர்த்தார்.

அவளுடைய சோர்வான முகம் குனிந்தது. துக்கமும் அவமானமுமேற்று அவள் குரல் மேலும் சோர்வானது.

''எனக்கு ஒண்ணுமே தெரியாது. வேலைக்காகத்தான் நான் அவருடன் அனுப்பி வைத்தேன். அவர் இப்படியொரு கேவலமான மனிதன் என்று எனக்குத் தெரியாது.''

வார்த்தைகளில் சீரான விம்மல் தெறித்தது.

நான் குமாரனைப் பார்த்தேன்.

அவர் முகத்தில் கோபமும் எரிச்சலும் மண்டிக் கிடந்தன. அவளோ குற்ற உணர்வின் உச்சியிலிருப்பது போலவோ பதில் சொல்லத் தெரியாமல் பேச்சற்றவளாகவோ என்முன் தலை குனிந்திருந்தாள்.

எட்டு

சுற்றிலும் இருட்டாகவில்லை. ஆனாலும் எந்த வழியாகப்போனால் துக்கத்தின் பள்ளத்தாக்கிலிருந்து மேலே ஏறி வர முடியுமென்று புரிந்துகொள்ள சிறு வெளிச்சத்தின் கீற்றும் என்முன் ஒளி தரவில்லை. அவிழ்க்கும்தோறும் இறுகிக் கொண்டிருக்கும் முடிச்சைப் போல என் வாழ்வு மாறிக் கொண்டிருந்தது. என்னால் கொண்டுசெல்ல முடியாத முடுச்சுகளோடு நான் பின்னடப்பட்டு மூச்சுத் திணறிக் கொண்டிருந்தேன். புறந்தள்ளலின், அதீத துன்புறுத்தலின் சேறும் சகதியுமாக நாற்றமடிக்கும் சாக்கடைக்குள் நான் தூக்கி எறியப்பட்டேன்.

அம்மாவின் மருத்துவமனை வாசம் என் வாழ்நாள் பயணத்தின் முக்கியமான வழிதிரும்பலாய் மாறிப் போனது. பாரதியார் கவிதைகளை மனனம் செய்த பெண், சுதந்திரத்தைக் குறித்தான வரிகளை உரக்கச் சொல்லி, ஒருபோதும் ஆண்களுக்கு அடிமையாகமாட்டேன் என்ற உறுதியுடனிருந்த என் மனசையும் உடலையும் ஒரு மனிதனின் காலடியில் வைக்கவேண்டி காலம் என்னை நிர்பந்தித்தது.

மருத்துவமனையிலிருந்து சிந்தாமணிப்புதூருக்கோ பிஷப் ஹவுஸுக்கோ போகலாமென்று என் மனதைத் தயார் செய்து

வைத்திருந்தேன். அம்மாவுடன் அந்த அறையில் உட்கார்ந்திருப்பது எனக்குப் பெரிய சவாலாக இருந்தது. அந்தச் சுவர்களுக்குள் நிறைந்திருந்த பிராணவாயு திருடப்பட்டுத் திணறுவது போல உணர்ந்தேன். என் கூர்மையான பார்வை அவளை என்ன யோசிக்க வைத்தது என்ற நிச்சயமில்லை. ஆனால் அவளுக்கு என்னென்னவோ சொல்ல வேண்டியிருந்தது. அந்த வறண்ட தொண்டையில் சத்தத்தின் ஊற்று வற்றியது போலக் காணப்பட்டது. அவள் படுக்கையிலிருந்து எழுந்து உட்கார்ந்தாள்.

கட்டிலுடன் ஒட்டிப் போடப்பட்டிருந்த மேசையில் டம்ளரில் ஊற்றி வைத்திருந்த தண்ணீரைக் கொஞ்சம் கொஞ்சமாகத் தொண்டையில் இறக்கியபடி சோர்வான கண்களால் என்னைப் பார்த்தாள்.

பாதி அடைத்திருந்த கதவைத் தள்ளித் திறந்தபடி நர்ஸ் உள்ளே நுழைந்தபோது அவளுடைய பார்வை என்னிடமிருந்து துண்டிக்கப்பட்டது.

மாத்திரைகளையும் மருந்துகளையும் மேசை மேல் வைத்தபிறகு ஒரு பில்லை என் முன்னால் நீட்டியபடி சொன்னாள்.

"இன்னக்கி டிஸ்ஜார்ஜ் செய்யலாம்னு டாக்டர் சொல்லியிருக்கார், இந்த பில்லைக் கட்டிடுங்க"

என்ன செய்வதென்று ஒரு நிமிடம் நான் ஸ்தம்பித்து நின்றேன். பில்லையும் நீட்டியபடி சிலையாய் நர்ஸ் நிற்கிறாள். நான் சந்தேகத்துடன் அம்மாவைப் பார்த்தேன். அவளுடைய முகத்தில் உயிர்ப்பற்ற புன்னகை காணப்பட்டது.

நர்ஸின் கண்கள் என்னையும் அம்மாவையும் மாறிமாறிப் பார்த்துக் கொண்டிருந்தன.

"இந்தாங்க இதை வாங்கிக்கங்க" நர்ஸ் உரத்த குரலில் சொன்னாள்.

இழந்த பொறுமையை மீட்டெடுத்து நான் பில்லை வாங்கினேன்.

கொஞ்சம் எரிச்சலோடு எதையோ முணுமுணுத்தபடி அறையை விட்டு நர்ஸ் வெளியே போனாள்.

நான் பில்லைப் பார்த்தேன்.

"மோளே..."

அம்மாவின் பதட்டமான குரல். நான் முகமுயர்த்திப் பார்த்தேன்.

என் இதயம் கனத்து முனகிக் கொண்டிருந்தது. 'மோளே' என்ற குரல் என்னை எரிச்சலடைய வைத்தது. ஜன்னலுக்கு அப்பால் தெரிந்த வெளிச்சத்தை வெறித்துப் பார்த்தபடி நான் நின்றேன்.

"உமா பில்லுக்குக் கொடுக்க அம்மாகிட்ட பணமில்ல. நான் ஒரு ஃபோன் நம்பர் தரேன். அதுக்குக் கூப்பிட்டா பணத்தோட ஆள் வந்துடும்"

புரியாத மாதிரி நான் அவளைப் பார்த்தேன்.

எனக்கு நேர்ந்த எல்லாத் துயரங்களுக்கும் காரணக்காரி அவள்தானென்று தெரிந்தபிறகும், குற்ற உணர்வின் மெல்லிய வருத்தம் கூட இல்லாமல் மீண்டும் மீண்டும் என்னிடம் பேச இவளால் எப்படி முடிகிறது என்று யோசித்து எனக்கு ஆச்சரியமாயிருந்தது. என்ன செய்யவேண்டுமென்று தெரியாமல் சகலமும் மரத்துப்போய் நான் நின்றேன்.

அவள் சொல்வதை நான் கேட்டுக் கொண்டேன் என்பதற்கான எந்த வெளிப்பாடும் என் கண்களில் தெரியாமலிருக்க நான் முயன்றேன்.

"26796"

அவள் டெலிஃபோன் எண்ணைச் சொன்னாள், நான் மனதில் குறித்துக் கொண்டேன்.

பிற்காலத்தில் என் வாழ்க்கையின் அங்கமாய் மாறிப்போன இலக்கங்கள்.

"அந்த எண்ணைக் கூப்பிட்டுத் தங்கமணி சொன்னேன் என்று சொன்னால் போதும், பிரேமேட்டன்தான் ஃபோன் எடுப்பார்"

அவளுடைய வார்த்தைகளில் நிறைந்த நம்பிக்கையைப் பார்த்தபோது சந்தேகத்துடன் பார்த்தேன். என் நெற்றியில் ஒரு கேள்விக்குறி தெரிந்தாலும் அதிகம் அவள் பேசவில்லை.

எந்த ஆபத்திலும் உதவிக்கரம் நீட்டி ஓடி வருவார் என்ற நம்பிக்கை அந்தக் குரலில் தெரிந்தது. ஆச்சரியமும் பதட்டமும் கொஞ்சம் அருவெறுப்பும் கலந்த கலவையுடன் நான் அவளை முறைத்துப் பார்த்தேன்.

"யாரு அந்த ஆளு?"

காய்ச்சலில் கிடந்து சோர்ந்த முகத்தில் ஒரு நிமிட மின்னலுடன் அவள் என்னைப் பார்த்துச் சிரித்தாள்.

ஒரு பூடகமான சிரிப்பு.

இல்லை எனக்கு அப்படித் தோன்றியதோ?

அறையில் மறந்து வைத்த ட்ரேயை எடுக்க வேண்டி திரும்பி வந்த நர்ஸ் பில் கட்டச் சொல்லி மீண்டும் சொன்னாள். நான் அவளை வெறுமனே பார்த்துக்கொண்டு நின்றேனே தவிர ஒன்றுமே சொல்லவில்லை.

லேசான எரிச்சலுடன் அவள் அறையை விட்டுப் போனாள்.

எவ்வளவு நீசத்தனமான காரியம் செய்தாலும் இவள் என்னைப் பெற்றெடுத்தவள்தானே? இப்படியொரு உதவியும் செய்துவிட்டுப் போய்விடலாம். நான் என்னிடமே சொல்லிக் கொண்டேன்.

அப்படியொரு கருணைக்கு அவள் தகுதியுடையவள்தானா?

உள்ளேயிருந்து வேறு யாரோ என்னிடம் கேட்பது போலவே எனக்குத் தோன்றியது.

முதல் தடவையாய் நான் டெலிஃபோன் செய்கிறேன். எண்களை டயல் செய்ய டெலிஃபோன் வைத்திருப்பவர் உதவினார். பதட்டம் குறையாமல் நான் ஹலோ என்று சொன்னதும் மறுமுனையில் அப்போதுதான் மணி அடிக்கத் தொடங்கியது. நான் மீண்டும் நடுங்கும் குரலில் ஹலோ என்றேன்.

‘‘ஹலோ யாரு?’’

மறுமுனையில் கேட்ட கம்பீரமான குரல் என்னை மேலும் பதட்டமடையச் செய்தது. என்னிடமிருந்து வார்த்தைகளே வரவில்லை.

‘‘ஹலோ யாரு?’’

முதலில் கேட்டதை விடச் சத்தமும் கனமும் அதிகரித்திருந்தது. என் காதுகள் வலித்தன. மனப்பாடம் செய்த வார்த்தைகளைப் பயந்துதான் என்றாலும் அப்படியே நான் ஒப்பித்தேன்.

‘‘பிரேமேட்டன்தானே?’’

‘‘ஆமாம், யாரு?’’

‘‘தங்கமணி சொன்னதால் கூப்பிடுகிறேன். தஹானி மருத்துவமனையிலிருந்து....’’

ஒரே மூச்சில் நான் சொல்லி முடித்தேன். பயந்ததால் வார்த்தைகள் சரியாக வந்ததா? சொன்னது அவருக்குப் புரிந்திருக்குமா? அவருடைய மறு கேள்விகளைக் கேட்டபோது எனக்கு ஏற்பட்ட சந்தேகங்கள் ஒன்றுமில்லையென நான் நினைத்தேன்.

‘‘ஆஸ்பத்திரியிலா, என்ன ஆச்சு? நீ யாரு?’’

ஒரே நேரத்தில் மூன்று கேள்விகள்.

அதிகமாகப் பேச எனக்குத் தோன்றவில்லை. இல்லையென்றாலும் சொல்ல வேண்டியதைச் சொல்லிவிட்டேன். அதிகமாகத் தெளிவாய்ப் பேச எனக்குத் தெரியாது.

நான் ரிசீவரைக் கீழே வைத்தேன். மறுமுனையில் ஹலோ என்ற குரல் அப்போதும் முழக்கமிட்டது போலிருந்தது. பூத்திலிருந்து இறங்கி வந்தபோதுதான் எனக்கு மூச்சு சீரானது.

மருத்துவமனையின் வராந்தாவில் என்னைக்கடந்து போகும் ஒவ்வொருத்தரின் முகபாவத்தையும் கவனித்தபடி நான் ரிசப்ஷனிலேயே உட்கார்ந்தேன். நோய் மனிதனின் எல்லா அகங்காரங்களையும் ஒடுக்கிவிடும். தன்னைச் சுற்றிலும் இருப்பதைப் பார்க்காமல் அதி வேகமாக ஓடும் மனிதன் நோய்க்கு முன் மண்டியிடுகிறான். கையில் விலங்கிட்டது போலக் கதியற்றுக் காணப்படுகிறான்.

ஏறக்குறைய பதினைந்து நிமிடத்தில் அவர் வந்தார். நான் அதற்குள் அறைக்கு வந்திருந்தேன். என் பக்கத்திலிருந்து அதிகத் தகவல்கள் கிடைக்காமல் போனதால் ரிசப்ஷனில் கேட்டு அறையைக் கண்டுபிடித்திருக்கிறார்.

அறைக்கு வந்தவுடன் அவர் கோபமாகத்தான் பேசினார்.

''யாரு எனக்கு ஃபோன் பண்ணது, இப்படித்தான் தகவல் சொல்வார்களா?'' அறையின் ஒரு மூலையில் போடப்பட்டிருந்த மேசையின் மேல் தலை குனிந்து உட்கார்ந்திருந்த நான் அந்தக் கம்பீரமான குரலைக்கேட்டுத் தலையை உயர்த்திப் பார்த்தேன்.

திட்டமான உயரமும் நல்ல நிறமும் தாடியும் வைத்திருந்த மனிதன். கரை வைத்த வேட்டியும் வெள்ளை சட்டையும் அணிந்திருந்தார்.

''பிரேமேட்டன் வந்திட்டீங்களா?''

படுத்திருந்த அம்மா அவரைப் பார்த்தவுடன் உற்சாகமாய் எழுந்து உட்கார்ந்தாள். அவள் பக்கத்தில் சென்று எல்லாம் விசாரித்தறிந்தார். நான் அப்போதும் அவரை முறைத்துப் பார்த்தபடி நின்றிருந்தேன். இந்த முகத்தை நான் எங்கேயோ பார்த்திருக்கிறேன்? எங்கே அது? என் நினைவுகள் பின்னோக்கிப் பறந்தன.

எங்கே நான் பார்த்தேன்?

நியாபகங்கள் ஓடி ஓடி அம்மா நடித்த நாடகத்தின் கடைசி ஒத்திகை தினத்தைச் சென்றடைந்தது. ஹோட்டலில் நடந்த கடைசி ஒத்திகைக்கு நானும் பாட்டியும் போனோமில்லையா, அன்று அந்த கேம்பின் மருட்சியான வெளிச்சத்தில் இரண்டு கண்கள் என்னை முறைத்துப் பார்த்துக் கொண்டிருந்தது இல்லையா, உதடுகளில் எரிந்து கொண்டிருக்கும் சிகரெட்டின் கறுப்புப் புகையை ஊதி விட்டபடி பரிகாசமாய் என்னைப் பார்த்துக் கொண்டிருந்த மனிதன்.

அந்த ஆள்தானா இது?

சந்தேகம் தீர்த்துக் கொள்வதற்காக இன்னும் நுட்பமாய் அவரைப் பார்த்தேன்.

தலைமுடி சீவி ஒதுக்கப்படவில்லை. தாடியிலும் மீசையிலும் வெள்ளை முடிகள் தெரிய ஆரம்பித்திருந்தன. ஒளிவிடும் கண்கள். என் பார்வையை அவர் கவனித்துவிட்டார். மின்னும் கண்களால் என்னைத் தலை முதல் கால் வரை பார்வையிட்டார்.

"நீ தானா எனக்கு ஃபோன் செய்தது?"

அப்படி 'நீ' என்று கூப்பிட்டதும், அந்த அதிகாரக் குரலும் எனக்குப் பிடிக்கவில்லை. நான் பதிலேதும் சொல்லவில்லை.

"பாத்தீங்களா சேச்சி..." அவர் அம்மாவிடம் பேசினார்.

"என்ன ஏதுன்னு எதையும் சொல்லாம ஃபோன வச்சிட்டா. தங்கமணி சொல்லித்தான் கூப்பிடறேன்னும் தஹானி ஆஸ்பிட்டல்ன்னும் சொன்னா"

எனக்கு நேராக நின்று பரிகாசக் குரலில் சொன்னார்.

"மீதியெல்லாம் நானே யூகிச்சுக்கணும் இல்லையா? இப்படித்தானா உமா எல்லார்ட்டயும் பேசறது?"

என் பெயரைக் கூப்பிட்டவுடன் நான் ஆச்சரியத்துடன் அவரைப் பார்த்தேன். அதைவிட ஆச்சரியம், அவர் அம்மாவை அக்கா என்று கூப்பிட்டது. அம்மா பிரேமேட்டன் என்றும் அவர் தங்கமணி சேச்சி என்றும்... மொத்தத்தில் ஒரு பொறுத்தமின்மையைப் பார்க்க முடிந்தது.

"அப்பா வளத்து நாசமாக்கிட்டார்ன்னு நீங்க சொன்னீங்களே சும்மா இல்ல சேச்சி அது...." என்னை எரிக்கும் பார்வை பார்த்து அந்த வார்த்தைகளை அவர் சொன்னது எனக்குப் பிடிக்கவில்லை. இனியும் குத்திப் பேசுவதைக் கேட்டு அவமானப்பட என்னால் முடியாதென்று நான் முடிவு செய்திருந்தேன். அறையை விட்டு வெளியே வர முயன்றபோது அவருடைய கன கம்பீரமான குரல் உயர்ந்தது.

"உமா...."

என் உடல் மெல்ல நடுங்கியது. அந்தக் குரலில் கட்டளையிடும் தொனி இருந்தது. "நீ இனி எங்கயும் போகவேண்டாம், என்ன செய்யணும்னு எனக்குத் தெரியும், நாளைக்குக் காலைல நான் வருவேன், உங்கிட்ட கொஞ்சம் பேசணும்"

என்னவென்ற சந்தேகத்துடன் நான் அவரைப் பார்த்தேன். அவர் மேலும் சொன்னார், "சொன்னது புரிஞ்சது இல்லயா, இனி நீ எங்கயும் போகாதே. வேலைக்கோ பிஷப் ஹவுஸுக்கோ எங்கயும் போக வேண்டாம். எல்லாம் நாம பேசிக்கலாம்"

நான் சலனமற்று நின்றேன். அவரை மீறும் தைரியம் எனக்கில்லை. அந்தக் குரல் கனத்திருந்தது. ஒவ்வொரு வார்த்தையும் வெட்டி அளந்தது போலக் கச்சிதமாயிருந்தது. அந்த வார்த்தைகளுக்கு என்னைப் படிய வைக்கும் திறமையிருந்தது.

அப்பாவைப் போல வயதுள்ள அந்த மனிதர் என்ன தீர்மானித்திருப்பார் என்று எனக்குப் புரியவில்லை. மருத்துவமனைக்கான பில் கட்டியதும் எங்களைப் புதிய ஒரு வாடகை வீட்டிற்கும் அவர்தான் மாற்றினார்.

அவருடைய சிவப்பு மாருதி காரில் பஸ் ஸ்டேண்டுக்குப் பக்கத்தில் போகும்போது என் கண்கள் என்னை அறியாமல் சாலையின் அருகிலுள்ள கறி வெட்டுமிடத்திற்கு நீண்டது. ரத்தம் சொட்டி விழும் ஆட்டின் தலையைப் பார்த்து நான் சட்டெனத் தலையைத் திருப்பினேன். தொங்க விடப்பட்டிருக்கும் மாமிசத் துண்டுகள் என் கண் முன்னே நர்த்தனமாடின. அருவெறுப்போடு நான் மீண்டும் பார்த்தேன். அன்று காலையில் வேனில் பார்த்த ஆட்டுப்பட்டி நினைவிற்கு வந்தது. அதில் எதன் கழுத்தில் இன்று கொலைக் கத்தி விழுந்திருக்கும்? ரத்தம் சொட்டிவிழும் அந்த ஆட்டின் தலை என் மனக்கண்களில் அப்படியே ஆட்டம் கண்டது.

'பிரேமன் தைக்காடு' - அப்படித்தான் அவர் அறியப்பட்டிருந்தார். சொற்பொழிவாளர். அதற்கும் மேல் பிரபலமான கலை இலக்கியச் செயற்பாட்டாளர். பம்பாயில் டிராவல்ஸ் ஏஜென்ஸி வைத்திருக்கிறார். பணக்காரர். அவரைப் பற்றி இவ்வளவு செய்திகளையும் அன்றிரவு அம்மாவின் பேச்சிலிருந்து தெரிந்து கொண்டேன். நான் கேட்க வேண்டும் என்பதற்காக அவள் அவரைப் பற்றி என்னென்னவோ சொல்லிப் புகழ்ந்து கொண்டிருந்தாள். ஆனால் ஈடுபாடில்லாத விஷயமானதாலும் அம்மாவோடு பேசப் பிரியமில்லாததாலும் நான் அதைக் கேட்பதில் பெரிதாய் அக்கறை எடுத்துக்கொள்ளவில்லை.

சொல்லிவைத்தது போல மறுநாள் காலை ஆறுமணிக்கு அவருடைய மாருதி கார் எங்கள் வாடகை வீட்டு வாசலில் வந்து நின்றது. நான் தூங்கி எழுந்து அவருடைய காரைத்தான் கண் திறந்து பார்த்தேன்.

''பெண் பிள்ளைங்கன்னா கொஞ்சம் அனுசரிச்சு நடந்துக்கணும். காலைலயே எழுந்து ரெடியாயிருக்கச் சொன்னேன்ல''

காரிலிருந்து இறங்கியவுடன் என் கோலத்தைப் பார்த்து கோபம் வந்திருக்கலாம்.

கௌரவ பாவத்தில் அழுத்தமாகக் கால் பதித்து நடந்து வந்தவர், ''சீக்கிரம் ரெடியாயி வா, நாம ஒரு இடத்துக்குப் போணும். நான் உங்கிட்ட கொஞ்சம் பேசணும்'' என்றார்.

எனக்குச் சிரிப்பு வந்தது. அதை மறைத்துக் கொள்ளாமல் நான் கேட்டேன்.

''என்ன பேச இருக்கிறது? அப்படி ஏதாவது இருந்தாலும் இங்கேயே பேசினால் போதும்'' என் உதடுகளில் விரிந்த பரிகாசத்துடன் நான் மெதுவாகச் சொன்னேன்.

இதுபோல் ஒருவரின் பேச்சைக் கேட்டு அவருடன் போய் வந்ததன் துக்கம் இன்னும் தீரவில்லை.

அதைக் கவனிக்காதது மாதிரியே அவர் இருந்தார். ஆனால், என்னைத் தரை மட்டமாக்குவது போலிருந்தது அவருடைய பதில்.

''உன்னைக் கொல்லவோ தின்று தீர்க்கவோ கூப்பிடவில்லை''

ஒரு நிமிடம் அமைதியாக நின்றபிறகு என்னை முறைத்துப் பார்த்தபடி சொன்னார்.

''இனி ஒருத்தரும் உனக்கு விலை பேச வரமாட்டாங்க''

என் முன்னால் இன்னும் நிறைய கேள்விகள் உயர்ந்து வந்தன. நடந்தவையெல்லாம் இவருக்கு எப்படித் தெரியும்? ஒருவேளை இவருக்கும் தெரிந்துதானோ இதெல்லாம் நடக்கிறது? என்னிடம் சொல்ல என்ன இருக்கிறது இவரிடம்?

''ரெடியாயிட்டு வா, வெளியப் போய்க் கொஞ்சம் பேசலாம்''

எதிர்த்து நிற்கும் என்னிடம் குரல் உயர்த்தியபடி சொன்னார். சொல்வதைக் கேட்பதல்லாமல் எனக்கு வேறுவழி தெரியவில்லை.

இதுவரையிலான சவால்களை எதிர்கொண்டிருக்கிறேன் இல்லையா? அதனால் இப்போது எதையும் எதிர்கொள்ளும் திறமையும் எந்தச் சிக்கலான சூழலிலிருந்தும் கரையேறி வர என்னால் முடியுமென்ற உறுதியான நம்பிக்கையும் எனக்கிருந்தது.

சிறிது நேரத்திலேயே தயாரான நான் அவருடன் காரில் ஏறினேன்.

காலை, சோம்பலாக மெல்ல விடிந்திருந்தது. நகரம் அதன் வழமையான செயல்களுக்கு அப்போதுதான் பழகியிருந்தது. எங்கே போகிறோம் என்றோ எதற்குப் போகிறோம் என்றோ நான் அவரிடம் கேட்கவில்லை.

வேகமாகத்தான் அவர் காரை ஓட்டினார். பின் சீட்டில் உட்கார்ந்து பக்கங்களில் பார்த்தபோது மரங்களும் மனிதர்களும் கனவு வேகத்தில் பின்னோக்கிப் பாய்ந்தார்கள். நிஜத்தில் வேகமேயில்லாத என் வாழ்க்கைதான் அவற்றை விட வேகத்தில் போய்க் கொண்டிருக்கிறதென்று எனக்கு அப்போது தோன்றவில்லை.

நிசப்தமான இரண்டு மனித ஜீவன்களை இழுத்துக்கொண்டு பறந்து சென்ற அந்த கார் கடைசியில் எங்கேயோ பிரேக்கிட்டு நின்றது. எங்கே என்று தெரிந்துகொள்ள கண்ணாடி வழியாகப் பார்த்தேன்.

சுற்றிலும் உயரமான மதில்கள். கேட் திறந்து உள்ளே போனோம். மதிலுடன் சேர்ந்து வளர்ந்திருந்த போகன்வில்லாவின் பூக்கள் உதிர்ந்து கிடந்தன. போய்ச் சேர்ந்தது ஒரு வீட்டிற்கு அல்ல என்பது முதல் பார்வையிலேயே தெரிந்தது. அவர் காரிலிருந்து இறங்கி உடன் வரச் சொல்லி சைகை காண்பித்துவிட்டுப் போனார்.

கதவைத் திறந்து வெளியே வந்தபிறகு இளம் மஞ்சள் நிறச் சுவரில் சிகப்பு எழுத்துகளில் எழுதப்பட்டிருக்கும் போர்டு என் கண்ணில் பட்டது. நான் அதைப் படித்தேன்.

'விக்டரி ஹோட்டல் பார் அட்டேச்டு'

அதைப் படித்து நிற்கும்போது அவர் உள்ளே போயிருந்தார். உடன் நடக்க நான் இன்னும் வேகமாய் ஓட வேண்டியிருந்தது.

பாரின் உள்ளே போய் உட்கார்ந்தார். ஒரு பதட்டமும் இல்லாமல் அவருக்கு எதிரில் உட்கார்ந்தேன்.

வழக்கமாக வருபவரானதால் பாரில் இருப்பவர்களுக்கு அவரை நன்றாகத் தெரிந்திருந்தது. அதனால்தான் விடியலிலேயே வந்து பாரில் உட்காரும் அவரைப் பார்க்க ஆச்சரியமேதும் இல்லை. ஆனால் நான் அவர்களுக்குக் காட்சிப் பொருளானேன். முறைத்துப் பார்ப்பதும் ரகசிய பேச்சும் சகிக்க முடியாமல் போனதால் சங்கடத்துடன் நான் அவரிடம் கேட்டேன்.

''என்ன சொல்ல வேண்டியிருக்கு? இங்க உக்காந்துதான் பேசணும்னா என்னால முடியாது''

அவர் கேட்டதாகவே பாவிக்கவில்லை. வெயிட்டரை வரவழைத்து அவருக்குத் தேவையான பிராண்டை ஆர்டர் செய்தார்.

''உனக்கு ஏதாவது வேணும்னா சொல்லு''

அவருடைய வார்த்தைகளைக் கேட்டு எனக்குக் கோபம் வந்தது.

விடிகாலையில் பாரில் போய் உட்கார்ந்துக் கொண்டு எனக்கு வேண்டியதை ஆர்டர் செய்யணுமாம்... வெயிட்டர் என்னைப் பார்த்துப் புன்சிரிப்புடன் நின்றார்.

''எனக்கொண்ணும் வேண்டாம்''

அதிருப்தியை வெளிக்காட்டியபடி நான் சொன்னேன்.

என் எதிர்ப்பைக் கருத்திலேயே எடுத்துக்கொள்ளாமல் அவர் ஒரு ஆரஞ்சு ஜூஸ் ஆர்டர் செய்தார்.

கொஞ்ச நேரத்திற்கு மீண்டும் மௌனம். பரஸ்பரம் பார்த்துக் கொள்ளவுமில்லாமல் அமைதியாக உட்கார்ந்திருந்தோம். வெயிட்டர் பாட்டிலும் டம்ளர்களும் ஐஸ் க்யூப்களுமாக வந்தார். அவர் முதல் பெக்கின் பாதியில் இருக்கும்போது எனக்கான ஆரஞ்ச் ஜூஸ் வந்தது. நான் வெளியே கண்ணோட்டி பார்த்துக் கொண்டிருந்தேன்.

''ஜூஸ் எடுத்துக் குடி'' என்னை முறைத்துப் பார்த்தபடி சத்தமாய்ச் சொன்னார். சத்தம் கேட்டு பாரில் உள்ளவர்கள் எங்களையே

பார்த்தார்கள். அதொன்றும் அவரை பாதிக்கவேயில்லை. யார் பார்க்கிறார்கள் என்றோ யார் கேட்கிறார்கள் என்றோ, எதுவும் அவருக்கு அக்கறையில்லை. நான் ஜூஸ் எடுத்து ஒரு மிடறு குடித்தேன். உண்மையில் அவர் கத்தும்போது நான் உள்ளுக்குள் அதிர்கிறேன் என்று உணர முடிகிறது. பெரும் பயம் என்னை இழுத்து இறுக்கியது.

அதனால்தானோ என்னவோ மறுக்கவே முடியாமல் விடியற்காலையில் ஒரு பாரில் உட்கார்ந்திருக்கிறேன்.

முதல் பெக் காலி செய்து இரண்டாவதை டம்ளருக்கு ஊற்றும்போது அவர் என்னைப் பார்த்து மென்னகை புரிந்தார். அது அவருக்குக் கொஞ்சமும் பொருந்திப் போகவில்லை.

டம்ளருக்குள்ளாக கையாலேயே இரண்டு ஐஸ் க்யூப்களை எடுத்துப் போட்டார். அது மதுவில் முங்கி எழுந்தது.

"என்னப் பத்தி உன் அம்மா சொல்லி இருப்பாங்க இல்லையா?"

அவர் குரல் தாழ்த்திக் கேட்டார்.

அவருக்கு இப்படியும் பேசத் தெரியுமா என்று எனக்குத் தோன்றியது. அவருடைய கேள்விக்குப் பதில் சொல்லாமல் உட்கார்ந்திருந்தபோது உதட்டில் மெல்ல நெளிந்த மென்னகை மாறியது. குரலின் மென்மையும் மறைந்தது.

"சும்மா உக்காந்திருக்கக் கூடாது, கேட்டா பதில் சொல்லணும்"

மீண்டும் குரல் உயர்கிறது என்று தெரிந்தவுடன் நான் தலையாட்டியபடி சொன்னேன்.

"தெரியும்"

கனமாய் முனகிக் கொண்டு அவர் தொடர்ந்தார்.

"உன் அம்மா செய்தது தப்பு. அவனை நம்பி உன்னத் தனியா பம்பாய்க்கு அனுப்பியிருக்கக் கூடாது"

ஒவ்வொரு வாக்கியத்திற்கு நடுவிலுமான இடைவெளி ஒவ்வொரு மிடறு மதுவைச் சுவைப்பதற்கான இடைவெளியாக இருந்தது.

நான் மறக்க முயற்சிக்கும் விஷயங்களைத்தான் அவர் நியாபகப்படுத்தினார். என் வாழ்க்கையில் அப்படியொரு நாள் நடக்கவேயில்லை என்று நம்பத்தான் நான் ஆசைப்படுகிறேன். ஆனாலும் அவர் அதையே சொல்கிறார்.

"இனி நீ பயப்பட வேண்டாம், இனி ஒருத்தரும் உன்னைத் தேடி வரமாட்டார்கள். உன்னை விலை பேசமாட்டார்கள்"

அவருடைய வார்த்தைகளைக் கேட்டபோது கோபமே வந்தது. அதை வெளியே காண்பிக்க தைரியம் இல்லாமல் நான் சலனமற்றிருந்தேன். என் முகத்தைப் பார்க்காமல் அவர் தொடர்ந்தார்.

"உனக்காக எவ்ளோ கொடுத்திருக்கிறேன் தெரியுமா? ஐம்பதாயிரம்... ஐம்பதாயிரம்"

என் உடல் ஒருமுறை அதிர்ந்து மரத்துப் போனது. ஆரஞ்சு ஜூஸ் இருந்த டம்ளர் என் கையிலிருந்து நழுவிக் கீழே விழாமலிருக்க சிரமப்பட்டேன்.

நம்பவே முடியாமல் நான் அவரை முறைத்துப் பார்த்தேன். யாருக்கு ஐம்பதாயிரம் கொடுக்கப்பட்டது? மறுபடியும் அவள் என்னை விற்று விட்டாளா? எனக்கு அழுகையாக வந்தது. என்னையும் மறந்து நான் உடைந்து அழுவேன் என்று தோன்றியது. ஆனாலும் அப்படியே உட்கார்ந்திருந்தேன்.

"பம்பாயிலிருந்து உன்னைக் காப்பாற்றிய கோபி அங்கேயிருந்து என்னைத்தான் முதலில் கூப்பிட்டான். நீ திருச்சூர் என்று சொன்னதால் என்னை நியாபகம் வந்து கூப்பிட்டான். உன்னை பம்பாய்க்குக் கூட்டிட்டுப்போன சம்சு, யாரிடமிருந்தோ 25000 ரூபாய் வாங்கி உன்னைக் கொடுப்பதாகச் சொல்லியிருந்தான் என்றதால் அதற்கு பதிலாக இரண்டு மடங்கு கொடுத்துதான் நான் செட்டில் செய்தேன்"

அவர் கதை சொல்வது போல விவரித்தபோது அவமானத்தால் நான் தலை குனிந்தேன். அந்த மனிதன் என்ன சொல்ல வருகிறாரென்று எனக்குப் புரியவில்லை.

என்னைக் காப்பாற்றிய கணக்கைச் சொல்கிறாரா? இல்லை என்னைக் காப்பாற்றியதன் மூலமாக நான் அவருடைய அடிமை என்பதைச் சொல்கிறாரா?

நான் அவரைப் பார்த்தேன். இரண்டு பெக்கை முடித்து மூன்றாவதை டம்ளரில் ஊற்றினார். இரண்டு பெக் உள்ளே போனதற்கான எந்தச் சிக்கலும் இல்லாமல் பேச்சைத் தொடர்ந்தார்.

''செட்டில்மெண்ட் உன் விஷயத்தில் மட்டுமல்ல, உன்னோட அம்மா பணம் கொடுக்க வேண்டியவர்களுக்கும் அடைத்திருக்கிறேன். அதனால இனி உங்கம்மாவுக்கும் எந்தப் பிரச்சனையும் இருக்காது.''

மொத்தத்தில் அவர் என் குடும்பத்தின் ரட்சகராய் அவதரித்திருக்கிறார் என்றுதான் சொல்கிறாரோ? அதைக் கேட்டவுடன் எனக்கு அவர் மேல் மரியாதையோ பிரியமோ தோன்றவில்லை மாறாக அவருடைய பெருமையான பேச்சு எனக்குச் சகிக்க முடியாமல் போனது.

இனியும் அமைதியாக இருப்பதில் அர்த்தம் இல்லையென்று எனக்குப்பட்டது. எல்லாவற்றையும் உடைத்துப் பேசிவிட வேண்டும். முதலில் அவருக்கு இன்னும் ஏதாவது சொல்ல வேண்டியிருக்கிறதா என்று தெரிய வேண்டும். ஆரஞ்சு ஜூஸ் இருந்த டம்ளரை உள்ளங்கைகளில் வைத்து உருட்டி தைரியத்தை வரவழைத்து நான் பேசினேன்.

''இவ்வளவுதானா சொல்லவேண்டியது?''

எந்த உணர்வையும் காட்டாமல் அவர் என் கண்களுக்குள் பார்த்தார். அந்தப் பார்வைக்கு நான் ஏற்படுத்திக் கொண்ட தைரியத்தை உதிர்ந்து போகச் செய்யும் வலிமை இருந்தது.

கொண்டு வைத்திருந்த ஐஸ் க்யூப் பாத்திரம் காலியானவுடன் அவர் வெயிட்டரைக் கூப்பிட்டார். காலிப் பாத்திரத்தை அவனிடம் காண்பித்தபடி முறைத்துப் பார்த்தார். அந்தப் பார்வைக்குக் கட்டுப்பட்டு உடனே ஐஸ் க்யூப் வந்தது. திரும்பி நடப்பதற்கிடையில் என் முன்னாலிருந்த ஆரஞ்ச் ஜூஸைப் பார்த்தான். அது இப்போதும் முக்கால் பாகம் மீதமிருந்தது.

சொன்னவற்றை எல்லாம் மீண்டுமாய்ப் பேசி அவர் குடித்துக் கொண்டே இருந்தார். உட்கார்ந்திருந்த என் பொறுமை நாசமானது. பாரில் ஆள் நடமாட்டம் அதிகரித்தது. ஒரு கேபினுக்குள் இருந்ததால் அதிகம் யாரும் எங்களைப் பார்க்கவில்லை. பெக்குகள் காலியாகிக் கொண்டிருந்தபோதும் மது அவரின் தலையில் ஏறியதாய்த் தெரியவேயில்லை. வார்த்தைகள் இப்போதும் திடமாகவே இருந்தன.

''நான் இவ்ளோ நேரம் உன்னப் பத்திதான் பேசினேன். உன்னோட பாதுகாப்பைப் பத்தி...''

அலட்சியமாகப் பார்த்துக் கொண்டிருந்த என்னிடம் கௌரவம் விடாமல் சொன்னார்.

''இனி என்னைப் பத்திச் சொல்றேன். நான் கல்யாணமானவன். ஐந்து வயதில் ஒரு மகள் இருக்கிறாள். மனைவிக்கு கேன்சர். என் மகளைப் பார்த்துக்கொள்ள ஒரு ஆள் வேண்டும்''

ஒளிவும் மறைவுமில்லாமல் அவர் சொல்ல வேண்டியதைச் சொன்னார். மகளைப் பார்த்துக்கொள்ள ஆயாவை ஏற்பாடு செய்தால் போதுமில்லையா கேட்க நினைத்த என் கேள்விகளுக்கு எந்த மரியாதையும் இல்லையென்பது மாதிரி அவர் பேசிக்கொண்டே போனார்.

''நமக்குள்ள பெரிய வயது வித்தியாசம் இருக்கிறதுதான். அதை பெரிசா ஒண்ணும் நெனக்க வேணாம். இப்ப வாழ்க்கையின் பாதுகாப்பை மட்டும் யோசிச்சா போதும்''

''அப்படீன்னா?''

எல்லாவற்றையும் கிரகிக்க முடிந்தாலும் ஒன்றும் புரியாதது மாதிரி நான் அவரைப் பார்த்தேன். என் கேள்வியில் தொக்கி நிற்கும் பரிகாசத்தைப் புரிந்து கொண்டவருக்குக் கோபம் வந்தது.

''அப்படீன்னா நான் சொல்ற மாதிரி நீ நடந்துக்கணும், அவ்வளவுதான்''

டம்ளரில் இருந்ததை ஒரே மூச்சில் குடித்தார்.

உணர்வற்று நான் அவரையே பார்த்துக்கொண்டு உட்கார்ந்திருந்தேன். அவருடைய மகள் போன்ற வயதில்தான் நானிருந்தேன். அப்படியிருக்கும் என்னிடம் சொன்னதைக் கேட்டு உடன் வாழ நிர்பந்திக்கிறார். ஆனால் உரையாடல்களில் ஒரு இடத்திலும் கல்யாணம் பண்ணிக்கொள்ள வேண்டுமென்றோ உடன் வாழ வேண்டுமென்றோ அவர் சொல்லவில்லை. பிறகு எதை மதித்து நடக்க வேண்டும்?

மத்தியானம் பாரிலிருந்து வெளியே வரும்போது அவர் மிக அதிகமாகக் குடித்திருந்தார். எவ்வளவு குடித்தாலும் அவருடைய பேச்சிலோ நடத்தையிலோ எந்தவொரு மாற்றமுமில்லை. ஒருவேளை குடித்துக் குடித்து மதுவின் போதையை அவருடைய உடல் ஏற்கவில்லையோ. என்னை வீட்டில் கொண்டு இறக்கி விடும்போது அவர் ஒன்றை மட்டுமே சொன்னார்.

''நாளைக்கும் காலையில் நான் வருவேன். நீ ரெடியா இருக்கணும்.''

தினமும் காலையில் அவருடன் பாரில் போய் உட்கார்ந்து இருப்பதா என் வேலை? அப்படித்தான் எனக்குப் பாதுகாப்பு தர அவர் நினைத்திருக்கிறாரா

இனிமேல் அப்படியான ஒரு பாதுகாப்பு எனக்கு வேண்டாமென்ற தீர்மானத்தில் எப்படியோ அந்த இரவை அங்கே தள்ளினேன்.

மறுநாள் காலையிலேயே யாரிடமும் சொல்லிக் கொள்ளாமல் நான் சிந்தாமணிப்புதூருக்கு பஸ் ஏறினேன். அப்பாவிடம் எல்லாவற்றையும் சொல்லிவிட வேண்டும். ஏதாவது ஒரு வேலைக்கு ஏற்பாடு செய்ய வேண்டும். இல்லையென்றால் தொடர்ந்து படிக்க வேண்டும். பாதுகாப்பின்மையின் நிழல் என்னை மூடி நின்றது. நிம்மதியாக ஒரு இரவாவது தூங்க வேண்டும் என்று நான் ஆசைப்பட்டேன்.

ஆனால் விதி என்னிடம் கொஞ்சமும் கருணை காண்பிக்கவில்லை. சிந்தாமணிப்புதூருக்கு நான் போய் சேருவதற்கு முன்பே அம்மாவும் அவரும் காரில் அங்கே வந்து காத்திருந்தார்கள். நான் வேறு எங்கேயும் போக முடியாது என்று அவர்கள் யூகித்திருக்கவேண்டும். கடுமையான கோபத்துடன் அவர் என்னிடம் நடந்துகொண்டார்.

மில் வேலைக்காகக் கோயம்புத்தூருக்கு அப்பா போயிருந்ததால் அவரை என்னால் பார்க்க முடியவில்லை. கடைசியில் வேறு வழியே இல்லாமல் அவர்களுடைய பயமுறுத்தல்களுக்கு நான் அடி பணிய வேண்டி வந்தது. என் முன்னால் ஒரே வழிதான் இருந்தது. தண்டனை காலமாக நினைத்து அவர் சொல்லும் ஆகாயத்தின் கீழ் வாழ்வது, இல்லையென்றால் பிறந்தது இவ்வளவு காலம் வாழ மட்டுமே என்று நினைத்து வாழ்வை முடித்துக் கொள்வது.

இரண்டாம் வழியைத் தேர்ந்தெடுக்கும் தைரியம் இல்லை. வாழ்வின் கடைசிமூச்சு உள்ளவரை வாழ்ந்து தீர்ப்பது. நெருக்கடிகளில் தளர்ந்து போகக்கூடாது.

எங்கேயோ ஒரு விதி எழுதப்பட்டிருக்கிறது. நான் என்னையே பலி கொடுக்கும் வாழ்க்கையோடு வெறுப்படைந்து எந்தப் பயனுமில்லை.

அந்தத் திடமான நிச்சயம்தான் என்னை நானாக்கியது.

ஒன்பது

வேறு யாரோ எழுதிய என் வாழ்வின் விதி வரிகளில் இப்படியெல்லாம் இருந்தது. அதன்படி வாழ நான் நிர்ப்பந்திக்கப்பட்டேன். நான் பிரேமனின் அங்கீகாரமற்ற மனைவியாகியிருந்தேன். பாருக்கும் அவருர் சொற்பொழிவு நடத்தும் மேடைகளுக்கும் என்னைக் கூட்டிக்கொண்டு போனார். கடுமையான வார்த்தைகள் உபயோகித்தாலும் எனக்குப் பிடிக்காத கெட்ட வார்த்தைகளோ நடவடிக்கைகளோ அவரிடருந்து வந்ததில்லை. முதல் சில நாட்களிலான சிரமங்கள் கொஞ்சம் கொஞ்சமாக மறையத் தொடங்கின. நான் அந்த வாழ்வோடு பொருந்திப் போனேன். தினமும் காலையில் அவர் என்னைக் காரில் ஏற்றிக்கொண்டு பாருக்கோ, அவருடைய திருச்சூர் அலுவலகத்துக்கோ போவார். மெல்ல மெல்ல அவருடைய பம்பாய் அலுவலகத்தின் எல்லாக் கணக்குகளையும் பார்த்துக்கொள்ளச் சொல்லி என்னிடம் ஒப்படைத்தார். சுருக்கமாகச் சொன்னால் பிரேமனின் உதவியாளராக என்னை உடனழைத்துக்கொண்டுபோக ஆரம்பித்திருக்கிறார் என்ற தோரணை எனக்குள் பலமாய் விழுந்தது.

சினிமா இயக்குநர் பவித்திரன், எழுத்தாளர் சிந்தா ரவி உட்பட கலைத் துறைகளில் நிறைய நண்பர்கள் பிரேமனுக்கு இருந்தார்கள்.

நண்பர்கள் ஊர்க்காரர்களின் கண்களில் நான் எப்போதோ பிரேமனின் மனைவியாயிருந்தேன். அப்படி அல்ல என்று திருத்த நானும் மெனக்கெடவில்லை. ஒருவேளை பிரேமன் சொன்னதுமாதிரி அவர் எனக்காக முடிவு செய்து வைத்திருந்த வானத்தின் கீழே நான் பாதுகாப்பாக இருப்பதுபோல உணர்ந்தேன். செக்ரட்டரி என்ற வார்த்தையிலிருந்து மனைவி என்ற பதவிக்கான என் கால்தட மாற்றத்திற்கு வழி வகுத்தது ஒரு டாக்குமெண்ட்ரி படம்.

பிரேமன் தயாரித்து பவித்ரன் இயக்கின 'கள்ளின் கதை' என்ற டாக்குமெண்ட்ரி படம் கள்ளின் மகத்துவமும் வரலாறும் வெளிப்படுத்த எடுக்கப்பட்ட படம்.

புதிர் நிறைந்த வாழ்க்கையையே இயல்பாக்கிக் கொண்ட பிரேமன் இதை என்னிடம் சொன்னதும் மிகவும் எதிர்பாராததாக இருந்தது.

ஒருநாள் மாலை காரில் என்னை வீட்டில் விடும்போது, ‘‘குட்டீ...’’ சில நேரங்களில் அப்படியும் என்னைக் கூப்பிட்டார். அபூர்வமான சந்தர்ப்பங்களில் மட்டுமே. அந்த அழைப்பில் ஒரு மென்மை இருந்தது. அன்றும் அதுபோலத் தேனில் புரண்ட குரல் கேட்டு நான் திரும்பிப் பார்த்தேன்.

‘‘நாளைக்குக் காலைல நாம கொஞ்சம் வெளிய போறோம். திரும்பிவர ஒரு வாரமாகும். தேவையான துணிகளெல்லாம் எடுத்து வச்சுக்கோ’’

எங்கே என்று கேட்க என் நாக்கு துடித்தது.

ஆர்வ மிகுதியால் வந்த கேள்வி அது. ஆனாலும் அவருடைய முக பாவத்தைப் பார்த்தபோது மொத்தத்தையும் உள்ளே ஒளித்து வைத்து விட்டேன். எங்கே என்றோ எதற்காகவென்றோ எனக்குத் தெரியவேண்டுமென்று அவருக்குத் தோன்ற வேண்டாமா!

கீழ்ப்படிய விதிக்கப்பட்டவள்.

ஆணைக்குக் கட்டுப்பட வேண்டியவள்

அடிமை

எந்தப் பேரானாலும்

அதற்கெல்லாம் உட்பட்டவள்.

சொல்லி வைத்தது போல ஒரு வாரத்திற்கான துணிகளுடன் மறு நாள் காலையில் அவருடன் போனேன்.

பயணம் தொலைவிலில்லை, வீட்டிலிருந்து சில கிலோமீட்டர்கள் மட்டுமே தூரமுள்ள திருச்சூரின் 'எலைட்' ஹோட்டலுக்குப் போய் சேர்ந்தோம்.

ஹோட்டலும் பாரும் புதுமையான இடங்களாக இல்லாமல் மாறிப் போன எனக்கு அந்த இடம் கொஞ்சமும் ஆச்சரியப்படுத்தவில்லை. ஆனாலும் ஒரு வாரத்திற்கான துணிகளை எடுத்துக்கொண்டு திருச்சூரிலேயே தங்க வேண்டியதன் அவசியம் என்னவென்று எனக்குப் புரியவில்லை.

என் கண்களில் அப்படியொரு சந்தேகம் நிழலிட்டதைப் பார்த்த பிறகும் அவர் ஒன்றும் சொல்லவில்லை.

ரிசப்ஷனில் பவித்தரனும் சிந்தா ரவியும் இன்னும் கொஞ்சம் ஆட்களும் கூடி நின்றிருந்தபோதுதான் என்னவென்று எனக்குப் புரிந்தது. டாக்குமெண்டரி படத்தின் படப்பிடிப்பு தொடங்கப் போகிறார்கள். அதற்கான விவாதம் நடத்தத்தான் இந்த ஹோட்டல்வாசம். ஆரம்பநிலை பேச்சும், படப்பிடிப்பும் ஹோட்டலில்லேயே நடக்கவிருக்கிறது.

நல விசாரிப்புகளை ரிசப்ஷனில் வைத்தே முடித்து சாவியும் வாங்கி எல்லாரும் அவரவர்களின் அறைகளுக்குப் போனார்கள். என்னையும் கூட்டிக்கொண்டு 203 - ம் எண் அறைக்கு வந்த பிரேமன் அதிர்ந்து போன என் பார்வையைச் சந்தித்து எரிச்சலுடன் இரண்டு

பேருடைய பைகளையும் அறையின் மூலையில் வைத்துவிட்டு என் பக்கத்தில் நெருங்கி வந்தார். என்னை மிகவும் துச்சமாகப் பார்த்தார்.

"இது உனக்கான அறைதான். நான் அவர்களுடன் எங்காவது போய் படுத்துக் கொள்வேன்"

என்னையறியாமல் ஒரு பெருமூச்சு என்னிடமிருந்து வெளிவந்தது. அதைக் கவனித்த அவருக்குச் சட்டெனக் கோபம் வந்தது. "கூட படுக்க உனக்கு பயமாயிருக்கா? ஊர்க்காரர்களுடைய கண்களில் நீ இப்போ பிரேமனின் மனைவிதான், அத மறந்திடாத"

என் கண்களைப் பார்த்து அதைச் சொன்னபோது நான் முகத்தைத் திருப்பினேன்.

மனைவி, அந்த வார்த்தையைக் கேட்டபோது எனக்குள் ஏற்பட்ட மனநிலையை வார்த்தைகளில் சொல்ல முடியாது. அப்படி ஒரு ஆசை எனக்கு உள்ளே இல்லையென்று அவரிடம் சொல்லவேண்டும் போலிருந்தது. ஊர்க்காரர்களின் கண்ணில் என்ன இருக்கிறதோ அது அவர்களிடமே இருக்கட்டும்...

ஆனால்...

பயம். அவரை எதிர்த்து எதையும் சொல்லும் தைரியம் இல்லை. எனக்கு ஒரே பயம். எனக்குள்ளே எரிந்து கொண்டிருந்த தீ அணைந்து போயிருந்தது. அவர் ஏற்பாடு செய்து தந்திருக்கும் பாதுகாப்பான வளையத்திற்குள் இறுகி ஒடுங்கிப் போய் வாழ நான் பழகியிருந்தேன்.

அவர் சொன்னது மாதிரியெல்லாம் நடந்து கொள்ளவில்லை. எனக்காக ஒதுக்கப்பட்ட அறையில்தான் 'கள்' கதையின் விவாதம் நடந்தது.

மாலையில் நண்பர்கள் எல்லோரும் அறையில் ஒன்றாய்க் கூடினார்கள். விவாதம் தொடங்கியது. படப்பிடிப்பையும் அது நடக்க வேண்டிய இடங்களையும் திட்டமிடத் தொடங்கினார்கள். எனக்குப்

பழக்கமேயில்லாத உரையாடலைக் கேட்டு நான் குருடன் யானையைப் பார்ப்பது போல நின்றேன். 'கள்' படக் கதையின் விவாதத்தின் இடைவேளைகளில் மது வழிந்து ஓடிக் கொண்டிருந்தது. அறைக்குள் பெண்ணாக நான் மட்டுமே இருந்தேன். மதுவின் நாற்றம் எனக்குப் பழகிவிட்டிருந்ததே. ஆனால் நான் ஒருத்தி அங்கிருக்கிறேன் என்பதை அங்கு யாருமே உணரவேயில்லை. மாட்டுக்கறி வறுவலும் கோழி பொரித்ததுமாக விவாதத்தை அவர்கள் உண்மையிலேயே கொண்டாட ஆரம்பித்தார்கள். அதிக நேரம் நின்று கொண்டிருந்த எனக்கு அறையிலிருந்து எங்காவது ஓடிவிடலாமா என்றிருந்தது. வெஜிட்டேரியன் மட்டும் சாப்பிட்டுப் பழகியிருந்த எனக்குக் கறி, சிகரெட், புளித்த கள்ளின் நாற்றங்களுமாய் வயிறு பிரட்டிக் கொண்டு வந்தது. என் ஒவ்வாமைகளைப் புரிந்துகொண்ட பின்பும் அவர்கள் தின்றும் குடித்தும் கும்மாளமிட்டுக் கொண்டுமிருந்தார்கள். என்னையும் என் மன உணர்வுகளையும் மதிக்க வேண்டிய அவசியம் அவர்களுக்கில்லையே. நான் அவர்களின் யார்? பிரேமனுக்கு அடிமை, நண்பர்களுக்குக் கேலிச்சித்திரம். எனக்கோ கழிவிரக்கம்.

நீண்டநேரம் வாய் மூடி உட்கார்ந்துகொண்டு உள்ளில் இருந்து வெளியே வந்ததை அடக்க முயன்றாலும் ஒருமுறை கட்டுப்பாட்டை மீறி நான் டாய்லெட்டுக்கு ஓடினேன். கொஞ்சநேரம் அங்கே கதவைச் சாத்திக்கொண்டு உட்கார்ந்தேன்.

அதற்குள் உள்ளே போன கள்ளின் நாற்றம், கள்ளின் கதையிலிருந்து புளித்து மற்ற இடங்களுக்கும் பரவியது. பெண்களை வர்ணிப்பதும் பரிகசிப்பதும் ஆரம்பித்தது.

வெளியே ரகளை கொஞ்சம் அடங்கிய பிறகுதான் நான் டாய்லெட்டிலிருந்து வெளியே வந்தேன். நினைவு தவறிப் பலரும் அங்கேயே படுத்துக் கிடந்தார்கள். இரண்டு பேர் படுக்கும் கட்டிலில் நான்கைந்து பேர் தலைகால் மாற்றிக் கோரமாகப் படுத்துக் கிடந்தார்கள். காலியான மதுக்குப்பிகளும் நானும் மட்டும்தான் நேராக

நின்று கொண்டிருந்தோம். அவற்றை அப்படியே விட்டு விட்டு நானொரு போர்வையை எடுத்துத் தரையில் விரித்தேன். அறையின் ஒரு மூலையில் கட்டி வைத்த துணி மூட்டை போல உடலை வெளியே காண்பிக்காமல் சுருட்டி மூடிக்கொண்டு விடியும்வரை கிடந்தேன்.

எப்போதோ தூங்கியிருந்த நான் விடியற்காலையில் கண் திறந்து பார்க்கும்போது அறையில் யாருமேயில்லை. அறையில் இருந்த இரவு உணவின் மீதியும், காலி டம்ளர்களும் பாட்டில்களும் தரையில் எல்லா இடத்திலும் துப்பின எச்சிலும் மட்டுமே மீதமிருந்தன. அறை முழுக்க துர்நாற்றத்தால் நிறைந்திருந்தது. நான் எழுந்து டம்ளர்களைக் கழுவி வைத்தேன். பாட்டில்களைக் கவரில் கட்டி குப்பைத் தொட்டியில் போட்டேன். எச்சிலை வாரி அறையைச் சுத்தப்படுத்திக் கொண்டிருக்கும்போது பிரேமன் அறைக்குள்ளே வந்தார்.

"இதுவரைக்கும் நீ ரெடியாகலயா? சீக்கிரம் வா. ஷூட்டிங் தொடங்க நேரமாயிடிச்சு"

ஒன்றும் நடக்காதது மாதிரி கௌரவபாவம் விடாமல் பேசும் அந்த மனிதனை ஆச்சரியமாகப் பார்த்தேன். விடியும்வரை குடித்து, கொண்டாடி, கேவலமாய் பேசிச் சிரித்து, அறையை இப்படி அசுத்தப்படுத்திய மனிதன்தானா இப்போது பேசுவது?

இப்படியொரு மனிதப் பிறவி இந்த அறையில் வாழ்கிறது என்பது அவருக்குப் புரியும்தானே?

கேள்விகள் என் வாழ்நாள் முழுக்கக் கேட்கும் அளவிற்கு எனக்குள் நீண்டு கொண்டே போனது. ஆனால் அதை யாரிடம் கேட்பது? யார் கேட்பது?

அல்லவைகளை எதிர்க்கும் சக்தி என்னிலிருந்து போய்விட்டது என்பதை உணர்ந்தபோது எனக்கே என்னைப் பிடிக்காமல் போனது. அறையிலிருக்கும் உணவு மீதிகளையும் எச்சிலையு சுத்தம் செய்தேன்.

குளித்துத் துணி மாற்றிக்கொண்டு நான் ஷூட்டிங் ஸ்பாட்டுக்குப் போனேன். எல்லோரும் படு உற்சாகத்திலிருந்தார்கள். முந்தின நாள் நிகழ்ந்த ஏதும் அவர்களுடைய நியாபகங்களில் இல்லையென்று எனக்குப்பட்டது. அது அவர்களுக்குப் பழக்கமானதாகக் கூட இருக்கலாம். வழக்கமான நிகழ்வுகளிலிருந்து மாறுதலாகப் பார்க்க வேண்டி வந்ததால் எனக்கு அசாதரணமாகத் தோன்றியிருக்கலாம். நான் இப்போது அசாதாரணமான வாழ்க்கை வழித்தடத்தில்தானே சஞ்சரிக்கிறேன்!

அன்றும் அதைத் தொடர்ந்த நாட்களிலும் இரவுகளில் கள் படத்தின் முதல் நாள் போலவே நடந்தது. எனக்காக ஒதுக்கப்பட்ட அறை அவர்களுடைய நிரந்தர இடமானது. எல்லாவற்றிற்கும் மௌன சாட்சியாக நானும் அந்த நான்கு சுவர்களும் மட்டுமேயிருந்தோம். ஷூட்டிங் செலவுகளை எழுதிக் கணக்கு வைத்துக்கொள்ள வேண்டிய வேலைதான் எனக்குத் தரப்பட்டது.

நான் அதைக் கச்சிதமாய் நிறைவேற்றினேன்.

'எலைட்' ஹோட்டலில் தங்குவதும் ஷூட்டிங்கும் ஆறு நாட்கள் நீண்டன. மறுநாள் 'இருஞ்ஞாலக்குடை'க்குப் பக்கத்தில் 'படியூர்' என்ற இடத்திற்குப் போக வேண்டும். மதியத்துடன் யூனிட்டெல்லாம் எலைட் ஹோட்டலிலிருந்து படியூருக்குப் புறப்பட்டது. பவித்ரனும் உதவியாளனும் மேலும் இருவரும் நாங்களும் மட்டும் அங்கிருந்தோம். நேரம் மதியமானவுடனேயே அவர்கள் குடிக்க ஆரம்பித்திருந்தார்கள். அன்று பவித்ரனின் அறையைத் தேர்ந்தெடுத்திருந்தார்கள். நான் அறைக் கதவைச் சாத்திவிட்டுப் படுத்துவிட்டேன். பவித்ரனின் உதவியாளனின் குரல் கேட்டுத்தான் எழுந்தேன்.

"சீக்கிரமா அறைக்கு வரச் சொன்னாங்க"

அதைச் சொன்னவன் அப்படியே திரும்பிப் போனான். என்னவென்று தெரியாமல் நானும் பின்னாலேயே போனேன்.

அறையில் ரத்த வாந்தி எடுத்துக் கிடந்த பிரேமனைப் பார்த்து நான் அதிர்ந்தேன். அவருடைய கண்கள் மூடியிருந்தன. ரத்தம் வழிந்து நனைந்த தாடி ரோமங்களில் ஒரு ஈ அலைந்து கொண்டிருந்தது. அதைக் கை வீசி ஓட்டினேன். ஒரு டவல் எடுத்து அவருடைய முகத்தைத் துடைத்தேன். அதற்குள் டாக்ஸி வந்து மருத்துவமனைக்குக் கொண்டு போனார்கள். அவரைத் தாங்கிப்பிடித்து காரில் ஏற்றும்போது யாரோடென்றில்லாமல் பவித்தரன் சொன்னார்.

''நத்திங் சீரியஸ், ஓய்வில்லாமலிருந்ததால் இருக்கலாம்''

யாரையாவது ஆசுவாசப்படுத்தவோ அல்லது தன்னையே ஆறுதல் படுத்திக் கொள்ளவோ அவர் அப்படிப் பேசினாராவென்று தெரியவில்லை. நான் அதைக் கேட்டதாகவே காட்டிக் கொள்ளவில்லை. பல நேரங்களில் பேச்சிற்கிடையில் பிரேமன் அசாதாரணமாக இருமுவதை நான் கவனித்திருக்கிறேன். நெஞ்சுக்கூடு இடம் மாறி விடுமோ என்று பயப்பட்ட மாதிரி,

அப்போதெல்லாம் அவர் வலது கையால் நெஞ்சை நீவி விடுவதையும் நான் பார்த்திருக்கிறேன். உமிழ்நீர் உள்ளிறங்க சிரமப்படுவது போல இழுத்து இறுகின முகமாய் மாறிவிடும்.

அப்படியான சந்தர்ப்பங்களில் அவர் அனுபவிக்கும் வலியோ சங்கடமோ ஒன்றும் என்னை வேதனைப்படுத்தவில்லை.

அவரிடம் பரிவும் தோன்றவில்லை.

ஆனால் இப்போது...

கார் மருத்துவமனைக்கு விரைந்தது.

ஒரு ஊசியிலும் சில மாத்திரைகளிலும் பிரேமன் எழுந்து உட்கார்ந்தார். அத்தியாவசியமான சில டெஸ்டுகளும் குறித்துக் கொடுத்தபடி டாக்டர் சொன்னார்.

''ரெண்டு நாள் இங்கேயே தங்கட்டும், டெஸ்ட் ரிசல்ட் வந்ததும் டிஸ்சார்ஜ் செய்யலாம்''

பிரேமனும் பவித்ரனும் பரஸ்பரம் பார்த்துக் கொண்டார்கள். பவித்ரன் சம்மத பாவத்தில் தலையாட்டினாலும் பிரேமன் சோர்வான குரலில் டாக்டரை மறுத்தார்.

''வேணாம் டாக்டர், நாங்கள் உடனே செய்ய வேண்டிய சில முக்கியமான வேலைகளில் இருக்கிறோம். அதனால் இன்னைக்கே போயாகணும்''

டாக்டர் அவரைப் பார்த்துச் சிரித்தார்.

நான் என்ன சொல்கிறேன் என்று தெரிந்துகொள்ள பவித்ரன் என்னைப் பார்த்தார். அபிப்ராயங்களோ முடிவுகளோ எடுக்க முடியாத என் முகம் குனிந்தது. டாக்டர் சொன்னதை யாரும் ஒத்துக்கொள்ள மாட்டார்கள் என்று புரிந்தபோது அவர் சொன்னார்.

''டி.பி. மாதிரி தெரியுது, அதுக்குத் தேவையான ரெண்டு டெஸ்டுகள் செய்ய வேண்டியிருக்கு, நீங்க போறாதானா போங்க. ஆனால் சில விஷயங்களை இப்போதே செய்தால் ஆபத்து இல்லாமல் போக வாய்ப்பிருக்கு''

டாக்டர் என்னிடம் சொல்வதுபோல என் முகத்தை உற்றுப் பார்த்தார்.

''குடிப்பழக்கத்தை நிறுத்த வேண்டும். ரொம்ப முக்கியமானது, கூட இருப்பவர்கள் ரொம்ப ஜாக்ரதையா இருக்கணும். நோய்க் கிருமிகள் வாய் வழியாகத் தொற்றுவதால் நோயாளியுடன் நெருங்கிப் பழகக்கூடாது. அவர் சாப்பிட்ட தட்டில் மற்றவர் சாப்பிடக்கூடாது''

டாக்டர் பேசுவதைக் கேட்ட பிரேமனின் உதடுகளில் ஒரு சிரிப்பு நிழலாடியது. கேலியும் கிண்டலும் பொங்கும் சிரிப்பு.

அது எனக்கு நேராக நீண்டது.

நான் சுவரில் சாய்ந்து சிலை போல நின்றேன். டாக்டரின் வார்த்தைகளைக் கேட்காமல் அப்போதே டிஸ்சார்ஜ் வாங்கி ஹோட்டலுக்கு வந்தோம். வரும்போது டாக்டரைப் பரிகசிக்க மட்டுமே பிரேமன் வாய் திறந்தார்.

அறைக்கு வந்தவுடன் குடிஅமர்வு தொடங்கியது. குடிக்கக் கூடாதென்று டாக்டர்கள் சொன்ன அன்றே பிரேமன் குடிக்க ஆரம்பித்தார். சக குடிகாரர்கள் தடுக்கவில்லையென்பது மட்டுமில்லை, அவரை உற்சாகப்படுத்தும் வார்த்தைகளைச் சொல்லவும் ஆரம்பித்தார்கள்.

அதிலொருவர்,

''டாக்டருங்க சும்மா ஏதாச்சும் சொல்லுவாங்க. வைத்திய சாஸ்திரம் தோற்றுப் போனதை நாம பார்த்ததில்லையா என்ன? பிரேமன் விஷயத்திலும் நாம அதத் தோக்கடிப்போம்''

நண்பரின்மேல் உள்ள அன்பின் மிகுதியால் வந்த அந்த வார்த்தைகளைக் கேட்டபோது மற்றவர்களும் குதூகலத்தால் ஆவேசமாகிப் பிரேமனை வாரி அணைத்துக்கொண்டார்கள். அதிலொருவன் பிரேமனை முத்தமிட்டான். பவித்ரனின் உதவியாளன் இன்னும் ஒருபடி மேலே போய் தியாகியானான்.

''பிரேமேட்டன் சாப்பிட்ட தட்டில்தான் நான் இன்னக்கிச் சாப்பிடப் போறேன்''

அவன் அவருடைய தட்டில் கை வைத்தான். எனக்குச் சத்தமிட்டு சிரிக்கத் தோன்றியது. குடியின் உச்சபட்ச போதையில் மனிதன் என்னென்ன கோமாளித்தனத்தையெல்லாம் செய்கிறான்? எல்லாவற்றிற்கும் மௌன சாட்சியாக நான் அசைவற்று நின்றேன்.

அவருக்காகச் சாகவும் நண்பர்கள் தயாராய் இருப்பதாய் நான் நினைத்தேன். ஆத்மார்த்தமான அன்பின் வெளிப்பாடுதானா இது? அல்ல தலைகளில் ஏறி எல்லாவற்றையும் சிதறடிக்கும் போதையின் சிந்தல்களா?

நண்பர்கள் தொண்டையறுத்துக் கொடுக்கக்கூடத் தயாராக இருந்தும் உணர்வற்று நின்ற என்னருகே அவர் வந்தார். அவருடைய கை என் தோளை அழுத்தியபோதுதான் நான் நினைவுகளிலிருந்து விடுபட்டேன். அதிர்ந்துபோய் அவரைப் பார்த்தேன்.

அவரின் கண்களில் உள்ள குரூரமான பாவம் என்னைப் பயமுறுத்தியது.

தோளில் ஊர்ந்து இறங்கிய கைகளால் அவர் என்னைச் சேர்த்து அணைத்தார்.

தாடி ரோமங்கள் என் கன்னத்தில் உரசின. நான் அருவெறுப்பாய் முகத்தைத் திருப்பிக் கொண்டேன். அது அவரைக் கோபப்படுத்தியது. பூனைக்குட்டியைக் கழுத்தில் குத்தித் தூக்கும் லாவகத்துடன் அவர் என்னை அருகில் சேர்த்தணைத்தார். நண்பர்கள் அதைப் பார்த்துச் சிரித்தார்கள். எலியைப் பிடிக்கும் பூனையைப் பொறுத்தவரை எலியின் துடிப்பு ரசிக்கத்தக்கது. ஆனால் எலிக்கோ அது பிராணன் போகும் நேரத்தையத் துடிப்பு. ஏறக்குறைய நான் எலியின் அவஸ்தையில் துடித்துக் கொண்டிருந்தேன்.

அதைப் பார்த்து ரசித்தபடி பிரேமன் நண்பர்களிடம் அலறும் குரலில் சொன்னார்.

"இவ என்னோட தங்கக்குட்டி... அப்படீன்னா....."

அவர் கண்ணடித்துக் கொண்டே பாதியில் நிறுத்தினார்.

வெடித்துச் சிரித்த ஓர் உதவியாளன் மேலும் அவரை உற்சாகமேற்றினான்.

''அப்படீன்னா நம்ம தங்கமணியோட குட்டி''

கும்பல் ஆர்ப்பரித்துச் சிரித்தது. பிரேமனின் சிரிப்பு வெடித்து என் காதுகளில் துளைத்தேறியது.

நான் உதறி நகர முற்பட்டேன்.

அவருடைய பிடியில் என் உடல் குழைந்தது. என்னையும் சேர்த்துப்பிடித்து முன்னால் சாய்ந்து, சாப்பிட்டுக் கொண்டிருந்த தட்டை எடுத்து மீண்டும் தொடர்ந்தார்.

''இன்னயிலயிருந்து நாங்க ஒரே தட்டிலதான் சாப்பிடப் போறோம். அதாவது நான் சாப்பிட்ட தட்டில் மட்டுமே இனி இவள் சாப்பிடுவாள்''

குடிபோதை தலைக்கேறியவர் தட்டிலிருந்து கறித்துண்டை எடுத்து என் வாய்க்கருகே நெருங்கினார். ஊறுகாயிலும் கறித்துண்டுகளிலும் தோய்ந்த விரல்கள் என் வாயருகில் வந்தபோது நான் கண்களை இறுக மூடிக் கொண்டேன். வாய் திறக்காமல் பற்களை இறுகக் கடித்தபடி நின்றேன். அவர் பலமாய்க் கறித் துண்டுகளை என் வாய்க்குள் திணித்தார். எனக்கு பிறட்டிக் கொண்டு வந்தது. நான் உரக்கக் கத்தினேன்.

''நான் இதையெல்லாம் சாப்பிட மாட்டேன், எனக்கு இதெல்லாம் வேண்டாம்''

என் கதறலை யாரும் கேட்கவில்லை. என்னைச் சுற்றிலும் கூட்டமாய் நின்று சிரித்தார்கள். யாரோ பரிகசிக்கவும் செய்தார்கள்.

''ஓ... இவள் பெரிய தம்பிராட்டி, கறியெல்லாம் சாப்பிடமாட்டா'' அதைக்கேட்டு எல்லோரும் சிரித்தாரக்ள்.

அதை எதிர்க்க இன்னுமொரு முறை நான் முயன்றேன்.

அதுவும் தோல்வியடைந்தது. பலமாய்க் கறித்துண்டுகளை என்

வாயில் திணித்தார். அருவெறுப்பாக நான் துப்ப முயன்றபோது வாயை அழுத்தி மூடிக் கொண்டார். எனக்கு மூச்சு முட்டியது. என் கண்கள் வெளித்தள்ளத் தொடங்கின. ஆபத்தை உணர்ந்த கூட்டத்திலொருவன் அதில் வேகமாகத் தலையிட்டான்.

"விடு பிரேமா, பொண்ணுக்கு மெச்சூரிட்டி வரல அதான்"

சற்று நிறுத்தி கூர் தீட்டிய ஒரு வார்த்தையையும் சேர்த்தே முடித்தான்.

"எல்லாம் நீதான் கத்துக்குடுக்க வேண்டியிருக்கும் சின்னப் பொண்ணுதானே பிரேமா அது?"

அப்போதும் எல்லோரும் உரக்கச் சிரித்தார்கள்.

பிரேமனின் கைப்பிடிக்குள்ளிருந்து விடுவிக்கப்பட்டேன். கறித்துண்டுகளைத் துப்பும் அவசரத்தில் கழிவறைக்கு ஓடினேன்.

பல முறைத் துப்பினேன்.

என் வாயில் ஒட்டிக் கிடந்த மசாலாவின் வாடை எவ்வளவு கழுவிய போதிலும் போகவில்லை. கழிவறையின் கண்ணாடியில் என் முகம் பார்த்தேன். என் பிம்பம் என்னைப் பார்த்துப் பல் இளிப்பது போலத் தோன்றியது.

எனக்குக் கடும் கோபம் வந்தது.

ஒரு கடலளவு துக்கமும்...

கையில் தண்ணீரெடுத்து வாயில் ஊற்றிக் கொப்பளித்து கண்ணாடியில் தெரியும் உருவத்தைப் பார்த்துத் துப்பினேன்.

ஒரு முறை...
இரண்டு முறை... அல்ல...
நூறு முறை...
என் கோபம் தீருமட்டும்...

ஷாபு கிளித்தட்டில்

மறுநாள் காலையில் ஹோட்டல் அறைகளைக் காலி செய்து 'படியூருக்குப்' போகும்போது பிரேமனின் முகம் வீங்கி கனத்திருந்தாலும் மற்றவர்களின் முகத்தில் எந்தவொரு வேறுபாடும் இல்லாமலிருந்தது. முந்தின நாட்களின் ஒருதுளி கூட நினைவடுக்குகளில் ஒட்டியிருக்கக் கூடாதென ஆசைப்படுபவர்கள் அவர்களென நான் நினைத்துக்கொண்டேன். நேற்று நடந்ததெல்லாம் கடந்தகாலம் என்ற மனோபாவம்.

எதையும் யோசிக்காமலிருக்க என்ன செய்ய வேண்டும்?

அங்கு பக்கத்துக் கோவிலில் நடக்கும் தீ மிதி உற்சவத்தைக் கொண்டாடவும் அதை படம் பிடிக்கவும் படியூருக்கு வந்தோம். அங்கே ஒரு வாடகை வீட்டில் தங்கினோம். பயணத்திற்கிடையிலும் படியூருக்கு வந்த பிறகும் பிரேமன் என்னிடம் எதுவும் பேசவில்லை. அவ்வப்போது அவர் என்னை பரிதாபமாகப் பார்ப்பதை நான் கவனித்தேன். குற்றவுணர்ச்சியில் இருக்கிறாரோ?

குடிபோதையில் எதையும் செய்யத் தயங்காத மனிதன் பிறகு சாவகாசமாய்க் கவலைப்பட்டு என்ன பிரயோஜனம்?

மாலையில் வீட்டிற்கு வெளியே தீ மிதி உற்சவத்திற்கான வேலைகள் ஆரம்பித்தன. நான் அறையிலேயே உட்கார்ந்திருந்தேன். குடி அமர்வில் 'கள்' கதையை விவாதிக்கக் கூடாதென்ற பிடிவாதம் ஏற்படுத்திக் கொண்டது போலத் தங்கள் உற்சாகத்தைக் குடிப்பதிலேயே குறைவில்லாமல் ஆரம்பித்தார்கள்.

ஹோட்டல் அறையைப் போல அமர்க்களம் வெளியே கேட்கவில்லை. மது உள்ளே இறங்கினால் சூழல், பின்னணி, தனிமனித குணம் இவையெல்லாம் உணர்வுத் தளத்திலிருந்து அழிந்து போகுமென்று சொல்வது அர்த்தமற்றது என்றெனக்குத் தோன்றியது.

எவ்வளவு நேரம் அறைக்குள்ளேயே உட்கார்ந்திருந்தேன் என்று நிச்சயமில்லை.

திறந்த ஜன்னல்கள் வழியாகத் தீப்பிழம்பின் வெளிச்சம் பார்த்து எழுந்து ஜன்னல் கம்பிகளைப் பிடித்தபடி நின்றேன்.

கதவைத் தாழிடும் சத்தத்தைக் கேட்டு திரும்பிப் பார்த்தேன்.

பிரேமன்தான் அது. அவருடனே மதுவின் துர்நாற்றமும் அறைக்குள் புகுந்தது. என்னருகே வந்தார்.

அதிகமாகக் குடித்திருந்தாலும் நடையில் அது தெரியவேயில்லை. கண்கள் சிவந்து கலங்கியிருந்தன.

எதற்கான வருகை என்று அவரை முறைத்துப் பார்த்தேன்.

கொன்றாலும் தின்றாலும் கேட்பதற்கு யாருமில்லை.

எனக்கோ எதிர்க்கத் திராணியில்லை. அதனால் என்ன வேண்டுமானாலும் நடக்கலாம்.

நான் இதோ தயாராகயிருக்கிறேன்... பதட்டமின்றி நின்றேன்...

''குட்டீ''

மென்மையாகவே கூப்பிட்டார்.

நான் தலையை உயர்த்திப் பார்த்தேன்.

முகத்தில் சாந்தம் நிழலாடியது.

ஜிப்பாவின் பாக்கெட்டிலிருந்து அவர் ஒரு தங்கச்சங்கிலியை வெளியே எடுத்து என் முகத்திற்கு நேராக நீட்டினார். அதன் நுனியில் ஒரு 'ஆலிலைக் கிருஷ்ணன்' தொங்கிக் கொண்டிருந்தார்.

''இதைக் கழுத்தில போட்டுக்கோ, பிரேமனோட மனைவின்னு நீ யார்கிட்ட வேணுன்னாலும் இனி சொல்லிக்கலாம்''

அந்த வார்த்தைகளில் அகந்தை நிறைந்திருந்தது.

பிரேமனின் மனைவி என்று தைரியமாகச் சொல்லலாமாம்...

எனக்குச் சிரிக்கவே தோன்றியது. அவர் தந்த தாலியுடனான சங்கிலியை வாங்கி நானே கழுத்தில் போட்டுக்கொண்டு மனைவி என்ற உரிமையையும் தேடிக்கொள்ள வேண்டுமாம்.

நான் அதற்காக ஏங்கிக் காத்திருக்கிறேன் என்று தவறாக நினைத்துக் கொண்டாரோ? இல்லை, இதில் நான் சந்தோஷப்படுவேன் என்று நினைத்திருப்பாரோ? எனக்கிது ஒரு பாதுகாப்பைத் தரும் என்று கருதினாரோ? அதை நான் அங்கீகரிப்பேன் என்று உணர்ந்தாரோ?

ஊராரும் உறவுகளும் அவருடைய நண்பர்களும் நான் பிரேமனின் மனைவியென்று முடிவு செய்துவிட்டார்கள்.

இனி யாருக்குத் தெரிவிக்க வேண்டும்?

யாரிடம் நான் உரிமையுற்றதைப் பிரகடனப்படுத்த வேண்டும்?

கேள்விகள் கேட்க உரிமையில்லை என்று என் நாக்கு உணர்ந்திருந்தது. உள்ளில் எழுந்து வந்த கேள்விகளுக்கான பதிலாக என்னிடமிருந்து வந்த வார்த்தைகள் முற்றிலும் வேறாகயிருந்தன.

"எனக்கு இதெல்லாம் வேண்டாம், நான் நகைகள் போடறதில்ல"

என்னுடைய மறுதலித்த சொற்கள் அவரைக் கோபமேற்படுத்தியது. முகத்தின் சாந்தபாவம் சட்டென மறைந்தது. பல்லைக் கடித்தபடி கோபப்பட்டார்.

"இத வாங்குடி, பிரேமனின் மனைவியாய் வாழும்போது கொஞ்சம் ஸ்டாண்டர்டு வேணும். இது உன் பாண்டிக் காலனியில்ல"

எவ்வளவு எளக்காரத்துடன் அவர் அந்த வார்த்தையைப் பிரயோகித்தார். 'பாண்டிக்காலனி' யாம்....

அது எனக்குச் சொர்க்கம். நான் நானாக இருந்தது அங்கு மட்டும்தான்.

அந்தஸ்து, சுய மரியாதை, ஆத்ம தைரியம் எல்லாம் எனக்கிருந்த நாட்கள் அவை.

"இதை வாங்கு…" சங்கிலியை என் நேராக நீட்டியபடி கோபத்தில் துள்ளினார். அலறல் வெளியே கேட்காமலிருக்க மிகவும் முயன்றார்.

என் முகத்திற்கு நேராக நீண்ட அந்தத் தங்கச் சங்கிலியையும் அதன் முடிவில் தொங்கிக் கொண்டிருந்த ஆலிலைத் தாலியையும் நான் மீண்டுமொருமுறை பார்த்தேன்.

ஆலிலைத் தாலிக்கு ஒரு பெண்ணுடலின் உருவம் பொருந்திப்போவது போல எனக்குத் தோன்றியது. அதன் கழுத்தில் மஞ்சள் கயிற்றைக் கட்டிச் சுருக்கிட்டது போல… கயிற்றில் ஊசலாடும் பெண் உடல்…

நான் அதை வாங்கினேன். அவர் வெற்றிப் பெருமிதத்தில் மெல்ல சிரித்தார்.

நான் கீழடங்கும்போதெல்லாம் அவர் ஆனந்தத்தை அனுபவித்திருந்தார். குரூரத்தில் ஆனந்தமடையும் வாசனையை முகரும் வேட்கை.

வெளியே தீப்பிழம்பு உயர ஆரம்பித்தது. காதில் செண்டை மேளம் முழங்க ஆரம்பித்தது.

அதனுடன் சிலம்பும் கூடியது. 'ஹீ ஹோய்' எனக் கத்திக்கொண்டு ஏதோ ஓர் உருவம் தீக்குள் ஓடி இறங்கியது. கூச்சலும் மேளச் சத்தமும் காதுக்குள் நுழைந்து வெளியேறின.

நான் அவருடைய முகத்தைப் பார்த்தேன்.

வெளியே சுட்டெரிக்கும் கனல்போல அந்தக் கண்கள் சிவந்திருந்தன. நெருப்பிலிறங்கிய உருவத்தைவிட உக்கிரமாய் அவர் என்முன் நின்றார்.

ஜன்னலிற்கு வெளியே ஓர் ஆள் உயரத்தில் அலைந்து எரிந்த அக்னியைச் சாட்சியாக வைத்து நான் அந்தத் தாலியை என் கழுத்தில் அணிந்து கொண்டேன். வெளியே கூச்சலும் செண்டை மேளமும் உச்சத்தைத் தொட்டன.

அந்தத் தங்கச் சங்கிலியை நான் கழுத்தில் அணிந்தவுடன் குரூரச் சிரிப்புடன் அவர் அறையை விட்டகன்றார்.

போகிறபோக்கில் வெற்றிப் புன்னகையுடன் என்னைத் திரும்பிப் பார்த்தார்.

புதிரானதொரு மர்மத்தை அந்தக் கண்களில் உணர்ந்து அதிர்ந்தேன்.

உமாதேவி, பிரேமன் தைக்காடு அவர்களின் மனைவியென்று ஊராரை நம்பவைக்க முடிந்த அந்தத் தாலி என் கழுத்தில் அதி பாரமாகத் தொங்கிக் கொண்டிருந்தது என்பதன்றி வேறொன்றுமில்லை.

நான் ஜன்னல் வழியாக வெளிக்காட்சிகளைப் பார்த்தேன். தீ மிதிப்பவன் யாரையும் பார்க்காமல் மீண்டும் மீண்டும் தீக்குள் குதித்தான். ஒரு நிமிடம் அந்தக் கனல் குவியலுக்கு நடுவில் குதித்தவன் மறைந்தான். ஆர்ப்பரித்த கூச்சலும் செண்டைமேளச் சத்தமும் காற்று மண்டலத்தைத் தொட்டன.

ஆள் உயரத்திற்குத் தீ அலைந்து எரிந்தது. என் மனசுபோல அது காற்றிலலைந்தது.

அன்று இரவோடு தீ மிதித்தலைப் படம் பிடிப்பதை முடித்துக்கொண்டு மறுநாள் 'பரசினிக் கடவு முத்தப்பன் கோவிலுக்கு'த் திரும்பினார்கள்.

ஏறக்குறைய ஒரு வாரம் ஷூட்டிங் தொடர்ந்தது. திருவனந்தபுரம் சித்ராஞ்சலி ஸ்டுடியோவில் எடிட்டிங் நடந்தது.

படத்தின் மீதி வேலைகளைப் பவித்ரனிடம் ஒப்படைத்துவிட்டு வேறொரு பயணத்திற்குத் தயாராகச் சொல்லி என்னிடம் ஆணை பிறப்பித்தார் பிரேமன்.

அந்தப் பயணம் பம்பாய் நகரத்தை நோக்கியதாக இருந்தது.

கீழ்படிதலுள்ள ஆட்டுக்குட்டியைப் போல நான் அவரைப் பின் தொடர்ந்தேன்.

மாலை இருளத் தொடங்கிய நேரத்தில் நாங்கள் பம்பாய்க்குப் போய்ச் சேர்ந்தோம்.

பம்பாய் நகரம்.

வாழ்க்கையில் எப்போதும் நினைக்க விரும்பாத அனுபவங்களைத் தந்த நகரம். யார் யாருடைய கருணையினாலோ தப்பித்துப் போன நகரம். அதே நகரத்திற்கு மீண்டும் கால் பதிக்க நேரிடுமென்று நான் ஒருபோதும் நினைக்கவேயில்லை

விதி என்னை மீண்டும் அங்கே கொண்டுபோய்ச் சேர்த்தது

'கோலிவாடா' சி.ஜி.எஸ் குவார்ட்டஸ். இரண்டு படுக்கை அறையுள்ள அவருடைய ஃபிளாட்டுக்குப் போய்ச் சேர்ந்தோம். இருண்ட வராந்தாக்களுடன் நீளமான ஃபிளாட்டுகள் என் கண் முன் வந்தன.

இல்லை...

அதல்ல இது...

இது கொஞ்சம் சுத்தமானது, கொஞ்சம் வெளிச்சமானது, கொஞ்சம் விசாலமானது, கொஞ்சம் ஆசுவாசம் தரக்கூடியது.

எல்லா சௌகரியங்களுடனும் இருந்த அந்த ஃபிளாட்டை எனக்கு முதல் பார்வையிலேயே பிடித்துப் போனது.

ஹாலின் கதவைத் திறந்து பால்கனிக்கு வந்தேன்.

எதிரில் மற்றொரு கட்டிடத்தில் வேலை நடந்து கொண்டிருந்தது. செங்கல், மணல், கருங்கல் துகள்கள் நிறைந்த அந்த இடத்திலிருந்து மின்னும் இரண்டு கண்கள் என்னை முறைத்துப் பார்ப்பதை நான் உணர்ந்தேன்.

அது ஒரு மர ஏணியின் அடியில் சுருண்டு கிடந்த சாம்பல் நிறமுள்ள பூனைக் குட்டிகளின் கண்கள். நானும் அதை முறைத்துப் பார்த்தேன்.

பாவம், அது கண்களை இறுக்க மூடிக்கொண்டது.

நான் அதைப் பார்த்தபடி உட்கார்ந்தேன்.

பெரும் பயத்தோடு கண்மூடிப் படுத்திருப்பதாய் எனக்குத் தோன்றியது. மெல்லிய சத்தம் கேட்டால் கூடக் குதித்தெழுந்து ஓடத் தயாராக இருந்தது. அதைப் பயமுறுத்தும் ஏதோ ஒன்று அங்கே இருக்கலாம்.

என்னவாக இருக்கும் அது?

பம்பாயில் பிரேமன் வேறொரு ஆளாய் மாறியிருந்தார். முரட்டு குணமில்லை. சாந்தமாகப் பழகினார். மென்மையான பேச்சு.

நடை உடையிலும் மாற்றம் தெரிந்தது. கேரளத்தில் வேட்டியும் ஜிப்பாவும் கட்டியிருந்தவர் பம்பாயில் ஜீன்ஸும் சட்டையும் அணிய ஆரம்பித்தார். குடிப் பழக்கத்தில் மட்டும் எந்த மாறுதலும் இல்லை. அது பற்றிச் சொல்ல எந்த உரிமையும் எனக்கில்லாததால் நானும் பேசாமலிருந்து விட்டேன்.

உடல்நிலை தினம்தினம் மோசமாகப் போகிறதென்று தெரிவிக்கும் விதமாய் இருமல் அதிகமாகிக் கொண்டே போனது.

மற்றவர்களுடன் அணுக்கம் காட்டுவதில் தள்ளி நிற்க வேண்டுமென்று மருத்துவர்கள் சொல்லியிருந்தாலும் வைத்திய சாஸ்திரத்தைத் தோற்கடிக்கவோ, என்னை பலியாடு ஆக்கவோ தெரியவில்லை, ஒரே அறையில்தான் நாங்கள் படுத்தோம்.

முதல் ஒன்றிரண்டு நாட்கள் என்னை இறுக அணைத்து உடலின் தாகத்தை அடக்க முயன்றாலும், அவருடைய உடல் அதற்கு ஒத்துழைக்கவில்லை.

மனதையும் உடலையும் அவருக்குக் கீழடங்கிப் போகக் கொடுத்திருந்த நான், இந்த சீரழிந்த வாழ்க்கையை வாழ்ந்து தீர்க்க வேண்டியதுதான் என்று நினைத்து எல்லாவற்றையும் சகித்துக்கொண்டேன்.

இருண்ட இவ்வழிப் பயணம் என்றோ ஒருநாள் முடிவுக்கு வருமென்று நான் அப்போதும் நம்பினேன். எங்கேயோ தெளிவாய் எரியும் விளக்கை நான் எப்போதும் கனவு கண்டேன். பம்பாயில் எனக்கு விதித்திருந்த வாழ்க்கை உண்மையில் ஒரு தனிமையான வாசமாக இருந்தது. காலையில் அலுவலகத்திற்குப் போனால் மாலை மயங்கின பிறகுதான் பிரேமன் வருவார். பேசவும் பழகவும் ஒருவருமில்லை. பக்கத்தில் உள்ளவர்கள் யாரிடமும் பேசக் கூடாதென்று முதலிலேயே அவர் கடுமையாகச் சொல்லியிருந்தார். இருந்தாலும் பால்கனியில் இறங்கி நின்று பக்கத்து பால்கனிக்கு எதிர்பார்ப்புடன் நான் காத்திருந்திருக்கிறேன். ஏதாவது பெண் உருவத்தைப் பார்க்க, சிரிக்க, பழக என. யாரையும் வெளியே பார்க்க முடிந்ததில்லை.

ஃபிளாட்டின் கீழே இருக்கும் காய்கறிக் கடை, மற்ற வீட்டுத் தேவைகளுக்கும், ஏதாவது வாங்கவும் பக்கத்தில் கடைகள் இருந்தன. எல்லாவற்றையும் அவரே வாங்கிக்கொண்டு வந்தார்.

எப்போதாவது மட்டுமே எனக்கு அதற்கான கரிசனம் துளிர்த்துத் தரப்பட்டது. அந்த நாட்களில் மொழி எனக்கொரு தடையாக நின்றது.

ஆனாலும் எப்போதாவது கிடைக்கும் அதிசய நிமிடங்களில் வாய் திறந்து ஏதாவது சொல்ல முயற்சிப்பேன்.

இல்லையென்றால் பேசும் சக்தியை இழந்துவிடுவேன் என்று நான் பயந்தேன். மற்ற சந்தர்ப்பங்களில் அறைச் சுவர்களோடு மட்டுமே நான் பேசிக் கொண்டிருந்தேன். என்னிடம் ஒன்றும் பதில் பேசவில்லையானாலும் என் கதை கேட்க அந்தச் சுவர்கள் இருந்தன.

ஒருமுறை அப்படிச் சுவர்களிடம் பேசிக் கொண்டிருந்தபோது பிரேமன் உள்ளே வந்தார்.

வந்தவுடன் அவர் அறைக்குள் எதையோ தேடினார். நான் யாரையோ ஒளித்து வைத்திருப்பதாய் அவர் சந்தேகித்தார். அன்று மட்டுமல்ல அதன் பிறகான நாட்களில் அவருக்குள் சந்தேக நோய் வளர ஆரம்பித்தது. பால்கனியில் இறங்கவோ காய்கறிகள் வாங்கவோ என்னை அனுமதிக்கவில்லை. ஒருநாள் அலுவலகத்திலிருந்து வந்த பிரேமன் உள்ளேயிருக்கும் உருவமில்லா மற்றவனைத் தேடுவதைப் பார்த்துப் பொறுக்க முடியாமல் வெடித்துச் சிதறினேன்.

''நீங்க யாரைப் பாக்கறீங்க. ரொம்ப நாளாச்சே இத ஆரம்பிச்சு, இருந்துமா கெடக்கல?''

என் வார்த்தைகளில் தெறிந்த கடும் கோபமும் பரிகாசமும் அவருக்கு அவ்வளவு உவப்பாயில்லை. கோபத்தில் பாய்ந்து வந்த அவர் அடிக்கக் கை ஓங்கினார்.

எதிர்க்காமல் நான் சிலைபோல நின்றேன்.

''ஆமாண்டி, உன்னோட இன்னொருத்தனைத்தான் தேடிட்டு இருக்கேன். உன்ன எனக்கு நம்பிக்கையே இல்ல, அந்த அம்மாவோட மகதான நீ?''

என் கால் கட்டைவிரலிலிருந்து மேல் நோக்கிப் பாயும் ஒரு அதிர்வினை உணர்ந்தேன்.

''ஏண்டீ உமா, அவங்க சொன்னது என்னான்னு புரியுதா? உங்கம்மா பழனிச்சாமிகூட ஓடிப் போனமாதிரி நீயும் ஓடிப் போயிடுவியாம்''

தங்கமணி முன்னால் நின்று பேசுவது போலிருந்தது.

என் மனதில் சிந்தாமணிப்புதூரின் வழிகள் தெளிவாய்த் தெரிந்தன.

"அம்மா எட்டடி பாஞ்சா மக பதினாறடி பாய்வா' என்று பரிகசித்த பாலக்காட்டு மணியின் உருவம் மனதில் ஓடியது.

அது போலத்தானே இவரும் அந்தம்மாவோட பொண்ணுதானே என்று சொல்கிறார்.

அன்று அது எனக்குப் பெரிதாய்ப் புரியவில்லை. இப்போது புரிந்தாலும் அதை எதிர்க்க முடியவில்லை.

"நீ பம்பாய்க்கு வர்றதுக்கு முன்னாடி ஒருத்தன் கூடவும் இருந்ததில்லன்னு எனக்கு நல்லாத் தெரியும். அதனாலதான் உனக்கு நான் வர்ஜினிட்டி டெஸ்ட் செய்தேன்"

அவருடைய உதட்டில் நெளிந்த பரிகாசம் என் ஆத்மாவை முழுக்க நொறுக்குவதாய் இருந்தது.

எனக்கு தலை சுற்றுவதாய் உணர்ந்தேன். கால்கள் பலமிழந்து தொய்வடைந்தன. நின்ற இடத்திலேயே பூமி பிளந்து கீழே போகாதா என்று நினைத்தேன்.

டாக்குமெண்டரி பட ஷீட்டிங்குக்கு 'பரசினிக்கடவு'க்குப் போய்த் திரும்பும்போது என்னை கோழிக்கோட்டில் ஒரு மருத்துவமனைக்கு அழைத்துப் போனார். அவருடைய நண்பரான மருத்துவரைப் பார்க்க என்றுதான் சொல்லப்பட்டது. திரும்பி வரும்போது கொஞ்ச நேரமானாலும் எனக்கு எதுவும் நியாபகத்தில் இல்லை. என் நினைவை மறக்க வைத்து அங்கே நடந்தது கன்னித்தன்மை பரிசோதனை என்று இப்போதுதான் புரிகிறது.

அவமானம், துக்கம், கோபம் என எல்லா உணர்வுகளும் ஒருசேர என்னில் தாண்டவமாடியது.

கீழே குதித்து நானே என்னைத் தண்டித்துக் கொள்ளலாமா என்று கூடத் தோன்றியது.

இல்லை...

அவருடைய கழுத்தை நெரித்து...

உள்ளே ஜொலித்து உயர்ந்த கோப அக்னி என் கண்களினூடாக அவரின் கண்களுக்குப் படர்ந்தபோது பொறுமையிழந்து வெடித்தார்.

என் முகத்துக்கு நேராக அவர் விரல்கள் நீண்டன.

''இப்படிப் பாத்தா கண்ணை நோண்டி எடுத்திடுவேன் சவமே, பார்வையப் பாரு. தூ...''

அவருடைய வாயிலிருந்து எச்சில் என் முகத்தில் தெறித்தது. சங்கடத்துடன் நான் கையால் துடைத்தேன். அதைப் பார்த்து இன்னும் கோபமேறிய அவர் என் முகத்தில் காறித் துப்பினார்.

''துடச்சுப் போடு, நான் தீராத வியாதிக்காரன், துடச்சுப் போடு''

குற்றவுணர்வு அவரைக் கலங்கடிக்கிறது என்று அந்த வார்த்தைகளிலிருந்து புரிந்தது. உடல் ரீதியான பலவீனம் காரணமாகப் பாலியல் விருப்பங்கள் நிறைவேறாததன் கோபமும் ஒருசேர அது அவரின் வார்த்தைகளிலும் செயலிலும் வெளிப்பட்டன.

என்னென்னவோ புலம்பியபடி அறையை விட்டு வெளியேறினார்.

நிலைக் கண்ணாடியில் என் முகத்தைப் பார்த்தேன். வலது கன்னத்தில் அவருடைய எச்சில் வழிந்து இறங்கிக் கொண்டிருந்தது. முகத்தில் பல இடங்களிலும் சளி நிறைந்த அந்தத் திராவகம் ஒட்டி நின்றது.

எனக்கு என்னிடமே அருவெறுப்பு தோன்றியது.

ஆனால் அழுகை வரவில்லை.

நான் அவருடைய அடிமை.

எஜமானன் என்ன வேண்டுமானாலும் செய்யலாம்.

துப்பலாம், அடிக்கலாம், தேவைப்பட்டால் கொல்லலாம்.

அடிமைத்துவம் முடிந்தது என்று யார் சொன்னது?

ஏதேதோ இடங்களிலெல்லாம் மனிதன் மனிதனை அடிமையாக்கி வைத்திருக்கிறான் இல்லையா!

அதுபோல நானும் ஓர் அடிமை.

எனக்கு உணவும் அபயமும் தந்த எஜமானன் சொல்வதையும் செய்வதையும் அனுசரிக்க நான் கடமைப்பட்டவளானேன்.

அன்றிரவு வழக்கத்திற்கும் அதிகமாக அவர் குடித்தார். குற்ற உணர்வு அவரைக் குத்திக் கிழித்தது. அனுதாபப்படவோ தவறை உணரவோ பிரேமன் தைக்காடு யோசிப்பார் என்று கருதுவது முட்டாள்தனம்.

இரவில் முதல் சாமத்திற்குப் பிறகு அவர் என்னை இறுக அணைத்தார். எனக்கு மூச்சு முட்டியது என்றாலும் நான் அவரின் கைகளுக்குள் அடங்கிக் கிடந்தேன். காறித் துப்பிய வாயால் என் முகத்தை நெருங்கியபோது மூச்சு முட்டியது.

அவருடைய வலிமை என்னை சோர்வடைய வைத்தது. அவர் பூர்ணமாக என்னில் தன் ஆண்மையை உறுதிப்படுத்தினார்.

மறுநாள் காலையில் நான் எழுந்திருக்க நேரமானது. உடலெல்லாம் வலி பொறுக்க முடியவில்லை. நான் எழுந்தபோது வேட்டியும் ஜிப்பாவும் அணிந்து அவர் ஒரு பயணத்திற்குத் தயாராக இருந்தார். ஒரு பிரீஃப் கேஸில் நான்கைந்து ஜோடி துணிகள் அடுக்கி வைக்கப்பட்டிருந்தன. என்னைப் பார்த்ததும் போராட்டத்தில் ஜெயித்த வீரனின் தோரணையும், உதடுகளில் பரிகாசச் சிரிப்புமிருந்தது.

"ஒரு வாரம் நான் இங்கேயிருக்க மாட்டேன். தேவையான சாமான்களெல்லாம் வாங்கி வைத்திருக்கிறேன். ஏதாவது தேவையிருந்தால் கரீமைக் கூப்பிட்டுச் சொன்னால் போதும்.''

கரீம் அவருடைய பம்பாய் பிசினஸ் பார்ட்னர்.

கதவை வெளியே பூட்டிக் கொண்டு பிரேமன் போனார்.

வெளிக்காற்றும் வெளிச்சமும் ஏற்க பால்கனியின் இரண்டடி அகலமிருக்கும் தரையை மட்டும் எனக்கு அனுமதித்த அவர், எந்த மனசஞ்சலமுமற்று வெளியேறினார்.

நான் பால்கனிக்கு வந்தேன்.

எதிர்ப் பக்கக் கட்டிடவேலை மிகவும் வேகமாக வளர்ந்து கொண்டிருந்தது. என் கண்கள் அந்த மரஏணிக்கு நீண்டது.

இல்லை...

அங்கே எங்கும் அது இல்லை.

சுற்றிலும் கண்களால் துழாவினேன். மின்னும் கண்களால் பார்த்த சாம்பல் நிறப் பூனைக்குட்டிகள் எங்கே?

பத்து

உலகத்தில் இரண்டு விதமான ஆட்கள்தான் இருக்கிறார்கள். பணம் இருப்பவன், பணம் இல்லாதவன்.

அதை முன் வைத்துதான் மீதி எல்லாச் செயல்களும் நிகழ்கின்றன. பணமுள்ளவர்கள் வெறும் காகிதங்களின் மரியாதையைத்தான் பணத்திற்குத் தருகிறார்கள் என்று பிரேமனின் வாழ்க்கையைப் பார்க்கும்போது நான் நினைப்பதுண்டு. ஆசைப்படுவதையெல்லாம் சொந்தமாக்கவும் அனுபவிக்கவும் அந்தத் தாள்களை எவ்வளவு வேண்டுமானாலும் வாரி இறைக்கவும் அவர்கள் தயங்குவதில்லை. பணமில்லாதவன் அதன் யதார்த்த மூலத்தை உணர்ந்து அதைத் தேடி ஓடும்போதுதான் மறுபக்கத்தில் இப்படிச் சிலர் இருப்பதைப் பார்க்கிறான்.

நிறைய நண்பர்கள் இருக்கும் பிரேமனுக்கு சினிமா, நாடகம் சார்ந்த நண்பர்களே அதிகம். அவர்களுக்குச் செலவழிக்க வேண்டுமென்பதே அவருடைய விருப்பம். எத்தனை எத்தனை குடி அமர்வுகளில் நான் ஒரு பார்வையாளினியாக மட்டுமே உட்கார்ந்திருக்கிறேன்! பம்பாயில் பிளாட் வாழ்வில் அது அபூர்வமாக இருந்தது. ஆனாலும் கேரளாவிலிருந்து வரும் கலைஞர்களுக்கு

பிரேமன் நல்ல வரவேற்பு கொடுப்பார். குடியை முக்கிய நிகழ்வாக மாற்றும் நட்பு வட்டங்கள். அன்றும் அதேபோலொரு கூட்டத்தில் பணம் பற்றிய பிரேமனின் நிலைப்பாட்டினை நான் உணர்ந்தேன்.

பணம் கொடுத்தால் இந்த உலகத்தில் எல்லாம் கிடைக்கும்.

என் கையில் பணம் இருக்கிறது. அதனால் நான் நினைப்பதையெல்லாம் அடைய முடியும்.

'இந்திர ஜாலம்' என்ற மலையாளப் படத்தின் படப்பிடிப்பிற்கு நடுவில் நான் இந்தக் கதையைக் கேட்கிறேன். தமிழ்ப் படங்கள் பார்த்துப் பழகியிருந்த எனக்கு மலையாளப் படத்தின் நடிகர்களைப் பற்றிப் பெரிதாக ஒன்றும் தெரிந்திருக்கவில்லை. அன்று ஃபிளாட்டில் யார்யாரோ நடிகர்கள் இருந்தார்கள். குடியும் பாட்டும் நடனமுமாய் உற்சாகமுற்றிருந்த நேரத்தில் கூட்டத்தில் ஒருத்தருக்கு 'டான்ஸ் பாருக்கு' போய் 'காபரே' நடனம் பார்க்க வேண்டுமென்ற ஆசை அடக்க முடியாமலானது. நண்பர்களின் எந்த ஆசையையும் சாதித்துக் கொடுக்கும் பிரேமன் தைக்காடு அவர்களையும் அழைத்துக்கொண்டு ஒரு பெரிய டான்ஸ் பாருக்குப் போனார். துரதிஷ்டவசமாகக் அதில் யாரோ ஒரு ஆள் வேட்டியும் ஜிப்பாவும் செருப்பும் அணிந்திருந்ததால் டான்ஸ் பாருக்குள் அனுமதி மறுக்கப்பட்டது.

சாதாரணமான அந்தப் பிரச்சனையால் அங்கு வாக்குவாதம் அதிகமாக அடிக்கவும் போயிருக்கிறார்கள். அவமானப்பட்டுத் தலைகுனிந்து திரும்பிவர பிரேமன் தைக்காடு தயாரில்லை. அதே டான்ஸ் பாரின் பிரதான காபரே நடனக்காரிக்குப் பத்தாயிரம் ரூபாய் பணம் கொடுத்து அவளையும் கூட்டிக்கொண்டு 'ஜுஹூ பீச்சில்' பொது வெளியில் ஆட விட்டிருக்கிறார். அதுதான் பிரேமன் தைக்காடு.

பணத்தால் முடியாதது எதுவுமே இல்லையென்று முழுமையாய் நம்பின அவருக்குக் காலம் எல்லாவற்றையும் புரட்டிப்போட்டு, அதல்ல வாழ்க்கை என்று கற்றுக் கொடுக்கக் காத்திருந்தது.

அதற்கிடையில் இன்னும் சில முக்கிய நிகழ்வுகளும் நடந்தன.

1991 ஜனவரியில்தான் பவித்ரன் இயக்கிய 'பலி' என்ற படத்தின் படப்பிடிப்பு தொடங்குகிறது. படப்பிடிப்புக்காக நாங்கள் பம்பாயிலிருந்து திருச்சூருக்கு வந்தோம்.

பயணம் முழுவதுமிருந்த தளர்ச்சியும் தலைசுற்றலும் என்னை மிகவும் அசௌகரியப்படுத்தியது. பயணக் களைப்பாக இருக்கலாம் என்றுதான் முதலில் நினைத்தேன். அசாதாரணமான சில சிரமங்கள் தெரிந்தபோது பிரேமனுடன் நான் பக்கத்திலிருக்கும் மருத்துவமனைக்குப் போனேன்.

மருத்துவர் சொன்னதைக் கேட்டு நான் அதிர்வுக்குள்ளானேன். சந்தேகப்பட்டது நடந்திருந்தது. எந்த ஒரு பெண்ணுக்கும் வாழ்க்கை முழுமையடையும் வார்த்தைகளையே டாக்டர் சொன்னார்.

"நீங்க அம்மாவாகப் போறீங்க"

ஆனால், என்னைப் பொறுத்தவரை அந்தச் சொற்கள் கொண்டாடும் விதமானதா? தனிமையின் வலியை உணர்ந்து வாழும் எனக்கு எப்படி ஒரு குழந்தையின் அம்மாவாக முடியும்? நான் அனுபவிக்கும் நரக வேதனையை அந்தக் குழந்தையும் அனுபவிக்க வேண்டுமா?

என் கையறு நிலையைப் பார்த்து பிரேமன் எளக்காரமான சிரிப்பொன்றை உதிர்த்தார்.

ஒரு வெற்றியாளனின் சிரிப்பு.

என்னையும் கூட்டிக்கொண்டு லொக்கேஷனுக்குப் போனார். சின்ன வயதுக்காரியைத் திருமணம் செய்திருக்கிறேனென்றும் இந்த வயதிலும் தன்னால் அவளுக்கு ஒரு குழந்தையைக் கொடுக்க முடிந்திருக்கிறதென்பதையும் ஊராருக்குக் காண்பிக்க ஆசைப்படுகிறாரோ எனப் பல நேரங்களில் நான் நினைப்பேன். ஆனால் இந்தமுறை அவருக்கு அது வினையாய் மாறியது.

ஷாபு கிளித்தட்டில்

படப்பிடிப்பில் பிரேமனின் நிஜ வாழ்க்கை என்முன் கட்டவிழ்க்கப்பட்டது. அவர் என்னை ஏமாற்றியிருக்கிறார்.

அவரைப் பற்றி என்னிடம் சொன்னதெல்லாம் பொய்யாக இருந்தது. மனைவிக்குக் கேன்சர் என்றும் ஒரு மகள் மட்டுமே இருக்கிறாள் என்றும் சொன்னதெல்லாம் பொய்களின் கூடாரமாகயிருந்தன.

அவருக்கு மூன்று மனைவிகள் இருக்கிறார்கள்.

ராதா, சாந்தா, நிர்மலா.

ராதாவுடனான திருமண உறவைப் பல வருடங்களுக்கு முன்பே முடித்துக்கொண்டு, பிறகு சாந்தாவைத் திருமணம் செய்திருக்கிறார். பிரேமனின் குருவாயூர் வீட்டில் அவர்கள் இருக்கிறார்கள். மூன்றாவது மனைவி நிர்மலா பம்பாயில் வசிக்கிறாள். நான் அவருடைய நான்காவது மனைவி. வாழ்க்கையில் நான் மீண்டும் மீண்டும் ஏமாற்றப்பட்டதன் வலியிலும் வெறுப்பிலுமிருந்தேன். முதலில் அம்மாவிடமிருந்து... பிறகு அபயம் தந்த ஆணிடமிருந்து...

துக்கம் தாங்க முடியாமல் நான் உடைந்து அழுதேன். என்னுள்ளில் அவருடைய ஒரு விதை முளைவிட்டு வருவதை நினைத்து நான் வெட்கினேன்.

ஒரு மாதமேயான அந்தக் குழந்தையை இல்லாமலாக்கி வாழ்விலிருந்து விடுபட்டு விடலாமா என்றுகூடச் சிந்தித்தேன்.

ஆனால் இந்தப் பிரபஞ்சத்திலிருந்து தோற்றுத் திரும்பிப் போக நான் தயாரில்லை. கேவி அழுதும் துக்கப்பட்டும் என்னால் வாழ முடியாது. இந்த உலகத்தை விட்டுப் போகவும் நான் தயாரில்லை. எல்லாமும் எனக்குத் தெரிந்து விட்டது என்று தெரிந்த அன்று முதன் முதலாய் அவர் என்னிடம் மன்னிப்பு கேட்டு இறைஞ்சினார்.

‘‘எதையும் முன்னாடியே சொல்ல முடியல, அது என்னோட தப்புதான். உன்னோட அம்மா எல்லாம் சொல்லியிருப்பாங்கன்னு நெனச்சேன்’’

பதிலேதும் சொல்லாமல் உணர்வற்ற, ஆதரவற்ற பெண்ணின் மொத்த உருவமாய் மட்டுமே நான் அவரின் முன்னால் நின்றேன்.

யாரும் என்னிடம் எதையும் சொல்லாமலிருந்தது என்னிடமிருந்து மறைக்க வேண்டும் என்பதனால் அல்ல. பிரேமன் எனக்கு அருளிய இந்த வாழ்வு அவருடைய தியாக மனப்பான்மையென்று நண்பர்களும் உறவுகளும் நம்பியிருக்கலாம். நிராதரவான இன்னொரு பெண்ணுக்கும் கூட பிரேமன் வாழ்வு கொடுத்திருக்கிறானென்ற கருணையின் வடிவமாக அவர் மற்றவர்களுக்கு மாறியிருக்கலாம்.

திரும்பவும் பம்பாய் பிளாட்டுக்குப் போய்ச் சேரும்போது நான் ஒரு தீர்மானம் எடுத்திருந்தேன். அலுவலக சம்பந்தமான வேலைகளைப் பார்ப்பதும் ஆரோக்யத்தைப் பார்ப்பதும்தான் என் வேலை.

அதற்குப் பிறகு...

அவருடன் படுக்கையைப் பகிர்ந்துகொள்ள நான் தயாராகயில்லை.

அது என் உறுதியான தீர்மானம்.

அப்படியாவது நான் அவரைத் தண்டிக்கிறேனென்று அவருக்குத் தெரியட்டும்.

ஏமாற்றப்பட்டதற்கான என்னுடைய எதிர்ப்பு.

பம்பாயின் பிளாட் வாழ்வின் சோர்வளிக்கும் தனிமையிலும் வாழ எனக்கு ஏதோ ஒன்று என்னை நெட்டித் தள்ளியது. எதிர் பிளாட்டின் வேலை ஒரு பத்து மாதத்தில் முடிந்தது. அந்தக் கணக்கு எனக்குத் துல்லியமானது. ஏனென்றால் பிரேமன் எனக்குள் வித்திட்ட விதை வளர்ந்த காலகட்டம் அது.

கர்ப்பிணியான நாட்களில் யாராவது எனக்குத் துணையாக இருக்க மாட்டார்களா என்று ஏங்கியதுண்டு. ஆனால் யாரும் என்னுடன் இருந்ததில்லை.

இதற்கிடையில் ‘கேச்சேரியில்’ ஒரு வாடகை வீட்டில் அம்மா தங்கியிருந்தாள். வாடகை வீட்டிற்கான ஏற்பாடுகளையும் பிரேமன் செய்து கொடுத்திருந்தார்.

செப்டம்பரில் பிரேமனின் கட்டாயத்தால் மட்டுமே பம்பாய் வீட்டுக்கு அம்மா வந்தாள். என் அவஸ்தையைப் பார்த்துப் பரிதாபப்பட்டு அம்மாவை வரவழைத்திருக்கலாம். ஆனால் அவர்களுக்குள் இருந்த நெருக்கம் என்னை மிகவும் கலங்கடித்தது.

வலியால் துடித்த நாட்களிலும் யாரிடமும் சொல்லாமல் பல்லைக் கடித்து வலியைத் தாங்கிக் கொண்டேன். செப்டம்பர் 21 அன்று விடிகாலையில் பிரசவவலி அதிகமானது. வலி தாங்க முடியாமல் நான் கதறினேன்.

என் கருவறையின் தனிமையிலிருந்து வெளியேற வெம்பி நிற்பது போல என் குழந்தையின் தலை வெளியே வந்து துடித்து நின்றது. கடைசியில் ‘கோலிவாடா, சீதா லஷ்மி மெட்டர்னிட்டி நர்சிங் ஹோமில்’ என்னைச் சேர்த்தார்கள்.

தாய்மை என்னிலிருந்த பெண்மையின் உன்னதத்தை உயர்த்தியது. நானொரு அம்மாவானேன்.

என் ரத்தம் ஊறி எனக்கொரு குழந்தை பிறந்திருக்கிறது.

அவன்தான் இனி எனக்கு எல்லாம்.

இனி நான் தனியாளல்ல

இனி என் வாழ்க்கை அவனுக்கானது.

சரத்... என் தங்க மகன்

அவனுடைய விளையாட்டிலும் சிரிப்பிலும் என் வாழ்வின் அர்த்தங்களைத் தேடினேன். ஒவ்வொரு நிமிடமும் அவனுக்காக மட்டுமே நான் வாழ்ந்து கொண்டிருக்கிறேன்.

சரத்திடம் அன்பும் வாத்சல்யமுமாக இருக்கும் பிரேமனைப் பார்க்கும்போது எனக்கு ஆச்சரியமாக இருக்கும். ஒரு மனிதனுக்கு எத்தனையெத்தனை முகங்கள். இவ்வளவு லோலமான இதயமிருக்கும் மனிதனுக்கு எப்படிக் குழந்தையிடம் நேசமாக இருக்க முடிகிறது!

மூன்று மாதங்கள் முடிந்தபிறகு பம்பாயிலிருந்து அம்மா கேரளாவிற்குத் திரும்பினாள். அவளுடைய அருகாமை என்னை எந்த விதத்திலும் ஆசுவாசப்படுத்தியிருக்கவில்லை.

பிரேமனின் நிர்பந்தத்திற்காக மட்டுமே அங்கு தங்கினேன் என்றே அவள் இருந்தாள். ஆனால் உண்மை அதுவல்ல. உள்ளூர அம்மா அதை விரும்பினாள்.

ஆனாலும், அது போன்ற நினைவுகள் என் மனதை அசௌகரியப்படுத்தவில்லை. என் வாழ்வில் மொத்தமாக ஒரு மாற்றம் நடந்திருந்தது. தாய்மை ஏற்படுத்திய மாற்றம்தான் அதுவென்று எனக்குப் புரிந்தது. தனிமையின் ராட்சத அலைகளிலிருந்து நான் கரையேறினேன். அவனுடைய சிரிப்பில் என் கடந்த காலத்தை நான் மறக்க ஆரம்பித்திருந்தேன்.

அவனோடிருக்கும் ஒவ்வொரு நிமிடமும் பொருள் பொதிந்ததென எனக்குப் புரிந்தது. இந்த நாட்களில் பிரேமனின் குணத்தில் குறிப்பிட்ட மாற்றங்கள் ஏதும் ஏற்படவில்லை. மனம் நோகக் குத்திப் பேசுவதும் கேலியும் கிண்டலும் என் மேல் அளவில்லாமல் பொழிந்தன. சரத்திற்கு ஒரு வயதானபோது அவனையும் கூட்டிக்கொண்டு கேரளாவிற்கு வந்தேன்.

பிரேமனின் தைக்காட்டிலிருக்கும் குடும்ப வீட்டிற்கு முதலில் போனாலும். அவருடைய சகோதரியின் கூர் தீட்டப்பட்ட வார்த்தைகளின் குதறல் தாங்க முடியாமல் நான் குருவாயூர் வீட்டுக்கு மாறினேன்.

சகோதரனின் மனைவிகளின் எண்ணிக்கை கூடுவதைப் பார்த்த வெறுப்பில் சகோதரி எரிச்சலடைந்திருக்கக்கூடும். அம்மாவையும் மகளையும் சேர்த்து பிரேமன் காப்பாற்றுகிறான் என்றும் அவள் பரிகசித்தாள். ஒருவேளை சகோதரனின் சம்பாத்தியம் பலருக்கும் பிரித்துத் தரப்படுவது சகிக்க முடியாததால் ஏற்பட்ட கோபமாகவுமிருக்கலாம்.

என்னவிதமாக அவள் சொல்லியிருந்தாலும் அந்தச் சேறு புரண்ட வார்த்தைகள் என் உடலை மூடியிருந்தன. கழுவிச் சுத்தமாக்க எவ்வளவு முயன்றும் துர்நாற்றம் விட்டகலாதது போல...

குருவாயூர் வீட்டில் சாந்தாக்காவுடன் நாங்கள் வசிக்க ஆரம்பித்தோம். பெயருக்குத் தகுந்தாற்போல அமைதியே வடிவாக இருந்தாள் அவள். எல்லாம் சகிக்கவும் பொறுத்துக் கொள்ளவும்தான் பெண் வாழ்க்கை என்பதை முழுமையாக நம்பிக்கொண்டு யாரிடமும் எதனோடும் குறையும் குற்றமுமில்லாமல் நாட்களை உதிரச் செய்து கடத்தும் பாவமான ஒரு பெண்.

நான் அப்படியானவள் இல்லையில்லையா?

மற்றவர்களால் வெறும் செகரட்டரியாகவோ ஹோம் நர்ஸாகவோ மேலாளராகவோ அழைக்கப்பட்டு பிரேமனோடு உள்ள உறவை சுருக்கிக் கொண்டிருந்தேன். அதற்கு உள்ளேயிருக்கும் எதிர்ப்புணர்வை அணைந்து போகாமல் காப்பாற்றி வந்தேன்.

ஆனால் அதற்காக நான் கொடிய துயரங்களை அனுபவிக்க வேண்டி வந்தது.

பதினொன்று

அன்று மதியம் பம்பாயிலிருந்து வந்தது முதல் பிரேமனின் குணமாற்றங்களை நான் கவனித்திருந்தேன். யாரிடமும் எதையும் பேசாமல் வாசலில் சாய்வு நாற்காலியில் சூன்யத்தைப் பார்த்துக்கொண்டு உட்கார்ந்திருந்தார். நானும் ஒன்றும் கேட்கவில்லை.

இல்லையென்றாலும் மாதங்களாகக் கணக்குகளுக்கு அப்பால் ஒன்றும் பேசுவதில்லை. பாதி படித்து வைத்திருந்த வாரப் பத்திரிகையைக் கையிலெடுத்துக்கொண்டு அறையில் கட்டிலின் கீழே போய் உட்கார்ந்தேன். அப்படி உட்கார்ந்தால் மின்விசிறியின் காற்று நேராக வந்து வெப்பத்தைக் குறைக்கும்.

வாசிப்பில் மூழ்கிப் போயிருந்தேன். கொஞ்ச நேரத்திற்குள் கதவைத் தாழிடும் சத்தம் கேட்டு தலையை உயர்த்திப் பார்த்தேன்.

எதையோ தீர்மானித்து உறுதி செய்தது போல என் முன்னால் பிரேமன் நின்றார். அவருடைய கண்களில் அசாதாரணமான குரூரம் பளீரிட்டது. எனக்கு பயமாக இருந்தாலும் அதை வெளியே காண்பிக்கவில்லை. தைரியமாக அவரை முறைத்துப் பார்த்தேன்.

பிறகு எல்லாம் அசுர வேகத்தில் நடந்தது. துணி மூட்டையிலிருந்து சுடிதாரின் துப்பட்டாவை எடுத்து என் கைகளைப் பின்னால் இழுத்துக் கட்டில் கால்களுடன் கட்டினார். நான் உதறி எழுந்திருக்க முயன்றாலும் வலுவான கைகள் என்னைக் கீழடக்கியிருந்தன. 'சாந்தாக்கா' என சத்தமாய்க் கூப்பிட முயன்றேன். என் வாயில் ஒரு துணி சுருட்டி அடைக்கப்பட்டது. எனக்கு மூச்சு முட்டியது. ஒரு காட்டு மிருகத்தைப் போல எனக்குள் இயங்கினார்.

வருடங்களாக இப்படியொரு மனிதனுடன்தானா வாழ்கிறேன்? அவருடைய உடலின் முழுச் சக்தியையும் எனக்குள்ளாக இறக்க முயன்றார்.

வலியால் துடித்த கைகளும் கால்களும் அடித்துக் கொண்டன. என் உடல் மேல் உறுதியாய் அமர்ந்துகொண்டு வீறிட்டலறினார்.

''நீ என்னை சோதிச்சு பாத்தல்ல, என்னப் பழிவாங்கறதா நெனச்சயா? புருஷன்கிட்ட பகை தீத்துக்க உன்ன மாதிரி ஒரு பெண்ணால முடியாது''

உடன்படுக்க வரமுடியாதென்று சொன்னதால் கிடைத்த தண்டனை அது. பிறகு எப்போதோ அதைப் பற்றிப் பேசும்போது சொன்னார். பலாத்காரமாக அடைந்துவிட பிஸினஸ் பார்ட்னர் கரீம் சொல்லிக் கொடுத்தாராம். ஆனால் அது அவர் நினைத்த இடத்தில் நின்றுவிடவில்லை.

தரை முழுக்க ரத்தம் வழிந்து வருவதைப் பார்த்துப் பதறிப் போனார். என்ன செய்ய வேண்டுமென்று தெரியாமல் தவித்தார். என் கண்கள் பாதி மூடியிருந்தன. வாயில் சுருட்டிய துணியை வெளியே எடுத்து கதவைத் திறந்து வெளியே போனார். ரத்தத்தின் ஈரம் என்னுடலில் படர்வதை மயங்கும் தருவாயிலும் நான் உணர்ந்தேன்.

கண் திறந்து பார்த்தபோது மருத்துவமனையிலிருந்தேன்.

போலீஸ் கேஸ் போடாமல் சிகிச்சை அளிக்க மாட்டேனென்ற பிடிவாதத்திலிருந்தாள் லேடி டாக்டர். இவ்வளவு குரூரமாய் நடந்துகொண்ட ஆளை தண்டித்தேயாக வேண்டுமென்ற கோபம் டாக்டருக்கு இருந்தது. என் நிலைமை மிக மோசமானது. ரத்தம் அதிகம் வீணாகி நினைவு தவறிப் போயிருந்தது. தேகம் முழுவதும் ஊசி குத்துவதைப்போல வலித்தது. கிழிந்த அவயங்களை இழுத்து வைத்து தையல் போட்டுச் சிகிச்சையளித்ததால் அதிக நாட்கள் மருத்துவமனையில் கிடந்தேன்.

கணவனுக்கு ஏற்பட்ட ஏதோ தவறு என்று டாக்டரிடம் மன்னிப்பு கேட்டதால் கேஸ் போடாமல் விட்டார்கள். புத்தி சூன்யமாகி சுத்த அசமந்தமாக நடந்து கொண்டோம் என்ற நினைப்பு அவருக்கும் ஏற்பட்டது.

நினைவு வந்து அவரைப் பார்த்தபோது இறுகிப்போன முகத்துடனிருந்தார். கண்களுக்குக் கீழே இருண்ட கோடுகள். அந்தக் கண்கள் மன்னிப்பு கேட்பதைப் போல என்னிடம் யாசித்து நின்றன.

நான் மெல்லச் சிரிக்க முயன்றேன், அந்தச் சிரிப்பில் சிலவற்றைச் சொல்ல முயன்றேன்.

"நீங்கள் செய்த பாவத்தின் பரிகாரத்தை நீங்களே அனுபவித்துக் கொள்ளுங்கள்"

"உங்களுடைய பயமுறுத்தல்களின் தீவிரத்தை நீங்களே புரிந்து கொள்ளுங்கள்"

அதிக நேரம் அந்த முகத்தைப் பார்க்க முடியாமல் போர்வைக்குள் என் முகத்தை மூடிக்கொண்டேன்.

பன்னிரண்டு

முன்பே ஒன்றும் நிர்ணயிக்கப்படுவதில்லை. என் வாழ்க்கைக் கதையின் தாள்களைப் புரட்டிப் போடும்போது பிறர் அறியாத பல பக்கங்களைப் பார்க்கலாம்.

தாம்பத்திய வாழ்க்கை ஏழு வருடங்கள் மட்டுமே நிலைத்தது. எங்களுக்குள் ஒத்துப் போவதற்கான வாய்ப்பே ஏற்படவில்லை. அகன்றே வாழ்ந்து முடித்த திருமண வாழ்க்கை. அன்றைய பலாத்காரத்திற்குப் பிறகு பிரேமன் என்னிடம் நடந்து கொள்வதில் மாற்றத்தைக் கவனித்தேன். குற்றவுணர்வோ பச்சாதாபமோ தெரியவில்லை. மென்மையான ஆளாக மாறியிருந்தார்.

அலுவலகக் கணக்குகளை மட்டும் மிகச் சரியாகப் பார்க்கும் மேனேஜராகவோ சரியான வேளைக்கு மருந்து எடுத்து கொடுக்கும் ஒரு செக்கரட்டரியாகவோ என்னை நானே வடிவமைத்துக் கொண்டேன்.

இதற்கிடையில் பிரேமனின் உதவியுடன் அம்மா ஏதோ வெளிநாட்டில் வேலைக்கு ஏற்பாடு செய்து போய்விட்டிருந்தாள்.

அப்பாவின் நிலைமைதான் இந்நாட்களில் என்னை மிகவும் வேதனைப்படுத்தியது. அவருக்கு மாரடைப்பு வந்து மிக மோசமான நிலைக்கு ஆளானார். எல்லாத் துக்கத்தையும் மனதில் அடக்கி வைத்த அந்த மனிதனை நினைத்து நிறைய நேரம் அழுதேன்.

என் விதியை நினைத்து அப்பா அதீத துக்கத்திலாழ்ந்திருந்தார். ஒருமுறை அப்பாவைப் பார்க்க பிரேமனுடன் சிந்தாமணிப்புதூருக்கு சென்றபோது அப்பா அதை வெளிப்படுத்தவும் செய்தார்.

''மகள் வயதுள்ள பெண்ணை மனைவியாக்க எப்படி மனசு வந்தது உங்களுக்கு? எல்லோரும் கிளியை வளர்த்துப் பூனையிடம் கொடுப்பதைத்தான் துரோகம்ன்னு சொல்வாங்க, நான் குரங்கிடம் கொடுத்து விட்டேனே?''

ஆனால், பிரேமனின் பதில் குரூரமாக இருந்தது. அப்பாவிடம் சொல்லக்கூடாத வார்த்தைகளையெல்லாம் சொன்னார். கெட்ட வார்த்தைகளின் பெரு மழையோடு என்னையும் அழைத்துக் கொண்டு வெளியேறினார். நான் திரும்பிப் பார்த்தபோது ஈரம் படர்ந்த கண்களுடன் அப்பா வாசலிலேயே நின்று கொண்டிருந்தார்.

அப்பா என்னையும் பிரேமனையும் ஒன்றாய்ப் பார்த்த துக்கத்தில் மனமுடைந்து, அது மூளைவரை சென்று பாதித்து தாங்கவொணா துயரத்தில் கை கால் செயலிழந்து போனார்.

நான் பார்த்து என் நியாபகங்களில் தேங்கியிருந்த அப்பா யாருக்காவது ரணம் கழுவித் துடைத்தும், மருந்து வைத்துக்கட்டிக் கொண்டும், மாத்திரை கொடுத்து வலி மறக்கச் செய்தும், சிறு பிள்ளைகளின் மூக்கைத் துடைத்துச் சீராக்கிக் கொண்டும், பிரசவ நோவெடுக்கும் பெண்களுக்குத் தன் பெயரையே கணவனாக எழுதிக் கொடுத்து மருத்துவமனையில் சேர்த்தும் சேவையையே வாழ்வாகக் கொண்டு வாழ்ந்த மனிதனுக்கு இன்று தாகத்தை அறிந்து அல்ல, தேவைக்கும் கூடத் தண்ணீர் தர ஆளில்லை.

ஆனால், என் அம்மா சாமர்த்தியக்காரி. அப்படியெல்லாம் விட்டுவிடுவாளா என்ன!

அப்பாவின் நிலையறிந்து நான் பிரேமனை விட்டுவிட்டு வந்துவிட்டால் அவளுடைய சுகபோகமான வாழ்வும் தடைபடும் என்பதை மிக நன்றாக உணர்ந்தவள், என் தம்பியைத் தேடிப் பிடித்து அவனையும் தன் நிலையான வாழ்விற்குப் பலி கொடுத்தாள்.

இருபது வயதான தம்பிக்குட்டனுக்கும் பதினேழு வயதான பெண்ணுக்கும் திருமணம் செய்துவைத்து அவனை அப்பாவிடம் கொண்டுபோய் விட்டாள். தம்பியின் மனைவி அப்பாவின் சில தேவைகளையாவது பார்த்துக் கொள்கிறாளே என்ற நிம்மதி எனக்கும் இருந்தது.

ஆனால் தம்பிக்குட்டன் மிகுந்த சீரழிவிற்குள் தன்னைப் புதைத்துக் கொண்டான். கேட்கும் போதெல்லாம் அம்மாவிடமிருந்து பணமும் ஏதாவது தொழில் செய்யப்போகிறேன் என்றால் கூடுதல் பணமும் கிடைத்தது. அது மிகுந்த ருசியை அவனுக்குக் கொடுத்தது. வேலையே செய்யாமல் பணம் வரும்வழி அந்த வயதுக்கு இதமாகவும் உள்ளூரப் பழிவாங்குவதுமாக மாறிப் போனான்.

துக்கமான இந்தச் சூழலில் அப்பா அதிக நாட்கள் உயிரோடு இல்லை. கேட்பாரற்ற தம்பிக்குட்டன் சில வருடங்களிலேயே முதல் மனைவியை விட்டுவிட்டு வேறு பெண்ணைத் திருமணம் செய்து கொண்டான். முதல் மனைவியின் இரண்டு பெண் குழந்தைகள் அதிபாரமாய் என்னிடம் வந்து சேர்ந்து படித்துக் கொண்டிருக்கிறார்கள். அவனும் அம்மாவைப் போலவே மூன்று கல்யாணங்கள் பண்ணிக் கொண்டு நான் வளர்த்த தம்பிக்குட்டனாய் இல்லாமல் என்னென்னமோ ஆகிப் போனான். உயிரோடு இருப்பதாகவும் எப்போதாவது கோயம்புத்தூர் வந்தால் டிராஃபிக்கில் நின்று கொண்டிருக்கும் என் காரின் கதவுகளில் தட்டி 'அக்கா அக்கா' என்று கூப்பிடும் அவலத்தையும் பார்த்துக்கொண்டும் சகித்துக் கொண்டுமிருக்கிறேன்.

அப்பாவின் மரணம் என்னை மிகுந்த சூன்யத்தை உணர்த்தியது. காற்று போல அலைந்து வாழ்ந்த மனிதன். சேவையின் ஆதிப் பாடத்தை உணர்த்திய குருநாதன். கவுண்டர்களின் வீடுகளிலும் காலனிகளிலும் போயிருந்ததை நினைவுகளாக விட்டுச் சென்றிருப்பவர்.

என் நினைவுகளில் மட்டும் அப்பா தேங்கி நிற்கிறார்.

பதிமூன்று

அப்பாவின் கோயம்புத்தூரிலிருக்கும் இடத்தைத் தம்பியும் அம்மாவும் சேர்ந்து விற்றார்கள். அப்பாவின் ஆதார் அட்டை, அந்த இடத்திற்கு வரி கட்டும் ரசீது என எல்லாம் என்னிடமிருக்க அவர்கள் எப்படி விற்றார்கள்? ஆச்சரியம்தான். என்ன ஆச்சரியம், கொஞ்சம் பணம் கூடுதல் கொடுத்தால் எல்லாமே கிடைக்கும் இந்த உலகத்தில் இதெல்லாம் சாதாரணம். அதிலும் கொஞ்சம் கூடுதல் பணம் கிடைக்குமானால் தயங்காமல் மகளையே விற்ற என் அம்மாவிற்கு இதெல்லாம் ஒரு பொருட்டேயில்லை.

என்னுடையது என்ற ஏதேதோ என்னைவிட்டுப் போயிருந்தாலும், என் அப்பா எங்களுக்காக வாங்கி வைத்திருந்த இடம் எனக்கில்லையே என்ற ஆதங்கத்தில் ஒருமுறை அம்மாவிடம் தொலைபேசியில் அதுபற்றிக் கேட்டேன். அந்த முனையிலிருந்து வந்த பதில் மீண்டும் என்னை அனாதையாக்கும் என்று நான் நினைக்கவேயில்லை.

"நீ எங்கக் கொழந்தையே இல்ல உமா, நான் கொழந்த வேண்டான்னு நெறய மாத்திரையெல்லாம் சாப்பிட்டேன். அதில என் கொழந்தை செத்தே பொறந்திச்சு. ஆனா உங்கப்பா என்ன

சொல்வாரோன்னு ஆஸ்பத்திரியில அனாதையா இருந்த ஒரு கொழந்தையத் தூக்கிட்டு வந்திட்டேன். தம்பிக்குட்டன் மட்டும்தான் எங்கப் பையன், அவன்தான் என் வாரிசு''

பல நேரங்களில் அனாதையாக்கப்பட்டு, கேட்பாரற்று நின்ற எனக்கு சிந்தாமணிப்புதூரில் கம்பௌண்டர் பாலன் இருக்கிறார். அந்த இதயம் எனக்காய் எப்போதும் துடித்துக் கொண்டிருக்கும் என்று நினைத்து ஆறுதல் அடைந்திருந்த எனக்கு இந்த அதிர்ச்சியைத் தாங்க முடியவில்லை.

என் அம்மா யார்? அப்பா எப்படியிருப்பார்? என் குடும்பம் கருணையோடு மற்றவர்களிடம் நடந்து கொள்ளுமா? எனக்கான வேர் எது? நான் எங்கே படர்ந்திருக்கிறேன்? என் ஆதி விதையை நான் கண்டடைய முடியுமா?

அப்பா கம்பௌண்டராய் வேலை பார்த்த டாக்டர். புண்ணியவனத்தின் மருத்துவமனையில்தான் அம்மாவிற்கு பிரசவம் ஆகியிருந்தது. பலமுறை என் கால்கள் அவருடைய மருத்துவமனையை சமீபித்தன. நிஜமாகவே நான் அனாதைதானா டாக்டர்? கம்பௌண்டர் பாலகிருஷ்ணன் என் அப்பா இல்லையா? நான் யாரோதானா? கேள்விகளின் அணிவகுப்போடு பக்கத்தில் போயும்கூட அவர் 'ஆமாம்' என்று சொல்லிவிட்டால் என்ன செய்வது என்ற பதட்டத்திலும் அந்த ஒற்றைச் சொல்லை எதிர்கொள்ளும் தைரியமுமற்று திரும்பியிருக்கிறேன்.

நாற்பது வயதில் மீண்டும் மீண்டும் அனாதையாக்கப்பட்டுத் தனித்தழுதேன். அன்று நடந்த தொலைக்காட்சி நேர்காணலில் கலந்து கொண்டு என் துக்கத்தைக் கொட்டி ஆற்றினேன். நேர்காணல் கண்ட பலரும் அம்மாவையும் என்னையும் தொடர்புகொண்டு கேட்கும்போது பணத்திற்காகத் தான் சொன்ன பொய்யை ஒப்புக்கொண்டு 'எங்க அடிச்சா அவ சுருண்டு போவான்னு தெரியும், அங்க அடிச்சேன் அவ்வளவுதான்' எனச் சுலபமாக முடிக்கத் தெரிந்த

அம்மாவுக்கு அந்த வடுவின் வலி எத்தனை ஆழமானதென்றோ அது எங்கெல்லாம் பரவி நோக வைக்குமென்றோ தெரிந்திருக்க வாய்ப்பேயில்லை. ஆனால் அது உண்மையாக இருக்கும் பட்சத்தில் இப்படி ஒரு அம்மாவின் கருவறை வாசத்திலிருந்து என்றென்றைக்குமாக நான் தப்பித்திருந்திருக்கலாம்.

எழுபதுகளில் உதட்டுச்சாயம் பூசும் பெண்களை நான் சினிமாவில் மட்டுமே பார்த்திருக்கிறேன். அதற்குப் பிறகு என் அம்மாதான். அவளுக்கு தான் மிகப் பெரிய அழகியென்றும், எங்கோ போய் வாழவேண்டிய தான் இங்கே சிந்தாமணிப்புதூரில் சிக்கி சின்னாபின்னமாகிக் கொண்டிருப்பது சகிக்காத தீஜ்வாலை ஒன்று உள்ளுக்குள் தீராத தாகத்துடன் கனன்று கொண்டிருப்பதை எப்போதும் உணர்ந்தவளாய் இருந்தாள்.

தான் செய்வதை என்றாவது ஒரு நேர்கோட்டில் நிறுத்திப் பார்த்திருப்பாளா தெரியவில்லை. இன்னும் இன்னும் என மேலே போய்க் கொண்டேயிருந்தாள். அது எல்லையற்று விரிந்து கொண்டேயிருந்தது.

பிரேமனின் உதவியுடன் வெளி நாட்டுக்குச் சென்றவள் சின்னச் சின்னதாய்த் தொழில் செய்து நிறைய சம்பாதிக்கக் கற்றுக் கொண்டுவிட்டாள். இந்த அறுபத்தியெட்டாவது வயதில், வயோதிகத்தின் வாசலில் நிற்கையில் தனிமை சிரமப்படுத்துகிறதோ என்னவோ என் அலுவலகத் தொலைபேசிக்கு அழைத்து, தான் அங்கு வந்து சேர்ந்துவிட ஆசைப்படுவதாக என் பணியாளர்களிடம் கேட்கிறாள். என் அலுவலகத்தில் வேலை செய்யும் சிந்து நான் இதைத் தொடர்ந்து மறுப்பதை உணர்ந்து ஒருமுறை என்னிடம் கேட்டாள்.

‘‘மேடம், எத்தனை எத்தனை நோயாளிகளை நீங்க பாக்கறீங்க. வெளிநாடுகளில் கோமாவில் விழுந்து அவதியுறுபவர்களைக் கூட்டி வருகிறீர்கள், முகம் தெரியாதவர்களுக்காக எல்லாவற்றையும் அர்பணிக்கத் தயாராக இருக்கிறீர்கள், அம்மாவை மன்னிச்சுக்

கூட்டிக்கலாம் இல்ல மேடம்?''

''கருணையின் துளியைக்கூடச் சிந்த மனசு ஒப்புக் கொடுக்காத ஒரே ஆள் எனக்கு இருக்கிறார்களென்றால் அது அவங்கதான் சிந்து. அன்பின் நிழலைத் தரிசிக்க ஒவ்வொரு முறை நான் முயன்றபோதும் மிகக் குரூரமாய் நான் மறுதலிக்கப்பட்டேன். அதனால் மன்னித்துவிடு. தங்கமணி அம்மாவை இங்கே வந்து இருக்கச் சொல், அனேக நோயாளிகள் என்னிடம் இருக்கிறார்கள். அதில் ஒருவராய் இங்கே தங்கிக் கொள்ளட்டும். தினமும் காலையிலும் மாலையிலும் பார்ப்பேன். நல்ல மருத்துவ உதவி கிடைக்கும். வசதியாகத் தங்கிக் கொள்ளலாம், ஆனால் ஒருபோதும் ஒருபோதும் என் அம்மாவாய் இங்கே வரவே முடியாது, யாருமற்ற ஒரு நோயாளியாய் மட்டுமே இங்கே இருக்க முடியும்''

என் உறுதியான குரல் எனக்கே பிடிக்கவில்லையென்றாலும் அப்படியே இருக்கட்டுமென்று விட்டுவிட்டேன்.

பதினான்கு

அன்றைய விடியல் அவ்வளவு மோசமாகுமென்று நான் நினைக்கவில்லை. எப்போதும் என்னையும் பம்பாய்க்கு அழைத்துக் கொண்டுபோகும் பிரேமன் இந்தமுறை தனியாய்ப் போயிருந்தார். அன்றுகாலை வழக்கமாய் தொலைபேசியில் அழைத்தால் ஒரு பெண்ணின் குரல் கேட்கிறது. யாரென்று கேட்டால் சரியான பதிலில்லை. என்னவோ சரியில்லை என்று தோன்றியது. மகனையும் கூட்டிக்கொண்டு காரில் விமான நிலையத்திற்குப் போய் ஓட்டுநரிடம் குழந்தையைப் பார்த்துக்கொள்ளச் சொல்லிவிட்டு பம்பாய்க்கு விமானத்தில் போய் இறங்கி நேராக வீட்டிற்குப் போனேன். பிரேமன் உள்ளறைக்குள் இருக்க ஆப்பிரிக்கப் பெண் போலிருந்த ஒருத்தி கதவைத் திறந்து யாரென்று கேட்டாள். கோபம் தலைக்கு ஏறினாலும் பிரேமன் எனக்குத் தெரிந்தவர் என்று சொன்னேன். பேசும் குரல் கேட்டு வெளியே வந்த பிரேமனுக்கு என்னைப் பார்த்தவுடன் கோபமும் எரிச்சலும் ஒன்றாய் வந்தது. கையைப் பிடித்து உள்ளே இழுத்துச்சென்ற என்னைப் பரபரப்பாய்ப் பார்த்தபடி அவள் நின்றாள்.

கதவை ஓங்கி அறைந்தபடி பிரேமன் "நீ என்ன என்னை வேவு பாக்க வந்தியா? என்னைக் கட்டுப்படுத்த நீ யார்? என்னோட இஷ்டம்,

நான் எப்படி வேணாலும் வாழ்வேன். எம் பொண்டாட்டி மாதிரி இவ்வளவு தூரம் ஃபிளைட் ஏறி கேக்க வந்திட்ட'' என்று நர்த்தனமாடினார்.

இதற்குமேல் பிரேமன் பேசியதொன்றும் என் காதில் விழவில்லை. இந்த ஆள் என்னை என்னவாகத்தான் நினைக்கிறார்? நான் யார்? இந்த சமூகத்தில் எனக்கு என்ன அந்தஸ்து இருக்கிறது? நான் என்னவாக அறியப்படுகிறேன்?

ஒன்றுமே புரியவில்லை. அன்றே திரும்பி திருச்சூருக்கு வந்தேன். விமான நிலையத்திலேயே என் மகனையும் பார்த்துக்கொண்டு டிரைவர் நின்று கொண்டிருந்தான். என்ன செய்கிறேனென்றே தெரியவில்லை. பக்கத்திலிருக்கும் பெட்டிக்கடையில் போய்ச் செய்தித்தாளை வாங்கிப் பார்த்து கரூரில் நந்தினி ஹோட்டலில் ரிசப்ஷனிஸ்ட் வேலைக்கு ஆள் தேவை என்ற விளம்பரத்தைப் பார்த்து அங்கே போனேன்.

அங்கே போய் அவர்களிடம் எனக்கான வேலைகேட்டு நிற்கும்போது எனக்கு யாருமில்லை என்றுதான் சொன்னேன். ஒரு மகன் மட்டுமிருக்கிறான். நீங்கள் வேலை கொடுத்தால் அவனைப் பார்த்துக்கொள்ள எனக்கு மிகவும் உதவியாக இருக்கும் என்று என் நிலைமையைச் சொன்னதும் அவர் கொஞ்சம் கரைந்தாலும் என்னிடம், 'சரிம்மா நாளை மதியம்வரை டைம் தரேன், என்னோட லாட்ஜில முப்பத்தியாறு ரூம்ஸ் இருக்கு. அதில என்னென்ன பிரச்சனைகளிருக்கு, இன்னும் என்ன செய்யணும்னு சின்னதா ஒரு ஐடியா சொல்லு பாக்கலாம்' என்று கேட்டுக்கொண்டார்.

என் திறமைக்குக் கொடுக்கப்பட்ட சவாலாகவே நினைத்து மிகவும் சுறுசுறுப்பாக வேலை பார்த்தேன். அன்றும் மறுநாளும் ஆட்கள் இருந்த எல்லா அறைகளுக்கும் போய் அவர்களின் குறைகளைக் கேட்டு, தண்ணீர் வருவதில் பிரச்சனையா? கழிவறை சுத்தமாகப் பராமரிக்கப்படுகிறதா? உணவும் தண்ணீரும் நேரத்திற்குக்

கிடைக்கிறதா? ரூம் சர்வீஸ் சரியாக இருக்கிறதா? என எல்லாம் கேட்டு மொத்தமாகத் தொகுத்து நந்தினி லாட்ஜ் உரிமையாளரிடம் கொண்டுபோய்க் கொடுத்தேன். அவர் மிகவும் நெகிழ்ந்து போய்விட்டார்.

கண்டிப்பாக வேலை கொடுப்பதாகவும் என் மகனையும் சேர்த்துப் பார்த்துக்கொள் என்றெல்லாம் சொல்லிக் கொண்டிருக்கும்போது வாசலில் ஏதோ சலசலப்பு கேட்டதைத் தொடர்ந்து திரும்பிப் பார்க்கிறேன். அம்மா, சாந்தாக்கா, பிரேமன் இன்னும் சில ஆட்கள் என ஒரு டெம்போ டிராவலர் வண்டி எடுத்துக் கொண்டு வந்திருந்தார்கள்.

அதற்குப் பிறகு நடந்த நாடகத்தில் என்னென்ன வேடம்? என்னென்ன நடிப்பு?

அம்மா பாசமான அம்மாவானாள். பிரேமன் ஏதோ கோபத்தில் சொல்லப்போக இப்படிக் கோபித்துக் கொண்டு வந்துவிட்டாளே என்று கண்கலங்கி கடைசிக் காட்சியாய், ' நீ இல்லாம நான் எப்படி இருப்பேன் உமா, என்ன மன்னிச்சிடு' என்று காலில் விழுந்து, யாருக்குமே கேட்காத சன்னமான குரலில், 'உன்ன அப்படிச் சுலபமா விட்டுடுவேன்னு நெனச்சயா?' என்று கேட்ட குரலிலும் அந்த முகத்திலும் திரண்டிருந்த ஏளனத்தின் அளவை என் கண்கள் மட்டுமே அளவிட்டுக் கொண்டது.

இதையெல்லாம் பார்த்த நந்தினி லாட்ஜ் உரிமையாளர், 'எவ்ளோ பெரிய மனுஷன், கால்ல விழறார். புள்ளயத் தூக்கிட்டுப் போம்மா' என்று சற்றுக் கடுமையாக மிரட்டியே என்னை அனுப்பினார்.

வீட்டிற்கு வந்து எல்லோரும் அவரவர் இடத்திற்குப் போய்விட்டார்கள். என்னால் இந்த அவமானத்தையும் கோபத்தையும் தாங்கமுடியவில்லை. அடிபட்ட மிருகம் போல அறைக்குள்ளேயே கவிந்திருந்தேன். பிரேமன் கட்டிலில் படுத்திருந்தார். வெளியே

எழுந்து போய் வண்டிகளுக்கு ஊற்றுவதற்காக வாங்கி வைத்திருந்த பத்து லிட்டர் டீசலை எடுத்துவந்து அறையில் அவருக்கு முன்னாலேயே தலை முதல் பாதம் வரை ஊற்றிக் கொண்டேன்

கட்டிலில் படுத்திருந்த பிரேமனிடம் எந்தச் சலனமுமில்லை. தீப்பெட்டியை எடுத்து உரசப் போகும்போது கூட அப்படியே பார்த்துக் கொண்டேயிருந்தார். தீப்பெட்டியை உரசினால் டீசல் பத்தாமல் குச்சி தேய்கிறது. துக்கம் தாங்காமல் அழுகிறேன். டீசல் எளிதில் தீ பிடிக்காது என்பது அதுவரை எனக்குத் தெரியாது.

எல்லாத் தீமைகளிலும் தீயவர்களே ஜெயிக்கிறார்கள்.

பிரேமன், ‘அப்படி நீ என்னை விட்டுட்டு எங்கயும் போயிடமுடியாது உமா’ என்று கொக்கரிக்கிறார்.

என் தலைமுடியும் தோலும் மட்டுமே சீர்கெட்டுப் போனது. புண் ஆற வெகு நாட்களானது. மனசு மட்டும் பச்சை ரணமாகவேயிருந்தது.

அது வாழ்நாள் தோல்வியாய் என் மனதில் தங்கி நிலைத்தது. ஆனால் அதிலிருந்து பிரேமன் பெரிதாய் என்னிடம் பேசுவதோ, என்னைத் தொல்லை கொடுப்பதோ இல்லை. அப்படி ஒரு நிம்மதிக்காக என் வாழ்வில் நான் இதையெல்லாம் சந்திக்க வேண்டியிருந்தது.

பதினைந்து

பிரேமனின் கடைசி நாட்களாகயிருந்தது. நோய் முற்றி, போகும் வழி தெரியாமல் உடலுக்குள் சுருண்டு வியாபித்து எல்லாப் புலன்களையும் தன்கீழ் அடக்கி உயிர் வற்றச் செய்து மிளிர்ந்து கொண்டிருந்த நாட்கள் அவை. இருமலைக் கட்டுப்படுத்த முடியாமல் போனது. ரத்த வாந்தி வழக்கமானது. கடுமையான வலிக்கு நடுவிலும் குடியை நிறுத்தவில்லை.

வாழ்வின் இறுதிக் கட்டத்தில் எல்லா நம்பிக்கைகளையும் இழக்கும்போது மூடநம்பிக்கை கை கொடுப்பது போல, வாஸ்து மேல் நம்பிக்கை இல்லாமல், தான் பார்த்துப் பார்த்துக் கட்டிய வீட்டில் தங்குவதால்தான் இப்படித் தனக்கு உடல்நிலை ஆகிவிட்டதோ என்று நினைக்கத் தொடங்கிவிட்டார். அந்த வீட்டை விற்க முடிவு செய்து புரோக்கர்களிடம் சொன்னார். வீடு விற்று முதல் ஐந்து லட்சம் ரூபாயும் என் கணக்கில் வைக்கப்பட்டு பத்திரமும் என் பெயரிலேயே எழுதப்படுகிறது.

கடைசியில் என் கட்டாயத்திற்காகத் தீவிர மருத்துவப் பரிசோதனைக்குத் தயாரானார். வெறும் டி.பி. மட்டுமல்ல. மல்டி ரெசிஸ்டெண்ட் ட்யூபர் குளோசிஸ். ஒருவேளை முன்னாலேயே

தெரிந்திருந்தால் அதற்கான சிகிச்சை எடுத்திருக்கலாம். வெறுமே டி.பி.க்காக மருந்துகளை உட்கொண்டிருக்கிறார். வைத்திய சாஸ்திரத்தைத் தோற்க வைக்க முடியும் என்று பேசித் திரிந்த நாட்களில், வந்திருக்கும் வியாதியைப் பற்றித் தெரிந்துகொள்ள முயற்சிக்கவில்லை என்பதே நிஜம்.

நானும் பிரேமனும் அவருடைய அக்காவும் மட்டுமே திருவனந்தபுரம் மருத்துவமனைக்குப் போயிருந்தோம். பிரேமன் நிறைய பேசினார். அக்கா வல்சலா எதையும் தம்பிக்காகச் செய்யக்கூடியவர். தன் தம்பி செய்யும் எல்லாக் காரியங்களுக்கும் மௌனமான சாட்சியாகவும் எல்லாவற்றையும் அனுமதிப்பவளாகவும் இருப்பவள்.

தன் மகளுக்குத் திருமணம் செய்து பார்க்க வேண்டுமென்ற தன் ஆசையை பிரேமன் சொன்னபோது எனக்குப் பாவமாக இருந்தது. ஆனால் அதைச் செய்து வைத்தோம். ஊரே வியந்து பார்க்குமளவிற்கு விமரிசையாய்ச் செய்தோம்.

அன்று இரவு கடைசியாக திருவனந்தபுரம் ‘லிப்ரா ஹோட்டலில்’ தங்கினோம். இரவின் மந்தகாசத்தில் மங்கலான வெளிச்சத்தில் தூங்காமல் யோசித்துக் கொண்டேயிருந்த பிரேமன் என்னிடம் கேட்டார். அதுவரை அப்படி ஒரு குரலை நான் கேட்டதேயில்லை. அது கனிந்திருந்தது. அதில் வாழ ஆசைப்படும் ஏக்கமிருந்தது.

‘‘என்ன உமா, தூக்கம் வரலயா?’’

‘‘ம்...’’

‘‘உன்ன அனாதையா விட்டுட்டுப் போயிடுவேன்னு நெனக்கறியா?’’

‘‘அனாதை என்பதெல்லாம் எனக்குப் பழகிடுச்சு, ஆனா நீங்க எனக்காக எதுவுமே செஞ்சதில்ல. நானும் பையனும் வாழ எங்களுக்கு ஏதாவது செய்யணும் நீங்க’’

அமைதியாகச் சிரித்தார். கொஞ்ச நேரத்திற்கு ஒன்றுமே பேசவில்லை. மௌனம் இரண்டு பேருக்கு மத்தியிலும் இரையுண்ட பாம்பாய் இழைந்து நகர்ந்தது.

''என் மரணத்திற்குப் பிறகு பிரேமனுக்காக நீ வாழ்வாய் உமா''

இந்த ஒற்றைவரி எனக்கு மொழிபெயர்த்து வர இரண்டு மூன்று மாதங்களானது.

மறுநாள் அவரை மருத்துவமனையில் அனுமதித்து மருத்துவர்கள் பரிசோதிக்கிறார்கள். இனியொன்றும் செய்யமுடியாதென்று டாக்டர்கள் அவருடைய விதியை அழுத்தி எழுதியபோதுதான் வியாதியின் வலியையும் விதியின் வலிமையையும் ஒருசேர உணர்ந்தார்.

''நீ சந்தோஷப்பட வேண்டிய வாழ்க்கையை என்னால் தர முடியவில்லை. செய்து வைத்திருக்கும் காரியங்கள் எதையும் நினைத்துப் பார்க்க முடியவில்லை. என்னால் சாக முடியாது, நான் வாழணும். இப்படியே படுத்திருக்கிறேன், எத்தனை நாளானாலும் பரவாயில்லை. நிறைய பணமிருக்கு. அது தீரும்வரை என் மூச்சை நிறுத்தி வை''

பெருமூச்சு வாங்கியபடி பிரேமன் அதைச் சொன்னவுடன் அன்று முதல்முதலாக அந்த மனிதனுக்காக இதயம் வலித்தது. எந்த நொடியிலும் கைவிட்டுப் போகவிருக்கும் பிராணனுக்காக அந்த மனிதன் யாசிக்கிறான். கடைசியில் அப்படியொரு தீர்மானத்தை எடுத்தோம். எவ்வளவு பணம் செலவழித்தாலும் வென்ட்டிலேட்டரில் இருக்க வைக்கலாம் என்று முடிவு செய்தோம்.

பதட்டமாகிறார் பிரேமன். என் கையை இறுகப் பற்றிக் கொள்கிறார். ஏழு ஆண்டுகளில் அகங்காரமற்ற மனிதனை அன்றுதான் பார்க்கிறேன். வென்ட்டிலேட்டரில் பிரேமனை வைத்துவிட்டார்கள். தான் நிறைய காசு சம்பாதித்து

வைத்திருப்பதாகவும், அதை வைத்து எப்படியாவது தன்னைக் காப்பாற்றும்படியும் அதற்கு எவ்வளவு செலவானாலும் பார்த்துக் கொள்ளலாம் என்றும் பிரேமன் மீண்டும் எழுதியும் பேச முயன்றும் சொன்னபோது பணத்தால் மட்டுமே எதுவுமே முடியாது என்பதை இந்த மனிதனுக்கு இனி எப்படிப் புரிய வைப்பது என்று எனக்கு ஆயாசமாய் இருந்தது.

பேச்சு மெல்ல மெல்லத் தடைபட்டது. எல்லாவற்றையும் எழுதிக் காண்பிக்கிறார். ஜன்னலில் அவரைப் பார்த்தபடி நான் உட்கார வேண்டுமெனக் கேட்டார். மறுநாள் மாலை ஐந்துமணி வரை அசைவற்றிருக்கும் பிரேமனைப் பார்வையிலிருந்து அகற்றாமல் அப்படியே உட்கார்ந்திருக்கிறேன். இந்த மனிதனுக்கும் எனக்கும் என்ன சம்பந்தம்? நான் ஏன் இப்படி அசைவற்றிருக்கும், என் வாழ்வை நாசமாக்கியிருக்கும், என் கனவை நசுக்கி, தனக்கு ஒன்றும் தெரியவில்லையென்று படுத்திருக்கும் இந்தப் பிரேமனுக்காய் ஜன்னலுக்கு வெளியே காத்திருக்க வேண்டும்?

ஆனாலும் காத்திருந்தேன்.

இதற்கிடையில் வந்து வீட்டை விற்று எல்லாப் பணத்தையும் என் வங்கிக்கணக்கில் வைத்து இரண்டு லட்சம் ரூபாயை மட்டும் எடுத்துக் கொண்டு மீண்டும் மருத்துவமனைக்குப் போனேன். வீட்டை வாங்கியவர்களுக்கு எல்லா மரச்சாமான்களோடும் விட்டுக் கொடுத்தோம். பூட்டப்பட்ட ஒரு மர அலமாரியை மட்டும் பிரேமன் சொன்னபடி பக்கத்து வீட்டில் கொண்டுபோய் வைத்துவிட்டு மருத்துவமனைக்குத் திரும்பினேன்.

பிரேமனை வென்ட்டிலேட்டரில் வைத்தபிறகு நான் உடன் தங்குவதில் எந்த அர்த்தமுமில்லை. மருத்துவமனையின் சுற்றுச் சுவர்களில் மோதிய என் மூச்சுக்காற்று வெளிக்காற்றுக்காகவும் புற வெளிச்சத்திற்காகவும் ஏங்கித் தவித்தது. அதைத்தேடி நான்

வெளியேறினேன். மருத்துவமனையின் கிழக்குப் பக்கமாக வயதான ஓர் ஆலமரம் இருக்கிறது. அதைச் சுற்றிலும் சிமெண்ட் தரை. நோயால் தளர்ந்து போனவர்களுக்கும் அவர்களுடன் இருப்பவர்களுக்கும் நிழல் தரும் ஆல மரம். விஷேசமாக ஒன்றும் செய்ய வேலையில்லாமலிருந்த நான் என் பகல்களை அங்கிருந்து வழியனுப்பினேன்.

விடிவதற்கு முன்பே மருத்துவமனையில் கூட்டம் அதிகமிருந்தது. எத்தனையெத்தனை ஆட்கள் தினம்தினம் வந்து போகிறார்கள்? எல்லாம் துக்கத்தால் பெருமூச்சுகளை அடக்கி வைத்து வீங்கிப்போன முகங்கள். சிலர் உடைந்தழுதபடியும் சிலர் அழுகையை உள்ளே அடக்கியபடியும்... அந்த முகங்களின் பரிதாபத்தைப் பார்க்கும்போது என் துக்கங்கள் மிகச் சிறியது என்று நான் என்னை மீட்டுக் கொண்டேன்.

யாரிடமாவது சொல்லித் தீர்க்கக் காத்திருக்கும் வேதனைகளுக்கு நான் செவி சாய்த்தேன். அவர்களுடைய துக்கங்களை மிதமாக்க என்னால் முடியவில்லையானாலும் அவர்களை ஆசுவாசப்படுத்தும் வார்த்தையையாவது என்னால் சொல்ல முடிந்ததே என்று எனக்கு நிம்மதியானது.

சிலருக்குத் தற்காலிக ஆசுவாசமாக மருந்து தேவைப்பட்டது. வேறு சிலருக்கு உணவு. சிலர் நோயாளிகளுக்கு அத்தியாவசியமாகத் தேவைப்படும் ரத்தத்திற்காக ஓடிக் கொண்டிருந்தார்கள். ஆலமரத்தின் சிமெண்ட் தரையில் குறிப்பாக ஒன்றும் செய்ய முடியாமல் உட்கார்ந்திருந்த எனக்கு பிறகான நாட்கள் அப்படியானதாக இருக்கவில்லை.

வியாதி தளர்த்தின மனசும் உடம்புமாய் வருபவர்களுக்கு எங்கே போகவேண்டும் யாரைப் பார்க்க வேண்டுமென்று குழம்பும்போது அவர்களுக்கு வழிகாட்டியாக, நோயாளிகளின் உடன்

வருபவர்களுக்கு என்னால் முடிந்தவற்றைச் செய்தும் நான் மருத்துவமனையின் பரபரப்புகளுக்குள்ளாக ஐக்கியமானேன். ஒரு கட்டத்தில் ரத்தம் சொட்டச் சொட்ட எதிரில் வந்த நோயாளிக்கு ரத்தம் கொடுக்கத் திருவனந்தபுரம் பொறியியல் கல்லூரிக்கும் ஏ.கே.ஜி. செண்ட்டருக்கும் போனேன்.

விடியற்காலையிலிருந்து இரவுவரை எனக்குச் செய்ய நிறைய வேலைகள் இருந்தன. சில நேரங்களில் ஆலமரத்தடியில் என்னைப் பார்க்க முடியாத சிலர் விசாரிக்கத் தொடங்கினார்கள்.

பக்கத்திலுள்ள டெலிஃபோன் பூத்தில் விசாரிப்பார்கள். போலியோ பாதித்த ஒரு கால் தளர்ந்த மனிதன்தான் அங்கேயிருந்தான். அவ்வப்போது நான் குருவாயூர் வீட்டுக்கு அங்கேயிருந்து ஃபோன் செய்தேன். அதனால் மணிகண்டனுடன் நல்ல பழக்கம்.

''அக்காவைக் கேட்டுப் பன்னிரெண்டாம் வார்டில் அப்பாப்பன் வந்திருந்தார்''

''அக்கா, உங்கள சுலோச்சனா நர்ஸ் தேடினாங்க''

இப்படி மணிகண்டனுடன் சேர்ந்து ஒரு சேவை மையமே அங்கு ஆரம்பமானது.

'சேவை செய்ய கல்கத்தாவிற்கு வரவேண்டுமென்பதில்லை. உன்னைச் சுற்றிலும் பார், நம் புன்னகைக்காக, ஒரு தோள் சாய வேண்டிக் காத்திருக்கும் எவ்வளவோ சாமானியர்களான மனிதர்கள் இருக்கிறார்கள். அவர்களைக் கண்டும் காணாமலும் போய்விடக்கூடாது'

மிஷனரீஸ் ஆஃப் சாரிட்டியிலிருந்து மதர் தெரஸாவிடம் கேட்ட வார்த்தைகள் எவ்வளவு உண்மையானது.

பிரேமன் 96 நாட்கள் அப்படியே வென்ட்டிலேட்டரில் இருந்தார். எந்தச் சலனமுமற்று எந்த முன்னேற்றமுமில்லாமல் படுத்துக் கிடந்த பிரேமனின் உடல் இயந்திரங்களின் உதவியைக்கூட ஏற்றுக்கொள்ள

முடியாமல் தன்னைச் சுருக்கிக் கொண்டபோது நாங்கள் யாருமே பக்கத்தில் இல்லை. மருத்துவமனைக்குப் பக்கத்திலேயே வாடகைக்குப் பிடித்திருந்த வீட்டிற்கு வந்திருந்தேன். ஒரு டிரைவரும் காரும் நானுமாக மாறிமாறி மருத்துவமனைக்கும் வீட்டிற்குமாக ஓடிக் கொண்டிருந்தோம். டிரைவர் ஓடிவந்து என்னிடம் பிரேமனின் மரணச்செய்தியைச் சொன்னான். அப்படியே எல்லாவற்றையும் போட்டுவிட்டு காரில் ஏறிப் போனேன்.

மருத்துவர்கள் என்னிடம் மூன்று தகவல்களைக் கேட்டார்கள்.

"அம்மா நீங்க அழுது ஆர்பாட்டம் பண்ணக் கூடாது. பக்கத்தில நிறைய நோயாளிகள் இருக்காங்க. அவங்கள்லாம் பயந்துப்பாங்க. நீங்க எங்களோட ஒத்துழைக்கணும்"

"சரி"

"டிரஸ் உங்களோடதா, இல்ல மருத்துவமனையோடதா?"

"கடைசி உடை. அது எங்களுடையதாகவே இருக்கட்டும்"

"இரவு பதினோரு மணிக்கு மேல் ஆகும், ஆம்புலன்ஸ் ஏற்பாடு பண்ணிடுங்க"

"சரி டாக்டர்"

எல்லாம் முடிந்து பிரேமனின் உடலை எங்களிடம் ஒப்படைக்கும்போது இரவு சரியாக 11.30

திருவனந்தபுரத்திலிருந்து சொந்த ஊரான குருவாயூருக்கு ஆம்புலன்ஸில் உட்கார்ந்தபடி நான் போகிறேன். குருவாயூரில் தன் தரவாட்டு வீட்டில் வைக்க வேண்டுமென்ற ஆசை. அது பிரேமனின் அக்காவுக்கு அவர் எழுதிக் கொடுத்த வீடு.

வண்டியின் குலுக்கலில் தலை ஆடிஆடி என்னை பயமுறுத்தியபடியே வந்தது. வேகத்தடையில் வண்டி குலுங்கி

நிற்கும்போது தலை உயர்ந்து எழுந்து வருவது போல... உன்னை விட்டுவிட்டுப் போய் விடுவேனென்று நினைத்தாயா என்பதுபோல... அவ்வளவு சீக்கிரம் என்னிடமிருந்து நீ தப்பித்து விடுவாயா என்று சிரிப்பது போல...

அந்த இரவை என்னால் மறக்கவே முடியாது. ஏழு வருடங்கள் நான் பிணமாய் பிரேமனுடன் வாழ்ந்தது போல ஒரு இரவு முழுக்க பிரேமன் என்னுடன் பிணமாக வாழ்ந்த அந்த ஏழு மணி நேரத்தை என்னால் மறக்கவே முடியாது.

பிரேமனின் சலனமற்ற உடலுமாக ஆம்புலன்ஸ் குருவாயூர் வீட்டு வாசலை அடைந்தபோது உறவுகளும் நண்பர்களுமாக நிறையபேர் காத்திருந்தார்கள். வீட்டிற்குள்ளிருந்து சாந்தாக்காவின் கதறல் வாசல்வரை நீண்டது. எல்லாக் கண்களும் என்னை நோக்கி நீண்டன. பதறாத மனசுடன் நான் ஆம்புலன்ஸிலிருந்து இறங்கி வீட்டிற்குள் போனேன். தொடர்ந்த சடங்குகளுக்காகப் பவித்ரனும் நண்பர்களும் அங்கேயே இருந்தார்கள்.

வீட்டில் யாரும் என்னிடம் பேசவில்லை. அதுவரை நன்றாகப் பேசிக் கொண்டிருந்த இரண்டாவது மனைவி சாந்தாக்கா என்னைத் திரும்பிப் பார்க்கவேயில்லை. அவளுடன் பிறந்த ஆறு சகோதரிகளும் ஒரே ஒரு சகோதரனும் அங்கிருந்தார்கள். ஒரு கொலைக் வழக்கில் பிடிபட்டு சிறையில் இருந்த சகோதரனைப் பரோலில் கூட்டிக்கொண்டு வந்திருந்தார்கள். நான் ஏதாவது பிரச்சனை செய்வேன், வீடு விற்ற பணத்தை மொத்தமாக எடுத்துக்கொண்டு போய்விடுவேன் என்ற பதட்டத்தில் என்னைக் கண்காணிக்க வாடகைக்குக்கூட கண்களை வாங்கிக்கொண்டு வந்திருந்தார்கள்.

மூன்றாவது மனைவி பம்பாயிலிருந்து வந்து அழுது கொண்டிருந்தாள். அக்கா வல்சலா, ''எனக்கு வீடு தரேன்னு சொன்னியே, நிலத்தில பாகம், வண்டிகள்ள பாகம் தரேன்னு

சொன்னியே'' என்று எல்லாவற்றையும் பிணத்திடம் சொல்லி உறுதிபடுத்திக் கொண்டிருந்தாள்.

எல்லாவற்றையும் ஒரு ஒட்டாத மனநிலையில்தான் நான் பார்த்துக் கொண்டிருந்தேன். சிதை எரிந்து முடிந்தால் எனக்கும் இந்த வீட்டிற்கும் எந்தச் சம்பந்தமும் இருக்கப் போவதில்லை. என் மகனைக் கூட்டிக் கொண்டு ஒரு அனாதையைப்போல, அல்ல அனாதையாகவே நான் படியிறங்கி வரப் போகிறேன். பல நாட்கள் நான் அந்த வீட்டில் சாப்பிட்டிருக்கலாம், தங்கியிருக்கலாம், ஆனால் ஒருபோதும் அது எனக்குள் நிம்மதியின் காற்றைச் சுவாசிக்க அனுமதித்ததில்லை. வெறுப்பையும் வேதனையையும் அவமதிப்பின் உப்புச் சுவையையும் தின்றுதின்று நான் வீங்கிப் போயிருந்தேன். நான் நானாக வேண்டுமெனில் சீக்கிரமே அங்கிருந்து, அவர்களிடமிருந்து விட்டு விடுதலையாகி பிரபஞ்சத்தின் சக்தியை உள்வாங்க மனசு ஏங்கிக் கொண்டிருந்தது.

பிரேமனின் உடல் அங்கிருக்கும்போதே சொத்துகளைக் குறித்த சர்ச்சைகள் ஒளிவாகவும் மறைவாகவும் பகிரங்கமாகவும் பேசப்பட்டன. பிரேமனின் சட்டரீதியான மனைவி என்ற அங்கீகாரம் இல்லாத என் எதிர்காலம் பற்றி யாருக்கும் கவலையில்லை. கேட்கவும் பரிந்து பேசவும் நாதியில்லாத என்னைப் புறங்காலால் தட்டி, தூக்கி எறிவது அவர்களுக்கு மிகச் சுலபம். நான் எல்லாவற்றையும் ஏற்றுக் கொள்ளும் மனநிலையிலிருந்தேன்.

மறுநாள் மாலை கொட்டும் மழையிலும் பிரேமனின் ஒரே மகன் என்பதால் மூன்றரை வயதான என் சரத் அஸ்தி சட்டி எடுக்கப் பரந்து விரிந்திருந்த, வீட்டின் எல்லைக்குட்பட்ட தோட்டத்திலேயே அவருடைய உடல் தகனம் செய்யப்பட்டது.

நம் வேலையும் கடமையும் முடிந்தது என்று புறப்படும் நேரத்தில், இல்லை மறுநாள் அஸ்தி கூட்டும் சடங்கை முடித்துவிட்டு பிண்டம்

வைத்துவிட்டுத்தான் போக வேண்டுமென்றார்கள். மறுக்க முடியாமல் அன்றும் தங்கினோம்.

மறுநாள் காலை சொட்ட சொட்ட மழையில் நனைந்தபடி ஈரத்துண்டு கட்டி சரத் பிண்டம் வைத்து காகத்திற்காய்க் கத்தி ஓய்ந்தான். 'அப்பா, வாப்பா குளுருதுப்பா' என அவன் கொஞ்சும் குரலிலும் கூப்பிட்டுப் பார்த்தான். அப்படி ஏதும் வரவில்லை.

"சரி வா மகனே, அஸ்தியாவது எடுக்கலாம்" என்ற யாருடைய குரலுக்கோ உடனே கட்டுப்பட்டான்.

எல்லாம் முடித்து, பிரேமனின் பணம் கொஞ்சம் என்னிடம் இருக்கிறதே அதையும் அவர்களுக்கு எழுதிக் கொடுத்துவிட்டால் யாரும் என்னை ஒன்றும் கேள்வி கேட்க முடியாது, அதையும் செய்துவிடலாம் என்று எல்லோரையும் அழைத்தேன். இவளை மிகவும் கட்டாயப்படுத்தாமல் இவளே எல்லாவற்றையும் தருகிறாளே, நம் வேலை சுலபமாய் முடிந்ததே என்று வீட்டில் உள்ளவர்கள் நிம்மதியானார்கள்.

ஆனால் அப்படிச் சுலபமாகிவிட வாழ்க்கை என்ன நாம் சுழலவிடுவதா என்ன?

அப்போது பவித்ரன், பிரேமனின் உற்ற தோழன், எல்லாவற்றையும் பார்த்தும் கேட்டும், சொல்ல நினைத்தும் சொல்ல முடியாமல் நின்றும் என எல்லாமானவர் சொன்னார்.

"உமா, பிரேமன் அவருடைய சொத்துகளுக்கு உயில் ஒண்ணு எழுதி வச்சிருக்கார். அதைத்தான் அந்த மர பீரோவில் வச்சு வீடு விக்கும் போது பக்கத்து வீட்டில வைக்கச் சொன்னார். அதைக் கொண்டு வந்து பார்த்திட்டு நீ போ"

நண்பரின் வார்த்தைகளைத் தட்ட முடியவில்லை. திரும்பி டிரைவரைப் பார்த்தேன். அவன் என் கண்ணசைவுக்குக் காத்திருந்தது

போல ஓடி பீரோவின் பூட்டை உடைத்து அதிலிருக்கும் பத்திரங்களை வெளியே அள்ளிக்கொண்டு வந்தான். அதற்குள் வீட்டிற்கு வந்த வக்கீல். ரஹீம், அந்த வில் பத்திரத்தின் ஒவ்வொரு வரியாக வாசிக்க ஆரம்பித்தார்.

அது இதோ என் மீதி வாழ்க்கையை எழுதிச் செல்கிறது.

நான் நினைத்த மாதிரியெல்லாம் இல்லாமல் பிரேமன் எனக்காக எல்லாம் செய்திருந்தார். மற்ற மனைவிகளுக்கும் பிள்ளைகளுக்கும் செய்ய வேண்டியதை என் வழியாகச் செய்யச் சொல்லியிருந்தார். சரத்திற்கு ஐம்பது லட்சம் வங்கிக் கணக்கில் சேர்க்கச் சொல்லியிருந்தார். பஸ், லாரி, டிராக்டர், கார் என இருக்கும் வண்டிகளை விற்று பணத்தை என்னிடம் வைத்துக் கொண்டு மருத்துவ உதவி மையம் ஆரம்பித்து பலருக்கும் உதவச் சொல்லியிருந்தார்.

அவர் சொன்ன எல்லாவற்றையும் செய்தேன்.

பிரேமன் கொடுத்த சொத்துகளை விட மனைவி என்ற அந்தஸ்தை எனக்குக் கொடுத்ததில் ஓர் ஆசுவாசம் பிறந்தது. எல்லாக் காலகட்டங்களிலும் அம்மாவாலும் சொந்தங்களாலும் நம்பியவர்களாலும் உதாசீனப்படுத்தப்பட்டு, புறந்தள்ளப்பட்டு, நம்பிக்கை துரோகத்துக்கு ஆளாக்கப்பட்டு அக்னி பரீட்சைகளை அதீதமாய் ஏற்று வாழ்ந்த என்னை, என் வாழ்தலின் நேர்மையை, என் சுயநலமின்மையை உணர்ந்த ஜீவன் எனக்காக நல்கிய பின் பாதி வாழ்வு.

நான் பரிசுத்தமாக ஒளிர்ந்து நின்ற நிமிடங்கள் அவை.

எல்லோரும் அஸ்தியைக் கூட்டவும் அதைக் கடலில் கரைக்கவும் கிடைத்த சொத்துகளோடு தங்கள் வேலைகளைப் பார்க்கவும் முடிவு செய்திருந்த நேரத்தில் அன்றுதான் நான் முதல்முதலாய் பிரேமனை எனக்குள் வரித்துக் கொண்டேன். கடலில் கரைக்கப்பட்ட

அஸ்தியிலிருந்து உயர்ந்துவந்து முழுவதுமாய் பிரேமன் என்னில் ஐக்கியமாகிவிட்டார்.

எந்தக் கடவுளின் முன்னாலும் பெரியவர்களின் முன்னாலும் மத்தளம் கொட்ட, வரி சங்கு நின்றூத பிரேமன் எனக்குத் தாலி கட்டி மனைவியாக்கவில்லை. பிரேமனின் மனைவியுமல்லாத விதவையுமல்லாத நான் அன்றிலிருந்து 'உமா பிரேமன்' ஆனேன்.

'நான் இறந்தபிறகு பிரேமனுக்காக நீ வாழ்வாய் உமா' என்று சொன்ன பிரேமனின் வார்த்தைகள் நிஜத்தை செதுக்கி செதுக்கி ஒளிர்விடும் சிற்பமாய் என் வாழ்வை மாற்றிக் கடந்து செல்கிறது.

பாகம் 3

இளமை
எல்லையற்ற ஆகாயம்

ஒன்று

அமைதியின்மையிலிருந்து அமைதிக்கு...

அலைச்சல் நிரம்பிய வாழ்வின் அவஸ்தைகள் முடிவுக்கு வந்தன. சொந்தங்களின் சங்கிலிக் கண்ணிகள் இறுக்காததால் நான் நீட்டிக்கப் போகும் வாழ்வைக் குறித்து தீர்க்கமான முடிவுகள் எனக்குள் இருந்தன. நம்பிக்கை நிறைந்த உறுதிப்பாடு. எதிர்க்கவும் விலக்கவும் ஒருவரும் வரமாட்டார்கள் என்ற உணர்வு.

முன் எப்போதும் வெளிப்படாத தைரியம் என் வார்த்தையிலும் செயல்களிலும் நிறைந்தது. பிரேமனின் மரணச் சான்றிதழ் வாங்கித் திரும்பும் போது அதைப் பவித்ரன் சொல்லவும் செய்தார்.

"பிரேமனின் முன்னால் தொடை நடுங்கி நின்ற சின்னப் பெண்ணிலிருந்து நீ மிகவும் மாறிப் போயிருக்கே, இந்தத் தைரியத்தை எங்க ஒளிச்சு வச்சிருந்தே?"

பதிலை நானொரு மென்னகையில் புதைத்தேன்.

நான் அனுபவித்த நொம்பலங்களை முழுக்க உள்வாங்கியிருந்தவர் பவித்ரன். நண்பனிடம் வைத்திருந்த அதீத அன்பையும் குடியின் போதையுமாக அதை வெளிப்படுத்தாமல் இருந்திருக்கலாம்.

"டெல்லிக்கு எப்பப் போறே?" என் மௌனத்தை உடைக்க பவித்ரன் முயன்றார்.

"பத்தாம் தேதி"

பிரேமனின் வியாதி ஆரம்பத்திலேயே தெரிந்திருந்தால் சிகிச்சை செய்து சரி பண்ணியிருக்கலாம். வெறும் டி.பி. என்று நினைத்து அதற்கான மருந்தைச் சாப்பிட்டு வருடங்களாக அவர் தன் உயிரைத் தக்க வைத்திருந்தார். அப்படி எத்தனை எத்தனை ஆட்கள் இருப்பார்கள்! வியாதியைப் பற்றியோ அதற்கான சிகிச்சைகளைப் பற்றியோ, அச்சிகிச்சை கிடைக்குமிடம் பற்றியோ தெரியாதவர்கள் எவ்வளவு பேர். அவர்களுக்கு உதவ முன்வரும் ஒரு மருத்துவத் தகவல் மையம், அதுதான் என் லட்சியம்.

பிரேமன் சொன்னபடி எல்லாம் முடித்துவிட்டுத் திருவனந்தபுரம் சென்று டாக்டர். நீலகண்டனைப் பார்த்தேன். நான் ஆரம்பிக்க ஆசைப்படும் மருத்துவ உதவி மையத்தைப் பற்றி அவரிடம் விவாதித்தேன். அது அவ்வளவு சுலபமில்லையென்றும் இந்தியா முழுக்கச் சென்று நிறையத் தகவல்களைத் திரட்ட பயணங்கள் மேற்கொள்ள வேண்டுமென்றும் சொன்னார். எனக்குள் எரிந்து கொண்டிருந்த தீ அதையெல்லாம் உடனே செய்யச் சொன்னது.

"அதொரு நல்ல எண்ணம். நிறைய பேருக்கு உதவியாக இருக்கும். அதில் நீ தீவிரமாய் இருந்தால் நான் உனக்கு உதவமுடியும்"

அவருடைய பாஸிட்டிவ் வார்த்தைகள் என்னை மேலும் உற்சாகமேற்றின. பவித்ரன் யோசித்தது வேறொன்றாக இருந்தது. ஒரு எளிமையான பெண்ணிற்கு இதொன்றும் சாத்தியமில்லை என்று முழுமையாக நம்பினார்.

"உமா எல்லாம் சரி, பணம் நஷ்டப்படற மாதிரி ஏதும் செய்யவேண்டாம். உனக்கும் மகனுக்கும் யாரும் உதவ மாட்டார்கள் என்ற நினைப்பு உனக்கு இருக்க வேண்டும்"

அதொரு அக்கறைதான், ஒரு சகோதரனுக்கான அக்கறை.

பிரேமன் மருத்துவமனையில் இருந்தபோது பழக்கமான சிஸ்டர். மார்க்கரேட்டின் வீட்டிற்குப் போய் மகன் சரத்தை அவர்களிடம் ஒப்படைத்தேன். திகைத்து நின்ற அவர்களிடம், 'ஒன்றும் சொல்ல வேண்டாம், ஒரு முக்கியப் பணிக்காகப் போகிறேன். இந்தப் பத்தாயிரம் ரூபாயை வைத்துக் கொள்ளுங்கள், நான் திரும்பிவர ஒரு மாதமாகும். அதுவரை அவனை நன்றாகப் பார்த்துக் கொள்ளுங்கள்' என்றதும் இவனை உங்களைப் போல எங்களால் சுகமாய் வளர்க்க முடியாது, அவ்வளவு வசதி எங்களிடம் இல்லையென்று தயங்கியவர்களிடம் மேலும் பதினைந்தாயிரம் கொடுத்து அவனை நன்றாகப் பார்த்துக்கொள்ளச் சொல்லிவிட்டு டெல்லிக்குக் கிளம்பினேன்.

டெல்லியில் பெரிய அறிமுகம் இல்லையென்றாலும் நண்பர் விஸ்வநாதன் வீட்டிற்குப் போய் நான் திடீரென நின்றதும் அவர்கள் ஒரு நிமிடம் ஆச்சரியப்பட்டு எனக்குள் அடிக்கும் அலையின் சீற்றத்தை உணர்ந்து, நான் சொன்னதையெல்லாம் நிறைவேற்ற எனக்கு உதவினார்கள். ''ஆல் இந்தியா இன்ஸ்டிட்யூட் ஆஃப் மெடிக்கல் சயின்ஸ்'' (AIIMS) க்குப் போய் விவரங்கள் சேகரித்தேன். மூன்று நாட்கள் தர்மசாலா மெட்ரோ மருத்துவமனை, காளிதாஸ் மருத்துவமனை, அன்னபூர்னா மருத்துவமனை என அங்கிருந்துவிட்டு பிறகு பம்பாய், கல்கத்தா, மத்திய பிரதேஷ், குஜராத், சென்னை, பெங்களூர் என எல்லா மருத்துவமனைகளிலும் நோயாளிகள் குறித்த தகவல்களும் எந்த மருத்துவமனையில் எந்த நோய்க்குச் சிறப்பு மருத்துவர்கள் இருக்கிறார்கள் என்றும் அதற்கான சிகிச்சைகள் குறித்தும் தகவல்கள் சேகரித்தேன்.

நினைத்ததை விடவும் சீக்கிரமாகவும் துல்லியமாகவும் வேலைகள் நடப்பதைப் பார்த்து பவித்ரனுக்கு என்மேல் நம்பிக்கை வர ஆரம்பித்தது. ஒரு நாள் அலுவலகத்திற்கு வந்த அவர் கேட்டார்.

"வெறும் மருத்துவத் தகவல் மையம் என்று சொல்லாமல் நாம வேற ஒரு பேர் வைக்கலாமா?"

அப்படியொரு ஆசை எனக்கும் இருந்தது.

"சாந்தி..."

வேறு ஒன்றையும் யோசிக்காமல் பவித்ரன் பேர் சொன்னார். பூடகமாகச் சிரித்தார்.

'சாந்தி மெடிக்கல் இன்ஃபர்மேஷன் சென்டர்' நல்ல பேர்.

பூடகமான சிரிப்பின் அர்த்தம் புரிந்தபின்னும் அதை மறைத்து வைத்து நான் என் விருப்பத்தை சொன்னேன்.

பவித்ரன் என் கண்களுக்குள்ளாகப் பார்த்தபடி அதைச் சொன்னார்.

"சாந்தி... நோயாளிகளுக்கு மட்டுமல்ல, உனக்கும்...."

சாந்தமற்ற வாழ்க்கைக்கு விடை சொல்லிச் சாந்தமான வாழ்க்கைக்குள் நுழைய.

நான் வெறுமே சிரித்தேன்.

கேரளாவில் சாந்தி மெடிக்கல் தகவல் மையத்தைப் பதிவு செய்து, அப்போது நடந்த ஒரு கம்ப்யூட்டர் கண்காட்சியில் தரமான கம்ப்யூட்டரை வாங்கிவிட்டுத்தான் போயிருந்தேன். நாட்டின் எல்லாப் பாகங்களிலிருந்தும் தகவல்களைத் திரட்டிக் கேரளாவிற்கு அனுப்பினேன்.

பிரேமனுக்கு டிரைவராக இருந்த ராஜனும், ஹரீஷும், சதானந்தனும் கூடவேயிருந்தார்கள். டாக்டர் ஹென்றி ஆபரேட்டராகப் புதிய நபரை நியமித்து உதவினார்.

ஏறக்குறைய மூன்று மாதங்கள் முடிந்த பிறகு நான் திருச்சூருக்குத் திரும்பி வந்தேன். அதற்குள் முக்கால்வாசி பிரபல

மருத்துவமனைகளின் விவரங்களும் அதிநவீன சிகிச்சைகள் பற்றியும் சாந்தியின் கம்ப்யூட்டரில் தகவல்கள் நிறைந்திருந்தன. பவித்ரனின் ஆலோசனைப்படி 'சாந்தி மெடிக்கல் இன்ஃபர்மேஷன் சென்டரை' சாரிட்டபிள் சொசைட்டி ஆக்ட் படி பதிவு செய்தோம்.

நான் மிகவும் உற்சாகத்திலிருந்தேன். செய்யப் போகும் வேலைகள் பற்றித் திருத்தமான யோசனைகள் எனக்குள் இருந்தன. அதற்காக இரவுபகல் தூக்கமின்றி உழைக்க நான் தயாரானேன்.

ஆகஸ்ட் 24 அன்று திருச்சூர் சாகித்ய அகாடமி ஹாலில் 'சாந்தி மெடிக்கல் இன்ஃபர்மேஷன் சென்டர்' அதிகாரப்பூர்வமாக ஆரம்பமானது. பிஷப் ஜோசஃப் குண்டுகுளம், தேரம்பில் ராமகிருஷ்ணன், பவித்ரன், அவருடைய மனைவி கலா மண்டலம் ஷேமாவதி, கானாயி குஞ்ஞுராமன் இன்னும் சில நண்பர்கள். பிஷப் ஜோசஃப் குண்டுகுளம் துவக்கி வைத்தார்.

அதன்பிறகான ஒரு மாதத்திற்கு ஒன்றும் நடக்கவில்லை. சாந்தி மெடிக்கல் இன்பர்மேஷன் சென்டரை பற்றி யாருக்கும் ஒன்றும் புரியவில்லை என்பதுதான் நிஜம். ஒரு மாதம் முடிந்த பிறகு 'மாத்ரு பூமி' செய்தித்தாளின் முன் பக்கத்தில் சாந்தியைப் பற்றி ஒரு செய்தி வெளியிட்டார்கள். காலம் கடத்தாமல் சாந்தியின் செயல்பாடுகள் குறித்து ஏராளமானவர்கள் ஃபோனிலும் நேரிலும் விசாரிக்கத் தொடங்கினார்கள்.

பிறகு இலவச மெடிக்கல் கேம்புகள் என 'சாந்தி' பரபரப்பானது. வாடகை வீட்டில்தானே தொடங்கியது. ஆட்களும் கூட்டமும் பார்த்து வீட்டு உரிமையாளர் அதிர்ந்து போனார். வீட்டைக் காலி செய்யச் சொல்லி நிர்பந்தித்தபோது சாந்தியின் செயல்பாடுகளைக் குருவாயூர் வீட்டுக்கு மாற்றினோம்.

மெல்ல மெல்லக் கூட்டமில்லாத நேரமே இல்லையென்றானது. மெடிக்கல் கேம்புகள், உதவ யாருமற்ற நோயாளிகளுக்கு உடன் இருப்பது, பொருளாதார நெருக்கடிக்கு உதவுதல்.

என்னுடைய கடந்த காலத்தை நான் மறந்தேன். புது வாழ்க்கையை மட்டுமே வாழ ஆரம்பித்தேன்.

என்னுடன் இருந்தால் சரத்தின் கல்வியும் பழக்கவழக்கங்களும் மாறிவிடும் என்பதால் அவனை யு.கே.ஜி.யில் கோயம்புத்தூரிலிருக்கும் நல்ல விடுதியில் சேர்த்து படிக்கவிட்டேன். அவன் கல்லூரி முடித்தபிறகுதான் என்னுடன் வீட்டிற்கு வருகிறான்.

மற்றவர்களின் தவறுகளுக்காகவும் ஆசைகளுக்காகவும் காமத்திற்காகவும் சுகபோக வாழ்விற்காகவும் என் பால்யம் களவாடப்பட்டது. ஆனால் லட்சம் மக்களின் வாழ்வின் வெளிச்சத்திற்காய் என் மகனின் பால்யம் அர்ப்பணிக்கப்பட்டது.

இரண்டு

விஷுப் பண்டிகைக்கு இரண்டு நாடகள் இருந்தன. அன்று 'கொடக்கரை'யிலிருந்து எதிர்பாராத செய்தி வந்தது. ரயில்வே கார்டாக வேலை பார்த்த ராமச்சந்திரனின் மூத்த மகன் சுஜித் மாமரத்திலிருந்து விழுந்து தலையில் அடிபட்டு திருச்சூரில் தனியார் மருத்துவமனையில் அனுமதிக்கப்பட்டிருந்தான். மேல் சிகிச்சைக்காக எங்கு வேண்டுமானாலும் போக அவர்கள் தயாராக இருந்தார்கள். அவர்கள் சாந்திக்கு மகனை அழைத்து வந்தார்கள். நான் கோவை மருத்துவக் கல்லூரி மருத்துவர் டாக்டர். கணேஷைக் கூப்பிட்டேன். எல்லா வசதிகளும் செய்து கொடுக்க முடியுமென்று அவர் சம்மதித்ததைத் தொடர்ந்து நாங்கள் சுஜித்தையும் கூட்டிப் பயணமானோம்.

டாக்டர் கணேஷை என் தோழி தங்கமணி மூலம் பல வருடங்களாக அறிவேன். அவருடைய செக்கரட்டரியாக அவள் வேலை பார்த்தாள். பிரேமனுக்கு ஒருமுறை அங்கும் சிகிச்சை கொடுக்கப்பட்டது. சாந்தியின் தொடக்கம் ஆரம்பித்த போதும் டாக்டர். கணேஷின் பூர்ண உதவியும் ஒத்துழைப்புமிருந்தது. அந்த நம்பிக்கைதான் என்னை இங்கு கொண்டுவந்து சேர்த்தது. அந்தக் குடும்பத்திற்குப் பெரிய எதிர்பார்ப்பு இருந்தது. சலனமற்றுக் கிடக்கும்

மகனுடைய உயிர் திரும்பக் கிடைக்குமென்று அவர்கள் நம்பினார்கள்.

ஆனால் சுஜித்திற்கு மூளைச்சாவு ஏற்பட்டிருந்தது. கோவை மருத்துவக் கல்லூரி நரம்பியல் நிபுணர் அதைக் கண்டுபிடித்தபோது அந்தப் பெற்றோர் நொறுங்கிப் போனார்கள்.

மகனின் இல்லாமை அந்தப் பெற்றோரில் ஏற்படுத்திய வலியை வார்த்தைகளில் வரைந்துவிட முடியாது. அந்த அம்மா சலனமற்றுச் சிலையாயிருந்தாள். அந்த அதிர்ச்சியிலிருந்து வெளிவர முடியவில்லை.

வளர்ந்த மகனைப் பறி கொடுத்த அப்பா கேவி அழுதார்.

டாக்டர். கணேஷ் என்னை அறைக்குள் அழைத்து, வழக்கத்திலும் மாறாக பேசத் தொடங்கினார்.

''உமா இட் ஈஸ் பெயின்ஃபுல், ஆனா நான் சொல்லப் போறத நீங்க கொஞ்சம் கேர்ஃபுல்லா கேக்கணும்''

நான் அவருடைய கண்களுக்குள் பார்த்தேன். மிக இறுக்கமாக இருந்தது அவரின் முகம்.

''வி குட் நாட் சேவ் சுஜித், பட் இஃப் வி ஆக்ட் இமீடியட்லி வி கேன் ஹெல்ப் சம் அதர் பேஷண்ட்ஸ்''

நான் கவனமாகக் கேட்டுக் கொண்டிருந்தேன். சுஜித்தின் கண்களும் கிட்னியும் மற்றொரு நோயாளிக்குத் தானம் கொடுப்பதைப் பற்றித்தான் டாக்டர் சொன்னார். அதற்கு அந்த அம்மா அப்பாவின் சம்மதம் வாங்க வேண்டும். அந்தப் பொறுப்பை நான் ஏற்றெடுக்க வேண்டும். அதிர்ந்து உட்கார்ந்தேன். மகனின் மரணம் ஏற்படுத்தின வேதனையில் வெம்பும் அந்தப் பெற்றோர்களிடம் எப்படி இதைக் கடத்துவேன்? என்னால் அது முடியாதென்று டாக்டரிடம் உறுதியாகச் சொன்னேன். அதற்கு அவர் என்னை தைரியப்படுத்தினார்.

''யு ஆர் எ சோஷியல் வொர்க்கர் நௌ, யு ஹேவ் டு பி போல்டு, திடமாய் இருக்க வேண்டும்.''

ஆனால் அழுதும் தளர்ந்தும் உட்கார்ந்திருக்கும் அந்த அப்பாவிடமும் மகனின் மரணம் ஏற்படுத்தின அதிர்வில் சலனமற்றிருக்கும் அந்த அம்மாவிடமும் நான் எப்படி இதைச் சொல்வேன்?

டாக்டரின் தொடர் நிர்பந்தத்தைக் கேட்டு நான் அவர்களிடம் போனேன்.

அந்த அம்மா கணவனின் தோளில் தலை சாய்த்து சூன்யத்திற்குக் கண்ணைக் கொடுத்து உட்கார்ந்திருந்தாள். அவர் கண்கள் அழுதழுது சோர்ந்திருந்தன. தயங்கித் தயங்கி நான் அவரிடம் சொன்னேன். ஒரு பெரிய அலறலை நான் எதிர்பார்த்தேன். ஏனென்றால் உறுப்பு தானத்தைப் பற்றியெல்லாம் பெரிய விழிப்புணர்வு இல்லாத நாட்கள் அவை. ஆனால் என் எதிர்பார்ப்புகளை அதிரச் செய்து நான் சொன்னதை முழுக்க அவர்கள் கேட்டுக் கொண்டிருந்தார்கள்.

மற்றொருவருடன் என்றாலும் சுஜித்தின் கண்கள் இவ்வுலகின் காட்சிகளைக் காண்பது ஓர் ஆசுவாசமாய்த் தோன்றியது. அதனால் தான்...

நான் பாதியில் நிறுத்தினேன்.

அவர் அமைதியாய் தன் தோளில் தலை சாய்த்து உட்கார்ந்திருந்த மனைவியைப் பார்த்தார்.

நான் சொன்னதைக் கேட்ட மாதிரியே தெரியவில்லை. அவரும் கொஞ்சநேரம் ஒன்றும் பேசவில்லை.

நான் அமைதியிழந்து நின்றேன்.

''யோசிச்சு சொல்லுங்க, நல்ல விஷயம்ன்னு தோனனதினால சொன்னேன்.

அந்த சூன்யத்திலிருந்து வெளி வந்தால் போதுமென்றிருந்தது எனக்கு.

அவர் முகமுயர்த்தி என்னைப் பார்த்தார்.

‘‘என்ன வேணுமோ செய்ங்க’’

அவருடைய குரல் இடறியது.

அத்துடன் என் வேலை முடியவில்லை. சம்மதப் பத்திரம் கையெழுத்திட்டு வாங்கவும், மற்ற தகவல்கள் தரவுமாக டாக்டர் கணேஷ் என்னையே ஏற்பாடு செய்தார்.

ஏராளமான நடைமுறைகளுக்குப் பிறகு சுஜித்தின் கண்களும் சிறுநீரகமும் தானம் செய்ய முடிந்தது. இந்த நடைமுறைகள் ஏற்படுத்திய காலதாமதம் அந்தப் பெற்றோரை சங்கடப்பட வைத்தது.

நேரம் ஆகஆக என் மகனின் உயிரற்ற உடலையாவது எனக்குத் தருவீர்களா என்று பொறுமையிழந்து அவர் கோபத்துடன் கேட்டார்.

சுஜித்தின் உயிரற்ற உடலுமாகக் ‘கொடக்கரையில்’ வீட்டுக்குப் போகும்போது மாலை மயங்கியிருந்தது.

இதற்கிடையில் உறுப்பு தானம் செய்த விவரம் எல்லோருக்கும் தெரியவந்தது. அதற்குக் காரணம் நானென்றும் தெரிந்தது.

உடல் வீட்டு வாசலுக்கு வரும்போது பலரும் முணுமுணுத்துக் கொண்டைருந்தனர். சிலர் என்னைக் குற்றம் சொன்னார்கள்.

சிதை தயாரானது. வீட்டுக்குள்ளிருந்து அழுகை உயர்ந்தது.

கூடி நின்றவர்களில் சிலருடைய அழுகை அதீதமாய் வெளிப்பட்டது.

உடன் நின்றவர்களின் கண்களிலும் ஈரம் படர்ந்தது. சடங்குகள் முடிந்து சிதை எரியத் தொடங்கியபோது நான் இறங்கி நடந்தேன்.

"உமா..."

பின்னாலிருந்து குரலைக்கேட்டு நான் திரும்பிப் பார்த்தேன்.

அது சுஜித்தின் அப்பா. அழுது வீங்கின கண்கள். நடுங்கும் உதடுகளுடன் அவர் சொன்னார்.

"உமா செய்த எல்லாவற்றிற்கும் நன்றி"

".................."

"ஒன்று மட்டும் சொல்லட்டுமா...?"

நான் அவரைப் பார்த்தேன்.

"என் மகனுடைய உடலைக் நீங்க சொன்னதனால்தான் கீறிப்பிளக்கச் சம்மதித்தேன். இப்படி உங்க மகனுக்கும் நேர்ந்தால் அப்பவும் இந்தச் சேவை மனப்பாண்மை இருக்க வேண்டும்"

அவருடைய வார்த்தைகளில் பரிகாசத்தின் மெல்லிய இழையோடியது. சொந்த விஷயம் என்று வரும்போது வார்த்தைகளும் செயல்பாடுகளும் வேறுவேறாக இருக்குமென்பது தான் அவருடைய தொனி.

நான் ஒன்றும் பேசாமல் நடந்தேன்.

பச்சை உடல் எரியும் துர்நாற்றம்.

அது என் பிராண வாயுவில் கலந்தது.

மூன்று

'சாந்தி' பலருக்கும் ஒரு அபயம் தரும் இடமாக மாறிப் போயிருந்தது. குருவாயூர் வீட்டிற்கு சாந்தியின் பணிகளை மாற்றிய பின்பு கூட்டமும் அழைப்புகளும் கூடின. மருத்துவமனையைப் பற்றியும் மருத்துவர்களைப் பற்றியும் தகவல் கொடுப்பதில் மட்டுமே வேலை முடிந்து விடவில்லை. பல நோயாளிகளுடன் வெவ்வேறு மருத்துவமனைகளுக்கு நானும் ஏறி இறங்கினேன். சிலருக்குத் துணையென்று யாருமில்லை. இன்னும் சிலருக்கு எதைப் பற்றியும் தெரிந்திருக்கவில்லை. அப்படி உள்ளவர்களுக்கு உடன் போகவும் ஆரம்பித்தேன்.

தகவல் கொடுப்பதற்கும் மேலாக அரசாங்கம் தரும் பொருளாதார உதவிகள் பெறத் தகுதியானவர்களுக்குக் கிடைக்கப் பெறவும் சாந்தி தன்னை ஈடுபடுத்திக் கொண்டது. பிரதம மந்திரியின் சிகிச்சைக்கான உதவித் தொகையிலிருந்து நிறைய நோயாளிகளுக்குப் பொருளாதார உதவிகளை ஏற்பாடு செய்து கொடுத்ததால் அன்று பிரதம மந்திரியின் அண்டர் செக்கரட்ரியாக இருந்த பி.ஜி. ஜார்ஜ் எனக்குப் பழக்கமானார்.

வீடுகள் தோறும் ஏறி இறங்கிப் பிரதம மந்திரியின் உதவித் தொகையை வாங்கிக் கொடுக்கிறேன் என்று பிரார்த்தனை ஏதாவது

செய்திருக்கிறீர்களா என்று அவர் கிண்டலாய்க் கேட்கவும் செய்தார். கேரளாவில் மட்டுமல்ல, மற்ற மாநிலங்களிலிருந்தும் சாந்தியின் கடிதத்தை இணைத்து பிரதம மந்திரியின் உதவித் தொகைக்காகக் போகும்போது அவருக்கு சாந்தியின் உயரம் புரிந்தது. நேரில் சந்திக்கலாமென்றும் முடிந்த உதவிகள் செய்துதர முடியுமென்றும் அவர் சம்மதித்தார்.

பாலக்காட்டிலிருக்கும் சைனபையின் வியாதியைப் புரிந்துணர அன்று நாங்கள் கோயம்புத்தூர் மருத்துவமனைக்குப் போகிறோம். நானும் சைனபையும் அவர்களுடைய பன்னிரெண்டு வயது மகனும் உடன் இருக்கிறான். அதிகமான நோயாளிகள் டாக்டரைப் பார்ப்பதற்காக நோயாளிகளின் காத்திருப்பு அறையில் இருந்தார்கள். நாங்கள் சிறுநீரக நிபுணரைப் பார்க்க வேண்டியிருந்தது. அவருடைய ஆலோசனை அறைக்கு வெளியே மனநல மருத்துவரின் அறையும் இருந்தது. உட்கார இடம் அங்குதான் இருந்ததால் நாங்கள் அங்கு உட்கார்ந்தோம்.

என் வலது பக்கத்தில் உட்கார்ந்திருந்த இளவயதுக்காரனை நான் கவனித்தேன். மாநிறமான, இருபது வயதுள்ள பையன். அவன் கை முட்டியை மடக்கிப் பிடித்துக்கொண்டு உட்கார்ந்திருப்பதைப் பார்த்தபோது நான் கேட்டேன்.

''என்னபப்பா கையில?''

அவன் என்னைப் பார்த்தான். ஒன்றும் பேசவில்லை.

அவன் தமிழ்ப் பையன் என்று நினைத்து நான் தமிழில் பேசுகிறேனென்று அவனுக்குப் புரிந்தது.

மீண்டும் கேட்டபோது சொன்னான், ''டயாலிஸிஸ் செய்திருக்கேன்''

எனக்கு ஆச்சரியமானது.

‘‘இவ்வளவு சின்ன வயதில் டயாலிசஸா? கிட்னி ட்ரான்ஸ்பிளாண்டுக்கு முயற்சிக்கவில்லையா?’’

அவன் என்னைப் பாவமாகப் பார்த்தான். நான் ட்ரான்ஸ்பிளாண்ட் பற்றி எல்லாம் விவரமாகச் சொன்னேன்.

‘‘அப்பாவின் அல்லது அம்மாவின் கிட்னி ஒத்துபோகுமே, ஏன் அப்படி யோசிக்கலயா?’’

‘‘அப்பாவுக்கு ஹார்ட் அட்டாக். இரண்டு வருடத்திற்கு முன்பு கிட்னி செயலிழந்து போய் அம்மாவும் போயிட்டாங்க’’

அவன் முகம் குனிந்தான்.

ஆறுதல் சொல்ல வார்த்தைகள் கிடைக்காமல் ஒரு நிமிடம் நானும் மௌனமானேன். மருத்துவரின் அறையிலிருந்து ஒரு நோயாளி வெளியே வந்து இன்னொருவர்கள் உள்ளே போனார். நாங்கள் மேலும் காத்திருந்தோம்.

நான் அந்த இளைஞனைப் பார்த்தேன். அவனுடைய முகத்தைப் பார்த்தபோது என் மனம் கரைந்தது.

நான் அவனிடம் சட்டெனச் சொன்னேன்.

‘‘எனக்கு ரெண்டு கிட்னியிருக்கு, ஒத்துப் போகுமானால் நான் ஒன்றை உனக்குத் தருகிறேன்’’

அவன் என்னை ஆச்சரியத்துடன் பார்த்தான். ஒரு அறிமுகமுமில்லாத அவனுக்கு நான் எதற்கு என் உடலின் ஒரு பாகத்தைப் பகிர்ந்து கொடுக்க வேண்டுமென்று அவன் நினைத்திருக்கலாம். அவன் கண்களில் சந்தேகம் நிழலாடியது. என்னையும் நாங்கள் உடகார்ந்திருந்த டாக்டரின் பெயர்ப் பலகையையும் மாறிமாறிப் பார்த்தான். அவன் உறுதியாகச் சொன்னான்.

"மனநல மருத்துவரைப் பார்க்க வந்த ஒரு பேஷண்ட்" - அவனுடைய உதடுகளில் கிண்டலான புன்னகை, என்னை மேலும் கீழும் பார்த்தபிறகு அவனுடன் வந்திருந்தவனிடம் குரல் தாழ்த்திச் சொன்னான்.

"பார்க்க எந்தப் பிரச்சனையும் இருக்கற மாதிரி தெரியல, ஆனா அவங்களுக்குக் கொஞ்சம் முடியல போலிருக்குடா"

இன்னொருத்தன் என்னவென்று கேட்டான்.

"சாதாரணமாகப் பேசிக் கொண்டிருந்தோம். கடைசில சொல்றாங்க, 'வேணுமின்னா அவங்க கிட்னியைத் தராங்களாம்'"

அவர்கள் இருவரும் அதைச் சொல்லிச் சிரித்தார்கள்.

அவனுடன் உட்கார்ந்திருந்த ஆள் என்னைப் பரிதாபமாகப் பார்த்தார். நான் எழுந்து அவர்களுக்கருகில் போய் என்னை அறிமுகப்படுத்திக் கொண்டேன்.

"மனநிலை தவறியவளாக நான் இதைச் சொல்லவில்லை. சீரியஸாகத்தான் சொல்கிறேன். நீ கஷ்டப்படாதே, உன்னோட அக்கான்னு நெனச்சுக்கோ"

அவன் கொஞ்சம் நிமிர்ந்து உட்கார்ந்தான். கண்கள் நிறைந்து தளும்பின.

நான் அவனில் என் தம்பிக்குட்டனைத் தரிசித்தேன். என் வால் போலப் பின்னால் நடந்த தம்பிக்குட்டன். அனாதைத்துவம் அவனுடைய வாழ்க்கையைச் சீரழித்து விட்டிருந்தது. ஒரு நாளும் அவனை எனக்குள் கொண்டுவர என்னால் முடிந்ததேயில்லை. அவ்வளவு வழி தப்பிப் போயிருந்தது அவன் வாழ்க்கை.

பார்க்க நினைக்கும் போதெல்லாம் அவன் என்னிலிருந்து மறைந்து வாழ்ந்தான். அவனாகத் தேர்ந்தெடுத்த ஆனந்த வழிகளில் நான் தடையாக இருப்பேனென்று அவன் நினைத்திருக்கலாம். ஆனாலும்...

நான் மீண்டும் சலீலின் கண்களைப் பார்த்தேன். அவன் அப்போதும் அதிர்ந்து போய் நின்று கொண்டிருந்தான்.

டாக்டரைப் பார்க்க அவர்களுடன் நானும் போனேன்.

டாக்டரிடமும் என் தீர்மானத்தைச் சொன்னேன். ஆனால் ஆறேழு மாதங்கள் டயாலிஸஸ் தொடரலாமென்றும் அதன்பிறகு டிரான்ஸ்பிளாண்ட் பற்றி யோசிக்கலாமென்றும் டாக்டர் சொல்வதைக் கேட்டபோது எனக்கு அவர்களின் செயல்பாடுகளில் சந்தேகம் வந்தது.

அதை அவனிடம் நான் சொல்லவும் செய்தேன்.

அப்படித்தான் நாங்கள் டாக்டர் கணேஷைப் பார்க்கக் கோவை மெடிக்கல் காலேஜிற்குப் போனோம்.

என் தீர்மானம் டாக்டரை அதிர்ச்சிக்குள்ளாக்கியது. அவர் என்னை மறுபரிசீலனை செய்யச் சொன்னார்.

"உமா ஐ நோ யுவர் கமிட்மெண்ட் டு சொசைட்டி. ஆனா இது கொஞ்சம் ஓவரா இருக்கு."

சமூக சேவையின் பேரில் சொந்த உயிரை வைத்து விளையாடக் கூடாதென்று அவர் திட்டினார். என் தீர்மானத்தில் மாற்றம் கொண்டுவர நான் தயாராயில்லை. டாக்டரிடம் நான் ஒன்று மட்டுமே கேட்டேன்.

"என் ஒரு கிட்னியைத் தானம் செய்தால் எனக்கு ஏதாவது நேர்ந்துவிடுமா டாக்டர்?"

ஒண்ணும் நடக்காது என்பதுதான் அவருடைய பதிலாக இருந்தது.

ஆனால் அப்போதுதான் பழக்கப்பட்ட ஒரு புதிய ஆளின் உறுப்பு கொஞ்சமும் பழக்கமில்லாத ஒருத்தருக்கு கொடுக்கும் நிலையே அவருக்குப் புரியவில்லை. அதுதான் அவருடைய தயக்கத்திற்குக் காரணம்.

நான் என் தீர்மானத்தில் உறுதியாய் நின்றேன். வேண்டிய சௌகரியங்கள் செய்து தரவில்லையானால் வேறொரு மருத்துவமனைக்குப் போக நேரிடும் என்பதைச் சொன்னவுடன் டாக்டர் சம்மதம் தெரிவிக்க வேண்டியதாயிற்று. முதலில் எதிர்த்தாலும் பிறகு தங்கமணி என்னுடன் மிகவும் ஒத்துழைத்தாள். இல்லையென்றாலும் அவள் எப்போதும் என்னுடனே இருப்பாள்.

சலீல் என்பதுதான் அவன் பெயர்.

'கோட்டப்படி வடக்கே புரக்கல்' பாலகிருஷ்ணன் - வல்சலா தம்பதிகளின் மகன் சலீல். திருப்பூரில் ஆட்டோ கன்சல்டண்ட் ஆக இருந்தவன் ஆறு மாதமாக டயாலிஸஸ் செய்து உயிரைக் கையில் பிடித்து வைத்திருந்தான்.

ஓ நெகட்டீவ் ரத்தமுள்ள யாருடைய கிட்னியையாவது கொடுத்தால் மட்டுமே அறுவை சிகிச்சை நடத்த முடியுமென்று டாக்டர்கள் சொல்லியிருந்தார்கள். அம்மா அப்பாவை இழந்த சலீல் சொந்தங்களை எல்லாம் கேட்டுப் பார்த்தும் ஒன்றும் நடக்கவில்லை. அப்படியிருக்கும்போதுதான் எந்தப் பழக்கமும் இல்லாத நான் கிட்னி தருவதாகச் சொல்கிறேன்.

டாக்டர் கணேஷின் அபிப்ராயப்படி கிட்னி தானத்திற்கான வேலைகளை மருத்துவமனையில் தொடங்கினர்.

என் ரத்த மாதிரி ஓ பாஸிட்டீவ். அத்துடன் முதல் படியைத் தாண்டினோம். இரண்டும் ஒன்று சேரும் ரத்த மாதிரிகள். டாக்டர்கள் என்னைப் பரிசோதித்து ஓ.கே. சொன்னார்கள்.

சிறுநீரக தானத்தின் நடைமுறை வேலைகளின் பாகமாக மெடிக்கல் போர்டின் நேர்காணல் இருந்தது. மெடிக்கல் இயக்குனராக டாக்டர் பாலசுப்ரமணியன் இருந்தார். அவரால் முதலில் நம்ப முடியவில்லை. அன்று சரத்தும் என்னுடன் இருந்தான். ஏழு வயதான என் மகனுக்கு நான் செய்யப்போகும் செயலின் தீவிரம் பற்றித் தெரியாமல்

வெறுமனே பார்த்துக் கொண்டு அமர்ந்திருந்தான். அவனையும் என்னையும் மாறிமாறிப் பார்த்தபிறகு டாக்டர் என்னிடம் கேட்டார்.

"உமாவுக்குச் சின்ன வயசுதான். எல்லா சரி தவறுகளும் யோசிச்சு சுயமாக முடிவெடுத்ததா உங்களுடைய இந்த முடிவு?"

நான் ஆமாம் என்று தலையாட்டினேன்.

மரணத்திற்குப் பிறகான உறுப்பு தானமே முளை விடாத நாட்கள் அவை. அப்போதுதான் உயிருடன் இருக்கும்போதே அறிமுகமற்றவருக்கு உறுப்பினை அறுத்துக் கொடுக்கத் தயாராக நான் நிற்கிறேன். அவர் என் கண்களுக்குள் பார்த்து மீண்டும் கேட்டார்.

"கிட்னி ஆபரேஷனில் ஏதாவது ஆபத்து வருமென்று பயமில்லையா?"

டாக்டரின் கேள்வியைக் கேட்டு நான் சரத்தைப் பார்த்தேன். அவனுடைய பார்வை டாக்டரின் மேசை மீதிருந்த பேப்பர் வெயிட்டிலிருந்தது. அந்த ஸ்படிகத்தினுள்ளே இருக்கும் பலவிதமான காட்சிகளில் அவன் ஆழ்ந்து போயிருந்ததால் என் பார்வையையும் டாக்டரின் கேள்வியையும் கவனிக்கவில்லை.

நான் அவனுடைய தோளில் கை வைத்தபடி எந்தவொரு சங்கடமும் இல்லாமல் டாக்டரிடம் பதில் சொன்னேன்.

"ஆபத்தென்று வந்தால், என் இரண்டு கிட்னிகளும் கண்களும் மற்றவர்களுக்குப் பிரயோஜனமுள்ள நோயாளிகளுக்கு எடுத்துக் கொள்ளுங்கள்"

டாக்டர் பிறகேதும் கேட்கவில்லை. நான் சரத்தைப் பார்த்துப் புன்னகைத்தேன். அவனும் ஒன்றும் தெரியாமல் சிரித்தான். அறுவை சிகிச்சைக்குத் தேதி குறித்தார்கள். அம்மா கொஞ்ச நாட்களுக்கு உடன் இருக்க மாட்டேன் என்று சொன்னபோது சரத் ஒன்று மட்டும் கேட்டான்.

"சக்திமானின் டிரஸ், அம்மா வரும்போது அதை வங்கிட்டு வந்தால் போதும்" அவன் கொஞ்சியபடி சொன்னபோது எனக்குச் சிரிப்பாக வந்தது.

சக்திமான் டிரஸுக்காக கிட்னி விற்ற மகன். அவனுடைய கன்னத்தில் முத்தமிட்டபடி நானும் கிண்டலாய்ச் சொன்னேன்.

டாக்டர் தேவதாஸ் மாதவன், டாக்டர் விவேக் பதக் மேற்பார்வையில் அறுவை சிகிச்சையை மேற்கொண்டார்கள்.

பக்கத்து பக்கத்து படுக்கையில் நானும் சலீலும் படுத்தோம்.

சலீலின் சகோதரி உடனிருந்தாள்.

தங்கமணிக்கு ஓர் அறுவை சிகிச்சை என்றுதான் அலுவலகத்தில் சொல்லியிருந்தோம். அதனால் யாருக்கும் எந்தச் சந்தேகமும் வரவில்லை.

சலீலின் முகத்தில் பயம் குடி கொண்டிருந்தது.

அக்காவுக்கு ஏதாவது நடந்துவிட்டால் சரத்தைப் பார்த்துக்கொள்ள வேண்டும் என்று மட்டும்தான் சலீல் அவனுடைய சகோதரியிடம் சொல்லியிருந்தான்.

என் வலது கிட்னி சலீலின் உயிரைக் காப்பாற்றிய உறுப்பானது.

இற்று விழக் காத்திருந்த ஜீவனை மீட்டெடுத்ததன் பேரில் அறுவை சிகிச்சையின் மறுநாள் வீல்சேரில் என் படுக்கைக்கு அருகில் வந்து நிறைந்த கண்களுடன் சலீல் சொன்னான்.

"அக்கா என் தெய்வம் நீங்கள், உயிர் கொடுத்த தெய்வம்"

வலியால் துடித்துக் கொண்டிருந்த நான் சிரிக்க முயன்று தோற்றேன். முப்பத்திரெண்டு தையல் இருந்தது என் வயிற்றில். பிளாஸ்டிக் நூலால் இரண்டு முனைகளையும் சேர்த்துத் தைத்திருக்கும் பெரிய தையல்.

அந்தக் காயம் ஆற நிறைய நாட்களானது, வலி ஆறவும்.

அறிமுகமில்லாத மனிதனுக்கு இலவசமாகக் கிட்னி கொடுத்து மற்றவர்களுக்கு உதாரணமானார் என்ற தலைப்புடன் பத்திரிகைகளில் செய்தி எழுதியதோடு கிட்னிக்காகச் சாந்தியில் ஏறி இறங்கும் நோயாளிகளின் எண்ணிக்கை கூடியது. ஃபோன் அழைப்புகளும் கிட்னி கேட்பதற்காகவே இருந்தன.

ஒருநாள் ஓர் அம்மா கண்ணீரோடு, "என் மகனைக் காப்பாற்று, ஒரு கிட்னி தந்தால் போதும்" என்றாள்.

என் இயலாமையை நான் உணரச் செய்தேன்.

"அம்மா என் ஒரு கிட்னியை நான் கொடுத்துவிட்டேன், அது மட்டுமல்ல யாருடைய கிட்னியையும் நாம் வாங்கி வைக்க முடியாது. அதற்குச் சேரும் ஒரு மனிதனை நாம் தேடி அடைய வேண்டும்"

அதை எதையும் புரிந்து கொள்ளும் மனநிலையில் அவள் இல்லை.

ஒண்ணு போதும், என் மகனும் பொழச்சுக்கட்டுமே"

சிறுநீரக வியாதி பற்றியும் உறுப்பு தானம் பற்றியுமான அறியாமை மிகவும் அதிகம். மற்றொரு சந்தர்ப்பத்தில் ஒரு நோயாளி என்னிடம் கேட்டார்.

"வயதான அம்மாவின் கிட்னியை எனக்கு மாற்றி வைத்தால் அம்மா சாகும்போது நானும் இறந்து விடுவேனா?"

இந்த அறிவின்மையிலிருந்து உறுப்பு தானத்தைப் பற்றித் தெளிவான அறிவை பெறும் நாட்களுக்கான தூரத்தைக் குறைத்துக் கொண்டு வரவேண்டுமென்பதே சாந்தியின் சிரமம்.

ஒரே மகனுக்கு தங்கள் கிட்னி கொடுக்கச் சம்மதிக்காத கதை, கணவனுக்கு கிட்னி கொடுக்கத் தயங்கும் மனைவியின் கதை. இப்படி உள்ளவர்களிடம் இப்போது என்னால் தைரியமாகச் சொல்ல முடியும்.

‘ஒரு பிரச்சனையுமில்லை, தாராளமாக கிட்னி தானம் செய்யலாம்’

முன்பு இதைச் சொன்னால் நோயாளிகளின் சொந்தங்கள் பரிகசித்தார்கள்.

‘சொல்ல ரொம்பச் சுலபம், செய்வது அவ்வளவு எளிதில்லை’

ஆனால் என்னால் இப்போது சொல்ல முடியும்.

யாரும் பரிகசிக்க மாட்டார்கள்.

கிட்னி மாற்றி அன்றாட வாழ்க்கைக்குத் திரும்பி வந்தபிறகு சலீல் திருப்பூரிலிருந்து தினமும் கூப்பிட்டான்.

எப்படிக் கடனைத் திருப்பிச் செலுத்தி முடிப்பதென்று தெரியாமல் குரல் உடைந்து போய்ச் சொன்னான்.

‘‘நன்றியும் கடமையும் இருக்கிறது. உலகத்தில் யாராவது செய்வார்களா? உயிரைத் தருவது போலத் தானே? வார்த்தைகள் உடைந்தன.

சலீல் இன்றைக்கு சாந்தியின் பணிகளில் தன்னை இணைத்துக் கொண்டு குருவாயூரில் இருக்கிறான்.

கிட்னியை மாற்றி வைத்து இரண்டு வருடம் முடிந்தபிறகு ஒரு விபத்தில் மாட்டிக்கொண்ட சலீலின் ரத்தம் ஓ. பாசிட்டீவாக மாறியிருக்கிறதென்று பரிசோதனைகளில் முடிவு வந்தது.

புதிய மனிதனாக வந்து ரத்தபந்தமாக மாறிய சலீல் சகோதரனாக மாறினான். இந்த வாழ்வில் எனக்குக் கிடைத்த மூத்த சகோதரன்.

நான்கு

அனாதைத்துவம் அனுபவித்தவருக்கே அதனுடைய தீவிரமான வலி தெரியும். அப்பாவும் அம்மாவும் இருந்தும் ஒரு கட்டத்தில் அனாதையாக வாழ வேண்டி வந்தவள் நான். அப்படியான சந்தர்ப்பங்களில் ஒரு தாங்கலாக உடன் நின்ற யாரும் ரத்த பந்தத்தில் உள்ளவர்களல்ல. இல்லையென்றாலும் ரத்த பந்தங்களைவிட ஊற்று வற்றாத அன்புள்ளவர்கள் உடன் வந்தால் நமக்கு யாருமில்லையென்ற நினைவே வராது. அதுதான் என் அனுபவம்.

மாரியப்பனை நான் பார்க்கும்போது அவன் முற்றிலும் சுகவீனனாயிருந்தான். இருபத்திரெண்டு வயதேயான அவனைச் சிறுநீரகக் கோளாறு மிகவும் தளர்த்தியது. கிட்னி மாற்றி வைப்பது மட்டும்தான் அவனைக் காப்பாற்றும் ஒரேவழி என்று டாக்டர்கள் பரிந்துரைத்த போதுதான் குருவாயூரில் வசிக்கும் ஸ்ரீநிவாசனும் அவர் மனைவி அஜிதாவும் மாரியப்பனை சாந்திக்குக் கூட்டிக்கொண்டு வந்தார்கள். அவனுடைய நோஞ்சானான தேகத்தையும் வெளிறின முகத்தையும் பார்த்தபோது எனக்குத் துக்கமானது. நான் அவனுடைய கதையைக் கேட்டேன். சென்னை அம்பத்தூரைச் சேர்ந்த செல்வராஜ் - பாப்பாத்தியின் மகன் மாரியப்பன். குழந்தைகளைக் கடத்தும் கும்பல்

மாரியப்பனையும் அவனுடைய தங்கை காளியம்மாளையும் கடத்தியது.

மாரியப்பனுக்கு அன்று ஏழு வயது. காளியம்மாளைக் கேரளா கோதமங்கலம் பகுதிக்குக் கொண்டு போனார்கள். குருவாயூர் 'மட்டம்மேகலயில்' உள்ள வீட்டிற்கு மாரியப்பனை விற்றுவிட்டார்கள். ஆரோக்கியம் இல்லாத மாரியப்பனுக்கு வீட்டு உரிமையாளர் கொடுத்த வேலைகளைச் செய்ய முடியாமல் போனவுடன் அவர்கள் அவனைத் தெருவில் துரத்திவிட்டார்கள். பசித்துச் சுருண்ட நாட்களில் ஹோட்டலிலிருந்து தூக்கியெறியப்பட்ட எச்சில் இலைகளே அவனைக் காப்பாற்றும். பைப் தண்ணீரைக் குடித்தும், கடைத் திண்ணைகளில் இரவு உறங்கியும் அவன் நாட்களைக் கடத்தினான். கடைத் திண்ணைகளில் பார்த்த மாரியப்பனை குருவாயூர் 'மல்லிசேரி பரம்பில்' வசிக்கும் ஸ்ரீநிவாசன் வீட்டுக்குக் கூட்டிக்கொண்டு வந்தார். தோல் முழுக்க சொறி பிடித்து ரணமான உடலுடன் இருந்தான் மாரியப்பன். இரண்டு பெண் குழந்தைகள் மட்டுமே உள்ள ஸ்ரீநிவாசன் தம்பதிகளுக்கு மாரியப்பன் மகனானான். அவர்கள் அவனை பாபு என்று கூப்பிட்டார்கள். எழுதவும் படிக்கவும் கற்றுக் கொடுத்தார்கள்.

சந்தோஷமாக வாழ்ந்து கொண்டிருக்கும்போதும் மாரியப்பனின் உள்ளே அப்பாவையும் அம்மாவையும் பார்க்கத் துடிக்கும் ஆசை அணைந்து போயிருக்கவில்லை. அவனுடைய நோய் முற்றியபோது ஆசையும் முற்றியது.

மிக மோசமான சிறுநீரகக் கோளாறு என்று தெரிந்தும் ஸ்ரீநிவாசனும் மனைவியும் மாரியப்பனைத் தெருவில் தூக்கிப் போடவில்லை. வீட்டில் வருமானத்திற்கு வழியாயிருந்த இரண்டு பசுக்களை விற்றும் அவனுக்குச் சிகிச்சை செய்தார்கள். கடைசியில் கிட்னி மாற்றுவது மட்டும்தான் அவனைக் காப்பாற்ற முடியுமென்று டாக்டர்கள் சொன்னபோது சாந்திக்கு வந்தார்கள்.

மாரியப்பனுக்கு இலவச டயாலிஸஸ்க்கு ஏற்பாடு செய்தோம். சிகிச்சை முன்னோக்கிப் போய்க் கொண்டிருந்தது. அவனுக்கு ஒத்துப்போகும் சிறுநீரகத்தைக் கண்டுபிடிக்கும் முயற்சி ஒரு பக்கம் நடந்தது.

ஒரு நாள் தயங்கித் தயங்கி அவன் என்னிடம் கேட்டான்.

''மேடம் எனக்கு எங்க அப்பாவையும் அம்மாவையும் பாக்கணும்னு ஆசையாயிருக்கு. அதுக்கு உதவி செய்வீங்களா?''

நான் அவனுடைய தோளில் தட்டிச் சமாதானப்படுத்தினேன்.

நாம் முயற்சிக்கலாம் என்று உறுதி கொடுத்தேன். தமிழ்நாட்டில் ஊடக நண்பர்களின் உதவியை நாடினேன். ஃபேஸ் புக் நண்பர்களிடமும் இதைப் பகிர்ந்தேன்.

கடைசியில் அம்பத்தூரிலிருந்து மாரியப்பனின் குடும்பத்தைக் கண்டுபிடித்தேன். அம்மா பாப்பாத்தி - இரண்டாவது அப்பா சந்திரன், இன்னொரு சகோதரி ஜெயலட்சுமி எனக் குடும்பம் அவனை அடையாளம் கண்டது. அவர்களை ஸ்ரீநிவாசனின் வீட்டிற்கு வரவழைத்தோம். மூன்று மாதங்கள் அவர்கள் அந்த வீட்டிலேயே கழித்தார்கள். அம்மாவின் நெருக்கம் மாரியப்பனுக்கு ஆறுதல் தருமென்று ஸ்ரீநிவாசனின் குடும்பம் நம்பியது.

மாரியப்பனுக்கு கிட்னி தேடும் தீவிரத்திலிருந்தேன் நான். அவனுடைய அம்மாவைத் தேடிக் கண்டடைந்தவுடன் என் சிரமம் பாதியானது. பாப்பாத்தியின் கிட்னி மாரியப்பனுக்குச் சேர்கிறது என்று கண்டுபிடித்தோம்.

ஆனால் அது நினைத்தது போல அவ்வளவு சுலபமாக இல்லை. மாரியப்பனை அம்பத்தூருக்கு அழைத்துப் போய் சிகிச்சை அளிக்கிறோமென்று அவர்கள் பிடிவாதமாய் இருந்தார்கள். கிட்னி தருகிறேன் என்று சொன்ன பாப்பாத்தி பிறகு அப்படியே மாறினாள்.

எதிர்ப்புகளைக் கருத்தில் கொள்ளாமல் மாரியப்பனையும் அழைத்துக் கொண்டு அம்பத்தூருக்குப் போனார்கள்.

வியாதி முற்றிய மாரியப்பனுக்கு டயாலிசஸை நிறுத்தக் கூடாது. ஆனால் பரம ஏழையான மாரியப்பனின் குடும்பம் அதைப் பெரிதாக எடுத்துக் கொள்ளவில்லை. கடைசியில் ஒன்றுமே செய்ய முடியாமல் போனவுடன் அவர்கள் அவனைக் கைவிட்டார்கள்.

பெற்ற அம்மாவும் ஒதுக்கிய மாரியப்பன் நான்கு நாட்களில் சாந்திக்குத் திரும்பி வந்தான். நீர் சூழ்ந்து வீங்கிய உடலுடன் என் முன்னால் நின்று கதறி அழுதான்.

அவனுக்கு ஆறுதல் சொல்ல எனக்கு வார்த்தைகள் இல்லை. டயாலிசஸ் செய்து அவன் அவஸ்தைப்படுவதை அப்போதைக்குத் குறைத்தோம். 'முண்டத்திக்கோடு' அன்பாலயத்தில் அவனைத் தங்க வைத்தோம்.

ஆனால் வியாதி அவனைச் சுரண்டி சாப்பிட்டுக் கொண்டிருந்தது.

தாங்க முடியாத அவஸ்தையில் திருச்சூர் மெட்ரோ பாலிட்டன் மருத்துவமனையில் இரண்டு நாட்கள் படுத்தான்.

பிரார்த்தனையும் வழிபாடுகளுமாக ஸ்ரீநிவாசனும் குடும்பமும் காத்திருந்தாலும் மாரியப்பன் திரும்பி வரவில்லை.

அன்பு செலுத்துபவர்களின் எதிர்பார்ப்புகளை இல்லாமலாக்கி மாரியப்பன் பயணித்தான்.

மாரியப்பனின் சொந்தங்களுக்குச் சொல்லி அனுப்பினோம். ஆனால் அவன் உடலை வாங்கவும் யாரும் வரவில்லை.

அவனுடைய உடலை அனாதையாக அடக்கம் செய்ய எனக்கு மனசே வரவில்லை. நான் சரத்தைக் கூப்பிட்டனுப்பினேன்.

சாந்தியில் பொது தரிசனத்திற்கு வைத்தபிறகு சடங்குகளை சரத் செய்தான்.

ஸ்ரீநிவாசனும் அவர்களுடைய குடும்பமும் சாந்தியின் உறுப்பினர்களுமாக எல்லாரும் பங்கெடுத்த சடங்கில் மாரியப்பனுக்கு விடை கொடுத்தோம்.

சடங்கு நடத்துபவர் சொல்லிக் கொடுத்த வார்த்தைகளை விதும்பும் உதடுகளோடு சரத் உள்வாங்கிச் சொன்னான்.

''மம சகோதர மாரியப்பன்...' என்ற மந்திரங்கள் சொன்னபோது சுற்றிலும் நின்றவர்கள் விம்மி உடைந்தார்கள்.

மாரியப்பன் உறவுகளுடனே இந்த உலகத்திலிருந்து பயணமானான். ரத்த பந்தத்தைவிட ஸ்நேக பந்தம்தான் உன்னதம் என்பதைத் தெளிவாய்ச் சொன்னபடி.

ஐந்து

இந்தியாவின் நூறு தலைசிறந்த பெண்மணிகளைத் தேர்ந்தெடுக்கச் சொல்லி 'அவர்களுடன் ஒரு நாள்' என்று ஜனாதிபதி முடிவு செய்திருப்பதாகவும், அதற்கு என்னைத் தேர்ந்தெடுத்திருப்பதாகவும் எனக்குத் தகவல் வந்தபோது ஒன்றுமே புரியவில்லை.

'சாந்தி மருத்துவ உதவி மையத்தில்' நாங்கள் செய்து கொண்டிருக்கும் வேலைகளை அங்கீகரித்து அந்தப் பிரிவில் என்னைத் தேர்ந்தெடுத்து அழைப்பு வந்திருந்தது. இந்தியாவிலிருக்கும் 120 கோடி மக்களில் சரிபாதியாய் இருக்கும் 60 கோடி பெண்களில் ஒரு நூறு பேர். அதிலொருத்தி நான். நிஜமாகவே கண்களின் ஓரம் கசிந்தது.

முந்தின நாள் காலையிலேயே டெல்லிக்குப் போய்ச் சேர்ந்தேன். அசோகா ஹோட்டலில் அரசு மரியாதையுடன் தங்க வைக்கப்பட்டோம். மாலையில் ஒரு அடையாள அணிவகுப்பு நடந்தது. எப்படி நிற்க வேண்டும், நடக்க வேண்டும், எங்கு திரும்பக் கூடாது, எங்கும் பேசக்கூடாது என ஏகப்பட்ட நிபந்தனைகள்.

நாங்கள் ஜனாதிபதி மாளிகையைச் சுற்றிப் பார்க்கப் போகவில்லை, விருந்தினராகப் போயிருக்கிறோமென்ற நிறைவு வார்த்தைகளில் வடிக்க முடியாதது. உணர மட்டுமேயானது.

மறுநாள் காலை எல்லா ஏற்பாடுகளும் ஒத்திகைபடியே நடந்தன.

எல்லோரும் அவரவர் இருக்கையில் அமர வைக்கப்பட்டோம். மாண்புமிகு. ஜனாதிபதி. பிரணாப் முகர்ஜி அவர்கள் மிக நேர்த்தியான உரையை எங்கள் முன் பேசுகிறார். என் கண்கள் நிறைந்து நினைவுகள் ஜெயில் சிங்கின் வார்த்தை உச்சரிப்பில் தோய்கிறது.

ஏழாங்கிளாஸ் மாணவிகளை முன் வரிசையில் உட்கார வைக்க மாட்டார்கள். ஆறிலிருந்து தொடங்கும் வரிசையில் 'குட்டச்சி' ஆனதால் நானும் முன்னாலேயே உட்கார அனுமதிக்கப்பட்டேன். பள்ளிக்கு வந்த முதல் கறுப்பு வெள்ளை தொலைக்காட்சி. கொடியேற்றி மிட்டாய் வாங்கிக் கொண்டு எல்லோரும் மணலில் உட்கார்ந்தோம். தொலைக்காட்சியை மட்டும் உள்ளே அறையின் நிழலில் வைத்து தலைமை ஆசிரியர் மற்ற ஆசிரியர்களெல்லாம் சூழ அது இயக்கப்படுகிறது. பெரும் ஆரவாரத்துடன் டெல்லியில் கொண்டாடப்படும் குடியரசு தினத்தில் ஜனாதிபதி உரையை மாண்புமிகு குடியரசுத் தலைவர் ஜெயில்சிங் நாட்டு மக்களுக்கு சமர்ப்பிக்கிறார். அவர் ஹிந்தியில் பேசப்பேச ஒன்றும் புரியவில்லையென்றாலும் அவ்வளவு தூரத்திலிருந்து நமக்காகப் பேசும் போது நாம் மதிக்காமல் இருக்கக் கூடாதென்று நான் தலையை மேலும் கீழும், பக்கவாட்டிலும் ஆட்டிஆட்டிக் கேட்கிறேன்.

என் கண்கள் நிறைகின்றன. அதே மனநிலையில், மொழி புரிந்தாலும் பிரணாப் முகர்ஜி அவர்களின் உரையை தலையை ஆட்டாமல் உள்வாங்குகிறேன். இது பொது உரையல்ல. எனக்கானது, என்னைப் போன்ற நூறு பெண்களுக்கானது மட்டுமே. நாட்டின் மூத்த முதல் குடிமகன் எங்களை அங்கீகரித்து நாங்கள் செய்யும் பணிகளை மதித்து அதை மேலும் சீராய் கொண்டுபோகப் பணிக்கும் ஒரு தாய்மையின் குரல், எங்களை தலை கோதி ஆசீர்வதிக்கும் சகோதரக் குரல், தன்னை உள் நோக்காது பணி செய்து கொண்டே போவதை அங்கீகரிக்கும் ஒரு ஆளுமைக் குரல்.

அது எனக்குள் ஏற்படுத்தின தாக்கத்தை ஏந்தி, இன்னும் பல ஆயிரம் வேலைகள் செய்யும் உரத்தோடு கேரளாவிற்குத் திரும்பினேன். அந்த வார்த்தைகளின் உக்கிரம் இப்போதும் எப்போதும் நான் தளர்ந்துரும் நேரங்களில் என்னைத் தாங்கிக் கொள்கிறது.

ஆறு

கடந்தகாலக் காட்சிகள் ஒன்றன் பின் ஒன்றாக எப்போதும் என்னுடனே இருக்கின்றன. மீண்டும் திரும்பிப் பார்க்க பிடிக்காத பல காட்சிகள்.

காலத்தைப் பின்னோக்கி திருப்பிவிட முடியாது. அப்படி முடியுமானால் சில காட்சிகளையாவது தவிர்த்திருக்கலாம்.

விரும்பாத சில காட்சிகளையாவது வாழ்விலிருந்து இல்லாமலாக்கி இருக்கலாம்.

வாழ்க்கையில் இதுவரை நடந்தவற்றையும், இனி நடக்கவிருப்பதையும் தவிர்க்கவியலாத விதிக்கப்பட்ட முழுமையாய் நம்பவே எனக்குப் பிடிக்கிறது.

வாழ்க்கையில் சந்தோஷமும் துக்கமும் காயங்களும் இருக்கலாம்.

பல நேரங்களில் யாரிடமாவது இதயம் திறந்து பேசி துக்கங்களைப் பரிமாற விருப்பமிருக்கிறது. ஆனால் யாருடன்? வாழ்க்கை ஒரு கேள்விக்குறியாக மாறிய நாட்களில் நான் சுவர்களிடம் பேசினேன். என் எண்ணங்கள், எதிர்பார்ப்புகள், மோகங்கள் எல்லாவற்றையும் அதுதான் கேட்டிருக்கிறது. கடந்தகாலத்தின் ஒவ்வொரு சம்பவமும்

ஒவ்வொரு காட்சியாய் என்னுடனே ஒன்றன்பின் ஒன்றாக நிற்பது அதனாலேதானிருக்கும்.

என்ன செய்யவேண்டுமென்று தெரியாமல் மரத்துபோய் நின்ற நாட்களில் உள்ளேயிருந்து யாரோ மந்திரித்தபடி இருந்தார்கள்.

எதிர்பார்ப்புகள்தான் நம் முதலீடு, அதை கைவிடாமலிருக்க வேண்டும்.

கடந்தகாலம் மிக யதார்த்தமான ஒன்று.

அதை அப்படியே அங்கீகரித்தே ஆகவேண்டும்.

கடந்துபோன நாட்களின் அன்பில்லாமையும், குற்றப்படுத்தல்களும், பரிகாசங்களும் என்னை வேட்டையாடுவதில்லை. அது உருவாக்கின நோவுகள் எதுவும் என்னைத் தீண்டுவதுமில்லை.

நான்கு சுவர்களுக்குள்ளாக நான் என் கடந்த காலத்தை மூடி வைத்திருக்கிறேன்.

அதன் வெளி உலகமே இந்த என் வாழ்க்கை.

நினைத்த எல்லாவற்றையும் யாரையும் காயப்படுத்தாமல் செய்ய ஆசைப்படுகிறேன். எந்தவொரு காரியத்தையும் கனவாய் மாற்றி இமைகளில் சுமக்க விடுவதில் பிரியமில்லாத நான் அதை அப்போதே நிகழ்த்திப் பார்த்துவிடுகிறேன். அதனால் கனவென்று ஏதும் இப்போது என்னிடமில்லை. ஏக்கங்கள் இல்லை, ஆசைகள் இல்லை, துக்கங்கள் இல்லை, பச்சாதாபமில்லை, கழிவிரக்கமில்லை, யாரோடும் எந்தக் குறையுமில்லை.

கால் ஊன்றி நிற்க பூமி இல்லாமல், எங்கே தலை சாய்ப்பது என்று புரியாமல் திகைத்து அனாதையாய் நின்ற நாட்களிலிருந்து, துக்கத்தின் வழியினூடாக நடந்தாலும் என் தடத்தை மாற்றிவைத்து இடறாமல் நகர்ந்து கொண்டிருக்கின்றன என் காலடிகள்.